U.P.S.C. / M. P. S. C. / NET / SET / B.ed / Railway अशा सर्वच स्पर्धा
परीक्षांसाठी अत्यंत उपयुक्त ग्रंथ

राज्यशास्त्र

प्रा. स्मिता जोशी

डायमंड पब्लिकेशन्स

राज्यशास्त्र

प्रा. स्मिता जोशी

प्रथमावृत्ती : २००७
पुनर्मुद्रण : २०२१

ISBN : 978-81-89959-22-7

मुखपृष्ठ
शाम भालेकर

प्रकाशक
डायमंड पब्लिकेशन्स
२६४/३ शनिवार पेठ, ३०२ अनुग्रह अपार्टमेंट
ओंकारेश्वर मंदिराजवळ, पुणे–४११ ०३०
☎ ०२०–२४४५२३८७, २४४६६६४२
info@dpbooks.in

ऑनलाईन पुस्तक खरेदीसाठी भेट द्या
www.dpbooks.in

प्रस्तावना

विद्यार्थी मित्रहो,

केंद्रीय लोकसेवा आयोगाद्वारे दरवर्षी नागरी सेवांच्या भरतीसाठी पूर्वपरीक्षा, मुख्यपरीक्षा आणि मुलाखत या तीन टप्प्यात परीक्षा घेतल्या जातात. पूर्व परीक्षेसाठी असलेल्या वैकल्पिक विषयातील एक विषय असलेले 'राज्यशास्त्र' हे पुस्तक आपल्या हाती देतांना अत्यंत आनंद होत आहे.

'राज्यशास्त्र' या पूर्वपरीक्षेच्या पुस्तकामध्ये प्रत्येक प्रकरणाच्या संदर्भातील महत्त्वाचे मुद्दे दिलेले आहेत. तसेच १९९६ ते २००६ पर्यंतच्या प्रश्नपत्रिका सोडविलेल्या आहेत की जेणेकरून अभ्यास करताना तुम्हाला उपयोगी ठरतील.

महाराष्ट्रातील विद्यार्थी स्पर्धापरीक्षेत मागे नाही असे मला वाटते. कारण दुर्दम्य इच्छाशक्ती, निश्चित ध्येय, वेळेचे नियोजन विषयाबद्दल सखोल माहिती आणि तज्ज्ञांचे मार्गदर्शन हे तत्त्व व्यवस्थित अंगिकारले तर मराठी तरुणवर्गाला यश हे नक्कीच मिळणार व या कणखर, राकट महाराष्ट्राच्या मातीचा हा गुण असल्यामुळे नक्कीच महाराष्ट्रातील विद्यार्थी या स्पर्धा परीक्षेतही आव्हाने सहजतेने पेलून यश संपादन करतील.

'राज्यशास्त्र' हे पुस्तक प्रकाशित करण्यासाठी डायमंड पब्लिकेशन्सचे प्रकाशक श्री. दत्तात्रेय पाष्टेसाहेब, श्री. दळवीसाहेब यांचे अनमोल मार्गदर्शन लाभले. चित्रकार श्री. शामकांत भालेकर तसेच अक्षरजुळणी करणारे श्री. काशिनाथ शिगवण यांचे आभार मानते. प्रस्तुत पुस्तक आपल्याला यू.पी.एस.सी. पूर्व-परीक्षेसाठी तसेच नेट - सेट व स्पर्धापरीक्षांसाठी उपयुक्त ठरणार यात शंका नाही.

आपल्या सर्वांना शुभेच्छा !

सौ. स्मिता जोशी

अनुक्रमणिका

विभाग अ

विभाग ब

विभाग अ

प्रकरण १

राज्यशास्त्र

✡ **स्वरूप आणि व्याप्ती**
(इतिहास, अर्थशास्त्र, तत्त्वज्ञान, समाजशास्त्र, मानसशास्त्र या विषयांशी असलेला संबंध)

महत्त्वाचे मुद्दे

✡ राज्यशास्त्राच्या अध्ययनाचा संबंध सुसंघटित राज्याशी संबंधित मानवी जीवनाशी असतो. राज्यशास्त्रात व्यक्तींच्या राज्याच्या संबंधित ज्या राजकीय क्रिया असतात त्यांचा व राज्याच्या सार्वभौमत्वाची अभिव्यक्ती करणाऱ्या शासनसंस्थेचा अभ्यास केला जातो.

✡ राज्यशास्त्राला शास्त्रीय स्वरूप ग्रीक विचारवंतांनी दिले. प्राचीन ग्रीक विचारवंत ॲरिस्टॉटल यांच्या मते, मनुष्य हा समाजशील प्राणी आहे. व्यक्तीच्या व्यक्तिमत्त्वाचा विकास समाजात होत असतो. समाजातील अनेक सामाजिक संस्था. उदा : कुटुंबसंस्था, शिक्षणसंस्था, धर्मसंस्था यांच्याद्वारे व्यक्तींच्या व्यक्तिमत्त्वाची जडणघडण होते. समाजातील व्यक्ती–व्यक्तींमधील निकोप संबंध राहण्याच्या दृष्टीने शासनसंस्था महत्त्वाचे कार्य पार पाडते. विशिष्ट प्रदेशातील समाज हा सरकारकडून दंडशक्तीच्या आधाराने नियंत्रित केला जातो व अशा समाजास 'राज्यसंस्था' असे म्हटले जाते. राज्यशास्त्र हे शासनसंस्था व राज्यसंस्था यांचा अभ्यास करणारे 'सामाजिक शास्त्र' आहे.

✡ राज्यशास्त्रास इंग्रजी भाषेत 'Politics' असे म्हणतात. 'Politics' हा शब्द मूळ ग्रीक शब्द 'Polis' या पासून तयार झालेला असून Polis म्हणजे नगर होय.

म्हणून नगरराज्य विषयक शास्त्र म्हणजे 'राज्यशास्त्र' होय. परंतु, वर्तमानस्थितीत नगरराज्ये न राहिल्याने राज्यविषयक शास्त्र म्हणजे राज्यशास्त्र असे मानण्यात येऊ लागले.

✡ राज्यशास्त्राचा अभ्यास पारंपरिक दृष्टिकोन व आधुनिक दृष्टिकोनातून केला जातो.

पारंपरिक राज्यशास्त्रात

१. राज्य व शासनसंस्था यांचा प्रामुख्याने विचार केला गेला.
२. १९ व्या शतकाच्या अखेरपर्यंत राज्यशास्त्राच्या अभ्यासाचा कालखंड मानला गेला.
३. ऐतिहासिक – विधिमय – संस्थात्मक दृष्टिकोन स्वीकारलेला होता.
४. इतिहासाचे अवलोकन करून राजकीय सिद्धान्त मांडण्यावर भर दिला.
५. पारंपरिक राज्यशास्त्रज्ञांमध्ये प्लेटो, ॲरिस्टॉटल, मरियट, लिकॉक, सिजविक, फ्रीमन, हेन्रीमेन, बेंथॅम, ऑस्टिन यांचा उल्लेख करता येतो.
६. पारंपरिक राज्यशास्त्रज्ञांनी तत्कालीन, सामाजिक व राजकीय परिस्थितीची प्रतिक्रिया अजमावून राजकीय सिद्धांन्त मांडले.

आधुनिक राज्यशास्त्रात

१. आधुनिक राज्यशास्त्राच्या अभ्यासाचे स्वरूप व्यापक मानले जाते. आधुनिक राज्यशास्त्रज्ञांनी शास्त्रीय पद्धतीने राजकीय सिद्धान्त मांडण्यावर भर दिला. त्यात सर्वेक्षण, केस स्टडी, माहिती संकलन यांचा समावेश होता.
२. आधुनिक राज्यशास्त्रज्ञांनी नव्या दृष्टिकोनात केवळ ऐतिहासिक किंवा विधिमय दृष्टिकोनातून राज्य किंवा शासनसंस्थेचा अभ्यास न करता इतर विषयांचाही अभ्यास केला. यात सामाजिक परिस्थितीच्या संदर्भातील राजकीय घडामोडींचा समावेश केला गेला. मूल्यनिरपेक्षता हे आधुनिक राज्यशास्त्राचे महत्त्वाचे वैशिष्ट्य मानले जाते.
३. आधुनिक राज्यशास्त्रज्ञांमध्ये कार्ल जे फ्रेडरिक, रॉबर्ट डाल, कार्ल ड्वाइश यांचा समावेश होतो.
४. राज्यशास्त्र आणि इतर सामाजिक शास्त्रे. उदा. इतिहास, समाजशास्त्र,भूगोल, अर्थशास्त्र, मानसशास्त्र, तत्त्वज्ञान यांचा परस्परांशी संबंध दिसून येतो.
५. इतिहासामुळे ऐतिहासिक घटना, स्थळ, पुरावे, राज्यव्यवस्था, राज्याचा विकास कसकसा होत गेला हे समजण्यास मदत होते. व त्यावरून राज्यशास्त्र

हे भूतकाळात राज्याचे स्वरूप कसे होते, राज्याची निर्मिती कशी झाली; याबाबत अध्ययन करते. समाजशास्त्रास सामाजिक शास्त्रांची जननी मानण्यात येते. समाजशास्त्रात सामाजिक जीवनातील दृष्टिकोन, समस्या, सामाजिक गटांचा उदय, रचना, विकास कार्ये, सामाजिक गटांचे प्रकार, समूह, विधिनियम, प्रथा, परंपरा, संस्था यांचा तसेच सामाजिकसंस्थांचा अभ्यास केला जातो; राज्यशास्त्राचा अभ्यास करताना समाजशास्त्रातील उपरोक्त माहितीचा उपयोग होतो.

६. औद्योगिक क्रांतीनंतर राज्यशास्त्राच्या अध्ययनाचे स्वरूप बदलले. समाजात भांडवलदार, मजूर तसेच श्रीमंत व गरीब असे वर्ग निर्माण झाले. त्यामुळे कारखानदारी, वित्त–व्यापार– उद्योग यावर राज्याच्या नियमांची आवश्यकता भासू लागली. या काळात साम्यवाद, लोकशाही, समाजवाद, फेबियनवाद, फॅसिझम, नाझीवाद या संकल्पनांचा उदय झाला.

७. राज्यशास्त्राचा अभ्यास करताना मानसशास्त्रीय सिद्धान्ताचा उपयोग होतो; कारण मानसशास्त्रात मानवी वर्तनाचा अभ्यास केला जातो. वर्तमान स्थितीतही राजकीय नेते तसेच सत्ताधारी निवडणूककाळात निवडून येण्यासाठी, जनतेचा पाठिंबा मिळविण्यासाठी जनमत, निवडणूक–वर्तन, जनतेच्या शासनाच्या धोरणांवरील प्रतिक्रिया यांचा विचार जनतेच्या मानसिकतेतून ओळखून ध्येय धोरणे ठरवितात.

८. राज्यशास्त्राचे अध्ययन करताना भूगोलाचाही उपयोग होतो. राज्याची भौगोलिक स्थिती, आकार, हवामान, स्थलाकृती, सीमा या घटकांवर राज्याचे शासन, राजकीय संस्था आपले ध्येयधोरण ठरवितात. राज्याच्या विशिष्ट भौगोलिक स्थानामुळे त्या राज्यास विशिष्ट जागतिक महत्त्व प्राप्त होते.

९. वेबस्टर यांनी युनिफाईड डिक्शनरी अॅण्ड एन्सायक्लोपीडिया याद्वारे तत्त्वज्ञानाबाबत मते स्पष्ट केली. राज्यशास्त्र व तत्त्वज्ञान हे परस्पर–संबंधांवर आधारित आहे.

१०. राज्यशास्त्रात राजकीय तत्त्वज्ञान, राजकीय विचारवंत, शासनसंस्थांचा तुलनात्मक अभ्यास, विधिनियम, राजकीय प्रक्रिया, प्रशासन, राजकीय पक्ष, त्यांच्या वैचारिक भूमिका, आंतरराष्ट्रीय संबंध, आंतरराष्ट्रीय कायदा, आंतरराष्ट्रीय संघटना, लोकप्रशासन यांचा अभ्यास केला जातो. बदलत्या परिस्थितीनुरूप, बदलत्या नैतिक संकल्पांनुसार राजकीय संस्था व राज्याच्या

स्वरूपाचा विचार राज्यशास्त्रात केला जातो. राज्यशास्त्रात नागरिकांचे अधिकार, सुसंघटित, राजकीय समाजाप्रत नागरिकांची असलेली कर्तव्ये, राज्य व नागरिकांचे संबंध यांचा अभ्यास केला जातो. वर्तमानस्थितीत राज्याशिवाय मानवी जीवनाची कल्पना करता येत नाही. राज्याचे सर्वकालीन दृष्टिकोनातून अध्ययन करताना भूतकाळात राज्य कसे होते; याचे ऐतिहासिक दृष्टिकोनातून संशोधन करणे, राज्याच्या वर्तमानकाळातील स्वरूपाची विश्लेषणात्मक कारणे तसेच भविष्यकाळात राज्य कसे असावे याचे राजकीय व नैतिकदृष्ट्या विवेचन करणे म्हणजे 'राज्यशास्त्र' होय.

प्रश्न

१) खालील पैकी कोणत्या पर्यायाद्वारे राज्यशास्त्राच्या व्याप्तीचे स्पष्टीकरण करता येते?

अ) राज्य, शासन, विधिनियम, रूढी आणि संस्कृती.

ब) सार्वभौमत्व, शासन, बाजारपेठ, राजकीय पक्ष आणि सामाजिक वर्ग.

क) राज्य, शासन, विधिनियम, नागरी समाज आणि राजकीय पक्ष.

ड) राज्य, मूल्ये, शासन, निर्णयप्रक्रिया आणि राजकीय पक्ष.

२) खालील विधाने समजून घ्याः

१) मनुष्य हा सामाजिक प्राणी असून तो सामाजिक जीवन जगत असताना त्याचे राजकीय संबंध प्रस्थापित होतात.

२) मनुष्याच्या हातून राजकीय स्वरूपाच्या होणाऱ्या क्रियांशी राज्यशास्त्राचा संबंध येतो.

३)मनुष्याच्या राजकीय क्रिया राज्याच्या माध्यमातून होत असल्याने, राज्य हा राज्यशास्त्राचा प्रमुख विषय असल्याने राज्यशास्त्रास 'राज्याचे शास्त्र' असे म्हटले जाते.

वरील पैकी कोणते विधान / विधाने बरोबर आहे / आहेत?

अ) १ले फक्त ब) दुसरे फक्त क) १ व २ ड) १,२,३.

३) राज्यशास्त्राला शास्त्रीय स्वरूप प्राप्त करून देण्याचे श्रेय ग्रीक तत्त्वज्ञांकडे जाते.

१. कारण ग्रीक लोक महान विचारवंत होते.

२) राज्यशास्त्राचा विकास प्राचीन ग्रीक नगरराज्यांच्या पार्श्वभूमीवर ग्रीसमध्ये प्रथम झाला.

३) राज्यशास्त्र व राज्यसंस्थेचे महत्त्व पौर्वात्य विचारवंतांनी स्पष्ट केले.वरीलपैकी कोणते विधान / विधाने बरोबर आहेत?

अ) फक्त १ ब) फक्त १ आणि २

क) फक्त २ व ३ ड) वरीलपैकी कोणतेही नाही.

४) **..................यांस 'राज्यशास्त्रा'चे जनक म्हटले जाते.**

अ) प्लेटो ब) ॲरिस्टॉटल क) मॅकूआयव्हर ड) रूसो

५) **खालील विधाने समजून घ्या.**

१) राजधर्म हा परमश्रेष्ठ धर्म आहे.

२) राजधर्माशी संबंधित असलेले राज्यशास्त्र महत्त्वाचे आहे.

वरीलपैकी कोणते विधान / विधाने बरोबर आहे / आहेत?

अ) फक्त १ ब) १ आणि २ क) फक्त २ ड) कोणतेही नाही.

६) **खालील विधाने समजून घ्या.**

१) 'Politics' हा शब्द ग्रीक भाषेतील 'Polis' या शब्दापासून बनलेला असून त्याचा अर्थ 'नगर' किंवा 'राज्य' असा होतो.

२) प्राचीन ग्रीसमधील प्रत्येक नगराच्या एक एक स्वतंत्र राज्यास नगर-राज्य (City & State) म्हटले जाई.

वरीलपैकी कोणते विधान / विधाने बरोबर आहेत.

अ) फक्त १ ब) फक्त २

क) १ आणि २ ड) कोणतेही नाही

७) **'राज्यासंबंधी विचार करणारे, राज्याची मूलभूत स्थिती, त्यांचे आवश्यक रूप, त्याच्या आविष्काराचे विभिन्न प्रकार, त्याचा विकास इ. गोष्टी समजून घेण्याचा प्रयत्न करणारे शास्त्र म्हणजे राज्यशास्त्र.'**

अ) ॲरिस्टॉटल ब) पॉल जेनेट क) गार्नर ड) ब्लंटश्ली

८) **राज्यशास्त्र म्हणजे भूतकालीन, वर्तमानकालीन आणि भविष्यकालीन राज्यसंस्था, राजकीय संघटन व कार्य, राजकीय संस्था आणि राजकीय सिद्धान्त इत्यादी बाबतचा अभ्यास होय.**

अ) गेटेल ब) जॉनसिली क) डी. लिकॉक ड) ब्लंटश्ली

९) पुढील विधाने समजून घ्या.

१) व्यक्तिशिवाय राज्य असंभवनीय असते.

२) शासनाच्याद्वारे राज्याच्या सार्वभौम सत्तेची अभिव्यक्ती होत असते.

३) राज्यशास्त्रात व्यक्तींच्या राज्याशी संबंधित राजकीय क्रिया व राज्याच्या सार्वभौमसत्तेची अभिव्यक्ती करणाऱ्या शासनसंस्था यांचा अभ्यास केला जातो.

वरीलपैकी कोणते विधान / विधाने बरोबर आहे / आहेत?

अ) फक्त १   ब) फक्त २ व ३   क)१,२,३   ड) कोणतेही नाही

१०) 'राज्यशास्त्र हे केवळ शासनाचे (Government) विवेचन करणारे शास्त्र होय.'

अ) गार्नर   ब) डी. लिकॉक   क) फ्रेडरिक पोलाक   ड) गेटेल

११) जोड्या जुळवा.

गटाखालील सांकेतिकांमधून योग्य उत्तर निवडा.

गट–१ (राजकीय विचारवंत)	**गट–२ (विधाने)**
क) ब्लंटश्ली	१) राज्यशास्त्र केवळ शासनाचे विवेचन करणारे शास्त्र.
ख) डी. लिकॉक	२) राज्यशास्त्राचा प्रारंभ, शेवट, राज्याचा या संज्ञेत होतो.
ग) गार्नर	३) राज्यशास्त्राचे सैद्धान्तिक व व्यावसायिक असे दोन विभाग.
घ) फ्रेडरिक पोलाक	४) राज्यशास्त्राचा संबंध राज्याच्या अधिष्ठानाशी असतो.

सांकेतिके :

	क	ख	ग	घ
अ)	४	१	२	३
ब)	१	३	२	४
क)	२	३	४	१
ड)	३	२	१	४

१२) राज्य ही एक अमूर्त कल्पना असून राज्याची अभिव्यक्ती शासनाच्या द्वारे होत असते, कारण......

१) शासन राज्याचे उद्देश व ध्येय मूर्त स्वरूप धारण करते.

२) शासनाच्या द्वारे राज्याच्या सार्वभौमत्वाची अभिव्यक्ती प्रकट होते.

३) शासन जनतेवर नियंत्रण प्रस्थापित करते.

वरीलपैकी कोणते विधान / विधाने बरोबर आहे / आहेत?

अ) फक्त १ ब) १ आणि २

क) १,२,३ ड) वरीलपैकी कोणतेही नाही

१३) राज्यशास्त्रात 'राज्य' हा मुख्य विषय असून राज्यशास्त्राच्या अध्ययनात शासनासंबंधीचा प्रश्न गौण स्वरूपाचा असतो.

अ. ॲरिस्टॉटल ब. लॉक क. गार्नर व ब्लंटश्ली ड. डी लीकॉक

१४) राज्याच्या विकासाचा क्रम पुढीलपैकी कोणत्या पर्यायातून स्पष्ट होतो?

अ) टोळी, कुटुंब, कूळ, गाव, राज्य.

ब) कुटुंब, कूळ, टोळी, टोळ्यांचे राज्य.

क) कूळ, कुटुंब, टोळी, वस्ती, गाव, राज्य.

ड) कुटुंब, टोळी, गाव, राज्य.

१५) राज्यशास्त्रात शासनाचे अध्ययन करणे महत्त्वाचे असते, कारण.....

१) शासनाद्वारे राज्यसत्तेचा आविष्कार व्यक्त होतो.

२) शासनाद्वारे राज्याचे ध्येय व उद्दिष्ट साकार होते.

३) शासनाद्वारे समाजातील व्यक्तींवर नियंत्रण प्रस्थापित होते.

वरीलपैकी कोणते विधान / विधाने बरोबर आहेत?

अ) फक्त १ ब) फक्त २ क) १ आणि २ ड) कोणतेही नाही

१६) ......या राज्यशास्त्रज्ञाने लिहिलेल्या 'History of Political Theory' हा ग्रंथ पारंपरिक राज्यशास्त्राच्या दृष्टिकोनाचे प्रतीक मानला जातो.

अ) हेन्रीमेन ब) बेंथॅम क) सबाईन ड) ऑस्टिन

१७) ....शतकाच्या शेवटापर्यंत राज्यशास्त्राच्या अभ्यासाचा कालखंड हा पारंपरिक मानला जाऊन त्यातील राज्यशास्त्राचे स्वरूप पारंपरिक राज्यशास्त्र 'Traditional Political Science' असे समजण्यात येऊ लागले.

अ) १७ व्या ब) १८ व्या क) १९ व्या ड) २० व्या

१८) ...... शतकाच्या सुरुवातीस राज्यशास्त्राच्या अभ्यासास नवीन वळण प्राप्त होऊन नवीन राज्यशास्त्र उदय पावत आहे त्यास अर्वाचीन राज्यशास्त्र 'Modern Political Science' म्हणण्यात येते.

अ) १८ व्या ब) १९ व्या क)२० व्या ड) २१ व्या

१९) ....या राज्यशास्त्रज्ञाने 'नॅशनल कॉन्फरन्स ऑन सायन्स ऑफ पॉलिटिक्स' या संस्थेची स्थापना करून राज्यशास्त्राच्या अभ्यासात नवीन क्रान्ती घडवून आणली.

अ) सबाईन ब) चालस् मेरियम क) मॅक्स वेबर ड) लिकॉक

२०) पुढीलपैकी कोणत्या पर्यायातील राजकीय विचारवंतांनी इतिहासाचे अवलोकन करून राजकीय सिद्धान्त मांडले?

अ) सेझ्विक, फ्रीमन, हेन्रीमेन ब) प्लेटो, ॲरिस्टॉटल, जेरेमी बेंथॅम

क) लॉक, रूसो, जे.एस.मिल. ड) वरीलपैकी कोणीही नाही.

२१) पुढील कोणत्या पर्यायातील राजकीय विचारवंतांनी राज्यशास्त्राचा अभ्यास करताना संस्थात्मक दृष्टिकोन वापरला?

अ) प्लेटो, ॲरिस्टॉटल, टी.एच.ग्रीन. ब) ॲरिस्टॉटल, मेरियम, लिकॉक.

क) फ्रीमन, हेन्रीमेन, ऑस्टिन. ड) वरीलपैकी कोणीही नाही.

२२) ....व............या राजकीय विचारवंतांनी राजकीय प्रश्नांची चर्चा वैधानिक दृष्टिकोनातून केली.

अ) ऑस्टिन व हेन्रीमेन ब) प्लेटो व ॲरिस्टॉटल

क) बेंथॅम व ऑस्टिन ड) लिकॉक व टॉल्कट पार्सन.

२३) पारंपरिक दृष्टिकोनातून करण्यात येणाऱ्या राज्यशास्त्राच्या अभ्यासपद्धती बदलून नवे दृष्टिकोन व पद्धतीचा अवलंब मोठ्या प्रमाणात होऊ लागला व त्यातून राज्यशास्त्राच्या अध्ययन पद्धतीत नवीन क्रांती झाली; तिला...........क्रांती असे म्हणतात.

अ) वर्तनवादी ब) निर्णय प्रक्रियेवर आधारित

क) सत्तात्मक ड) वैधानिक

२४) ....हे आधुनिक राज्यशास्त्राचे एक वैशिष्ट्य मानण्यात येते.

अ) सिद्धान्त ब) मूल्यनिरपेक्षता

क) तात्त्विक दृष्टिकोन ड) मूल्याधिष्ठितपणा

२५) खालील विधाने समजून घ्या.

१) आधुनिक राज्यशास्त्रज्ञांनी नवनवीन संशोधन पद्धती व माहिती गोळा करण्याच्या तंत्राच्या आधारे राज्यशास्त्राला राज्याचे स्वरूप देण्याचा प्रयत्न केला.

२) आधुनिक राज्यशास्त्रात राज्यशास्त्राची बैठक जास्त व्यापक व शास्त्रीय स्वरूपाची बनविण्यावर भर दिला.

३) राज्यशास्त्रज्ञाने वास्तवतेपेक्षा तात्त्विक गोष्टींना महत्त्व देऊ नये.

वरीलपैकी कोणते विधान / विधाने बरोबर आहे / आहेत ?

अ) फक्त १ ब) फक्त १ आणि २ क) फक्त २ व ३ ड) कोणतेही नाही.

२६) खालील विधाने आत्यंतिक वस्तुनिष्ठ संशोधनवाद राज्यशास्त्रज्ञांच्या संदर्भात आहेत.

१) राजकीय विश्लेषणात मूल्यनिरपेक्षता शक्य असतात.

२) संशोधकाने स्वमूल्ये व आवडी- निवडी बाजूला ठेवून सत्य घटनांच्या पुराव्यांच्या आधारावर संशोधन करावे.

३) संशोधकाने काही प्रमाणात पूर्वग्रहांच्या द्वारे शोध घेतला पाहिजे.

वरीलपैकी कोणते विधान / विधाने बरोबर आहेत ?

अ) फक्त १ ब) फक्त २ क) फक्त १ व २ ड) २ व ३

२७) ......यांनी आधुनिक राज्यशास्त्रज्ञांचे आत्यंतिक वस्तुनिष्ठ संशोधनवादी व उत्तर वस्तुनिष्ठ संशोधनवादी असे दोन गट मानले.

अ) जॅकोबसन् ब) रॉबर्ट डाल क) कार्ल जे. फ्रेडरिक ड) व्हर्नान व्हॅन डाईक

२८) पुढीलपैकी कोणते राज्यशास्त्रज्ञ राज्यशास्त्राच्या अभ्यासासाठी विश्लेषण पद्धतीचे समर्थन करणारे आहेत?

अ) मायकल ऑकशॉट, अरेंड्ट, बर्ट्रांड जोव्हेनील, लिओ स्टॉस, एरिक व्होजेलिन.

ब) रॉबर्ट डाल, कार्ल जे. फ्रेडरिक, बटलर, व्हर्नान व्हॅन डाईक, जेम्स चार्ल्सवर्थ.

क) थॉमस ॲक्विनॉस, मॉन्टेस्क्यू, डी. टॉकव्हिल, कांट, जेरेमी बेंथॅम.

ड) वरीलपैकी कोणतेही नाही.

२९) पुढीलपैकी कोणते दृष्टिकोन व्हर्नान व्हॅन डाईक याने आधुनिक राज्य-शास्त्रात कार्यकारण भाव दर्शविणाऱ्या सिद्धान्तावर आधारित मानले?

१) भौगोलिक वातावरणाचा परिणाम दर्शविणारे सिद्धान्त यावर आधारित दृष्टिकोन.

२) आर्थिक सिद्धान्तावर आधारित दृष्टिकोन

३) मानसशास्त्रीय सिद्धान्तावर आधारित दृष्टिकोन

वरीलपैकी कोणता दृष्टिकोन योग्य आहे ?

अ) फक्त १ व २ ब) फक्त २ व ३ क) १,२,३ ड) कोणतेही नाही.

३०) पुढीलपैकी कोणते विधान / विधाने आधुनिक राज्यशास्त्रातील संसूचनवादी दृष्टिकोनाच्या दृष्टीने संयुक्तिक ठरते / ठरतात?

१) शासन व जनता यांचा परस्परसंबंध मांडण्यात आला.

२) शासनाचे निर्णय समाजात तळागाळाशी पोहोचण्याच्या दृष्टीने तसेच जनतेच्या आशा - आकांक्षा वरपर्यंत कितपत पोहचतात या दृष्टीने संसूचन साधनांची कार्यक्षमता विचारात घेण्याचा प्रयत्न करणे.

३) राजकीय व्यवस्थेची स्थिरता व क्षमता ह्यांच्याशी निगडित निष्कर्ष मांडणे.

पर्याय :

अ) फक्त १ ब) फक्त २ आणि ३

क)१,२,३ ड) वरीलपैकी कोणतेही नाही.

३१) 'राज्यशास्त्र हे प्रामुख्याने शासनसंस्था आणि राज्यसंस्था यांचा अभ्यास करणारे सामाजिकशास्त्र आहे.' वरील विधानास खालीलपैकी कोणती विधाने संयुक्तिक ठरतात?

१) सरकार किंवा शासनसंस्था ही नियम करणारी, त्यांची अंमलबजावणी करणारी व न्यायदान करणारी संस्था होय.

२) शासनसंस्थेचा अधिकार विशिष्ट भू-प्रदेशात चालतो त्या अधिकाराच्या मागे दंडशक्ती असते.

३) विशिष्ट प्रदेशातील समाज सरकारद्वारे दंडशक्तीच्या आधारे नियंत्रित केला जातो. त्या समाजास 'राज्यसंस्था' म्हणतात.

वरीलपैकी कोणते विधान / विधाने बरोबर आहेत ?

अ) फक्त १ ब) फक्त २ क) २ व ३ ड) १,२,३

३२) अमेरिकन राज्यशास्त्रज्ञांच्या मते केवळ राज्यसंस्था हा राज्यशास्त्राचा विषय असू शकत नाही, कारण......

१) राज्यसंस्था या राज्यशास्त्राच्या केंद्रीय संकल्पनेविषयी काही राज्यशास्त्रज्ञ राज्यसंस्थेला महत्त्व देतात तर काही राज्यशास्त्रज्ञ शासन संस्था महत्त्वाची मानतात तर काहींनी दोन्हींना महत्त्व दिले.

२) मानवी समाजाचा विकास असे दर्शवितो की, समाज आधी निर्माण झाला व त्यानंतर 'राज्यसंस्था' उदयास आली.

वरीलपैकी कोणते विधान / विधाने संयुक्तिक ठरतात?

अ) फक्त १ ब) फक्त २ क) १ आणि २ ड) कोणतेही नाही.

३३) ....व....यांनी अधिक वास्तववादी दृष्टिकोन स्वीकारून राज्यशास्त्रात सरकार व राज्यसंस्था या दोन्ही सामाजिक संस्थांचा अभ्यास होतो, असे मत मांडले.

अ) प्रा. लास्की व प्रा. गिलख्रिस्ट ब) ब्लंटश्ली व प्रा. गटेल

क) प्रा. गार्नर व डेव्हीड ईस्टन ड) वरीलपैकी कोणीही नाही.

३४) ....या राज्यशास्त्रज्ञाच्या मते राज्यशास्त्र हे सत्ता किंवा अधिकाराशी संबंधित आहे.

अ) कार्ल ड्वाइश ब) सबाईन क) रॉबर्ट डाल ड) डॉ. गॅलप

३५) पुढील पर्यायातील कोणत्या पर्यायातून राज्याचे चार घटक सांगता येतील?

अ) शासनसंस्था, वर्ग, लोकसंख्या, नोकरशाही.

ब) लोकसंख्या, भूमी, शासनसंस्था, सार्वभौमत्व.

क) शासनसंस्था, सार्वभौमत्व, स्वातंत्र्य, नोकरशाही.

ड) शासनसंस्था, राजकीय पक्ष, सार्वभौमत्व, समाज.

३६) राज्यशास्त्र हे भूतकाळ, वर्तमानकाळ आणि भविष्यकाळ या तीनही काळातील राज्यसंस्थेशी संबंधित असलेले सामाजिकशास्त्र आहे. कारण...

१)राज्यशास्त्रात गतकाळातील राज्याचा इतिहास, वर्तमानकाळातील राज्याचे स्वरूप व भविष्यकाळातील आदर्श राज्याची स्थिती यांचा अंतर्भाव होतो.

२) राज्यशास्त्रात ऐतिहासिक पुरावे, शासनसंस्था, समाजाचे यथार्थ वर्णन केलेले असते.

वरीलपैकी कोणते विधान बरोबर आहे?

अ) फक्त १ ब) फक्त २ क) १ व २ ड) कोणतेही नाही

३७) ....यांनी 'राजकीय व्यवस्था' या ग्रंथातून राज्यशास्त्राचा सामान्य सिद्धान्त प्रस्थापित केला.

अ) मॅकिएव्हेली ब) डेव्हिड ईस्टन क) पॉवेल ड) गॅब्रिएल आल्मंड

३८) १९४८ मध्ये युनेस्कोमध्ये राज्यशास्त्रज्ञांनी राज्यशास्त्राच्या व्याप्तीबाबत केलेल्या सखोल चर्चेत राज्यशास्त्रात पुढील पैकी

कोणत्या प्रमुख विषयांचा अभ्यास करण्याबाबत मते मांडली?

अ) राजकीय सिद्धान्त, राजकीय संस्था, राजकीय पक्ष, आंतरराष्ट्रीय संबंध.

ब) शासनसंस्था, राजकीय पक्ष, दबावगट, शासन यंत्रणा.

क) राजकीय सिद्धान्त, लोकमत, दबावगट, शासन यंत्रणा.

ड) प्रसारमाध्यमे, दबावगट, आंतरराष्ट्रीय संबंध, शासन यंत्रणा.

३९) **"राजकीय व्यवस्था म्हणजे ज्या मानवी व्यवहार किंवा प्रक्रियातून समाजासाठी आधिकारयुक्त मूल्य नियुक्ती होते ते व्यवहार किंवा प्रक्रिया होय."**

अ) डेव्हिड ईस्टन ब) डेव्हिड आप्टर

क) हेन्री पॉवेल. ड) हेरॉल्ड लास्वेल.

४०) **'राज्यशास्त्र' व 'इतिहास' हे विषय परस्परावलंबी आहेत असे पुढीलपैकी कोणत्या इतिहासतज्ज्ञांचे मत आहे.**

१) फ्रीमेन, सर जॉन सिली, लॉर्ड ॲक्शन, बर्जेस

२) कार्ल मार्क्स, कार्ल ड्वाइश, हेन्रीमेन, कार्ल यंग

३) वेबस्टर, जॉन सिली, ग्रॅहम वालास, हेरॉल्ड लास्वेल

४) मॅकडुगल, जेम्स ब्राईस, जी.ई.जी. कॅटलिन, लिबोन

वरीलपैकी कोणता पर्याय बरोबर आहे ?

अ) १ ब) २ क) ३ ड) ४

४१) **'राज्यशास्त्राच्या अध्ययनासाठी इतिहास उपयुक्त ठरतो,' हे पुढीलपैकी कोणत्या विधानावरून बरोबर ठरते?**

१) ऐतिहासिक स्थळ, घटना, राज्य व शासनसंस्थेचा उदय, संस्कृतीचा विकास यांची माहिती मिळते.

२) राजकीय प्रक्रिया, राज्यसंस्था, सार्वभौमत्व, वर्ग, समाजरचना यांची माहिती मिळते.

वरीलपैकी कोणता पर्याय बरोबर आहे ?

अ) फक्त १ ब) फक्त २ क) फक्त १ व २ ड) कोणतेही नाही

४२) **पुढील विधाने वाचा.**

१) ऐतिहासिक दृष्टिकोनानुसार भूतकाळात घडलेल्या घटना अथवा कार्य करणाऱ्या संस्थांची माहिती त्या संदर्भातील दस्तऐवज, लेख, लिखाणाद्वारे मिळते.

२) राज्यशास्त्रास वर्तमान काळातील राजकीय संस्था व घटनांचा अभ्यास करण्यासाठी तत्संबंधीचा इतिहास लक्षात घ्यावा लागतो.

वरीलपैकी कोणते विधान बरोबर आहे ?

अ) फक्त १ ब) १ आणि २

क) फक्त २ ड) कोणतेही नाही

४३) .... यांच्या मते इतिहास हा राज्यशास्त्राचा पाया होय.

अ) हेन्रीमॅन ब) मॉन्टेस्क्यू क) सिली ड) कार्ल मार्क्स्.

४४) पुढीलपैकी कोणत्या राजकीय विचारवंतांनी राज्यशास्त्राचा अभ्यास करताना तत्त्वज्ञानाचा आधार घेतला?

१)सॉक्रेटिस, प्लेटो, ॲरिस्टॉटल २) मॅकआयव्हर, टी. एच. ग्रीन, हेगेल.

३) रूसो, जे. एच. मिल, जॉन लॉक. ४) जेरेमी बेंथॅम, ॲक्विनास, मॅक्आयव्हर.

अ) फक्त १. ब) फक्त २. क) ३ आणि ४. ड) २ व ४.

४५) 'राज्यशास्त्राचा अभ्यास करताना मानसशास्त्रातील मानवी वर्तनाचा अभ्यास उपयुक्त ठरतो'.

पुढीलपैकी कोणत्या विचारवंतांनी वरील मत व्यक्त केले आहे?

१) ग्रॅहॅम वॉलास, हेरॉल्ड लास्वेल, जी.ई.जी. कॅटलिन,

२) जेम्स ब्राईस, डब्ल्यू.एच.आर. रिव्हर्स, मॅकडुगल.

३) जेरेमी बेंथॅम, मॅक्स वेबर, जॉन लॉक, रूसो.

४) ॲरिस्टॉटल, हेगेल, कांट, रूसो.

वरीलपैकी कोणते विधान / विधाने बरोबर आहेत.

अ) फक्त १ व २ ब) फक्त २ व ३

क) फक्त १ व ३ ड) फक्त ३ व ४

४६) भौगोलिक स्थितीचा राजकारणावर परिणाम होतो व परराष्ट्र धोरणावरही होत असतो. या दृष्टीने...........ची निर्मिती झाली.

अ) राजकीय व्यवस्था ब) राज्य व शासनाची

क) भू-राज्यशास्त्र ड) सत्ता व अधिकार

४७) भूराज्यशास्त्रज्ञ म्हणून पुढीलपैकी कोणत्या विचारवंतांचा उल्लेख करता येईल?

अ) मॅक्स वेबर, कार्ल मार्क्स्, डुवर्जर

ब) जेम्स ब्राईस, ग्रॅहॅम वॉलास, लास्वेल

क) मॅकिन्डर , कार्ल हौशफर, रॅटझेल

ड) वरीलपैकी कोणीही नाही

४८) **गट १ (राजकीय विचारवंत), गट २ (ग्रंथ) संबंधित जोड्या जुळवा. गटाखालील सांकेतिकांमधून योग्य उत्तर निवडा.**

गट – १ (राजकीय विचारवंत)	**गट – २ (ग्रंथ)**
क) चार्ल्स् मेरियम	१) 'हिस्टरी ऑफ पॉलिटिकल थिअरी'
ख) टॉलकॉट पार्सन	२) 'न्यू ॲस्पेक्ट्स ऑफ पॉलिटिक्स'
ग) सबाईन	३) 'पोलिटिकल सायन्सः अ फिलॉसॉफिकल ॲनॅलिसिस'
घ) व्हनॉर्न व्हॅनडाईक	४) 'दि स्ट्रक्चर ऑफ सोशल ॲक्शन'

	क	ख	ग	घ
अ)	४	२	३	१
ब)	२	४	१	३
क)	३	४	२	१
ड)	१	३	४	२

उत्तरे :

१	क	१७	क	३३	अ
२	ड	१८	क	३४	क
३	ब	१९	ब	३५	ब
४	ब	२०	अ	३६	अ
५	ब	२१	ब	३७	ब
६	क	२२	क	३८	अ
७	ड	२३	अ	३९	अ
८	अ	२४	ब	४०	अ
९	क	२५	ब	४१	अ
१०	ब	२६	क	४२	ब
११	अ	२७	ब	४३	क
१२	ब	२८	अ	४४	अ
१३	क	२९	क	४५	अ
१४	ब	३०	क	४६	क
१५	क	३१	ड	४७	क
१६	क	३२	क	४८	ब

विभाग अ

प्रकरण २

राज्यशास्त्राचा अर्थ, विविध दृष्टिकोन

राज्यशास्त्राच्या अभ्यासाचे दृष्टिकोन

महत्त्वाचे मुद्दे

✡ १९ व्या शतकाच्या शेवटपर्यंत राज्यशास्त्र हे पारंपरिक स्वरूपाचे होते. यात राजकीय संस्थांच्या अभ्यासास अधिक प्राधान्य दिलेले होते व राज्यशास्त्राची व्याख्या 'राज्य व शासनसंस्था यांचा अभ्यास' अशी केली जात असे.

✡ पारंपरिक राज्यशास्त्रात राज्याचा उदय, विकास, विकासातील अवस्था, राज्याचे घटक, राज्याचे ध्येय व कार्यक्षेत्र, राज्याशी संलग्न असलेल्या संकल्पना. उदा. लोकशाही, न्याय, कायदा, स्वातंत्र्य, समता वगैरे तसेच नाझीझम, फॅसिझम, समाजवाद याबरोबर राज्यघटना, राजकीय प्रश्न, आंतरराष्ट्रीय राज्य संघटना कायदा हे विषय महत्त्वाचे मानले जात.

✡ प्लेटो, हेगेल,ग्रीन या विचारवंतांनी या काळात तात्त्विक भूमिकेतून आदर्श राज्यांची संकल्पना मांडली. ही पद्धती अनुगामी (Deductive) स्वरूपाची होती. तत्त्वज्ञानांच्या भूमिकेतून काल्पनिक स्वरूपाचे राजकीय चिंतन करून आदर्श राज्य, राजकीय जीवनाबाबतचे सिद्धान्त मांडले जात.

✡ हॉब्ज, रूसो यांनी मनुष्य स्वभावाची विशिष्ट कल्पना करून विचार मांडले तर ॲरिस्टॉटल मॅकिएव्हेली यांनी उदम पद्धतीवर (Inductive) व अनुभवाच्या आधारावर (Empirical Method) राजकीय विचार मांडले.
या राज्यशास्त्रज्ञांनी ऐतिहासिक, संस्थात्मक, वैधानिक दृष्टिकोनातून विचार मांडले. हेन्रीमेन, फ्रीमन, लास्की, सिली,मॉन्टेस्क्यू, कार्ल मार्क्स यांनी ऐतिहासिक दृष्टिकोनाच्या आधारे राजकीय सिद्धान्त मांडले.

✡ **संस्थात्मक** दृष्टिकोनात राज्य, शासनसंस्था, त्यांच्या शाखा यांचा प्रामुख्याने विचार केला. उदा. ॲरिस्टॉटलने १५० राज्यघटनांचा अभ्यास करून, राज्याचे वर्गीकरण केले तर लिकॉक, मॅरियट यांनी आधुनिक शासनसंस्थांचे वर्गीकरण या दृष्टिकोनाच्या आधारे केले.

✡ **वैधानिक** दृष्टिकोनात राज्याची घटना, कायदे, प्रशासकीय नियम आणि न्यायालयीन निर्णय या आधारावर राजकीय समस्यांचा विचार केला गेला. उदा. जॉन ऑस्टिन याने प्रभुत्वाचा विचार वैधानिक दृष्टिकोनातून केला.

✡ **वर्तनवादी** दृष्टिकोनाने राज्यशास्त्राच्या अभ्यासाला नवी दिशा व वळण दिले. पहिल्या महायुद्धानंतर जागतिक राजकारणात झालेल्या घडामोडींचा परिणाम राज्यशास्त्राच्या अभ्यासाच्या दृष्टिकोनावर झाला.

✡ वर्तनवाद्यांनी पद्धतशीर संशोधनाची रीत, अनुभवसिद्ध संशोधनपद्धती, गृहीत सत्य, संशोधकाने पद्धतीचा वापर करण्यावर, परिमाणीकरणावर भर दिला; व संशोधन तंत्रामध्ये सँपलिंग्ज, थिअरीज, सर्व्हे मेथड्स, प्रश्नोत्तरी तयार करणे, मुलाखत तंत्र, कन्टेन्ट ॲनॅलिसिस, मल्टिक्टर ॲनॅलिसिस इ.चा वापर केला. डेव्हिड ईस्टन यांचे नाव वर्तनवादी राज्यशास्त्रज्ञांमध्ये घेता येते.

✡ **उत्तरवर्तनवाद** हा पारंपरिक राज्यशास्त्र व वर्तनवादी दृष्टिकोनात समन्वय प्रस्थापित करणारी विचारसरणी आहे. याचा पुरस्कार लिओ स्ट्रास, मायकेल ऑकशॉट, अरेंडट, एरिक व्होजेलिन, मल्फोर्ड स्ले, बर्ट्रांड जोव्हेनील यांनी केला. उत्तरवर्तनवाद्यांनी पारंपरिक राज्यशास्त्राविरुद्ध वर्तनवादी लोकांनी नवीन विचार-सरणीद्वारे जी क्रांती करून आधुनिक राज्यशास्त्र निर्माण केले; त्यात सुधारणा घडवून आणून नवीन स्वरूप प्राप्त करून देण्याचा प्रयत्न केला.

✡ **'सत्तावादी'** किंवा **'शक्तिवान'** दृष्टिकोनात राज्याच्या शक्तीचा प्रामुख्याने विचार केला गेला. यात राज्याची शक्ती वाढविणे व ती टिकविणे असे मत राजकीय विचारवंतांनी व्यक्त केले. मॅकिएव्हेली, ट्रिस्के, हॉब्ज, फ्रेडरिक नित्शे, कॉफमन यांचा यात समावेश करता येतो.

✡ राज्याच्या शक्तीचा दृष्टान्त मांडताना जनतेची मानसिकता, नैतिक शक्तीची जोपासना तसेच तिचे कल्याण साधणे या उद्दिष्टांना गौण मानले परंतु त्याचा परिणाम एकाधिकार निर्माण होण्यावर झाला व त्यास विरोध दर्शवून आधुनिक शक्तिवादी दृष्टिकोन निर्माण झाला. चार्ल्स् मेरियमने political power या

ग्रंथात दृष्टिकोन मांडला. मेरियमच्या मते, ''शक्तीचे वाटप समाजात जितक्या जास्त प्रमाणात लोकांमध्ये झाल्यास ती शक्ती चांगली म्हणता येईल'' असे म्हटले. बर्ट्रान्ड रसेलने शक्तीचे केंद्रीकरण हे व्यक्ती स्वातंत्र्याच्या दृष्टीने धोक्याचे मानले. कॅटलिनने राज्यशास्त्र शब्दाची व्याख्या शक्तिवादी दृष्टिकोनातून केली. ती म्हणजे ''राज्यशास्त्र म्हणजे नियंत्रणाच्या संकल्पनेचे अध्ययन करणारे शास्त्र होय.'' हॅरॉल्ड लास्वेल व कापलान यांच्या मते राजकीय वाटाघाटीत संबंधित लोक जी गोष्ट साध्य करण्याचा प्रयत्न करतात ती गोष्ट म्हणजे 'शक्ती' होय.

✡ राजकीय जीवनाचा अभ्यास करताना त्यातील हितसंबंधांना अनुसरून एकत्रित निर्माण झालेल्या जीवनास 'गट' म्हटले जाते. सामाजिक जीवनातील सर्व क्षेत्रांत त्या त्या क्षेत्रातील हितसंबंधांवर आधारित गट निर्माण होतात. जॉन फिग्गीस, जी.डी.एच. कोल, मेटलँड, ऑर्थर बेन्टले यांनी गटाबाबत संकल्पना मांडल्या व त्यातून प्रत्येक गट हे मूलत: हितसंबंधी गट असल्याबाबत मत व्यक्त केले. गटांमध्ये औपचारिक, अनौपचारिक, प्राथमिक अथवा दुय्यम, संस्थांत्मक, असंघटित, व्यक्त, अव्यक्त असे प्रकार पडतात. गटवादी दृष्टिकोनाचे समर्थक समाजातील गटांची परस्परस्पर्धा, संघर्ष किंवा सहकार्य या प्रक्रियांचा अभ्यास करतात. तसेच गटांच्या नेतृत्वाचे प्रकार, प्रचार पद्धती, अनुकूल जनमतासाठी गटांचे प्रयत्न यांचा विचार केला जातो.

✡ **'रचनात्मक कार्यवाद'** किंवा **'व्यवस्थाविश्लेषण'** या दृष्टिकोनातून गॅब्रिएल आल्मंड, डेव्हिड ईस्टन, मर्टन यांनी राजकीय जीवनाचा अभ्यास करून ते आराखडे मांडले. ते म्हणजे एखादी संस्था किंवा व्यवस्था स्वत:ची उद्दिष्टे साध्य करण्यात कितपत यशस्वी झाली हे शोधून काढणे. एखाद्या संस्थेतील अंतर्गत रचना कोणत्या प्रकारची आहे याचा शोध घेणे. कोणत्याही व्यवस्थेला स्वत:चे अस्तित्व टिकविण्याच्या दृष्टीने करावी लागणारी आवश्यक कार्ये कोणती, हे शोधणे. याचा फायदा राजकीय व्यवस्थांचे तुलनात्मक अध्ययन करण्यासाठी झाला.

✡ राज्यशास्त्राचा अभ्यास करताना धोरणात्मक किंवा निर्णयग्राही दृष्टिकोनास अत्यंत महत्त्व प्राप्त झाले. प्राचीन काळी ग्रीक तत्त्वज्ञांनी काही प्रमाणात या सिद्धान्ताचा विचार केला होता. कौटिल्य, मकिआव्हेलीने 'प्रिन्स' या ग्रंथातून राज्यकर्त्यांने निर्णय घेण्यापूर्वी कोणत्या गोष्टीकडे लक्ष द्यावे याबाबत विचार मांडले. रिचर्ड स्नायडर याने आंतरराष्ट्रीय राजकारणात या सिद्धान्ताचा अवलंब केला. निर्णयग्राही

दृष्टिकोनात राजकीय स्वरूपाचे निर्णय घेणाऱ्या व्यक्ती सार्वजनिक पदाधिकारी असून विशिष्ट निर्णय घेतानाही परिस्थिती तसेच अंतर्गत स्थितीचा परिणाम होत असतो. निर्णयग्राही दृष्टिकोनाचे पदाधिकाऱ्यांवर लक्ष, कृतीचे पृथक्करण, परिस्थितीसापेक्षता, कार्यक्षमता, व्यक्तिमत्त्व दळणवळणाची साधने व उपलब्ध माहिती, निर्णयाचा गाभा, कार्यकारी व विधिमंडळाचा प्रभाव हे प्रभावी घटक आहेत. हा दृष्टिकोन योग्य–अयोग्यतेवर भर देतो. आंतरराष्ट्रीय राजकारणात निर्णय घेताना सत्तासंतुलन, आंतरराष्ट्रीय कायदे, नीती, आंतरराष्ट्रीय संघटना, कार्ये व प्रभाव यांचा सहभाग असतो, त्यांचा या दृष्टिकोनात विचार केलेला नाही.

✡ **कार्ल मार्क्सने** राजकीय विचारात नवीन बैठक निर्माण केली. १९ व्या शतकात विषमतेवर आधारित जी समाजरचना होती त्यात बदल घडवून आणणे या प्रश्नाला श्रमजीवी लोकांची राजकीय शक्ती प्रस्थापित करणे हा प्रमुख विषय कार्ल मार्क्सने मानला. मार्क्सने द्वंद्वात्मक सिद्धान्त आर्थिक घडामोडींशी संबंधित मानला त्यातूनच वर्गकलहाचा सिद्धान्त, अतिरिक्त मूल्यांचे सिद्धान्त मांडले.

प्रश्न :

१) पारंपरिक राज्यशास्त्रातील तात्त्विक दृष्टिकोन हा केवळ कल्पना विकासावर आधारित मानला जातो. कारण –

१) या दृष्टिकोनाच्या आधारे मांडण्यात आलेले सिद्धान्त अनुभवाश्रित (Empirical) व वस्तुनिष्ठ स्वरूपाचे नाहीत असे समजले जाते.

२) हा दृष्टिकोन केवळ कल्पनांचा विकास मानला जातो.

३) या दृष्टिकोनाद्वारे राजकीय सिद्धान्ताची मांडणी करता येत नाही.

वरील पैकी कोणता पर्याय बरोबर आहे?

अ) फक्त १ ब) फक्त २ क) १ आणि २ ड) कोणतेही नाही.

२) पारंपरिक राज्यशास्त्रात तात्त्विक दृष्टिकोनाच्या आधारे आपले विचार कोणत्या राजकीय विचारवंतांनी मांडले ते लिहा.

अ) प्लेटो, हॉब्ज, रूसो, ग्रीन, हेगेल.

ब) कांट, लॉक, थॉमस ॲक्विनॉस, जे. एस. मिल.

क) जे. एस. मिल, कार्लमार्क्स, एंगेल्स, लास्की.

ड) मॉन्टेस्क्यू, सिली, कार्ल मार्क्स, बेजहॉट.

३) ऐतिहासिक दृष्टिकोनाला राज्यशास्त्राच्या अभ्यासात एक महत्त्वाचे स्थान आहे. कारण –

१) वर्तमानकाळातील राजकीय समस्यांचे निराकरण करण्यासाठी जे उपाय अमलात आणण्याचा विचार केला जातो त्यांच्या समर्थनार्थ आवश्यक ते पुरावे इतिहासातून शोधता येतात.

२) वर्तमानकाळातील राजकीय संस्थांचे व्यवस्थित आकलन होण्यासाठी ऐतिहासिक दृष्टिकोन उपयुक्त ठरतो.

३) ऐतिहासिक दृष्टिकोन हा तार्किक पद्धतीवर आधारित आहे.

वरीलपैकी कोणते विधान / विधाने बरोबर आहेत.–

अ) फक्त १ ब) फक्त २ क) २ व ३ ड) १ व २

४) राज्यशास्त्राच्या अभ्यासात ऐतिहासिक दृष्टिकोनास मर्यादा आहेत. कारण –

१) उपलब्ध इतिहास हा पूर्ण विश्वसनीय आहे असे गृहीत धरणे योग्य नाही.

२) इतिहासात जी परिस्थिती निर्माण झाली व ज्या ज्या घटना घडल्या ती ती परिस्थिती व त्या त्या घटनांची पुनरावृत्ती होईल असे मानता येत नाही.

वरीलपैकी कोणते विधान / विधाने बरोबर आहेत?

अ) फक्त १ ब) फक्त २ क) १ आणि २ ड) कोणतेही नाही.

५) .... याने ' दि ब्रिटिश कॉन्स्टिट्यूशन' या ग्रंथात व्यापक स्वरूपात संस्थात्मक दृष्टिकोन वापरला आहे.

अ) मॅक् आयव्हर ब) जॉन लॉक क) बेजहॉट ड) मॅक्स वेबर

६) परंपरागत राज्यशास्त्राबाबत पुढीलपैकी कोणती विधाने बरोबर ठरतात?–

१) राजकीय संस्थांच्या व्यवहारासंबंधी होणाऱ्या राजकीय प्रक्रियांना या अभ्यासात स्थान नव्हते.

२) परंपरागत राज्यशास्त्राची पद्धती शास्त्रीय पद्धतीवर आधारित होती.

३) राजकीय संस्थांचा अभ्यास अनौपचारिक होता.

४) राज्य व शासन या संस्थांचा अभ्यास तत्त्वज्ञानी, विधिमय तसेच ऐतिहासिक पद्धतीने केला जात असे.

वरील पैकी कोणती विधाने बरोबर आहेत?

अ) फक्त १ ब) २ व ३ क) १ व ४ ड) २ व ४

७) वर्तनवादाविषयी पुढीलपैकी कोणती विधाने बरोबर आहेत?–

१) प्रत्यक्ष अनुभवाच्या आधारावर नवे सिद्धान्त मांडून या शास्त्रज्ञांना प्रगत व शास्त्रीय स्वरूप प्राप्त करून दिले.

२) वर्तनवाद हा जुन्या राज्यशास्त्रासंबंधी एक प्रकारचा असंतोष होय.

३) अनुभवसिद्ध संशोधन पद्धतीवर संशोधनात जास्त भर दिला.

४) संशोधकाने गणितीय वापर करताना परिणामीकरणावर अधिक भर देऊ नये.

वरीलपैकी कोणते विधान बरोबर आहे?

अ) फक्त १ ब) फक्त २ क) २ व ४ ड) १, २, ३

८) .... याने 'The Political System, An Enquiry into the State of Political Science' या ग्रंथातून वर्तनवादी चळवळीचा बौद्धिक पाया ज्या मूलभूत तत्त्वांवर आधारित आहे ती तत्त्वे स्पष्ट केली.

अ) मर्टन ब) डेव्हिड ईस्टन क) बर्ट्रांड जोव्हेनील ड) मायकेल ऑकशॉट

९) वर्तनवाद्यांनी मूल्यनिरपेक्षतेवर भर दिला. कारण –

१) मूल्ये ही आत्मनिष्ठ असतात परंतु संशोधन हे वस्तुनिष्ठ असते.

२) सत्य घटनांच्या पुराव्यावर निष्कर्ष मांडणे आवश्यक असते.

३) गृहीत सत्यांच्या आधारावर सिद्धान्ताची मांडणी करू नये.

वरीलपैकी कोणते विधान/विधाने बरोबर आहे / आहेत?

अ) १ आणि २ ब) २ आणि ३ क) फक्त ३ ड) कोणतेही नाही.

१०) वर्तनवाद्यांच्या मते राज्यशास्त्राचा अभ्यास करताना सर्वसमावेशक दृष्टिकोन (inter disciplinary approach) **स्वीकारणे आवश्यक आहे. कारण –**

१) व्यक्ती व समाज गतिशील असून त्यांच्यात होणारे बदल परस्परांवर परिणाम करीत असतात.

२) मनुष्याचे राजकीय वर्तन त्याच्या जीवनाच्या आर्थिक व मानसिक गोष्टींवर अवलंबून असणे.

३) मनुष्याच्या राजकीय वर्तनाचा अभ्यास करीत असताना, त्याच्या वर्तनावर परिणाम करणाचा इतर सामाजिक शास्त्रातील घटनांची माहिती असण्याची आवश्यकता असते.

वरीलपैकी कोणते विधान / विधाने बरोबर आहेत?

अ) फक्त १ ब) फक्त २ व ३ क) फक्त १ व ३ ड) १, २,३

११) वर्तनवादाचे – हे एक वैशिष्टय सांगता येते.

अ) नियमितता ब) मूल्यसापेक्षता

क) परंपरागत संशोधन तंत्र ड) वरील पैकी कोणतेही नाही

१२) 'जी जी वस्तुस्थिती आहे किंवा जे जे प्रत्यक्षात घडत असेल त्याला आपण सत्य घटना म्हणतो, तसेच काय घडावयास हवे किंवा काय असावे यास 'मूल्य' म्हणता येईल.'

वरील विधान पुढीलपैकी कोणत्या राजकीय विचारवंताने मांडले आहे?

अ) लिओ स्ट्रॉस ब) मर्टन

क) व्हर्नान व्हॉन डाईक ड) डेव्हिड ईस्टन

१३) ...... म्हणजे संशोधनपद्धतीचे शास्त्र होय.

अ) सत्तावाद किंवा शक्तिवाद ब) वर्तनवाद

क) गटवाद ड) उत्तरवर्तनवाद

१४) पुढीलपैकी कोणत्या राज्यशास्त्रज्ञांचा समावेश उत्तरवर्तनवादी क्रांतीचे पुरस्कर्ते म्हणून करता येईल?

अ) कार्ल मार्क्स्, हेगेल, जॉन लॉक, रूसो, टी.एच.ग्रीन

ब) ऑकशॉट, लिओ स्ट्रास, बर्ट्रांड जोव्हेनील, अरेंडट, एरिक व्होजेलिन, मल्फोर्ड, सिहले

क) ॲरिस्टॉटल, मॅक् आयव्हर, ॲक्विनॉस, कॅटलिन

ड) बर्ट्रांड रसेल, चार्ल्स् मेरियम, लास्वेल हॅरॉल्ड, कापलान

१५) 'राज्याचे सार हे स्वत:च्या प्रदेशाची वाढ, विकास आणि शक्तीचे प्रदर्शन करणे ह्यातच आहे.'

अ) ट्रिस्के ब) मॅकिएव्हेली क) कॉफमन ड) नित्श

१६) .... हा आधुनिक शक्तिवादी दृष्टिकोनाचा प्रणेता होय.

अ) नित्श ब) चार्ल्स् मेरियम क) बर्ट्रांड रसेल ड) कॅटलिन

१७) जोड्या जुळवा. गटाखालील सांकेतिकांमधून योग्य उत्तर निवडा.

गट १	गट २
क) ऑर्थर बेन्टले	१) 'अ न्यू स्पेशल ॲनॅलिसिस्'
ख) जेम्स चार्ल्स्वर्थ	२) 'मॉर्डन पोलिटिकल थिअरी'
ग) बर्ट्रान्ड रसेल	३) 'दि प्रोसेस ऑफ गव्हन्मेंट'
घ) व्ही. पी. वर्मा	४) 'कन्टेम्परी पोलिटिकल ॲनॅलिसिस'

सांकेतिके :

	क	ख	ग	घ
अ)	३	४	१	२
ब)	४	२	३	१
क)	२	४	१	३
ड)	४	१	२	३

१८) **वर्तनवादी सिद्धान्तात व्यक्ती कोणत्या परिस्थितीत असे वर्तन करतात, याचा शोध घेण्याच्या दृष्टीने पुढीलपैकी कोणकोणत्या संशोधनतंत्राचा अवलंब केला जातो?–**

१) व्यक्तिसंशोधन, सामाजिक सर्वेक्षण, प्रत्यक्ष मुलाखत घेणे, अभिवृत्ती, अनुमाप शोधणे, चुकांची क्षम्य मर्यादा.

२) सर्वेक्षण, निष्कर्ष, सँपलिंग्ज, थिअरीज, प्रश्नोत्तरी तयार करणे.

३) मल्टिफॅक्टर ॲनॅलिसिस, मूल्यनिरपेक्ष सिद्धान्त, व्यवस्थितपणा, शास्त्रीय शुद्धता.

४) वर्णनात्मक विवेचन, विभिन्न मूल्यांची मांडणी, नियंत्रण पद्धती, निर्णय प्रक्रिया.

वरील पैकी कोणते पर्याय बरोबर आहेत?

अ) १ व २ ब) २ व ३ क) २ व ४ ड) ३ व ४

१९) **'संकल्पनांच्या व्यवहारोपयोगी व्याख्या तयार करून त्या व्याख्यांच्या आधारावर संशोधन करून गणिती पद्धतीने काटेकोर सिद्धान्त मांडले जाऊ शकतात.'**

वरील मत कोणत्या विचारवंतांनी मांडले?

अ) वर्तनवादी ब) परंपरागत दृष्टिकोन पुरस्कर्ते

क) गटवादी ड) शक्तीवादी

२०) **........ हा पारंपरिक राज्यशास्त्र व वर्तनवादी दृष्टिकोन ह्यात समन्वय प्रस्थापित करणारी विचारसरणी होय.**

अ) शक्तिवाद ब) गटवाद क) उत्तवर्तनवाद ड) रचनात्मक कार्यवाद

२१) **'जर राजकारण समजून घेणे म्हणजे विशिष्ट परिस्थितीत कसे वर्तन राहील हे आकलन करून घेणे एवढेच नसून, राजकारण काय आहे, कसे असावे, कसे राहील आणि कसे असावयास पाहिजे हा अर्थ असेल**

तर मग आपण वर्तनवाद्यांकडे वळून भागणार नाही, तर आपण राजकीय कल्पनांचा इतिहास सांगणारा इतिहासकार, आदर्श काय आहे ते सांगणारा तत्त्वज्ञानी, सांस्कृतिक इतिहास लिहिणारा इतिहासकार, सनातन पद्धतीने चिंतन करणारा राजकीय तत्त्वज्ञ, वर्णनात्मक विवेचन करणारा राजकारणाचा अभ्यासक व वास्तव परिस्थितीचा प्रत्यक्ष स्वत: अनुभव घेणारी व्यक्ती ह्यांच्याकडे आपण वळलेच पाहिजे.'

वरीलप्रकारे उत्तरवर्तनवादी दृष्टिकोन कोणत्या राजकीय विचारवंताने मांडला.

अ) अरेंडट ब) कार्ल मार्क्स्

क) मल्फोर्ड सिहले ड) एरिक व्होजेलिन

२२) **पारंपरिक राज्यशास्त्रात शक्तीचा संबंध ...... या संस्थेशी जोडण्यात येत असे.**

अ) समाज ब) राज्य क) वर्ग ड) धर्म

२३) **राज्याचा शक्तीचा विचार प्रामुख्याने पुढीलपैकी कोणत्या राजकीय विचारवंतांनी मांडला ?**

अ) ॲरिस्टॉटल, रूसो, मॅकिएव्हेली, जॉन लॉक

ब) मॅकिएव्हेली, हॉब्ज, ट्रिस्के, फ्रेडरिक नित्श

क) टॉलकॉट पार्सन, मॅलिनॉवस्की, रॅडक्लिफ ब्राऊन

ड) मेरियन लेव्ही, मर्टन, गॅब्रिएल आल्मंड

२४) **'राज्याचे सार हे स्वत:च्या प्रदेशाची वाढ, विकास आणि शक्तीचे प्रदर्शन करणे ह्यातच आहे.'**

अ) मॅकिएव्हेली ब) ट्रिस्के क) गॅब्रिएल आल्मंड ड) कॉफमन

२५) **आधुनिक शक्तिवादी दृष्टिकोनाचा प्रणेता ...... हा होय.**

अ) बर्ट्रांड रसेल ब) चार्ल्स् मेरियम क) कॅटलिन ड) नित्श

२६) **'शक्तीचे केंद्रीकरण व्यक्तिस्वातंत्र्याच्या दृष्टीने धोक्याचे असते.'**

अ) ॲरिस्टॉटल ब) एडमंड बर्क क) बर्ट्रांड रसेल ड) कॅटलिन

२७) **'नियंत्रणाच्या संकल्पनेचे अध्ययन करणारे जे शास्त्र ते राज्यशास्त्र होय. तसेच शक्तिची अभिलाषा ही एक मूलभूत परंतु नीट आकलन न झालेली मानवी अंत:करणातील निर्णायक शक्ती असे समजून तात्पुरते**

गृहीतक (provisional hypothesis) निवडून त्या आधारावर शक्तीच्या अभिलाषेचा अभ्यास करणारे शास्त्र म्हणजे 'राज्यशास्त्र' होय.' असे कोण म्हणाले ?

अ) हॅरॉल्ड लास्वेल ब) काप्लान क) कॅटलिन ड) हॉब्ज

२८) **ज्या प्रक्रियेमुळे शक्तीचा आकार, वाटप व वापर कुणी करावा ह्या गोष्टी ठरतात. त्या प्रक्रियेला .... प्रक्रिया असे म्हणतात.**

अ) सामाजिक ब) मानसिक क) राजकीय ड) गट

२९) **'आपल्याला हवे असलेले परिणाम घडवून आणणे म्हणजे शक्ती होय.' हे कोणाचे विधान आहे.**

अ) टॉनी ब) रसेल क) लास्वेल ड) फ्रेडरिक

३०) **'विशिष्ट तऱ्हेचे मानवी संबंध म्हणजे शक्ती होय.' ही व्याख्या कोणी केली ?**

अ) रसेल ब) फ्रेडरिक क) लास्वेल ड) कॅटलिन

३१) **'निर्णय प्रक्रियेत भाग घेणे म्हणजे 'शक्ती' होय.' ही व्याख्या कोणी केली ?**

अ) टॉनी ब) रसेल क) लास्वेल ड) हॉब्ज

३२) **'व्यक्ती किंवा व्यक्तीसमूहाच्या वर्तनात अपेक्षित बदल घडवून आणण्याची एखाद्या व्यक्तीची किंवा व्यक्तीसमूहाची क्षमता' यास शक्ती म्हणता येईल.**

अ)लास्वेल ब) फ्रेडरिक क)रसेल ड)टॉनी

३३) **शक्ती म्हणजे ....**

अ) निर्णयप्रक्रियेत भाग घेणे. ब) सत्ता संपादन करणे.

क) ध्येय-धोरण ठरविणे. ड) समाजात नियंत्रण प्रस्थापित करणे हे होय.

३४) **........ या राजकीय विचारवंतांनी शक्तीची अभिलाषा नैसर्गिक स्वरूपाची मानली.**

अ) मिचेल्स् व मॉर्गेन्था ब) ॲरिस्टॉटल व रूसो

क) मॉर्गेन्था ड) नित्श व टॉनी

३५) **..... च्या मते राजकारणी लोक म्हणजे समान हितसंबंध असलेल्या लोकांचा असा गट की जे आपापसात शक्ती संपादनाच्या दृष्टीने परस्परांशी स्पर्धा व संघर्ष करतात.**

अ) हॉब्ज ब) मॅक्रिडिन क) मिचेल्स् ड) मॉर्गेन्थॉ

३६) आजचा समाज हा व्यक्तीप्रधान नसून गटप्रधान आहे. कारण –

१) व्यक्ती समान हितसंबंधाला अनुसरून एकत्रित जीवन जगतात.

२) व्यक्तीच्या इच्छा–आकांक्षा ह्या गटाच्या इच्छा आकांक्षांचे प्रतिबिंब ठरतात.

३) व्यक्ती ही स्वतंत्र व अलिप्त राहू शकते.

वरील पैकी कोणती विधाने बरोबर आहेत?

अ) फक्त १ ब) फक्त २ क) १ व २ ड) कोणतेही नाही.

३७) ऑर्थर बेन्टले यांनी गटातील माणसांच्या शारीरिक एकीला महत्त्व दिले नाही. कारण –

१) गटाला विशिष्ट उद्दिष्ट असते.

२) त्या माणसांनी केलेल्या कार्यांना प्रमुख मानले.

३) गटाचे विशिष्ट कार्य म्हणजे गटातील कार्य पार पाडण्याच्या दृष्टीने घडून येणाऱ्या प्रक्रियांचा परिपाक होय.

वरील पैकी कोणती विधाने बरोबर आहेत?

अ) फक्त १ ब) फक्त २ क) २ व ३ ड) कोणतेही नाही.

३८) गटाचा हेतू त्या गटातील व्यक्तींच्या हितसंबंधानुसार निर्धारित झालेला असतो. कारण –

१) गटातील समान हितसंबंधाच्या आधारावर एकत्रित आलेल्या व्यक्ती त्या हितसंबंधाचे संरक्षण व संवर्धन करण्याचा प्रयत्न करतात.

२) गटातील माणसांची अभिवृत्ती किंवा समान प्रवृत्ती (मनाचा कल) यात त्या गटाचे समान हितसंबंध समाविष्ट असतात.

३) गटातील व्यक्तीपरत्वे हितसंबंधाचे स्वरूप बदलते.

वरीलपैकी कोणती विधाने बरोबर आहेत?

अ) १ आणि२ ब) २ आणि ३ क) १ आणि ३ ड) कोणतेही नाही.

३९) 'समाजात स्पर्धा करणारे गट असून देखील समाज टिकतो याचे कारण की विभिन्न गटातील स्पर्धा आणि संघर्ष ह्यातून त्या गटाच्या दबावाचे एक संतुलन (Balance of group pressure) **आपोआपच निर्माण होते.'**

वरील मत पुढीलपैकी कोणत्या विचारवंताने मांडले?

अ) ऑर्थर बेन्टले ब) मेटलँड क) जॉन फिग्गीस ड) जी. डी. एच. कोल

४०) गटवादी लोकांच्या मूलभूत भूमिका म्हणजे समाज हा काही फक्त संस्थांचा (institutions) **व जीवनमूल्यांचा** (values of life) **बनलेला**

नसून तो काही ... चा बनलेला आहे.

अ) सिद्धान्तांचा ब) प्रारूपांचा क) प्रक्रियांचा ड) गृहीतकांचा

४१) **....... नंतर राज्यशास्त्रज्ञांनी रचनात्मक कार्यवादी दृष्टिकोनातून राजकीय जीवनाचे विश्लेषण केले.**

अ) १९४५ ब) १९५१ क)१९५७ ड) १९६०

४२) **रचनात्मक कार्यवादी दृष्टिकोन सर्वप्रथम .... याने मांडला.**

अ) रॅडक्लिफ ब्राऊन ब) टॉलकॉट पार्सन्स

क) ग्रॅब्रिएल अल्मंड ड) मर्टन

४३) **पुढीलपैकी कोणत्या राज्यशास्त्रज्ञांनी रचनात्मक कार्यवादी दृष्टिकोनाचा वापर लिखाणात केला?**

अ) मॅक्सवेबर, मॅकआयव्हर, जे.एल.मिल, रूसो

ब) कार्लमार्क्स, हेगेल, एंजेल्स, लेनिन

क) मर्टन, गॅब्रिएल आल्मंड, डेव्हिड ईस्टन, टॉलकॉट पार्सन्स्

ड) मेरियन लेव्ही, मॅलिनाव्हस्की, जेम्स मिल, ऑगस्टाईन

४४) **रचनात्मक कार्यवाद हा .... या नावानेही ओळखला जातो.**

अ) व्यवस्थाविश्लेषणवाद ब) सिद्धान्तवाद

क) प्रदानात्मक प्रक्रिया ड) व्यवस्थात्मकता

४५) **रचनात्मक कार्यवादी दृष्टिकोनाच्या अभ्यासात पुढीलपैकी कोणत्या संज्ञांचा वापर केला जातो.**

अ) वर्ग, समूह, गट, राज्य ब) वर्गरचना, लोकसमूह, राजकीय पक्ष

क) व्यवस्था, रचना, कार्य ड) वरीलपैकी कोणतेही नाही.

४६) **'रचनात्मक कार्यवादी दृष्टिकोनात रचना कार्यावर परिणाम करते व कार्य रचनेवर परिणाम करते व व्यवस्थेच्या संबंधात रचनेची उपयुक्तता व त्या दृष्टीने त्याचे कार्य असते.'**

वरील प्रमाणे रचनात्मक कार्यवादाचा अर्थ कोणत्या राजकीय विचारवंताने मांडला?

अ) मर्टनब) आल्मंड क) ईस्टन ड) रॉबीन्सन

४७) **.....च्या मते रचनात्मक कार्यवाद हा मार्क्सवादाला हेतूपुरस्सररीत्या शोधून काढण्यात आलेला सिद्धान्त आहे.**

अ) गॅब्रिएल आल्मंड ब) मर्टन क) रून्सिमनड) रॉबिन्सन

४८) व्यवस्थाविश्लेषण वादात पुढीलपैकी कोणत्या बाबींचा समावेश होतो?

अ) निरनिराळ्या देशातील राजकीय संस्थांची यंत्रणा व त्या करीत असलेली कार्ये व त्या कार्यांचा परिणाम त्या संस्थांच्या रचना टिकवण्यावर किंवा नष्ट करण्यावर कसा होतो.

ब) निरनिराळ्या संस्थात्मक रचनांची कार्ये विकसित कशी होतात.

क) राज्य आणि समाज यातील आदान - प्रदान स्वरूपाची कार्ये.

४९) .... ने आपल्या विदेशनीतीचे निर्धारण करण्यापूर्वी राजाने कोणत्या गोष्टींकडे लक्ष द्यावे हे स्पष्ट केले.

अ) कौटिल्य ब) मॅकिएव्हेली क) वुड्रो विल्सन ड) एडवर्ड शिल्स

५०) पुढीलपैकी कोणत्या राज्यशास्त्रज्ञांनी लोकप्रशासनामध्ये निर्णय निर्धारण सिद्धान्ताचा अवलंब केला?

अ) रॉबिन्सन, आल्मंड, रिचर्ड स्नायडर, मॅकिएव्हेली

ब) टी. एच. ग्रीन, वुड्रो विल्सन, स्नायडर, ईस्टन

क) मॅक्स वेबर, वुड्रो विल्सन, वेस्टर्न बर्नाड, हर्बर्ट सायमन

ड) वरीलपैकी कोणीही नाही.

५१) आंतरराष्ट्रीय राजकारणात निर्णय निर्धारण सिद्धान्त पुढीलपैकी कोणत्या राज्यशास्त्रज्ञांनी अवलंबिला?

अ) एडवर्ड शिल्स, पार्सन, स्नायडर, स्नायडर व ब्रुक

ब) हर्बर्ट सायमन, मॅक्स वेबर, वुड्रो विल्सन, वेस्टर्न बर्नाड

क) रॉबिन्सन, कार्ल मार्क्स, रूसीमन, मर्टन

ड) वरीलपैकी कोणीही नाही.

५२) रॉबीन्सनच्या मते निर्णय निर्धारण प्रक्रिया सिद्धान्तात -

१) प्रशासकाने कोणतेही प्रश्न सोडविताना विविध संभाव्य व पर्यायी मार्ग शोधणे आवश्यक आहे.

२) अशा पर्यायी मार्गांच्या परिणामांचा विचार करून चांगला व योग्य परिणामकारक मार्ग प्रशासकाने निवडणे आवश्यक आहे.

३) सामाजिक परिस्थितीचा विचार करणे आवश्यक आहे.

वरीलपैकी कोणते विधान/विधाने बरोबर आहेत?

अ) फक्त १ ब) फक्त २ क) १ व २ ड) कोणतेही नाही.

५३) निर्णयनिर्धारण प्रक्रियेत राजकीय निर्णय घेण्याच्या प्रक्रियेत पुढीलपैकी कोणत्या घटकांचा समावेश होतो ?

१)जागतिक संघटना, महाशक्तीचे सामर्थ्य, जागतिक लोकमत या सारख्या बाह्य परिस्थितीचा परिणाम.

२) राज्यातील लोकमत, राज्याची आर्थिक, सामाजिक, तांत्रिक वगैरे स्वरूपाची स्थिती, राज्यातील राजकीय पक्ष, दबाव गट, वृत्तपत्रे ह्यांचा कार्यकारी व विधिमंडळावर होणारा प्रभाव इत्यादी अंतर्गत स्थितीचा परिणाम.

३) प्रशासकीय निर्णय, समाजातील विविध घटक. उदा. संघटना, राजकीय पक्ष, दबावगट इत्यादींचा प्रभाव.

वरीलपैकी कोणते विधान / विधाने बरोबर आहे /आहेत ?

अ) फक्त १ ब) फक्त २ क) १ व २ ड) २ व ३

५४) निर्णयनिर्धारण प्रक्रियेत परिस्थिती सापेक्षतेस अतिशय महत्त्व असते. कारण –

१) निर्णय प्रक्रियेचा परिणाम समाजातील घटकांवर होतो.

२) निर्णय घेणाऱ्या व्यक्तीजवळ असलेली निर्णयशक्ती, कौशल्य व वेळ ह्यांचा संबंध परिस्थितीशी असतो.

३) निर्णय घेणारा अधिकारी आपल्या अधिकारांचा वापर करतो.

वरीलपैकी कोणते विधान/विधाने बरोबर आहेत?

अ) फक्त १ ब)फक्त २ क) २ व ३ ड) १ व २

५५) निर्णयनिर्धारण प्रक्रियेत निर्णयाधिकाऱ्याचे असलेले अधिकार, कार्ये, निर्णय घेण्यातील त्याचा सहभाग याचा विचार कोणत्या घटकात होतो ?

अ) कृतीचे पृथक्करण ब) कार्यक्षमता क) व्यक्तिमत्त्व ड) प्रेरणा

५६) निर्णय निर्धारण प्रक्रियेत निर्णयाधिकाऱ्याच्या निर्णयाचा गाभा कोणत्या घटकांवर अवलंबून असतो?

१)अनेक निर्णयांविषयी पसंती क्रम, उपलब्ध पर्यायांची प्रतवारी, त्याचे स्वरूप व परिणाम

२) प्रशिक्षण अनुभव, विविध गटांचे सदस्यत्व, अनुभव

३) परिस्थितीचे निश्चित आकलन.

वरीलपैकी कोणते विधान/विधाने बरोबर आहेत?

अ) फक्त १ ब) फक्त २ क) १, २, ३ ड) कोणतेही नाही.

५७) निर्णय निर्धारण किंवा निर्णयग्राही दृष्टिकोनातून राजकीय निर्णयावर पुढीलपैकी कोणत्या घटकांचा प्रभाव पडतो?

अ) बाह्य व अंतर्गत परिस्थिती, लोकमत, संघटनांचे निर्णय

ब) परिस्थिती सापेक्षता, प्रेरणा, पदाधिकाऱ्यांचे लक्ष, उपलब्ध माहिती, निर्णयाचा गाभा

क) व्यक्तिमत्त्व, मूल्ये, संसूचन साधने

ड) वरीलपैकी कोणतेही नाही

५८) कार्ल मार्क्स याने मांडलेला द्वंद्वात्मक सिद्धान्त .... घडामोडीशी संबंधित होता.

अ) सामाजिक ब) राजकीय क) आर्थिक ड) नैतिक

५९) कार्ल मार्क्सने राज्याच्या कार्यभागाचा विचार ..... च्या संदर्भात केला.

अ) श्रमजीवी लोकांच्या ब) वर्गकलहाच्या

क) मध्यम वर्गाच्या ड) समाजरचनेच्या

६०) .... ने वर्गविहीन समाजरचनेची कल्पना मांडली.

अ) हेगेल ब) कांट क) कार्ल मार्क्स ड) बेंथॅम

६१) जोड्या जुळवा.

गटाखालील सांकेतिकांतमधून योग्य उत्तर निवडा.

गट १ (राजकीय विचारवंत)	गट २ (ग्रंथ)
क) ग्रॅहॅम वॅलेस	१) 'दि प्रोसेस ऑफ गव्हर्न्मेंट'
ख) ऑर्थर बेंटले	२) 'दि ब्रिटिश कॉन्स्टिट्यूशन'
ग) डेव्हिड ईस्टन	३) 'ह्यूमन नेचर इन पॉलिटिक्स'
घ) वॉल्टर बॅगहॉट	४) 'दि पोलिटिकल सिस्टिम'

सांकेतिके :

	क	ख	ग	घ
अ)	१	३	४	२
ब)	३	१	४	२
क)	४	२	३	१
ड)	१	२	४	३

उत्तरे

१- क	१८ - अ	३५ - ब	५२ - क
२ - अ	१९ - अ	३६ - क	५३ - क
३ - ड	२० - क	३७ - क	५४ - ड
४ - क	२१ - क	३८ - अ	५५ - ब
५ - क	२२ - ब	३९ - अ	५६ - क
६ - क	२३ - ब	४० - क	५७ - ब
७ - ड	२४ - ड	४१ - ड	५८ - क
८ - ब	२५ - ब	४२ - ब	५९ - ब
९ - अ	२६ - क	४३ - क	६० - क
१० - ड	२७ - क	४४ - अ	६१ - ब
११ - अ	२८ - क	४५ - क	
१२ - क	२९ - ब	४६ - अ	
१३ - ब	३० - ब	४७ - क	
१४ - ब	३१ -क	४८ - अ	
१५ - क	३२ - ड	४९ - अ	
१६ - ब	३३ - अ	५० - क	
१७ - अ	३४ - अ	५१ - अ	

विभाग अ

प्रकरण ३

मूलभूत संकल्पना

राज्य, समाज, सार्वभौमत्व, अधिकार, नागरिकत्व , राष्ट्र, विश्वराज्य, साम्राज्यवाद.

महत्त्वाचे मुद्दे

- ✡ राज्य हा शब्द लॅटिन भाषेतील Status या शब्दापासून (State) तयार झाला. याचा अर्थ 'व्यक्तीचा सामाजिक दर्जा' असा होतो.
- ✡ मानवी गरजांच्या पूर्ततेसाठी, मनुष्याच्या सुख,समाधान व शांततापूर्ण, सुखी जीवनासाठी राज्यसंस्था आवश्यक ठरली आहे.
- ✡ व्यक्ती शिवाय राज्य व राज्याशिवाय व्यक्ती ही कल्पना होऊच शकत नाही.
- ✡ अनेक राज्यशास्त्रज्ञांनी 'राज्य' याची संकल्पना, व्याख्या केलेली आढळते. त्यात अनेकांनी राज्याला लोककल्याणकारी व्यवस्था मानलं तर काहींनी राज्याला शक्तीची व्यवस्था मानले. काहींनी राज्याला कायदेशीर व्यवस्था मानले; तर काहींनी राज्य एक सर्वशाली प्रभुत्व संपन्न संस्था मानले तर राज्य हे वर्ग संघर्षाची संस्था आहे असेही मत मांडले गेले. समाजवादी, अराजकवादी, श्रेणी समाजवादी, सर्वोदयवादी अशा विचारप्रणालीचा अंगीकार करणाऱ्या राज्यविचारवंतांनी राज्य या संकल्पनेची व्याख्या केलेली आहे.
- ✡ सिसेरोच्या काळापर्यंत स्टेट्स या शब्दाचा अर्थ संपूर्ण 'समाजाचा सामाजिक दर्जा' असा होता. १६ व्या शतकात मात्र राज्य म्हणजे महान राज्य किंवा कोणत्याही व्यक्ती अथवा समुदायामध्ये समाविष्ट असलेली महानता असा अर्थ प्राप्त झाला. राज्याची महानता याचा अर्थ 'राज्याची संप्रभुता' होय. लॅटिन भाषेत यास 'सुपरनॉस' किंवा 'श्रेष्ठसत्ता' आणि इंग्रजी मध्ये सॉव्हिरन्टी (Sovereignty) असे म्हणतात.

- ✡ राज्यशास्त्रज्ञांनी राज्यासाठी आवश्यक असणाऱ्या घटकांच्या आधारावर राज्याची व्याख्या केलेली आढळते. यात प्रा. विलोबी, सेझ्विक, डॉ. गार्नर, प्रा. गेटेल, ब्लंटश्ली, ॲरिस्टॉटल यांचा समावेश करता येतो; त्यावरून साधारणपणे राज्यासाठी लोकसंख्या, भूप्रदेश, सरकार किंवा शासनसंस्था, सार्वभौमत्व हे चार घटक अत्यंत महत्त्वाचे मानले जातात.
- ✡ राज्य व समाज यामध्ये विशिष्ट संबंध निर्माण होतात. समाजाला विशिष्ट भूप्रदेशाचे बंधन नसते. त्यात अनेक संघटना, समूह अस्तित्वात असतात. तसेच समाजाच्या कार्यक्षेत्रात सामाजिक, आर्थिक, धार्मिक, सांस्कृतिक, राजकीय या घटकांचा समावेश होतो, राज्य ही फक्त राजकीय क्षेत्रातील एक संघटना असते. समाज हा सरकार किंवा सार्वभौमत्व नसले तरी अस्तित्वात राहतो. तसेच समाज राज्यासाठी नसून व्यक्ती व व्यक्तीसमूहासाठी असतो. तसेच समाजाचे कार्यक्षेत्र हे राज्याच्या तुलनेने व्यापक असते.
- ✡ राज्याचा एक अंश एवढेच शासन संस्थेला स्थान असते. तसेच शासनसंस्था हे राज्याप्रमाणे सार्वभौम नसते परंतु राज्य अस्तित्वात नसले तरी शासनसंस्था अस्तित्वात राहू शकते. शासनसंस्था किंवा सरकार हे मूर्त स्वरूपात असते.
- ✡ सार्वभौमत्व हा राज्याचा महत्त्वाचा घटक असतो; तसेच सार्वभौमसत्ता ही मूर्त स्वरूपात नसून शक्ती स्वरूपात असते. तसेच सार्वभौमत्व हे राज्याचा गुणदर्शक घटक आहे. सार्वभौम सत्तेद्वारे राज्यातील सर्व व्यक्ती व संस्थांना आज्ञापालन करण्यासाठी भाग पाडले जाते. सार्वभौम सत्तेची सर्वसमावेशक, सर्वव्यापित्व, निरंकुश, अदेय, अविभाज्य, चिरंतन तसेच एकत्व ही वैशिष्ट्ये सांगता येतात. सार्वभौम सत्तेचे वास्तविक, विधिमय, राजकीय, नाममात्र, जनतेची, अंतर्गत, बर्हिगत, राष्ट्रीय सार्वभौमसत्ता असे अनेक प्रकार पडतात.
- ✡ सार्वभौम सत्तेविषयी हॉब्ज, बेंथॅम, बोदीन या राज्यशास्त्रज्ञांनी जे विचार प्रदर्शित केले त्यास शास्त्रीयदृष्ट्या सिद्धान्त स्वरूपात मांडण्याचे श्रेय जॉन ऑस्टिन याकडे जाते. राज्याची सार्वभौम सत्ता सर्वश्रेष्ठ व निरंकुश असण्याबाबत बोदीन ते ऑस्टिन पर्यंतच्या राज्यशास्त्रज्ञांनी पुरस्कार केला. त्यांनी राज्याला सर्वश्रेष्ठ मानले. परंतु, अनेकसत्तावाद्यांनी किंवा बहुलवाद्यांनी प्रा.लास्की, बार्कर, ड्यूगीट, कॅब्रे, मेटलॅंड, ऑटोगिक, डॉ. फिनोस यांना ही कल्पना मान्य नाही; त्यांनी त्यावर टीका केली व सार्वभौमसत्तेवर कायद्याचे बंधन असल्याचे मत मांडले.
- ✡ प्लेटो, ॲरिस्टॉटल यांनी राज्याला समाज मानले. तसेच सर्वंकष शासन पद्धतीतही

राज्य व समाजास एकच मानले आहे. परंतु, राज्य व समाज हे एक नाही. मनुष्याचे राजकीय जीवन हे त्याच्या समाजजीवनाचे एक अंग आहे. परंतु, राज्य म्हणजे त्याचे संपूर्ण समाजजीवन नव्हे. समाजातील व्यक्ती-व्यक्तींमधील सर्वच संबंधाचा राज्यामध्ये विचार होत नाही. समाज हा राज्याच्या निर्मितीपूर्वी अस्तित्वात आला; समाजास राजकीय बाजू नसते. तसेच शासनसंस्था असलीच पाहिजे असे बंधन नसते. राज्याप्रती व्यक्तीला संपूर्ण निष्ठा अर्पण कराव्या लागत. तसेच राजकीय नियमांनाही दंडशक्तीचा आधार असतो. परंतु, समाजाच्या नियमांचे पालन न केल्यास फक्त समाजाचा रोष व्यक्तीला पत्कारावा लागतो.

- ✡ राज्य व शासनसंस्था किंवा सरकार यांत राज्य ही अमूर्त कल्पना असून सरकार हे राज्याचे मूर्त स्वरूप असते. राज्य ही स्थिर संस्था असून राज्य हे सर्वसमावेशक असते. याउलट, शासनसंस्थेत सर्वसमावेशकता नसते.
- ✡ राज्यनिर्मितीसाठी प्रदेश, प्रजा, प्रशासन, प्रभुत्व या चार घटकांची आवश्यकता असते. परंतु राष्ट्र निर्माण होण्यासाठी ऐक्याच्या भावनेची आवश्यकता असते. राज्य ही राजकीय संघटना असते तर राष्ट्रीयता ही मानसिक अवस्था आहे.
- ✡ 'राष्ट्र' हा शब्द (Nation) Natio या लॅटिन शब्दापासून तयार झाला आहे. नेशस यांचा अर्थ जन्म किंवा वंश असा होतो. गार्नरने राष्ट्राबाबत संकल्पना मांडली. ती म्हणजे राष्ट्र म्हणजे सांस्कृतिक एकजिनसीपणा असलेला समाजगट आहे.
- ✡ राष्ट्रक ही राष्ट्राची प्रारंभिक अवस्था आहे. निश्चित स्नेह संबंधाने एकत्रित आलेला जनसमुदाय होय.
- ✡ 'साम्राज्यवाद' हा शब्द लॅटिन भाषेतील Imperium पासूनImperialism हा शब्द तयार झाला. इम्पेरियमचा अर्थ अधिकार किंवा सत्ता असा होतो. साम्राज्यवाद म्हणजे लहान राज्यांना आपल्या नियंत्रणाखाली आणणे, त्या राज्यांवर आपले अधिपत्य शक्ती व सामर्थ्याच्या आधारावर प्रस्थापित करणे म्हणजे 'साम्राज्यवाद' होय. कोणत्याही राष्ट्रीय राज्याने जगव्यापी होण्याचा प्रयत्न करणे म्हणजे 'साम्राज्यवाद' होय.
- ✡ आधुनिक काळात राष्ट्रराज्य संकल्पनेची भरभराट झाली. प्रा.लास्की यांनी विश्वसंघाचा पुरस्कार केला. आंतरराष्ट्रीय संघटना राष्ट्राराष्ट्रांमधील संबंध सुरळीत राहण्यासाठी सातत्याने प्रयत्न करतात.

प्रश्न :

१) **'स्वयंपूर्ण, सुखी आणि समृद्ध जीवन जगण्यासाठी कुटुंबांचा व खेड्यांचा मिळून निर्माण झालेला संघ म्हणजे राज्य होय.'असे म्हणणारे –**
अ) मॅकिएव्हेली ब) ॲरिस्टॉटल क) हॉलंड ड) प्रा. लास्की

२) **'राज्य म्हणजे सत्ता बळकाविण्याचे एक धर्मनिरपेक्ष साधन होय.'**
अ) मॅकिएव्हेली ब) प्रा. गेटेल क) सेझ्विक ड) जॉन ट्रेटस्की

३) **'मानवी प्राण्याचा विशिष्ट भूप्रदेशावर राहणारा समुदाय म्हणजे राज्य होय.' ही व्याख्या कोणी केली ?**
अ) ब्लंटश्ली ब) हॉलंड क) प्रा. लास्की ड) प्रा. गार्नर

४) **'एका निश्चित भू-प्रदेशावर राजकीयदृष्टचा संघटित झालेला लोकसमुदाय म्हणजे राज्य होय.' हे कोण म्हणाले ?**
अ) हॉलंड ब) प्रा. मॅक्आयव्हर क) ब्लंटश्ली ड) प्रा. लास्की

५) **'राज्य म्हणजे शासक आणि शासित ह्यांच्यात विभागलेला प्रादेशिक समाज होय की जो स्वतःला त्या विशिष्ट प्रदेशात सर्वश्रेष्ठ समजून इतर संस्थांवर आपली सत्ता गाजवितो.' असे कोणी म्हटले**
अ) प्रा. लास्की ब) प्रे. वुड्रो विल्सन क) प्रा. गटेल ड) प्रा. गार्नर

६) **'राज्य म्हणजे दंडसामर्थ्य, शासनसंस्थेने विधिनियमानुसार विशिष्ट भूप्रदेशातील लोकांच्या समाजव्यवस्थेसाठी आवश्यक असलेली बाह्य परिस्थिती कायम टिकविणारी संस्था होय.'**
अ) बोदीन ब) प्रे. वुड्रो विल्सन क) मॅक्आयव्हर ड) प्रा. गेटेल

७) **'राज्य म्हणजे विशिष्ट सीमानिश्चित कुटुंबांच्या सामान्य मालकीचा संघ होय.' असे कोण म्हणाले ?**
अ) प्रे. वुड्रो विल्सन ब) प्रा. गटेल क) प्रा. गार्नर ड) बोदीन

८) **'राज्य म्हणजे अल्पसंख्य वर्गाकडून बहुसंख्य वर्गाचे शोषण करणारी यंत्रणा होय.' हे मत कोणाचे ?**
अ) प्रा. गेटेल. ब) बोदाँ. क) कार्ल मार्क्स. ड) प्रा. गार्नर

९) **'निश्चित भूप्रदेशावर सर्वोच्च शासनातर्फे राज्यकारभार करणारी संघटना म्हणजे राज्य होय.' ही व्याख्या कोणी केली?**
अ) ब्लंटश्ली ब) ऑगबर्न क) प्रा. गटेल ड) हॉलंड

१०) **'निश्चित भूप्रदेशात कायमची वस्ती करून राहणारा, कायदेशीरदृष्ट्या बाह्य नियंत्रणापासून स्वतंत्र असलेला, कायदे निर्माण करून आपल्या**

अधिकार क्षेत्रांत असलेल्या सर्व व्यक्ती समूहांवर सुसंघटित शासनसंस्थेद्वारे शासन करणारा संघ म्हणजे राज्य होय.' अशी व्याख्या कोणी केली ?

अ) प्लेटो ब) प्रा. गेटेल क) प्रा. गार्नर ड) प्रा. लास्की

११) **'एका विशिष्ट भू-प्रदेशावर कमी अधिक लोकसंख्येत, कायमची वस्ती करून बाह्य सत्तेपासून पूर्णपणे किंवा जवळपास बव्हंशी मुक्त असणारा व ज्यातील सरकारची आज्ञा तेथील लोक स्वभावतःच पाळतात असा समाज म्हणजे राज्य होय.' हे प्रतिपादन कोणाचे ?**

अ) प्रे. वुड्रो विल्सन ब) बोदाँ क) प्रा. गार्नर क) प्रा. लास्की

१२) **'राज्य हे मानवी समाजाच्या अपूर्ण आणि अप्रगत स्थितीकडून पूर्ण आणि विश्वव्यापक मानवी संघटना स्थापन करण्याच्या दिशेने क्रमशः आणि सातत्याने होणाऱ्या विकसनाचे फळ आहे.' हे मत कोणाचे ?**

अ) प्रा. गार्नर ब) प्रा. बर्जेस क) प्रा. कोल ड) कार्ल मार्क्स

१३) **'समान उद्दिष्ट असलेल्या अनेक कुटुंबांची संघटना म्हणजे राज्य होय.' ही व्याख्या कोणाची ?**

अ) बोदाँ ब) प्रा. ब्लंटश्ली क) फिलीमोर ड) प्रा. लास्की

१४) **'राज्य मनुष्याच्या अशा समाजाला म्हणतात की ज्यात एक कायम सत्ता असते, जी आपल्या अंतर्गत असलेल्या व्यक्ती आणि व्यक्तीसमूहाच्या कार्यावर नियंत्रण ठेवते, परंतु स्वतःमात्र नियंत्रणापासून मुक्त असते.'असे कोणी म्हटले आहे?**

अ) फिलीमोर ब) बोदाँ क) विलोबी ड) प्रा. गार्नर

१५) **'राज्यसंस्था म्हणजे असा लोकसमूह की जो निश्चित भूमीवर वसलेला, एका राजकीय संघटनेत समान विधिनियमांनी व रूढी परंपरांनी बांधला गेलेला, शासनसंस्थेद्वारा आपला कारभार करून घेणारा, सार्वभौम सत्ता प्राप्त झालेला असतो.'असे कोणी सांगितले?**

अ) ऑस्टिन ब) प्रा. गार्नर क) प्रा. वुड्रो विलसन ड) फिलीमोर

१६) **प्रे. वुड्रो विल्सन यांनी, 'राज्य म्हणजे विशिष्ट भूप्रदेशात विधिमय कारभारासाठी संघटित झालेला समाज होय'. असे म्हटले, या व्याख्येतून पुढील पैकी कोणत्या गोष्टी स्पष्ट होतात.**

१) राज्य म्हणजे मानवी समाज असून तो विशिष्ट भूप्रदेशात वसलेला असावा. तसेच तो राजकीयदृष्टच्या संघटित असावा. ते संघटन कायदयाच्या नियंत्रणाखाली असावे.

२) अनेक व्यक्ती किंवा समाजाला नियम, नियंत्रण व बलदंड शासनाची गरज भासू लागली.

३) राज्याचा संबंध विशिष्ट भूप्रदेशातील समाजाशी निगडित असतो.

वरीलपैकी कोणते विधान / विधाने बरोबर आहे / आहेत ?

अ) फक्त १ ब) फक्त २ क) १ आणि २ ड) कोणतेही नाही

१७) प्रा. गार्नर यांनी केलेल्या राज्याच्या व्याख्येनुसार पुढीलपैकी कोणते विधान अयोग्य आहे.

अ) राज्याला निश्चित भूप्रदेश असून त्यात लोक कायमस्वरूपी राहातात.

ब) असा भूप्रदेश परकीय सत्तेपासून स्वतंत्र असून तेथील लोक सुसंघटित सरकारकडून नियंत्रित केलेले असल्याने ते सरकारच्या आज्ञा स्वाभाविकपणे पाळतात.

क) मानवाच्या समाज करून राहण्याच्या प्रवृत्तीचा विकास राज्यसंस्थेत होतो.

ड) वरीलपैकी कोणतेही नाही.

१८) जोड्या जुळवा.

गटावरील सांकेतिकांमधून योग्य उत्तर निवडा.

गट १ (राजकीय विचारवंत)	**गट २ (राज्याचे घटक)**
क) प्रा. गार्नर	१) सार्वभौमसत्ता, अमात्य, राज्याची भूमी व लोक, दुर्ग-किल्ले,कोष खजिना, दंड, सैन्य, मित्र-मित्र राष्ट्रे
ख) कौटिल्य	२) सरकार किंवा शासन, प्रदेश, जनता.
ग) ब्लंटश्ली	३) निश्चित भूप्रदेश, कायम लोकसंख्या, शासनसंस्था, सार्वभौमत्व.
घ) सेझ्विक	४) प्रदेश, जनता, ऐक्य, संघटन

सांकेतिके :

	क	ख	ग	घ
अ)	२	३	१	४
ब)	३	१	४	२
क)	४	२	३	१
ड)	१	४	३	२

१९) **जोड्या जुळवा.**

गटाखालील सांकेतिकांमधून योग्य उत्तर निवडा.

गट १ (राजकीय विचारवंत)	**गट २ (राज्यविषयक विचार)**
क) समाजवादी विचारवंत	१) राज्य हे रामराज्य आहे.
ख) साम्यवादी विचारवंत	२) राज्य हे संघर्षाचे मूळ.
ग) अराजकवादी विचारवंत	३) राज्य हे सामूहिक हिताचे साधन.
घ) गांधीवादी विचारवंत	४) राज्य ही भांडवलदारांच्या फायद्यासाठी गरिबांचे शोषण करणारी संस्था/यंत्रणा.

सांकेतिके :

	क	ख	ग	घ
अ)	३	४	२	१
ब)	४	२	१	३
क)	१	३	२	४
ड)	२	१	४	३

२०) **जोड्या जुळवा.**

गटाखालील सांकेतिकांमधून योग्य उत्तर निवडा.

गट १ (राजकीय सिध्दान्त)	**गट २ (राज्य विषयक विचार)**
क. दैवी सिद्धान्त	१) राज्य हे समाजिक कराराचा परिणाम.
ख. मातृ-पितृ सत्ताक सिद्धान्त	२) मानवाच्या समाज करून राहण्याच्या प्रवृत्तीचा विकास.
ग. सामाजिक करार सिद्धान्त	३) राज्य हे कुटुंबाचे विशाल स्वरूप.
घ. विकासवादी सिद्धान्त	४) राज्य ही ईश्वरनिर्मित संस्था.

सांकेतिके :

	क	ख	ग	घ
अ)	१	२	४	३
ब)	२	४	३	१
क)	४	३	१	२
ड)	३	४	२	१

२१) **जोड्या जुळवा.**

गटा खालील सांकेतिकांमधून योग्य उत्तर निवडा.

गट १ (राजकीय विचारवंत)	गट २ (राज्यविषयक विचार)
क) व्हिनोग्रेडाफ	१) राज्य ही वर्गसंघर्षाची संस्था.
ख) जॉन ऑस्टिन	२) राज्य हे इतर समुदायाप्रमाणे एक समुदाय.
ग) कार्ल मार्क्स	३) राज्य ही कायदेशीर व्यवस्था.
घ) बहुसमुदायवादी	४) राज्य ही लोककल्याणकारी व्यवस्था.

सांकेतिके :

	क	ख	ग	घ
अ)	३	४	१	२
ब)	१	३	२	४
क)	४	२	३	१
ड)	२	१	४	३

२२) **जोड्या जुळवा.**

गटाखालील सांकेतिकांमधून योग्य उत्तर निवडा.

गट १ (राजकीय विचारवंत)	गट २ (ग्रंथ)
क) प्रा. विलोबी	१) दि पोलिटिकल सायन्स
ख) सेझ्र्विक	२) दि रिपब्लिक
ग) प्रा. गेटेल	३) दि नेचर ऑफ स्टेट
घ) जीन बोदाँ	४)दि डेव्हलपमेंट ऑफ युरोपिअन पॉलिटिक्स

सांकेतिके :

	क	ख	ग	घ
अ)	३	१	४	२
ब)	४	२	३	१
क)	३	४	१	२
ड)	१	३	४	२

२३) **.....याच्या मते राज्य हा ईश्वराचा पृथ्वीवरील पदन्यास आहे.**
अ) हेगेल ब)ग्रोशिअस क) ओपेनहाइमर ड) मार्क्स

२४) **....यांनी राज्यास सर्वसमावेशक मानून व्यक्तीला गौण ठरविले.**
अ) वैधानिक दृष्टिकोनवादी ब) आदर्शवादी
क) अनेक सत्तावादी ड) सर्वंकषवादी

२५) **'राज्य म्हणजे अधिकारांची समान जाणीव आणि प्राप्त होणाऱ्या लाभांमध्ये समान सहभाग या भावनेने एकत्रित आलेला विशाल समुदाय होय'.**
अ) फिलीमोर ब) सिसेरो क) गार्नर ड) गिलख्रिस्त

२६) **'आंतरराष्ट्रीय विधिनियमांच्या दृष्टीने राज्य म्हणजे विशिष्ट भूप्रदेशावर कायम वस्ती करून राहणारा आणि समान विधिनियम, सवयी व रुढी यांच्यामुळे एकत्र आलेला प्रादेशिक समाज असून सुसंघटित शासनसंस्थेद्वारे तो स्वतःच्या सरहद्दीतील सर्व लोक आणि वस्तूंवर स्वतंत्र सार्वभौमत्व व नियंत्रण गाजवितो आणि त्याला युद्ध व शांतता तह करण्याचे, व जगातील अन्य समुदायांशी सर्व प्रकारचे आंतरराष्ट्रीय संबंध प्रस्थापित करण्याचे सामर्थ्य असते,' असे कोण म्हणाले ?**
अ) फिलीमोर ब) गिलख्रिस्ट क) मिस फॉलेट ड) मॅक् आयव्हर

२७) **'राज्य ही एक राज्यशास्त्रीय संकल्पना व नैतिक सत्य असून त्याचे अस्तित्व जेथे काही लोक निश्चित भूप्रदेशात राहतात, एकाच शासनसंस्थेखाली संघटित झाले असतात की, जे शासन अंतर्गत व्यवहारात सार्वभौम सत्तेच्या अभिव्यक्तीचे साधन असून, परराष्ट्रीय व्यवहारात इतर कोणत्याही शासनाच्या नियंत्रणापासून मुक्त असते.' असे सांगणारे –**
अ) गार्नर ब) फिलिमोर क) गिलख्रिस्त ड) लास्की

२८) **प्लेटोने राज्याची लोकसंख्या......ही आदर्शसंख्या मानली.**
अ) ५०२० ब) ५०४० क) ५०६५ ड) ५०७०

२९) **........व ....यांच्या मते लोकसंख्या १०,००० पर्यंत असणे आवश्यक होती.**
अ) हॉलंड व गार्नर ब) टि. एच. ग्रीन व लॉक
क) रूसो व ॲरिस्टॉटल ड) गिलख्रिस्त व फिलिमोर

३०) ....व ....यांनी राज्यासाठी भूप्रदेश हा घटक आवश्यक मानला नाही.

अ) प्लेटो व ॲरिस्टॉटल. ब) सिसेरो व गिलख्रिस्त.

क) गेटेल व ॲक्विनॉस. ड) विलोबी व सिली.

३१) 'राज्याच्या लोकसंख्येचा राष्ट्राच्या प्रगतीवर परिणाम होतो.' वरील विधानास खालीलपैकी कोणते घटक जबाबदार ठरतात?

१) लोकसंख्या जर कमी असेल तर ते राज्य संरक्षणाच्या दृष्टीने कमजोर असते. राज्याच्या उद्योगधंदे, शेती, व्यापारावर विपरीत परिणाम होतो.

२) लोकसंख्येमुळे राज्याच्या विकासाची गती मंदावते.

३) कोणत्याही स्थितीत राज्याची लोकसंख्या ही राज्याच्या प्रादेशिक सीमा, जीवनोपयोगी साधनांचा पुरवठा करणाऱ्या शक्तीपेक्षा अधिक नसावी.

४) लोकसंख्येच्या प्रमाणावर भौतिक प्रगती होते.

वरीलपैकी कोणता पर्याय बरोबर आहे?

अ) फक्त १ ब) फक्त २ क) १,२ आणि ३ ड) कोणतेही नाही.

३२) आधुनिक काळात राज्याचा भू-प्रदेश विशाल असावा, ही कल्पना मान्यता पावत आहे. कारण -

१) लहान भू-प्रदेश असणारी राज्ये स्वयंपूर्ण होऊ शकत नाहीत.

२) राज्यास संरक्षणाची समस्या भेडसावते.

३) मोठ्या राष्ट्राच्या आक्रमणासमोर लहान राज्य टिकाव धरू शकत नाही.

४)असा भूप्रदेश खनिजद्रव्यांनी परिपूर्ण अथवा नैसर्गिक सीमांनी वेढलेला नसला तरी चालू शकतो.

वरीलपैकी कोणते विधान / विधाने बरोबर आहेत?

अ) फक्त १ ब) फक्त २ व ३ क) फक्त १ व ३ ड) १,२ आणि ३

३३) ......या राज्यशास्त्रज्ञाच्या मतानुसार राज्याचा भूविस्तार किती आहे, हा प्रश्न महत्त्वाचा नसून, राज्याची शक्ती किती आहे हीच गोष्ट महत्त्वाची आहे.

अ) ट्रॉटस्की ब) ॲरिस्टॉटल

क) प्लेटो ड) मॅक् आयव्हर

३४) राज्याची सार्वभौम सत्ता प्रत्यक्ष अंमलात आणणाऱ्या अगर अंमलात आणण्याची शक्ती असणाऱ्या सर्व संघटनांची गोळाबेरीज म्हणजे

'शासन' होय.

अ) प्रा.लास्की ब) हॉब्ज् क) लॉक ड) प्रा.गेटेल

३५) शासनसंस्था ही राज्यातील व्यक्ती आणि सार्वभौम सत्ताधारी यांना साधणारा दुवा असते. कारण–

१) शासनसंस्थेशिवाय समाजात एकसूत्रता राहत नाही व सुव्यवस्था निर्माण होत नाही.

२) शासनसंस्थेद्वारे समाजातील व्यक्ती आणि राज्य, राज्य आणि परराज्य ह्यांच्यातील संबंध सुव्यवस्थित ठेवले जातात.

३) शासनसंस्था ही सार्वभौम सत्ता असते.

वरीलपैकी कोणते विधान / विधाने बरोबर आहेत?

अ) फक्त १ ब) १ आणि २ क) १ व ३ ड) वरीलपैकी कोणतेही नाही.

३६) 'ज्या संस्थेमार्फत राज्याच्या इच्छेला मूर्तस्वरूप मिळते व ती इच्छा कार्यवाहित होते त्या संस्थेला सरकार असे म्हणतात.' असे कोण म्हणाले ?

अ) प्रा. गटेल ब) ॲरिस्टॉटल क) प्रा. गार्नर ड) प्लेटो

३७) लोकशाही पद्धतीत.............तून सरकारची निर्मिती होते.

अ) विधि नियमा ब) लोकमता क) कार्यकारी मंडळा ड) न्यायालया

३८) 'समाजातील सर्व व्यक्तींवर आणि संस्थांवर चालणारी मूलभूत, अनिर्बंध, अमर्याद, सर्वंकष सत्ता म्हणजे सार्वभौमत्व होय, हे मत कोणाचे ?

अ) डयूगी ब) ग्रोशिअस क) बर्जेसि ड) बोदाँ

३९) 'सार्वभौमत्व म्हणजे कायद्याने संकुचित न केलेली, नागरिक आणि प्रजाजन यांच्यावर चालणारी सर्वश्रेष्ठ सत्ता होय' असे मत कोणी मांडले?

अ) ग्रोशिअस ब) बोदाँ क) बर्जेस ड) प्लेटो

४०) 'राज्याच्या भूप्रदेशातील लोकांना आज्ञा करण्याचा अनिर्बंध हक्क म्हणजे सार्वभौमत्व होय.'

अ) ॲरिस्टॉटल ब) मॅक् आयव्हर क) बर्जेस ड) डयूगी

४१) सार्वभौमत्वाची दोन लक्षणे म्हणजे ....व ....ही होत.

अ) अंतर्गत श्रेष्ठत्व व बाह्य स्वातंत्र्य

ब) व्यक्तिस्वातंत्र्य व शासनाची अधिसत्ता

क) संघटना स्वातंत्र्य व बाह्य स्वातंत्र्य.

ड) वरीलपैकी कोणतेही नाही.

४२) ज्या व्यक्तीच्या कृत्यावर नियंत्रण नसते व ज्या व्यक्तीच्या इच्छेचे उल्लंघन होऊ शकत नाही अशा व्यक्तीच्या हाती सोपविलेला सर्वश्रेष्ठ अधिकार म्हणजे सार्वभौमत्व होय.

अ) बोदाँ ब) बर्जेस क) ग्रोशिअस ड) प्रा. लास्की

४३) सार्वभौमत्व सत्ता ही अनियंत्रित, अमर्याद असते. कारण–

अ) सार्वभौमसत्तेवर कोणतेही बंधन नसते.

ब) सार्वभौमसत्ता ही निरंकुश असते.

क) सार्वभौमसत्ता ही जनतेच्या इच्छेवर अवलंबून असते.

ड) राज्यघटनेद्वारे सार्वभौम सत्तेवर नियंत्रण ठेवले जाते.

४४) सार्वभौमत्वाशिवाय राज्य असू शकत नाही. कारण.........

अ) सार्वभौमत्व हा राज्याचा अविभाज्य गुण आहे.

ब) सार्वभौमत्व दुसऱ्याला देता येते.

क) सरकारचे स्वरूप बदलले तर सार्वभौमत्वाचेही स्वरूप बदलते.

ड) वरीलपैकी कोणतेही नाही.

४५) सार्वभौमत्वाचे गुणधर्म पुढीलपैकी कोणत्या घटकांद्वारे स्पष्ट करता येतात.

अ) राजा किंवा शासन, लोकशाही, सामाजिक संस्था, वर्ग, गट.

ब) निरंकुशता, सर्वव्यापकता, अदेयत्व, चिरंतनता, अविभाज्यता, एकमेवाद्वितीयता.

क) व्यक्ती स्वातंत्र्य, प्रशासन, सामाजिक वर्ग, अविभाज्यता,

४६) ....व ....यांनी राज्यालाच समाज मानले.

अ) हेगेल व कांट ब) प्लेटो व ॲरिस्टॉटल

क) हर्बर्ट स्पेन्सर व जे.एस.मिल ड) प्रा.लास्की व मॅकूआयव्हर

४७) ....या आदर्शवादी विचारवंताने समाजावर राज्याचे पूर्ण नियंत्रण प्रस्थापित करण्याच्या दृष्टीने समाज व राज्य एकच असल्याचे प्रतिपादन केले.

अ) हर्बर्ट स्पेन्सर ब) कान्ट

क) हेगेल ड) जेम्स मिल

४८) एकत्र राहणाऱ्या आणि परस्परांच्या गरजा भागविण्यासाठी सहकार्य करून, व्यापक उद्दिष्टे पूर्ण करणाऱ्या मानवी समुदायाला 'समाज' म्हणतात.

अ) हर्बर्ट स्पेन्सर ब) प्रा. लास्की

क) ॲरिस्टॉटल ड) टी.एच.ग्रीन

४९) ...च्या मते राज्याची निर्मिती समाजाच्या विशिष्ट उद्देशपूर्तीसाठी झाली.

अ) प्लेटो ब) ग्रेशिअस क) गिलख्रिस्त ड) मॅक्आयव्हर

५०) मॅक्आयव्हरच्या मते समाजाच्या निर्मितीसाठी केवळ ....व .... ची आवश्यकता असते.

अ) सरकार व सार्वभौमसत्ता ब) लोकसंख्या व सार्वभौमसत्ता

क) लोकसंख्या व भूप्रदेश ड) भूप्रदेश व सार्वभौमसत्ता

५१) 'समाजाच्या तुलनेत राज्याचे कार्यक्षेत्र अत्यंत लहान असते. 'असे मत पुढीलपैकी कोणत्या राजकीय विचारवंतांनी मांडले?

अ) मॅक्आयव्हर, बार्बर, लास्की ब) सिसेरो, विलोबी, सिली

क) गेटेल, गार्नर, हर्बट स्पेन्सर ड) मॅक्आयव्हर, पेज, टी.एच.ग्रीन

५२) राज्याच्या इच्छेला मूर्तस्वरूप देऊन त्याची अंमलबजावणी करणारी संघटना म्हणजे शासनसंस्था होय, असे कोण म्हणाले?

अ) मॅक्आयव्हर ब) कार्ल मार्क्स क) गार्नर ड) लास्की

५३) शासनसंस्थेचे सर्व घटक दृश्य असल्यामुळे सरकार हे ...असते.

अ) अमूर्त ब) एकात्म क) मूर्त ड) संघटनात्मक

५४) शासनसंस्थेच्या बाबतीत पुढीलपैकी कोणते विधान अयोग्य ठरते.

अ) शासनसंस्थेत वारंवार बदल होत नसल्याने ते स्थायी मानले जाते

ब) शासन संस्थेचे अधिकार प्रदत्त असतात.

क) शासनाचे प्रत्यक्ष संचालन करताना फार थोडे नागरिक शासनाशी संबंधित राहतात.

ड) राज्याचा एक अंश एवढेच शासनसंस्थेचे स्थान आहे.

५५) राज्य आणि शासन यातील भेद केवळ सैद्धान्तिक स्वरूपाचा असून त्यास व्यावहारिक महत्त्व नाही; कारण राज्याची इच्छा विधिनियमाद्वारे व्यक्त होते पण शासन त्याचा अर्थ लावते व त्यांची

अंमलबजावणी करते, असे कोणी प्रतिपादन केले आहे?

अ) प्रा. गार्नर ब) जॉन स्टुअर्ट मिल

क) लॉर्ड ब्राईस ड) लास्की

५६) सार्वभौम सत्तेचे बीज.............मध्ये आढळते.

अ) धर्मसंस्थेत ब) राज्यसंस्थेत क) रोमन लॉ ड) निरंकुश संस्थेत

५७) सार्वभौम सत्तेचे कार्य कायद्याची निर्मिती करणे हेच आहे असे ....याने म्हटले.

अ) बोदाँ ब) जॉन लॉक क) रूसो ड) हेगेल

५८) संबंधित जोड्या जुळवा.

गटाखालील सांकेतिकांमधून योग्य उत्तर निवडा.

गट १ (राजकीय विचारवंत)	**गट २ (सार्वभौमत्वाविषयी विचार)**
क) मॅकिएव्हेली –	१) सार्वभौमसत्ता निरंकुश, अमर्याद व अविभाज्य.
ख) हॉब्ज	२) जनतेच्या सार्वभौमत्वाचा पुरस्कार केला.
ग) रूसो	३) राज्याची सार्वभौमसत्ता अनियंत्रित असते.
घ) लॉक	४) मर्यादित सार्वभौम सत्तेचा पुरस्कार.

सांकेतिके :

	क	ख	ग	घ
अ)	२	३	४	१
ब)	१	४	३	२
क)	४	१	२	३
ड)	३	४	१	२

५९) सार्वभौमत्व हे राज्याचे असे वैशिष्ट्य आहे की, ज्यामुळे ते स्वेच्छेशिवाय कायदेशीरदृष्ट्या बांधले गेलेले नसते; तसेच आपल्या सत्तेशिवाय इतर कोणत्याही सत्तेने मर्यादित झालेले नसते.

अ) बर्जेस ब) जेलिनिक क) पोलॉक ड) डोनाल्ड

६०) सार्वभौमसत्ता म्हणजे राज्यातील सर्वोच्च, सर्वशक्तिमान व कायद्याच्या किंवा इतर कोणत्याही बंधनात नसणारी सत्ता होय. तसे नसल्यास ती सर्वोच्च आणि सर्वशक्तिमान होणारच नाही, असे कोणाचे मत

म्हणाले?

अ) डोनॉल्ड एफ. रसेल ब) कॉरेनबर्ग

क) सोलटु ड) डयूगोट

६१) सार्वभौम सत्ता म्हणजे राज्यातील सर्व व्यक्तींवर अनिर्बंधपणे स्वत:ची इच्छा लादणारी राज्याची प्रवृत्ती होय. अशी प्रवृत्ती इतरांना नियंत्रणात ठेवण्यासाठी आवश्यक असते, असे सांगणारे–

अ) डयूगोट ब) कॉरेनबर्ग क) लास्की ड) पोलॉक

६२) .... हा वैधानिक सार्वभौम सत्तेचा पुरस्कर्ता आहे.

अ) हॉब्ज ब) बेंथॅम क) बोदीन ड) ऑस्टिन

६३) आंतरराष्ट्रीय संघटनेचे सदस्यत्व स्वीकारल्यामुळे सार्वभौम सत्तेवर बंधने पडतात. कारण –

अ) सार्वभौम सत्ता मर्यादित असते.

ब) सार्वभौम सत्ता निरंकुश नसते.

क) त्यांचे पालन न केल्यास आंतरराष्ट्रीय संघटना त्या राज्याविरुद्ध दंड व इतर उपाययोजना करू शकते.

ड) आंतराष्ट्रीय संघटेनेद्वारे सहकार्याची व सहअस्तित्वाची भावना निर्माण होते.

६४) राज्याची सर्वोच्च शक्ती म्हणजे 'सार्वभौम सत्ता' होय, असे म्हणणारे

अ) जीन बोदाँ ब) जेलिनिक क) ॲरिस्टॉटल ड) विलोबी

६५) सार्वभौमसत्ता म्हणजे सर्वश्रेष्ठ राजकीय सत्ता असून ती एखाद्या व्यक्तीच्या हातात असते. अशा व्यक्तीचे कृत्य कोणाचेही अधीन नसते व तिची आज्ञा कोणीही झुगारू शकत नाही, हे मत कोणाचे ?

अ) प्रा. बर्जेस ब) ग्रोशिअस क) पोलॉक ड) गार्नर

६६) 'राज्यातील सर्व व्यक्ती व संस्था यांना आज्ञा करणारी व त्यांच्याकडून आज्ञापालन करवून घेणारी स्वयंभू, अनिर्बंध, अमर्यादित, स्वतंत्र व मूलभूत सत्ता म्हणजे सार्वभौम सत्ता होय.' हे प्रतिपादन कोणाचे ?

अ) प्रा. बर्जेस ब) जीन बोदाँ क) ॲरिस्टॉटल ड) कॉरेन बर्ग

६७) 'राज्यातील नागरिक व प्रजाजन ह्यांचेवर चालणारी व कायद्याच्या नियंत्रणात नसणारी सर्वोच्च शक्ती म्हणजे सार्वभौमसत्ता होय.' हे

म्हणणारे कोण ?

अ) सोलटु ब) डयूगीट क) कॉरेन बर्ग ड) जीन बोदाँ

६८) **'सार्वभौमत्व हे राज्याचे असे वैशिष्ट्य आहे की, ज्यामुळे ते स्वेच्छेशिवाय कायदेशीररीत्या बांधले गेलेले नसते. तसेच आपल्या सत्तेशिवाय इतर कायदेशीररीत्या बांधले गेलेले नसते. तसेच आपल्या सत्तेशिवाय कोणत्याही सत्तेने मर्यादित झालेले नसते.' असे कोणी म्हटले आहे ?**

अ) प्रा. बर्जेस ब)पोलॉक क) जेलिनिक ड) विलोबी.

६९) **'सार्वभौम सत्ता ही अस्थायी व प्रतिदत्त सत्ता नसते. तसेच ती स्वतः बदलू शकणार नाही अशा नियमांच्या अधीन नसते आणि जगातील कोणत्याही सत्तेला जबाबदार नसते.' हे प्रतिपादन कोणाचे ?**

अ) ॲरिस्टॉटल ब) गार्नर क) पोलॉक ड) ग्रेशिअस

७०) **'सार्वभौम सत्ता म्हणजे राज्यातील सर्व व्यक्तींवर अनिर्बंधपणे स्वतःची इच्छा लादणारी राज्याची प्रवृत्ती होय. अशी प्रवृत्ती इतरांना नियंत्रणात ठेवण्यासाठी आवश्यक असते,' हे मत कोणाचे ?**

अ) करिनबर्ग ब) पोलॉक क) विलोबी ड) ग्रेशिअस

७१) **'सार्वभौमसत्ता म्हणजे राज्यातील सर्वोच्च, सर्वशक्तिमान व कायद्याच्या किंवा इतर कोणत्याही बंधनात नसणारी सत्ता होय; तसे नसल्यास ती सर्वोच्च आणि सर्वशक्तिमान होणारच नाही.' असे कोणाचे मत आहे?**

अ) प्रा. बर्जेस ब) डोनाल्ड एफ.रसेल क) डयूगीट ड) गार्नर

७२) **सार्वभौम सत्ता म्हणजे कायदेशीररीत्या राज्यातील लोकांवर बळजबरी करणारी राज्याची एकमेव सत्ता होय.**

अ) सोलटू ब) विलोबी क) पोलॉक ड) जेलिनिक

७३) **प्रत्येक स्वतंत्र राज्यामध्ये एखादी व्यक्ती किंवा व्यक्तिसमुदायाला कायद्याच्या स्वरूपात सामूहिक इच्छेची निर्मिती करण्याचा व आपली इच्छा कार्यान्वित करण्याचा अधिकार असतो. ती व्यक्ती किंवा व्यक्तीसमूह कोणाच्याही बंधनात नसतो. अशा व्यक्तीच्या किंवा व्यक्तीसमूहाच्या शक्तीला 'सार्वभौम सत्ता' असे म्हणतात, असे कोण म्हणाले ?**

अ) प्रा. बर्जेस ब) ग्रेशिअस क) गार्नर ड) पोलॉक

७४) इतर सर्व मानवी समूहांपेक्षा राज्याचे वेगळेपण त्याच्या सार्वभौमसत्तेवरील मालकी हक्कांमुळे स्पष्ट दिसते, हे मत देणारे?

अ) लास्की ब) गार्नर क) लॉक ड) ऑस्टिन

७५) 'राज्याच्या सीमेअंतर्गत इतर सर्वांवर सर्वश्रेष्ठत्व अथवा प्रादेशिक सार्वभौमत्व आणि बाह्य नियंत्रणापासून पूर्ण स्वातंत्र्य हे आधुनिक राज्याचे मूलभूत तत्त्व झाले आहे,' असे मत मांडणारा कोण?

अ) प्रा. बर्जेस ब) प्रा. गार्नर

क) इलियट ड) रूसो

७६) सार्वभौम शक्तीचा आधार दंडशक्ती नसून..........हाच असतो असे मत मान्यता पावले आहे.

अ) शासनाचे नियंत्रण ब) जनसंमती

क) समाजाचे नियम ड) रूढी, परंपरा

७७) सार्वभौमसत्ता ही अदेय असते. कारण –

अ) सार्वभौमसत्तेवर कोणीही नियंत्रण ठेवू शकत नाही.

ब) सार्वभौमसत्ता ही सर्वसमावेशक नसते.

क) सार्वभौम सत्तेचे हस्तांतरण होत नसते.

ड) वरीलपैकी कोणतेही नाही.

७८) सार्वभौमसत्तेला राज्यात कायदे करण्याचा तसेच त्यांची अंमलबजावणी करण्याचा अधिकार असतो. कारण –

अ) सार्वभौमसत्ता ही राज्यातील एकमेव सर्वश्रेष्ठ सत्ता असते.

ब) सार्वभौमसत्तेला परंपरागत अधिकार प्राप्त झालेले असतात.

क) सार्वभौमसत्ता राज्यातील प्रत्येक व्यक्ती, संस्थांवर नियंत्रण ठेवते.

ड) वरीलपैकी कोणतेही नाही.

७९) 'संघराज्यात सार्वभौम सत्तेचे विभाजन झालेले नसते तर ते विभाजन शासनसत्तेचे झालेले असते. विभाजित सार्वभौमत्वाची कल्पना हास्यास्पद असते.' असे कोणाचे मत आहे ?

अ) प्रा. लॉवेल व ब्राईस ब) प्रा. गार्नर

क) ॲरिस्टॉटल ड) मॅक् आयव्हर

८०) राजाच्या निरंकुश सत्तेला.....व.......शतकांमध्ये विरोध करण्यात आला.

अ) १४ व्या व १५व्या ब) १६ व्या व १७ व्या

क) १८ व्या व १९ व्या ड) १९ व्या व २० व्या

८१) सार्वभौमसत्ता ही राज्याकडे नसून ती प्रजेकडे असते.

अ) लॉक व रूसो	ब) बेंथॅम व हेगेल

क) लॉवेल व ब्राईस	ड) गार्नर व ब्लंटश्ली

८२) जनतेचे सार्वभौमत्व पुढील पर्यायांपैकी कोणत्या पर्यायातील घटकांमधून व्यक्त होते ?

अ) शासनसंस्थेचे अधिकार, कार्यकारी मंडळाचे नियंत्रण, कायदे, न्यायमंडळ, सामाजिक घटक.

ब) राजाची सार्वभौम सत्ता, मंत्रिमंडळ, राजकीय पक्ष, संघटना.

क) निवडणुका, सार्वमत, जनोपक्रम, जननिर्णय, आवर्तन (Recall).

ड) अलिखित संविधान, राजाचे सार्वभौमत्व, अदेयत्व, अविभाज्यता.

८३) ......ने धर्मव्यवहार व चारित्र्य ह्यांनाच कायद्याचे आधार मानले आहे.

अ) चंद्रगुप्त   ब) चाणक्य   क) बेंथॅम   ड) बोदाँ

८४) संबंधित जोड्या जुळवा.

गटाखालील सांकेतिकांधून योग्य उत्तर निवडा.

गट १ (राजकीय विचारवंत)	**गट २ (राज्य विषयक विचार)**
क) रूसो	१) राज्य हे सर्वशक्तिमान व सर्वसमावेशक
ख) हेगेल	२) राज्याची सत्ता एकमेव नसते.
ग) मेटलँड	३) सार्वभौम म्हणजे सामाजिक ईहा.
घ) मॅक् आयव्हर	४) राज्याची सत्ता एककेंद्री नसून सांघिक स्वरूपाची.

सांकेतिके :

	क	ख	ग	घ
अ)	३	१	४	२
ब)	४	२	३	१
क)	२	१	३	४
ड)	१	२	३	४

८५) 'समाज हा अगोदर निर्माण झाला आणि नंतर राज्य निर्माण झाले.'असे कोणी म्हटले आहे ?

अ) लास्की   ब) प्रो. सोलेट   क) मॅक् आयव्हर   ड) प्रा. गेटेल

८६) 'समाजाच्या तुलनेत राज्याचे कार्यक्षेत्र फारच लहान असते.' असे पुढीलपैकी कोणत्या राजकीय विचारवंतांना वाटते?

अ) ॲरिस्टॉटल, प्लेटो, हेगेल ब) मॅक् आयव्हर, बार्कर, लास्की

क) गार्नर, ब्लंटश्ली, पोलॉक ड) लॉवेल, ब्राईस, इलियट

८७) पुढीलपैकी कोणते विधान समाजासाठी संयुक्तिक ठरत नाही.

अ) समाजापाशी दंडशक्ती असते.

ब) समाजाचे नियम वैधानिक सत्तेप्रमाणे नसतात.

क) समाजाचा आधार रूढी-संकेत-परंपरा हा असतो.

ड) सरकार व सार्वभौमत्व नसले तरी समाज अस्तित्वात राहू शकतो.

८८) पुढील पैकी कोणते विधान/विधाने समाजासाठी आवश्यक ठरतात ?

अ) समाजाला भूप्रदेशाची मर्यादा नसते.

ब) समाजाची निर्मिती उत्स्फूर्त व नैसर्गिक असते.

क) समाजामध्ये शासनसंस्था असलीच पाहिजे असे बंधन नसते.

ड) समाजाप्रती व्यक्तीला संपूर्ण निष्ठा अर्पण करावी लागते.

पर्याय :

अ) फक्त १ ब) फक्त २ क) १,२ आणि ३ ड) १ व ४

८९) 'राज्याची सार्वभौम सत्ता प्रत्यक्षपणे अमलात आणणाऱ्या अथवा अमलात आणण्याची शक्ती असणाऱ्या सर्व संघटनांची गोळाबेरीज म्हणजे शासन होय.'

अ) अर्नेस्ट बार्कर ब) ॲरिस्टॉटल क) लास्की ड) प्रा. गटेल

९०) पुढील पैकी कोणते विधान सरकार किंवा शासन बाबत सयुक्तिक ठरत नाही.

अ) सरकार किंवा शासनामध्ये कार्यकारी, कायदेकारी, न्यायकारी या तीन विभागात काम करणाऱ्या लोकांचाच समावेश होतो.

ब) शासन हे परिवर्तनीय आहे.

क) शासनाचे विविध प्रकार पाडण्यात येतात.

ड) शासन हे अमूर्त असून शासनास सार्वभौम सत्ता असते.

९१) राष्ट्र या संकल्पनेसाठी पुढीलपैकी कोणते घटक उपयुक्त ठरतात?

१) राष्ट्र निर्मितीसाठी ऐक्याच्या भावनेची आवश्यकता असते.

२) राष्ट्राची शक्ती नैतिक असते.

३) राष्ट्राला सरकारची आवश्यकता नसते.

४) एका राष्ट्रात अनेक राज्ये असू शकत नाहीत.

अ) १ आणि २ ब) १,२, आणि ३

क) २ आणि ४ ड) कोणतेही नाही

१२) शक्तीचा विचार केवळ राज्याच्या संदर्भात न करता एक स्वतंत्र राजकीय संकल्पना या नात्याने करण्याचा प्रयत्न पुढील राजकीय विचारवंताने केला.

अ) चार्ल्स मेरियम ब) ट्रिश्के क) फ्रेडरिक नित्से ड) हॉब्ज

१३) पुढील पैकी कोणत्या राजकीय विचारवंतांनी, 'राज्याने आपली शक्ती वाढविणे व ती टिकविणे हे राज्याचे प्रमुख ध्येय आहे' असे मत मांडले.

अ) प्लेटो, ॲरिस्टॉटल, हॉब्ज ब) हॉब्ज लॉक, रूसो

क) हेगेल, मॅकिएव्हेली, जेम्स मिल ड) हेन्रिच, ट्रिश्के, फ्रेडरिक नित्से

१४) शक्तीचा विचार आधुनिक दृष्टिकोनातून.....व..... या राजकीय विचारवंतांनी प्रामुख्याने केला.

अ) मॅक्आयव्हर व पॉवेल ब) रॉबर्ट डाल व मॉर्गेन्थॉ

क) हॅरॉल्ड लास्वेल व कापलान ड) लिप्सेट व टोनी

१५) 'शक्ती म्हणजे बल प्रयोगाची क्षमता होय. असे कोणाचे मत आहे?

अ) रॉबर्ट डॉल ब) रॉबर्ट बर्स्टिड क) बर्ट्रान्ड रसेल ड) हेरॉल्ड लास्वेल

१६) 'लोकांवर प्रस्थापित झालेले आणि सतत चालत आलेले नियंत्रण म्हणजे शक्ती होय.' असे कोणाचे मत आहे ?

अ) हेरॉल्ड लास्वेल ब) लास्की क) रॉबर्ट डॉल ड) मार्गेन्थॉ

१७) व्यक्तीच्या मनातील अंतस्थ हेतू की, ज्यानुसार तिला आवश्यक तो परिणाम इतरांच्या संबंधात घडवून आणण्याची इच्छा होत असते अशा त्या व्यक्तीची इच्छा म्हणजे शक्ती होय. असे कोणी म्हटले?

अ) बर्ट्रान्ड रसेल ब) हेरॉल्ड लास्की क) मॅक्आयव्हर ड) टोनी

१८) व्यक्ती किंवा गट यांच्या व्यवहारात हवा असलेला बदल घडवून आणण्याची व्यक्ती किंवा गट यांच्या ठिकाणी असलेली क्षमता म्हणजे शक्ती होय. हे कोणाचे मत आहे ?

अ) रॉबर्ट डाल ब) काप्लान क) टोनी ड) मॉर्गेन्थॉ

१९) निर्णय निर्धारण प्रक्रियेत सहभाग म्हणजे शक्ती होय; ही व्याख्या कोणाची ?

अ) हेरॉल्ड लास्वेल ब) रॉबर्ट डाल क) काप्लान ड) कॅटलिन

१००) गटाखालील सांकेतिकांमधून योग्य उत्तर निवडा.

गट १ (राजकीय विचारवंत)	**गट २ (राजकीय शक्तीचे प्रकार)**
क) रसेल	१) दिखाऊ/भ्रामक सत्ता/ उघड/नग्नसत्ता, विधिवत सत्ता
ख) रॉबर्ट डाल	२) प्रगट/ प्रच्छन्न सत्ता, शक्ती व सहयोगाव आधारित, औपचारिक व अनौपचारिक, प्रत्यक्ष व अप्रत्यक्ष
ग) लास्वेल	३) पारंपरिक सत्ता, उघड नग्न सत्ता, क्रांतिकारक सत्ता
घ) बर्स्टींड	४) राजकीय पदसोपान परंपरेतील स्थान, भाष्यकारांचे मूल्यमापन, निर्णय प्रक्रिया, व्यक्ती सहभागी झालेल्या लोकांचे प्रमाण, सत्ताधीशांचे तुलनात्मक अध्ययन.

सांकेतिके :

	क	ख	ग	घ
अ)	३	४	१	२
ब)	१	३	४	२
क)	४	१	२	३
ड)	२	३	४	१

१०१) 'विभिन्न देश आणि समाज यांचेवर एकाच प्रकारचे कायदे आणि शासन निर्माण करण्याची व्यवस्था म्हणजे 'साम्राज्यवाद' होय.' असे कोणी म्हटले आहे?

अ) एच्. जी. वेल्स ब) मॉरिटस ज्युलियस बोन

क) सी. डी .बर्न ड) मॉर्गेन्थॉ

१०२) 'कोणत्याही राष्ट्र –राज्याने जगव्यापी होण्याचा प्रयत्न करणे म्हणजे साम्राज्यवाद होय.' असे कोणी म्हटले आहे?

अ) सी.डी.बर्न ब) काप्लान

क) मॉरीटस बोन ड) एच.जी वेल्स

१०३) साम्राज्यवाद निर्माण होण्यामागील पुढील कोणत्या पर्यायातील कारणे कारणीभूत ठरतात? –

१) आर्थिक लाभ हे उद्दिष्ट

२) आक्रमक राष्ट्रवादी धोरण

३) सत्तेची लालसा

४) नियंत्रणाखाली असलेल्या राज्यातील लोकांना गुलाम म्हणून वागवणे.

अ) १ आणि २ ब) १, २ आणि ३

क) १,२,३,४ ड) २ रे व ३ रे फक्त

१०४) संबंधित जोड्या जुळवा.

गटाखालील सांकेतिकांमधून योग्य उत्तर निवडा.

गट १ (साम्राज्यवादाचे प्रकार)	गट २ (अर्थ व उदाहरणे)
क) अधीनस्थ राज्ये	१. निरनिराळ्या देशातील लहान-लहान प्रदेशात वसाहती स्थापन करून अधिक प्राप्ती, उदा. अमेरिकेत इंग्रजांनी निर्माण केलेल्या १३ वसाहती.
ख) उपनिवेश	२. लहान अप्रगत राज्यांना प्रगत बनविण्यासाठी मोठ्या राज्यांकडे सुपूर्त करणे. उदा. युगांडा, यूरूंडी.
ग) कॉलनी किंवा	३. काही शक्तीशाली राज्यांनी लहान किंवा मोठ्या वसाहत राज्यांना आपल्या अधिपत्याखाली ठेवले. उदा. इंग्लंडचे अधिपत्य १९४७ पर्यंत भारत व ब्रह्मदेशावर होते.
घ) मॅन्डेटरी राज्य	४. नस्थ राज्यांना अधिनस्थ (आदेशानुसर चालणारे) व्यवहारासाठी शक्तीशली राज्यावर अवलंबून राहावे लागे. उदा. ब्रिटनची उपनिवेश राज्ये कॅनडा, ऑस्ट्रेलिया किंवा द. अफ्रिका

सांकेतिके :

	क	ख	ग	घ
अ)	१	३	४	२

ब)　२　१　३　४
क)　३　४　१　२
ड)　४　२　३　१

१०५) **'समान भाषा किंवा समान वंश ह्या घटकामुळे नव्हे तर लोकांच्या एकत्र जीवन व्यतीत करण्याच्या इच्छेने राष्ट्र निर्माण होते.' हे मत कोणी मांडले ?**

अ) डयूगीट　ब) एम. हसर　क) झिमर्न　ड) रॅम्से मूर

१०६) **'अखंड भौगोलिक प्रदेशावर वास्तव्य करणारी व वांशिक एकतेच्या बंधनाने एकसूत्रात बांधली गेलेली जनता वा बांधला गेलेला लोकसमुदाय म्हणजे 'राष्ट्र' होय.'– असे सांगणारे.**

अ) बर्जेस　ब) झिमर्न　क) डयुगीट　ड) गार्नर

१०७) **'घनिष्टता, अभिन्नता व प्रतिष्ठा ह्यांनी संघटित असलेला आणि विशिष्ट भूप्रदेशाशी निगडित असलेला समुदाय म्हणजे राष्ट्र होय.' असे मत कोणाचे आहे?**

अ) ड्यूगीट　ब) रॅम्से मूर
क) झिमर्न　ड) बर्जेस

१०८) **'विशिष्ट स्नेहसंबंधाने एकत्रित आलेला लोकसमुदाय म्हणजे राष्ट्र होय. ह्या लोकसमुदायांमध्ये स्नेहसंबंध एवढे प्रभावी व वास्तविक असतात की, ते सुखाने एकत्रित राहतात व परस्परांपासून विभक्त केल्यास असंतुष्ट होतात. तसेच आपल्याप्रमाणे स्नेहसंबंध नसणाऱ्या लोकांच्या गुलामगिरीत राहण्यास हे लोक तयार नसतात. अशा लोकसमुदायाला राष्ट्र म्हणतात. ही व्याख्या कोणी मांडली?**

अ) बर्जेस　ब) रॅम्से मूर　क) डयुगीट　ड) झिमर्न

१०९) **'राष्ट्र म्हणजे सांस्कृतिक एकजिनसीपणा असलेला सामाजिक गट होय; अशा गटातील लोक आपल्या वैचारिक व मानसिक जीवनाची व आचारांची एकता टिकविण्यासाठी जागरूक तसेच कटिबद्ध असतात.' हे सांगणारे –**

अ) बर्जेस　ब) डयुगीट　क) झिमर्न　ड) गार्नर

११०) **'लोकसमुदायात ऐक्याची भावना निर्माण करणारे सर्वच घटक अस्तित्वात असलेच पाहिजेत असे नाही; तर जेव्हा एखादा**

लोकसमुदाय स्वतःला राष्ट्र म्हणून संबोधतो तेव्हा त्याचे राष्ट्र बनते.' हे म्हणणारे –

अ) गार्नर ब) हेज क) बार्कर ड) लॉर्ड ब्राईस

१११) **'राष्ट्रकाने एकता व सार्वभौमत्व प्राप्त केले की त्याचे राष्ट्र बनते.' असे कोण म्हणतो?**

अ) हेज ब) बर्कले

क) मॅक्आयव्हर व पेज ड) गार्नर

११२) **'राष्ट्र हे राष्ट्रक आहे, ते स्वतःला राजकीय संघामध्ये संघटित करून घेणारे व स्वतंत्र झालेले अगर स्वतंत्र होऊ इच्छिणारे असते.' असे कोणी म्हटले आहे ?**

अ) लॉर्ड ब्राईस ब) हेज क) बार्कर ड) गार्नर

११३) **.... व .... या तत्त्वांवर राष्ट्रराज्ये उभारली आहेत.**

अ) आक्रमक राष्ट्रवाद व निरंकुशता

ब) बहुराजकता व आर्थिक नियंत्रण

क) सार्वभौमत्व व राष्ट्रवाद

ड) नववसाहतवाद व बहिर्देशीयता

११४) **...यांनी विश्व संघा (World Federation) चा पुरस्कार केला.**

अ) प्रा. गार्नर ब) प्रा. लास्की क) बर्जेस ड). मॅकडुगल

११५) **राष्ट्राराष्ट्रांचे संबंध सुरळीत राहण्यासाठी तसेच परस्परांमध्ये सहकार्य प्राप्त करून, मानव जातीचे कल्याण शांततेच्या मार्गाने करण्यासाठी आज ----- ही संघटना कार्यरत आहे.**

अ) नाटो (NATO) ब) ओपेक (OPEC)

क) यूनो (UNO) ड) यु. ए. इ. (UAE)

११६) **'राष्ट्रक ही राष्ट्राची प्राथमिक अवस्था असून, राष्ट्रक (Nationality) या संज्ञेला राजकीय अर्थ नाही. भाषा, वंश, परंपरा, धर्म, संस्कृती, इतिहास इ. कारणांमुळे एकत्रित झालेला मानवी समुदाय म्हणजे 'राष्ट्र' होय. 'जेव्हा एखाद्या राष्ट्रकाला स्वातंत्र्य मिळते तेव्हा त्याचे राष्ट्रात रूपांतर होते.' असे कोणाचे मत आहे?**

अ) लॉर्ड ब्राईस ब) बर्कर क) हेज ड) गार्नर

११७) ... याने 'पॉलिटिक्स' या ग्रंथात नागरिकत्वासंबंधी चर्चा केलेली आहे.

अ) प्लेटो ब) ॲरिस्टॉटल क) जॉन लॉक ड) जेरेमी बेंथॅम

११८) 'जो दुसऱ्यांना आज्ञा करू शकतो आणि इतरांच्या आज्ञांचे तसेच राज्याच्या आज्ञांचेही पालन करू शकतो, त्याला नागरिक म्हणणे आणि संबोधणे योग्य होईल.' असे कोणी सांगितले ?

अ) ॲरिस्टॉटल ब) जॉन लॉक क) बेन्थॅम ड) मॅकूआयव्हर

११९) नागरिकत्वाची पुढील कोणती लक्षणे ॲरिस्टॉटलने मांडली?

१) राज्यकारभारात प्रत्यक्ष भाग घेणे किंवा राज्यकारभारात भाग घेण्याची क्षमता अंगी असणे.

२) नागरिकत्व ही केवळ आनुवंशिकतेने प्राप्त होणारी गोष्ट नव्हे.

३) नागरिकत्वाचा अधिकार प्राप्त होण्यासाठी व्यक्तीला कुटुंब व संपत्ती या दोन्ही गोष्टी आवश्यक आहेत.

अ) फक्त १ ब) फक्त २ क) फक्त १ व ३ ड) १, २ आणि ३

१२०) सिसेरोच्या मते राज्याची निर्मिती करारामुळे किंवा शक्तीमुळे झाली नाही; तर –

अ) राज्याची निर्मिती ही मनुष्याच्या समाजशीलतेतून स्वाभाविकपणे झाली.

ब) राज्याची निर्मिती समाजातील वर्गांकडून तसेच संघटनांकडून झाली.

क) राज्याची निर्मिती कायद्यांद्वारे करण्यात आली.

ड) राज्याची निर्मिती निरंकुश शासनाच्या शक्तीमुळे झाली.

१२१) प्लेटोने, 'आदर्श राज्य हे न्यायावर आधारित असेल.' असे मत मांडले कारण –

१) आदर्श राज्यात मनुष्यास चांगले जीवन जगता येते.

२) मनुष्याच्या सर्व गरजा आदर्श राज्यातच पूर्ण होतील.

३) आदर्श राज्यात उत्पादक, सैनिक, शासक हे तीनही वर्ग आपापली कार्ये करून चांगले जीवन व्यतीत करतील.

४) आदर्श राज्यात राजा तत्त्वज्ञानी नसला तरी चालेल.

अ) १ व २ ब) २ व ३ क) १, २,३ ड) कोणतेही नाही.

१२२) आदर्श राज्यात कायद्याची आवश्यकता नाही असे प्लेटोला वाटते. कारण –

१) कारण आदर्श शासक हा बुद्धिमान विवेकशील असल्याने तो आपल्या

आंतरिक प्रेरणेने कार्य करेल.

२) शासक हा 'सत्' जाणणारा असेल.

३) तत्त्वज्ञानी किंवा आदर्श शासक आपल्या इच्छेप्रमाणे शासन करेल.

४) आदर्श राज्यात प्रजातंत्राला स्थान असेल.

अ) १ व २ ब) १, २, ३ क) १ व ३ ड) २ व ४

१२३) प्लेटोने 'आदर्शराज्य' संकल्पनेत तत्त्वज्ञानी राज्यकर्तेच सत्ताधारी असण्यावर भर दिला; कारण –

१) तत्त्वज्ञानी राज्यकर्ता विवेकशील व सदगुणी असल्याने शौर्य, स्वार्थ, शोषण यांना दूर ठेवून राज्याची एकात्मता टिकवेल.

२) तत्त्वज्ञानी राज्यकर्तेच नागरिकांच्या व्यक्तिगत व सार्वजनिक अधिकारांना समजावून घेऊ शकतात.

३) तत्त्वज्ञानी राज्यकर्त्यांचे ज्ञान श्रद्धा व अनुभव यावर नव्हे तर प्रत्यक्ष प्रमाणावरच आधारित असते.

४) तत्त्वज्ञानी राजास अनिर्बंध सत्ता असेल.

अ) फक्त १ ब) फक्त २ व ३ क) १, २, ३, ४ ड) फक्त १ व ४

१२४) प्लेटोने मांडलेल्या आदर्शराज्याच्या विवेचनात –

अ) राज्याच्या सद्रूपाचा शोध घेतला.

ब) तत्कालीन परिस्थितीचा विचार केला.

क) समाजजीवनाला विशिष्ट रूप दिले.

ड) समाजाच्या श्रमविभागणी तत्त्वावर भर दिला.

१२५) प्लेटोने मांडलेल्या आदर्श राज्य संकल्पनेत पुढीलपैकी कोणते विधान योग्य नाही ?

अ) जसजसा समाजाचा विकास होतो तसतशी त्यांची कार्यक्षमता व पेशांची संख्या वाढते व त्या सर्वांमध्ये आर्थिक सहयोग होऊन राज्यसंस्थेचा उदय होतो.

ब) राज्याला संरक्षकाची आवश्यकता नसते.

क) शिक्षित राज्यकर्ते असल्यावाचून समाजाचे कल्याण होऊ शकत नाही.

ड) व्यक्ती व राज्यसंस्था यात अद्वैत गृहीत असते.

१२६) प्लेटोचे आदर्श राज्य म्हणजे आधुनिक फॅसिस्टवाद राजवटीचा पूर्वावतार ठरेल. कारण –

१) तत्त्ववेत्त्या राज्यकर्त्याला दिलेली निरकुंश सत्ता.
२) कायदे अनावश्यक असतात.
३) व्यक्ती ही राज्ययंत्राचा सुटा भाग असते.
४)लोकांची संमती हा राज्यसत्तेचा आधार असतो.
अ) फक्त १ ब) फक्त २ व ३ क) १, २ आणि ३ ड) १ व ४

१२७) ॲरिस्टॉटलने राज्याच्या निर्मितीची उपपत्ती मांडताना पुढीलपैकी कोणत्या गोष्टीवर विश्वास ठेवला नाही.
अ) राज्य हे ईश्वर निर्मित आहे किंवा कोणत्यातरी सर्वशक्तिमान व्यक्तीने त्याची उभारणी केली आहे.
ब) मानवी गरजांची पूर्तता करण्यासाठी राज्यसंस्था अस्तित्वात आली.
क) सामाजिक मूल्य व हेतू या दृष्टीने राज्यसंस्था ही सर्वश्रेष्ठ संघटना ठरते.
ड) राज्यसंस्था ही नैसर्गिक आहे.

१२८) ॲरिस्टॉटलच्या मते राज्यसंस्था ही नैसर्गिक आहे. कारण –
१) ती मानवी विवेकाची निर्मिती आहे.
२) ती मानवाच्या राजकीय प्रवासाचा अंतिम टप्पा आहे.
३) राज्याचे स्वरूप जैविक आहे.
४) राज्यसत्ता ही वंशपरंपरेने एकाच व्यक्तीच्या हाती येते.
अ) फक्त १ ब) फक्त २ क) फक्त ४ ड) १, २, ३

१२९) ॲरिस्टॉटलने राज्याच्या कार्याच्या संदर्भात केलेल्या सकारात्मक (Positive) **कार्यात पुढीलपैकी कोणते घटक येतात ?**
१) नागरिकांना सुखप्राप्ती मिळवून देणे.
२) सद्गुणांचा साक्षात्कार व परिपूर्ण अवलंब करविणे.
३) मनुष्यांचा स्वभाव, सवय, विवेक यांना सिद्ध संपन्न करण्याच्या दृष्टिने राज्यसंस्थेने आवश्यक ते शिक्षण देणे.
४) राज्यातील रहिवाशांनी समाजात शांतता व सुव्यवस्था टिकवून ठेवावी.
अ) फक्त १ ब) फक्त १ व २ क) १, २, ३ ड) फक्त ४

१३०) ॲरिस्टॉटलने राज्यांच्या प्रमाणात्मक वर्गीकरणानुसार विशिष्ट राज्याची सत्ता कोणत्या तीन प्रकारे केली?
अ) राजेशाही, महाजनशाही, बहुजनशाही.

ब) सांसदीय, अध्यक्षीय, राजेशाही.

क) महाजनशाही, लोकशाही, हुकूमशाही.

ड) वरीलपैकी कोणतेही नाही.

१३१) ॲरिस्टॉटलने केलेल्या राज्यांच्या प्रमाणात्मक वर्गीकरणानुसार विकृत राज्य प्रकार कोणते?

अ) राजेशाही, महाजनशाही, लोकशाही.

ब) हुकूमशाही, धनिकशाही, लोकशाही.

क) महाजनशाही, हुकूमशाही, धनिकशाही.

ड) बहुजनशाही, महाजनशाही, लोकशाही.

१३२) ॲरिस्टॉटलने ... या ग्रंथातील ७ व्या भागात आदर्श राज्याची संकल्पना मांडली आहे.

अ) 'कन्सर्निंग कॉलनीज' ब) 'ऑन किंगशिप'

क) 'पॉलिटिक्स' ड) 'दि प्रिन्स'

१३३) ॲरिस्टॉटलचा राज्याच्या स्वरूपाविषयीचा जैविक सिद्धान्त (Organic nature of State) हा ... यांनी स्वीकारला.

अ) अराज्यवादी ब) बहुलवादी क) साम्यवादी ड) फॅसिस्ट

१३४) '...च्या मन:चक्षुंपुढे असलेला आदर्श राज्यकर्ता हा रोमन गणराज्यातील रोमन साम्राज्याची स्थापना व विस्तार करणाऱ्या शूराप्रमाणे आहे.'

अ) प्लेटो ब) ॲरिस्टॉटल क) मॅकिएव्हेली ड) हॉब्ज्

१३५) मॅकिएव्हेलीचे राजेशाहीच्या राज्यविस्ताराबद्दलच्या उपयुक्त सूचना ... मध्ये दिलेल्या आहेत.

अ) दि प्रिन्स ब) दि डिस्कोर्सेस

क) दि लॉज ड) हिस्ट्री ऑफ फ्लॉरेन्स.

१३६) मॅकिएव्हेलीने राज्यनिर्मितीच्या प्रयोजनातील राज्याच्या आवश्यकतेबाबत पुढीलपैकी कोणते मत नाही ?

अ) राज्यसंस्था व्यक्तीला सामाजिक बनविण्याचे कार्य करते; तसेच ती एक विशिष्ट प्रकारची विवेकयुक्त संघटना असते

ब) राज्य हे कायद्याचे असले पाहिजे; कारण त्यात नागरिकांच्या सर्व सदगुणांचा मूलस्रोत असतो.

क) ईश्वरी कायदा अथवा नैसर्गिक कायदा सिद्धान्ताचा स्वीकार करणे

आवश्यक आहे.

ड) राज्य चालविण्याची कला व सैनिकी कला यात विशेष साम्य असते.

१३७) मॅकिएव्हेलीने गणराज्य पद्धती असलेल्या राज्यांच्या विस्ताराबाबतचे दिग्दर्शन ... या ग्रंथातून केले.

अ) 'दि प्रिन्स' ब) 'दि डिस्कोर्सेस'

क) 'दि आर्ट ऑफ वॉर' ड) 'हिस्ट्री ऑफ फ्लॉरेन्स'

१३८) मॅकिएव्हेलीने केलेल्या आदर्श राज्याच्या संकल्पनेवर पुढीलपैकी कोणत्या राजकीय विचारवंतांचा प्रभाव पडलेला दिसून येतो ?

अ) सॉक्रेटिस, प्लेटो, सेंट ऑगस्टिन

ब) पोलिबिअस, सिसेरो, ॲरिस्टॉटल

क) थॉमस ॲक्विनास, सेंट ऑगस्टिन मॅकूआयव्हर

ड) वरीलपैकी कोणतेही नाही.

१३९) मॅकिएव्हेलीने केलेले शासनाचे वर्गीकरण ... तत्त्वावर आधारित आहे.

अ) संख्यात्मक ब) गुणात्मक क) कार्यात्मक ड) विश्लेषणात्मक

१४०) मॅकिएव्हेलीने शासनसंस्थेचे कोणते तीन शुद्ध स्वरूप मानले?

अ) राजतंत्र, कुलीनतंत्र, प्रजातंत्र

ब) आदर्शराज्य, नगरराज्य, लोकतंत्र

क) महाजनशाही, हुकूमशाही, बहुजनशाही

ड) वरीलपैकी कोणतेही नाही

१४१) मॅकिएव्हेली शासनाच्या वर्गीकरणातील कोणते तीन प्रकार भ्रष्ट मानतो ?

अ) राजेशाही, हुकूमशाही, महाजनशाही

ब) सरंजामशाही, लोकशाही, राजेशाही

क) एकतंत्र, धनिकतंत्र, लोकशाही

ड) वरीलपैकी कोणतेही नाही

१४२) मॅकिएव्हेलीने शासनाच्या वर्गीकरणातील राजतंत्राचे जोरदार समर्थन केले. कारण –

अ) तो कुलीन तंत्राचा कट्टर विरोधक होता – कारण सामंतशाहीने इटलीचे अध:पतन केले होते.

ब) राजतंत्र पद्धतीत संकटांचा सामना करण्यास विशेष सामर्थ्य असते.

क) देशात मतभेद व फूट निर्माण होत असल्याने.

ड) वरीलपैकी कोणतेही नाही.

१४३) ... या राजकीय विचारवंताच्या मते, 'समाजातील सर्वोच्च संस्था' या अर्थाने राज्य शब्दाचा वापर सर्वप्रथम करण्याचे श्रेय मॅकिएव्हेलीला दिले पाहिजे.

अ) गेटेल ब) सिसेरो क) हॉब्ज ड) जॉन लॉक

१४४) मॅकिएव्हेलीच्या सार्वभौमाप्रती दृष्टिकोनातून ...ची कल्पना पुढे आली.

अ) बहुलवादाची ब) अराजकवादाची

क) उपयोगितावादाची ड) साम्राज्यवादाची

१४५) 'राज्य ही दैवी संस्था नसून मनुष्यनिर्मित संस्था आहे-' असे कोण म्हटले आहे?

अ) प्लेटो ब) ॲरिस्टॉटल क) मॅकिएव्हेली ड) सिसेरो

१४६) जीन बोदाँ यांना ... राज्याची कल्पना मान्य नाही.

अ) मिश्रित ब) राजतंत्रात्मक

क) प्रजातंत्रात्मक ड) महाजनतंत्रात्मक

१४७) 'राज्याची सर्वोच्च सत्ता काही व्यक्तींच्या किंवा सर्व नागरिकांच्या हाती सोपविणे धोकादायक आहे'- हे मत मांडणारे.

अ) सिसेरो ब) जीन बोदाँ क) मॅकिएव्हेली ड) जॉन लॉक

१४८) 'राज्याचे रूप सार्वभौम सत्तेचे स्थान निश्चित करते तर सार्वभौम सत्तेचा उपयोग कोणत्या प्रकाराने केला जातो त्यावर सरकारचे रूप अवलंबून असते.'

अ) सिसेरो ब) टी. एच. ग्रीन क) जीन बोदाँ ड) मॅक्आयव्हर

१४९) 'मी माझा स्वशासनाचा अधिकार एका निश्चित व्यक्तीला किंवा व्यक्तिसमूहाला एका विशिष्ट अटीवर द्यायला तयार आहे; जर तू तुझ्यावर शासन करण्याचा अधिकार त्याच व्यक्तीला किंवा व्यक्तिसमूहाला द्यायला तयार असशील तर, नैसर्गिक अवस्थेपासून मुक्ती मिळवून सुखद व भयहीन जीवन जगता यावे ह्या उद्देशाने राज्याची निर्मिती झाली.' असे कोण म्हणाले?

अ) हॉब्ज ब) गेटेल क) रूसो ड) लॉक

१५०) 'राज्य नागरिकांचे मिळून बनलेले असते. ज्या मनुष्याला राज्यकारभारात भाग घेता येतो तो नागरिक. नागरिक बनण्यासाठी काही विशिष्ट प्रकारची योग्यता असली पाहिजे. ती योग्यता नैसर्गिक आहे. राज्यशासन करणे, दुसऱ्याकडून राज्यशासन करवून घेणे अशी योग्यता ज्याच्या अंगी असेल त्यालाच नागरिक बनता येते.' – हे कोणाचे मत आहे?

अ) प्लेटो ब) ॲरिस्टॉटल क) सिसेरो ड) काप्लान

१५१) ॲरिस्टॉटलच्या ... या ग्रंथात नागरिकत्वासंबंधी चर्चा केलेली आहे.

अ) पॉलिटिक्स ब) रिपब्लिक क) दि लॉज ड) लेविएथन

१५२) ... ने नागरिकतेचा अधिकार प्राप्त होण्यासाठी व्यक्तीला कुटुंब व संपत्ती या दोन गोष्टी आवश्यक असल्याचे मत मांडले.

अ) हॉब्ज ब) संत ॲक्विनॉस क) मॅकिएव्हेली ड) ॲरिस्टॉटल

१५३) ॲरिस्टॉटलने नागरिकत्व कोणास नाकारले ?

१) राज्यकारभारात भाग घेण्याची क्षमता अंगी असलीच पाहिजे असे नाही.

२) स्त्रिया, मुले, निरनिराळे उद्योगधंदे करणारे लोक, शेतीचा व्यवसाय करणारे लोक, शारीरिक श्रमावर उदरनिर्वाह करणारे लोक आणि परकीय यांना नागरिकत्वाचा अधिकार नसेल.

३) केवळ राज्यातील न्यायालयांच्या द्वारे न्याय प्राप्त करून घेणाऱ्या व्यक्तींनाही त्या राज्याचे नागरिक म्हणून संबोधता येणार नाही.

४) गुलाम, निर्धन, दरिद्री व्यक्तींनाही नागरिक मानता येणार नाही.

अ) १ आणि २ ब) २, ३, ४ क) ३ व ४ ड) २ व ४

१५४) ॲरिस्टॉटलने नागरिकतेचा अधिकार प्राप्त करण्यासाठी व्यक्तीला कोणत्या दोन गोष्टी आवश्यक मानल्या ?

अ) कुटुंब व संपत्ती ब) सत्ता व प्रतिष्ठा

क) संपत्ती व शिक्षण ड) वरिष्ठ वर्ग व सन्मान

१५५) ॲरिस्टॉटलने मांडलेल्या नागरिकत्वाच्या कल्पनेत पुढीलपैकी कोणता दोष प्रामुख्याने सांगता येईल?

अ) नागरिकत्व म्हणजे केवळ विशिष्ट हक्क होय.

ब) नागरिकत्वाने शासनव्यवस्थेत सहभाग वाढतो.

क) एका लहान वर्गापुरते नागरिकत्व मर्यादित ठेवल्याने त्याच वर्गाचे सर्वाधिकारी राज्य निर्माण होऊन तो वर्ग त्यांच्याच फायद्याचे कायदे

करून इतरांना नेहमीच सत्तेपासून दूर ठेवण्याचा प्रयत्न करेल.

ड) नागरिकत्वाची योग्यता फार थोड्या लोकांच्या अंगी असते.

१५६) **'नागरिक अशी स्वतंत्र व्यक्ती आहे की जी दुसऱ्या संप्रभूच्या अधीन असते. त्यांचे आचारविचार, भाषा भिन्न राहू शकते. वैभव, शक्ती, पद या दृष्टीने व्यक्ती असमान असल्या तरी समान प्रभूसत्तेच्या अधीन ह्या दृष्टीने त्या समान असतात.'**

अ) बोदाँ ब) ॲरिस्टॉटल क) बेन्थॅम ड) रूसो

१५७) **'कुटुंबप्रमुख जेव्हा घरकाम सोडून सार्वजनिक कार्य करण्यासाठी इतर कुटुंबातील प्रमुखांशी सहकार्य करतो त्यावेळी त्याला नागरिकत्व प्राप्त होते.' हे कोण म्हणाले ?**

अ) प्लेटो ब) जेरेमी बेंथॅम

क) बोदाँ ड) मॅकिएव्हेली

१५८) **... ने राज्यातील शासक वर्गाप्रमाणेच उत्पादक वर्गासही नागरिक समजले.**

अ) संत ॲक्विनास ब) ॲरिस्टॉटल

क) प्लेटो ड) मॅक् आयव्हर

१५९) **... च्या मते नागरिक समाजाच्या न्यायप्रशासन, पोलिस व अन्य संस्था या तीन अवस्था होत.**

अ) हेगेल ब) ॲबेन्स्टिन

क) जे. एस. मिल ड) सेबाईन

१६०) **हेगेलच्या मते नागरीसमाज म्हणजे राज्याचे असे स्वरूप की ज्यामध्ये समाजाला स्वतंत्र व्यक्तीचा समूह मानला जातो. कारण–**

१) व्यक्ती संपूर्ण समाजातील इतर घटकांच्या साहाय्याने आपल्या उद्दिष्टप्राप्तीसाठी प्रयत्न करतात.

२) राज्यात व्यक्ती स्वतंत्र न मानली जाता सार्वजनिक स्वरूपाची मानली जाते.

३) राज्यामध्ये व्यक्ती स्वतःसाठी कार्य न करता राज्याच्या सर्वव्यापी जीवनात विलीन होते.

४) नागरीसमाज हा पूर्ण विकसित राज्यासाठी मार्ग प्रशस्त करतो.

अ) फक्त १ व २ ब) फक्त २ व ३ क) फक्त ३ व ४ ड) १, २, ३, ४

१६१) नागरिक समाज व राज्याच्या संदर्भात हेगेलने पुढीलपैकी कोणते मत मांडले.

१) नागरीसमाज बुद्धिमत्तापूर्ण निरीक्षण व नैतिकतेसाठी राज्यावर अवलंबून राहतो व राज्य आपल्या नैतिक प्रयोजनाच्या पूर्तीच्या साधनासाठी नागरिक समाजावर अवलंबून असते.

२) राज्य व नागरीसमाजाचे परस्पर संबंध श्रेष्ठ – कनिष्ठ प्रकारचे असावेत.

३) राज्य ब्रह्माचे विकसित रूप असून नागरिक समाज राज्यातच सफलता किंवा पूर्णत्व प्राप्त करू शकते.

अ) फक्त १ ब) फक्त २ क) १, २, ३ ड) २ व ३

१६२) 'नागरीसमाजात व्यक्ती केवळ आपल्या हिताचा विचार करते हे तिचे विशेष हित असते. ह्या उलट राज्याचे हित किंवा ध्येय फार उच्च असते; त्यासाठीच व्यक्ती जीवित राहते.'

अ) हेगेल ब) प्रो. स्टेस क) हॉबहाऊस ड) कांट

उत्तरे

१ – ब	१६ – क	३१ – क	४६ – ब
२ – अ	१७ – क	३२ – ड	४७ – क
३ – ब	१८ – ब	३३ – अ	४८ – ब
४ – क	१९ – अ	३४ – ड	४९ – ड
५ – अ	२० – क	३५ – ब	५० – क
६ – क	२१ – अ	३६ – क	५१ – अ
७ – ड	२२ – क	३७ – ब	५२ – क
८ – क	२३ – अ	३८ – क	५३ – क
९ – ब	२४ – ड	३९ – ब	५४ – अ
१० – ब	२५ – ब	४० – ड	५५ – ड
११ – क	२६ – अ	४१ – अ	५६ – क
१२ – ब	२७ – क	४२ – क	५७ – अ
१३ – अ	२८ – ब	४३ – ब	५८ – क
१४ – क	२९ – क	४४ – अ	५९ – ब
१५ – ड	३० – ड	४५ – ब	६० – अ

६१ – ब	८७ – अ	११३ – क	१३९ – अ
६२ – ड	८८ – क	११४ – ब	१४० – अ
६३ – क	८९ – ड	११५ – क	१४१ – क
६४ – क	९० – ड	११६ – अ	१४२ – अ
६५ – ब	९१ – ब	११७ – ब	१४३ – क
६६ – अ	९२ – अ	११८ – अ	१४४ – क
६७ – ड	९३ – ड	११९ – ड	१४५ – क
६८ – क	९४ – क	१२० – अ	१४६ – अ
६९ – क	९५ – ब	१२१ – क	१४७ – ब
७० – अ	९६ – ड	१२२ – ब	१४८ – क
७१ – ब	९७ – अ	१२३ – क	१४९ – अ
७२ – अ	९८ – क	१२४ – अ	१५० – ब
७३ – क	९९ – अ	१२५ – ब	१५१ – अ
७४ – अ	१०० – अ	१२६ – क	१५२ – ड
७५ – क	१०१ – क	१२७ – अ	१५३ – ब
७६ – ब	१०२ – ड	१२८ – ड	१५४ – अ
७७ – क	१०३ – क	१२९ – क	१५५ – क
७८ – अ	१०४ – क	१३० – अ	१५६ – अ
७९ – ब	१०५ – ब	१३१ – ब	१५७ – क
८० – ब	१०६ – अ	१३२ – क	१५८ – क
८१ – अ	१०७ – क	१३३ – ड	१५९ – अ
८२ – क	१०८ – ब	१३४ – क	१६० – ड
८३ – ब	१०९ – ड	१३५ – अ	१६१ – क
८४ – अ	११० – क	१३६ – क	१६२ – ब
८५ – क	१११ – अ	१३७ – ब	
८६ – ब	११२ – अ	१३८ – ब	

विभाग अ

प्रकरण ४

राजकीय संकल्पना

✡ अधिकार	स्वातंत्र्य
✡ समता	न्याय
✡ कायद्याचे राज्य	नागरी समाज
✡ स्वराज्य	क्रांती
✡ तंत्रात्मक सहभाग	

महत्त्वाचे मुद्दे

- ✡ राज्यशास्त्रात व्यक्तीच्या अधिकारांकडे आत्मनिष्ठ दृष्टिकोनातून व वस्तुनिष्ठ दृष्टिकोनातून पाहिले आहे. टी. एच. ग्रीन, हेरॉल्ड लास्की यांनी अधिकार ही व्यक्तिविकासाची आवश्यक अट असून त्याशिवाय व्यक्ती आपल्या व्यक्तिमत्त्वाचा विकास घडवून आणू शकत नाही असे आत्मनिष्ठ दृष्टिकोनातून विचार मांडले. हॉब्ज, हॉलंड, बेंथॅम, ऑस्टिन यांनी अधिकाराचा वस्तुनिष्ठ दृष्टिकोनातून विचार केला. त्यांच्या मते, व्यक्तीला राज्य देईल तेवढे अधिकार मिळतात. राज्य ज्या बाबी नाकारतील त्याबाबतचे अधिकार व्यक्तीला प्राप्त होत नाहीत.
- ✡ अधिकार म्हणजे समाजाची मान्यता प्राप्त झालेल्या आणि राज्याकडून क्रियान्वित होणाऱ्या व्यक्तींच्या मागण्या होय.
- ✡ अधिकार हे सामाजिक विशिष्ट उपयोगिता असलेले असतात.
- ✡ अधिकारांचे स्वरूप कल्याणकारी असते; व व्यक्तीच्या अधिकारांचे संरक्षण राज्यांद्वारेच होत असते.
- ✡ अधिकाराचे नैतिक व वैधानिक अधिकार असे दोन प्रकार पडतात व वैधानिक अधिकाराचे 'सामाजिक' व 'राजकीय' असे प्रकार असतात.

- ✡ राजकीय अधिकारांना खऱ्या अर्थाने मूर्तस्वरूप फक्त लोकशाही राज्यातच मिळू शकते. हुकूमशाही राजवटीत नागरिकांच्या अधिकारांची गळचेपी होते.
- ✡ महत्त्वाचे राजकीय अधिकार म्हणजे मतदानाचा, निवडणुकीस उमेदवार म्हणून उभे राहण्याचा, कोणतेही सार्वजनिक महत्त्वाचे अधिकारपद ग्रहण करण्याचा, शासनावर टीका करण्याचा, सार्वजनिक प्रश्नांबाबत विचार करण्यासाठी शांततापूर्वक सभा भरविण्याचा, शासनाकडे तक्रार करण्याचा अधिकार नागरिकांना मिळतो.
- ✡ अधिकारांचा अंतर्भाव राज्याच्या राज्यघटनेत केल्याने त्यांना संरक्षण प्राप्त होते.
- ✡ लॉक, मॉन्टेस्क्यू यांनी अधिकारांच्या सुरक्षिततेसाठी सत्ता विभाजन आवश्यक असते, असे सांगितले.
- ✡ अधिकाराबाबत नागरिकांची जागरूकता, निर्भीड व धैर्याच्या मार्गाने सुरक्षित ठेवण्याची नागरिकांची जिद्द ही अधिकारांच्या सुरक्षिततेची हमी असते.
- ✡ स्वातंत्र्य म्हणजे सर्व प्रकारच्या बंधनाचा अभाव नसून अनुचित बंधनांच्याऐवजी उचित बंधनांची व्यवस्था म्हणजे स्वातंत्र्य होय. स्वातंत्र्याचे नैसर्गिक, नागरी, राजकीय, आर्थिक, राष्ट्रीय असे प्रकार पडतात.
- ✡ समता म्हणजे समाजातील सर्व नागरिकांना समान मानून त्यांना समान वागणूक, समान उत्पन्न व समान अधिकार असा केला जातो. समतेचा अधिकार हा आधुनिक लोकशाही राज्यात व्यक्तीचा मूलभूत अधिकार म्हणून मान्य केला जातो.
- ✡ समतेचे नागरिक, राजकीय, सामाजिक, आर्थिक असे प्रकार पडतात.
- ✡ स्वातंत्र्य व समता या दोन्ही कल्पना परस्परपूरक असतात.
- ✡ 'न्याय' ही संकल्पना तात्त्विक व व्यावहारिक दृष्टीने महत्त्वाची आहे.
- ✡ भारतात प्राचीन काळापासून राजधर्मात न्यायाला अतिशय महत्त्व दिले गेले.
- ✡ प्राचीन ग्रीक विचारवंत प्लेटो याने 'रिपब्लिक' या ग्रंथात न्यायविषयक विश्लेषण केले.
- ✡ न्यायाच्या दृष्टिकोनामध्ये 'बळी तो कान पिळी', 'मत्स्यन्याय' समाजातील दुर्बल घटकाच्या हितसंबंधाचे रक्षण, 'जशास तसे' या सारख्या दृष्टिकोनांचा समावेश होतो.
- ✡ न्यायाच्या आधुनिक दृष्टिकोनात वैधानिक व नैतिक, सार्वजनिक सुव्यवस्था व व्यक्तिगत हितसंबंध, परिस्थितीसापेक्ष परिवर्तनशीलता न्यायविषयक

समदृष्टिकोन, न्यायविषयक विषम दृष्टिकोन आहेत.

✡ न्यायाचे राजकीय, सामाजिक असे प्रकार पडतात.

✡ जॉन रॉल्स यांनी कायद्याच्या अधिराज्यांची संकल्पना मांडली. कोणतीही व्यक्ती त्याने केलेल्या गुन्ह्याची न्यायमीमांसा करू शकत नाही तसेच कायद्याचे निर्बंध बाजूला ठेवत नाही. न्यायाचे वि-नियमन करण्यासाठी कायद्याच्या नियमांशी सुसंगत असणे आवश्यक असते.

✡ 'स्वराज्य' म्हणजे विधिनियमांना अनुसरून स्वातंत्र्याचा उपभोग घेणे होय. लोकमान्य टिळकांनी स्वराज्यप्राप्तीकडे प्रथम लक्ष वेधले. स्वराज्य असल्याशिवाय व्यक्तिगत जीवन व भारतीय समाजजीवन यास कसलाही अर्थ नाही, असे मत व्यक्त केले.

✡ ॲरिस्टॉटलने क्रांतीच्या मार्गाने राज्यप्रशासनात बदल घडवून आणले पाहिजेत असे मत मांडले.

✡ जॉन लॉकने 'टू ट्रिटीज ऑन गव्हन्मेंट' या ग्रंथातून क्रांतीचे समर्थन केले. मार्क्स याने क्रांतीमुळे राज्य विलयास जाईल तसेच क्रांती हा समाजवादी मार्गाकडे जाण्याचा एकमात्र उपाय मानला. लेनिनने रशियातील क्रांती मार्क्सच्या सिद्धान्तानुसार झालेली आहे असे मानले. चौ-एन-लाय याने १९४९ मध्ये चीनमध्ये राज्यक्रांती घडवून आणली.

प्रश्न

१) **'अधिकार म्हणजे समाजाचे अभिप्राय आणि त्यांच्या साहाय्याने दुसऱ्यांच्या आचारावर प्रभाव पाडण्याची पात्रता होय.' असे कोणाचे मत आहे ?**

अ) प्रो. हॉलंड ब) बोसँके

क) प्रा. श्रीनिवास शास्त्री ड) टी. एच. ग्रीन

२) **'विशिष्ट प्रकारच्या कृती अथवा कार्य करण्यासाठी न्यायाची मोकळीक असणे म्हणजे अधिकार होय.' हे म्हणणारे –**

अ) बोसँके ब) प्रा. लास्कीक) वाईल्ड ड) प्रो. हॉलंड

३) **'अधिकार म्हणजे स्वरूपतः नागरिकाच्या परम नैतिक कल्याणासाठी अनुरूप व सामाजिक कायद्याला मान्य असलेली व्यवस्था, नियम किंवा रूढी होत.' हे कोणी म्हटले आहे?**

अ) प्रो. हॉलंड ब) प्रा. श्रीनिवास शास्त्री क) लास्की ड) प्रा. बेथम

४) 'अधिकार म्हणजे समाजाला मान्य असलेली व राज्याच्या कायद्याने अंमलात आणलेली मागणी होय.' ही व्याख्या कोणी केली ?

अ) टी. एच. ग्रीन ब) प्रा. लास्की क) बेन्थॅम ड) बोसँके

५) 'व्यक्तीच्या आपल्या आंतरिक चांगुलपणाचा आविष्कार ज्या सामाजिक परिस्थितीच्या संकेताशिवाय साधारणत: करता येत नाही तो सामाजिक संकेत म्हणजे वास्तविक अधिकार होय. – हे कोण म्हणाले?

अ) बोसँके ब) प्रा. लास्की क) टी. एच. ग्रीन ड) प्रो. हॉलंड

६) 'व्यक्तीच्या आंतरिक विकासासाठी आवश्यक असणारी बाह्य परिस्थिती म्हणजे अधिकार होय.' ही व्याख्या करणारे –

अ) टी. एच. ग्रीन ब) बेंथॅम क) प्रा. लास्की ड) वाईल्ड

७) 'अधिकार म्हणजे कायद्याने मान्य केलेली व्यक्तीची मागणी होय.' ही व्याख्या कोणी मांडली.

अ) रूसो ब) जॉन लॉड क) बेंथॅम ड) प्रा. लास्की

८) टी. एच. ग्रीन यांनी अधिकारांसाठी कोणत्या दोन गोष्टी आवश्यक मानल्या ?

अ) व्यक्तीद्वारे अधिकारांची मागणी व त्या अधिकारांना समाजाची मान्यता.

ब) राज्यघटनेद्वारे मिळणारे अधिकार व त्या अधिकारांना लाभलेली सामाजिक प्रतिष्ठा.

क) शासनव्यवस्थेद्वारे प्रदान केलेले अधिकार व नागरी स्वातंत्र्य

ड) वरीलपैकी कोणतेही नाही.

९) टी. एच. ग्रीन यांच्या मते .... अधिकार म्हणजे व्यक्तीच्या विकासासाठी असलेली बाह्य परिस्थिती आवश्यक आहे.

अ) नैसर्गिक ब) वास्तविक क) वैधानिक ड) सामाजिक

१०) वैधानिक अधिकाराला .... ची मान्यता असते.

अ) कायद्याची ब) समाजाची

क) राज्याची ड) नागरिकांची

११) नैसर्गिक अधिकाराला ... ची मान्यता असते.

अ) समाजातील बहुमताची ब) शासनसंस्थेची

क) राजकीय पक्षांची ड) राज्यसंस्थेची

१२) निसर्गावस्थेतील नैसर्गिक अधिकार हे सामाजिक अधिकारांच्या विपरीत ठरतात. असे ग्रीनला वाटते. कारण –

अ) असे अधिकार समाजकल्याणकारी होते.

ब) निसर्गावस्था ही समाजपूर्व अवस्था मानली जाते. त्यामुळे सार्वजनिक कल्याणाची भावना त्यावेळी नव्हती.

क) व्यक्तिहितास प्राधान्य नव्हते.

ड) अशा अधिकारांमध्ये व्यक्तीची नैतिक उन्नती होत नव्हती.

१३) 'विवेकशील समाजात विवेकशील व नैतिक व्यक्तीच फक्त नैसर्गिक अधिकारांचा उपयोग करू शकते. हा अधिकार त्याच समाजात असतो की ज्या समाजात व्यक्तिहितापेक्षा समाजहित श्रेष्ठ असते. समाजहिताला ते आपले हित मानतात. ह्या अधिकारांनी व्यक्तीचा नैतिक विकास शक्य होतो.' हे मत कोणी मांडले ?

अ) ग्रीन ब) कोकर क) हेगेल ड) बेंथॅम

१४) 'लेन लॅकॅस्टरच्या मते, ' ग्रीनची नैसर्गिक अधिकारासंबंधी कल्पना अस्पष्ट, विसंगत व भ्रम उत्पन्न करणारी आहे'. कारण

१) समाजाच्या विरूद्ध व्यक्तीला तो अधिकार देत नाही पण समाजाच्या उन्नतीसाठी व्यक्तीला तो तिचे कर्तव्य पार पाडण्यास भाग पाडतो.

२) एके ठिकाणी ग्रीनच्या मते अधिकार स्वीकृतीने निर्माण होतात तर दुसऱ्या ठिकाणी ग्रीनने असे म्हटले की, काही अधिकार आहेत की ज्यांना स्वीकृती मिळालीच पाहिजे.

३) ग्रीनच्या मते, नैसर्गिक अधिकार हे आदर्श समाजाचे वैशिष्ट्य आहे.

पर्याय :

अ) फक्त १ ब) १ आणि २ क) १, २ आणि३ ड) कोणतेही नाही.

१५) लास्कीच्या मते, 'अधिकार म्हणजे अशी शक्ती आहे की जिच्या साहाय्याने व्यक्ती आपला जास्तीतजास्त विकास करून घेऊ शकते.' कारण –

अ) जनकल्याणाच्या दृष्टीने अधिकार आवश्यक असतात.

ब) अधिकार हे शासनसंस्थेच्या नियंत्रणाखाली असतात.

क) अधिकार हे राज्यघटनेद्वारे व्यक्तीला प्रदान केले जातात.

ड) वरीलपैकी कोणतेही नाही.

१६) लास्कीच्या मते, अधिकाराचे स्वरूप स्थायी नसते; तर ते –

अ) अस्थायी स्वरूपाचे असते.

ब) काळ व स्थानानुसार त्यात परिवर्तन होते.

क) परिस्थितीनुसार बदलते.

ड) वरीलपैकी कोणतेही नाही.

१७) लास्कीने अधिकाराचा पुढीलपैकी कोणता उद्देश प्रतिपादित केला.

अ) मनुष्याला उचित संधी आत्मविकास करून घेण्याच्या दृष्टीने प्राप्त होईल असे वातावरण निर्माण करणे.

ब) व्यक्ती व समाजावर शासनाचे नियंत्रण प्रस्थापित करणे.

क) राज्याची नियंत्रणात्मक सत्ता वाढविणे.

ड) वरीलपैकी कोणतेही नाही.

१८) लास्कीने पुढीलपैकी कोणत्या पर्यायातील अधिकार अनिवार्य मानले आहेत?

अ) समतेचा अधिकार, पिळवणुकी विरुद्धचा अधिकार, संपत्तीचा अधिकार.

ब) काम करण्याचा, उचित वेतनाचा, कामाची वेळ निश्चित करण्याचा, संपत्तीचा, शिक्षण घेण्याचा, भाषण स्वातंत्र्याचा, राजकीय अधिकार

क) समानतेचा, संचार स्वातंत्र्याचा, दुहेरी नागरिकत्वाचा.

ड) वरीलपैकी कोणतेही नाही.

१९) लास्कीने अधिकारांच्या रक्षणासाठी पुढीलपैकी कोणते उपाय प्रतिपादित केले आहेत?

१) राज्यातील सत्तेचे विकेंद्रीकरण आवश्यक.

२) केंद्रीय सरकारला सल्ला देणाऱ्या संस्थांची आवश्यकता.

३) राज्याने व्यक्तीच्या इतर संस्थात हस्तक्षेप करू नये.

४) सत्तापृथक्करण करणे.

अ) फक्त १ ब) फक्त २

क) १, २ आणि ३ ड) १ व ४

२०) ...ने राज्याला विरोध करण्याचा अधिकार व्यक्तीला दिला आहे.

अ) हॉब्ज ब) लॉक क) लास्की ड) बोदाँ

२१) अधिकार हे सामाजिक असतात. कारण –

१) ते समाजाचा घटक या नात्याने व्यक्तीला प्राप्त होतात.

२) व्यक्ती व समाज यांच्या संबंधात अधिकारांना अर्थ असणे

३) समाजदंडाची भीती लोकांना असते.

४) समाजमान्यतेमुळे व्यक्ती स्वसामर्थ्यानुसार वावरते.

अ) फक्त १ ब) फक्त २

क) १, २, ३ ड) २ व ४

२२) अधिकारांना उपयोगिता असते. कारण –

अ) कारण अशी उपयोगिता भिन्न परिस्थितीत व भिन्न देशांमध्ये बदलत असल्याने अधिकार भिन्न स्वरूपाचे असतात.

ब) अधिकारांना समाजमान्यता लाभते.

क) व्यक्ती, समाज व शासनव्यवस्थेचा विकास होतो.

ड) वरीलपैकी कोणतेही नाही.

२३) पुढीलपैकी कोणते विधान अधिकारासाठी संयुक्तिक ठरत नाही.

अ) अधिकार हे कर्तव्यांशी निगडित असतात.

ब) कोणतेही अधिकार अमर्यादित व अनिर्बंध नसतात.

क) अधिकारांच्या मागणीत व्यक्तिगत स्वार्थ नसतो.

ड) अधिकारांना दंडशक्तीचा आधार नसतो.

२४) सामाजिक अधिकारांमध्ये पुढीलपैकी कोणत्या अधिकारांचा समावेश होतो?

अ) जीवित, मालमत्ता, व्यक्तिस्वातंत्र्य, धर्मस्वातंत्र्य.

ब) भ्रमणस्वातंत्र्य, सभा व मिरवणुकीचा अधिकार, संस्था व संघ स्थापण्याचा अधिकार, करार करण्याचा अधिकार.

क) शैक्षणिक, कौटुंबिक जीवनाचा, भाषण व मुद्रणस्वातंत्र्याचा अधिकार.

ड) वरीलपैकी सर्व.

२५) राजकीय अधिकारांमध्ये पुढील कोणत्या अधिकारांचा समावेश होतो?

अ) मतदानाचा, सार्वजनिक पदप्राप्तीचा, निवडणूक लढविण्याचा.

ब) शासनावर टीका करण्याचा, अर्ज करण्याचा, सरकारला प्रतिकार करण्याचा.

क) वरील दोन्हीही.

ड) वरील पैकी कोणतेही नाही.

२६) मालमत्तेच्या अधिकारात पुढीलपैकी कोणता पर्याय समाविष्ट होत नाही.

अ) व्यक्तीला स्वमतानुसार मालमत्तेची विल्हेवाट लावण्याचा अधिकार असतो.

ब) सार्वजनिक हिताच्यादृष्टीने व्यक्तीच्या खासगी मालमत्तेवर राज्याला नियंत्रण घालण्याचा अधिकार नाही.

क) मालमत्तेचा अधिकार जीविताच्या अधिकाराशी निगडित आहे.

ड)आवश्यक गरजांची पूर्तता करण्यासाठी व्यक्तीला मालमत्ता संपादन करण्याची कायदेशीररीत्या मान्यता आहे.

२७) पुढीलपैकी कोणता पर्याय व्यक्तीच्या धर्मस्वातंत्र्याच्या अधिकारामध्ये अधिक समर्पक ठरतो ?

अ) व्यक्तीला स्वधर्मानुसार आचरण करता येते.

ब) व्यक्ती स्वधर्माचा प्रचार करू शकते.

क) व्यक्तीला सामाजिक सुरक्षितता, शांततामय जीवन व इतरांच्या धर्मभावना यांना बाधा येईल असे धर्माचरण व धर्मप्रसार करण्याचा अधिकार नसतो.

ड) वरीलपैकी फक्त १ व २ रा पर्याय.

२८) पुढीलपैकी कोणत्या व्यक्तींना राजकीय अधिकार प्राप्त होत नाही ?

अ) देशद्रोही, गंभीर गुन्हे केलेले गुन्हेगार, निवडणूक कायद्याचा भंग करणारे उमेदवार

ब) राजकीय पक्षातील उमेदवार, दबावगट सदस्य, सामाजिक वर्गातील घटक.

क) आदिम जमातीतील व्यक्ती

ड) वरीलपैकी कोणतेही नाही.

२९) नागरिकांना .... व .... स्वातंत्र्यातून शासनावर टीका करणाचा अधिकार प्राप्त होतो.

अ) अर्ज व विनंत्या करण्याच्या ब) संस्था व संघ स्थापना

क) सभा व मिरवणूका ड) भाषण व मुद्रण

३०) व्यक्तीच्या अधिकारांना निश्चिती देण्याचे कार्य सर्वप्रथम ... मध्ये झाले.

अ) अमेरिका ब) फ्रान्स

क) इंग्लंड ड) भारत

३१) इंग्लंडच्या यादवीयुद्धाचा परिणाम म्हणजे राजाने ...... मध्ये जनतेचे मूलभूत अधिकार मान्य केले; त्यास 'बिल ऑफ राईट्स' असे

संबोधतात.

अ) १२१५ ब) १६८९

क) १७८९ ड) १९४८

३२) मॅग्नाकार्टा या करारात पुढीलपैकी कोणत्या पर्यायाचा समावेश होतो?

१) राजा हा ईश्वरी अंश आहे.

२) राजाला कोणत्याही व्यक्तीला अवैधरीत्या तुरुंगात डांबून ठेवणे, त्याची मालमत्ता हिसकावणे, त्या व्यक्तिला मृत्यूदंड देण्याचा अधिकार नाही.

३) केवळ कायदेशीर मार्गाने राजाने कृत्य करावे.

४) वरीलपैकी कोणतेही नाही.

पर्याय :

अ) फक्त १ ब) फक्त २ व ३

क) फक्त १ व ३ ड) वरीलपैकी कोणतेही नाही.

३३) 'राज्यघटनेत ज्या अधिकारांचा समावेश होतो, ज्यांना न्यायालयीन संरक्षण आहे व घटनादुरुस्ती शिवाय ज्या अधिकारांमध्ये परिवर्तन होत नाही असे अधिकार म्हणजे ... अधिकार होत.'

अ) मूलभूत ब) सामाजिक

क) राजकीय ड) नैतिक

३४) मूलभूत हक्कांच्या संरक्षणार्थ पुढीलपैकी कोणते मार्ग सूचविले जातात ?

१) घटनादुरुस्ती केल्याशिवाय मूलभूत अधिकारात बदल करू नयेत, राज्याची सत्ता विकेंद्रित करावी.

२) नि:पक्ष व स्वतंत्र न्यायालयाद्वारे वैधता ठरविणे, न्यायलयीन पुनर्विलोकन अधिकारांचा वापर, सत्ताविभाजन तत्त्वांचा अवलंब.

३) सल्लागार मंडळे स्थापन करून त्यांच्याशी विचारविनिमय करूनच निर्णय घेणे.

४) वरीलपैकी कोणतेही नाही.

अ) फक्त १ व २ ब) फक्त २ व ३

क) १, २ व ३ ड) फक्त १ व ३

३५) ... च्या मते कर्तव्याच्या भावनेतूनच अधिकारांची प्राप्ती होते.

अ) प्लेटो ब) ॲरिस्टॉटलक) सिसेरो ड) चाणक्य

३६) जोड्या जुळवा. गटाखालील सांकेतिकांमधून योग्य उत्तर निवडा.

गट१ (अधिकारासंबंधीचे सिद्धान्त)	गट२ (विचार)
क) नैसर्गिक सिद्धान्त	१) अधिकार हे गतकाळच्या इतिहासाचा परिणाम आहेत.
ख) ऐतिहासिक सिद्धान्त	२) सामाजिक हित, सामाजिक उपयोगिता यावरच अधिकाराचे अस्तित्व अवलंबून असते.
क) आदर्शवादी सिद्धान्त	३) अधिकार हे व्यक्तीला जन्मत:च प्राप्त होतात
घ) समाजकल्याणकारी	४) व्यक्तीच्या आंतरिक, नैतिक विकासासाठी आवश्यकअशी बाह्य परिस्थिती म्हणजे अधिकार होय.

सांकेतिके :

	क	ख	ग	घ
अ)	१	२	३	४
ब)	३	१	४	२
क)	२	४	३	१
ड)	४	३	२	१

३७) आधुनिक काळात पुढीलपैकी कोणत्या राजकीय विचारवंतांनी मनुष्याच्या नैसर्गिक अधिकारांचे प्रभावीपणे समर्थन केले ?

अ) सिसेरो, पॉलिबियन, प्रा. लास्की

ब) हॉब्ज्, लॉक, रूसो

क) हर्बर्ट स्पेन्सर, ॲरिस्टॉटल, हॉब्ज्

ड) मिल्टन, थॉमस पेन, ब्लॅकस्टोन

३८) नैसर्गिक अधिकार सिद्धान्ताचे वैशिष्ट्य म्हणजे –

अ) जनतेने आपले सर्व अधिकार सार्वभौम सत्तेला प्रदान केले.

ब) नैसर्गिक सिद्धान्त हे स्वयंसिद्ध व समाजनिरपेक्ष असतात.

क) व्यक्तीला आपल्या अधिकार आणि स्वातंत्र्यासाठी संघर्ष करण्याची प्रेरणा दिली.

ड) नैसर्गिक अधिकार सिद्धान्त हा फक्त अधिकारावर भर देतो.

३९) 'पूर्वापार चालत आलेल्या व लोकांना हव्याशा वाटणाऱ्या रूढी, संकेत व परंपरा हे अधिकाराचे मूळ आहे.'

अ) डॉ. आर्शीवादम् ब) हॉब्ज्

क) सिसेरो ड) प्रो. रिशी

४०) पुढीलपैकी कोणत्या पर्यायातून अधिकाराचे स्वरूप ऐतिहासिक असते असे म्हणण्याची मुख्य कारणे सांगता येतील ?

१) अशा अधिकाराचा उपभोग जनता बऱ्याच काळापासून घेत असते व समाजाने तसा अधिकार मान्य केलेला असतो.

२) कोणत्यातरी ऐतिहासिक काळात लोकांनी या अधिकाराचा उपभोग घेतलेला असतो.

३) अधिकार हे गतकाळातील परंपरांचा परिणाम आहे.

४) रूढी, संकेत, परंपरा हे अधिकारांचे मूळ असते.

अ) फक्त १ ब) फक्त २

क) फक्त ३ ड) १, २, ३ आणि ४

४१) अधिकाराच्या आदर्शवादी सिद्धान्ताचे समर्थन ... यांनी केले.

अ) एडमंड बर्क ब) ग्रीन बोझांके क) डॉ. आर्शीवादम् ड) प्रा. रिची

४२) आदर्शवादी सिद्धान्त हा व्यक्तीच्या भौतिक विकासापेक्षा नैतिक विकासावर भर देत असल्याने हा सिद्धान्त प्रत्यक्षात आणताना पुढीलपैकी कोणत्या पर्यायातील अडचणी सांगता येतील?

१) प्रत्येक व्यक्तीची नैतिक विकासाची कल्पना वेगळी असल्याने सर्व व्यक्तींचा नैतिक विकासाच्या कल्पनेत समन्वय साधणे कठीण आहे.

२) नैतिकता ही मुख्यत: व्यक्तीची, व्यक्तिगत तसेच आंतरिक बाब असून राज्याला ही व्यक्तिनिष्ठ कल्पना समजणे अशक्य आहे.

३)व्यक्तीचा नैतिक विकास हाच अधिकाराचा आधार मानला तरी व्यक्तिविकास व समाजहित यात अंतर पडते.

४) व्यक्तीच्या मनोनिष्ठ कल्पना अस्पष्ट राहतात.

अ) १ आणि २ ब) १, २, ३

क) २ आणि ४ ड) वरीलपैकी कोणतेही नाही.

४३) अधिकारांच्या समाजकल्याण सिद्धान्ताची बिजे ....व.... यांच्या उपयुक्तवादी सिद्धान्तात आढळतात.

अ) बेंथॅम व मिल　　　　ब) रूसो व बोझाँके
क) जॉन लॉक व बेंथॅम　　ड) हॉब्ज व लॉक

४४) 'पृथ्वीवरील सर्व शासनाविरुद्ध मूलभूत अधिकारांच्या प्राप्तीचा जनतेचा अधिकार असतो आणि कोणत्याही न्यायप्रिय शासनाने त्याला नकार देऊ नये.' – असे कोणी म्हटले आहे?

अ) मॅडीसन　ब) लास्की　क) लॉर्ड राईट　ड) प्रो. रिशी

४५) लिबर्टी शब्दाची उत्पत्ति लॅटिन भाषेतील ... या शब्दापासून झाली.

अ) लिबर　ब) लेबर　क)लिबरस　ड) लिबर्ट

४६) 'स्वातंत्र्य म्हणजे बंधनाचा अभाव' असे कोणी म्हटले ?

अ) रूसो　ब) हॉब्ज्　क) मॅकेनी　ड) जॉन स्टुअर्ट मिल

४७) .... याने नकारात्मक स्वातंत्र्याचा पुरस्कार केला.

अ) लॉक　ब) हॉब्ज्　क) जॉन स्टुअर्ट मिल　ड) लास्की

४८) कोणत्याही अडचणीशिवाय व्यक्तीला आपले व्यक्तिमत्त्व प्रगट करण्याच्या अधिकारालाच स्वातंत्र्य म्हणतात – असे काणाचे मत म्हणाले?

अ) मॅकेनी　ब) लास्की　क) कोल　ड) रूसो

४९) कोणत्याही बाह्य अडचणीपासून स्वातंत्र्यतेने आपल्या जीवनाच्या विकासाचा मार्ग काढू शकेल अशी शक्ती होय. ही व्याख्या कोणाची ?

अ) प्रा.लास्की　ब) बोदाँ　क) ग्रीन　ड) मॅकेनी

५०) 'स्वातंत्र्य म्हणजे सर्व प्रकारच्या बंधनांचा अभाव नसून अनुचित बंधनाऐवजी उचित बंधनाची व्यवस्था म्हणजे स्वातंत्र्य होय.' हे मत कोणाचे ?

अ) ग्रीन　ब) मॅकेनी　क) रूसो　ड) हॉब्ज

५१) आधुनिक सभेमध्ये मनुष्याच्या व्यक्तिगत प्रसन्नतेची खात्री देण्यासाठी आवश्यक अशा सामाजिक परिस्थितीत बंधनाचा अभाव असणे म्हणजे स्वातंत्र्य होय. – असे कोण म्हणाले ?

अ) लास्की　ब) ग्रीन　क) रूसो　ड) हॉलंड

५२) 'व्यक्तीला स्वतःच्या इच्छेनुसार वागण्याचे स्वातंत्र्य आहे पण तसे वागताना इतर व्यक्तीच्या समान स्वातंत्र्याचे हनन तिने करू नये.' असे विधान कोणी केले ?

अ) रूसो　ब) लॅाक　क) हर्बर्ट स्पेन्सर　ड) मिल.

५३) स्वातंत्र्याच्या संकल्पनेत पुढीलपैकी कोणते लक्षण आढळत नाही?

अ) स्वातंत्र्य म्हणजे बंधनांचा अभाव नव्हे.

ब) स्वातंत्र्याचे स्वरूप नकारात्मक आहे.

क) व्यक्ती विकासासाठी आवश्यक परिस्थितीची निर्मिती करणे.

ड) उचित साधनांची निर्मिती करणे.

५४) व्यक्तिस्वातंत्र्याचे रक्षण करण्यासाठी पुढीलपैकी कोणते मार्ग अवलंबिता येतील.

अ) समता, अधिकार विभागणी, न्यायमंडाळाचे स्वातंत्र्य, घटनात्मक उपायाचा हक्क.

ब) लोकजागृती, विधिनियम, लोकशाही.

क) सार्वभौमत्व, धर्मनिरपेक्षता, कायद्याचे राज्य .

ड) विधिनियम, लोकशासन, आर्थिक सुरक्षितता.

अ) १ आणि २ ब) २ व ३ क) २ व ४ ड) १ व ४

५५) राज्याच्या कार्यात सक्रियतेने भाग घेण्याच्या शक्तीला ....म्हणतात.

अ) नागरीस्वातंत्र्य

ब) नागरिक स्वातंत्र्य

क) नौतिक स्वातंत्र्य

ड) राजकीय स्वातंत्र्य.

५६) राजकीय स्वातंत्र्यांतर्गत व्यक्तीला पुढीलपैकी कोणते अधिकार प्राप्त होतात ?

१. मत देण्याचा अधिकार.

२. निवडणुकीसाठी उभे राहण्याचा हक्क.

३. योग्यतेनुसार सार्वजनिक पद प्राप्त करण्याचा अधिकार.

४. सरकारवर टीका करण्याचा अधिकार.

अ) फक्त १ ब) फक्त २ क) १, २ व ३ ड) फक्त १ व ३

५७) बरोबर जोड्या जुळवा.गटाखालील सांकेतिकांमधून योग्य उत्तर निवडा.

गट १ (स्वातंत्र्याचे प्रकार)	गट २ (उद्देश)
क) राजकीय स्वातंत्र्य	१) प्रत्येक राष्ट्राचे सार्वभौमत्व तसेच स्वतंत्र असे राज्य असावे.

ख) नागरिक स्वातंत्र्य	२) प्रत्येक व्यक्ती आर्थिक विवंचनेपासून मुक्त असावी.
ग) आर्थिक स्वातंत्र्य	३) जनतेला राजकीय दृष्ट्या परिपक्व करणे.
घ) राष्ट्रीय स्वातंत्र्य	४) प्रत्येक व्यक्तीला समान संधी आणि अधिकार प्रदान करणे.

	क	ख	घ	ग
अ)	२	१	३	४
ब)	३	४	२	१
क)	१	३	४	२
ड)	३	१	४	२

५८) नागरिकांना स्वातंत्र्याचा प्राप्तीसाठी तसेच उपयोगासाठी पुढीलपैकी कोणत्या अटी पूर्ण होणे आवश्यक आहे?

१. लोकजागृती, सुशिक्षित जनता, स्वतंत्र न्यायपालिका.

२. वर्तमानपत्राचे स्वातंत्र्य, आर्थिक सुरक्षितता, लिखित घटना.

३. विशेषाधिकाराचा अभाव, सत्तेचे केंद्रीकरण.

४. धर्मस्वातंत्र्य, भाषण स्वातंत्र्य, संचार स्वातंत्र्य.

अ) फक्त १ ब) फक्त २ क) १,२,३ ड) २ व ४

५९) मिल यांनी स्वातंत्र्यासंबंधीचे विचार.....या ग्रथांत व्यक्त केले आहेत.

अ) दि प्रिन्सिपल्स ऑफ पोलिटिकल इकॉनॉमी.

ब) ऑन लिबर्टी

क) ऑटोबायोग्राफी

ड) कन्सिडरेशन ऑन रिप्रेझेंटेटिव्ह गर्व्हन्मेंट

६०) मिल यांच्या मतानुसार .... व ....हे स्वातंत्र्याचे दोन प्रकार आहेत.

अ) विचार स्वातंत्र्य व कार्य स्वातंत्र्य.

ब) नागरी स्वातंत्र्य व संचार स्वातंत्र्य.

क) धर्म स्वातंत्र्य व भाषण स्वातंत्र्य.

ड) नैसर्गिक स्वातंत्र्य व आर्थिक स्वातंत्र्य.

६१) ....ने मानवाच्या पूर्ण विकासासाठी विचार व भाषण स्वातंत्र्य अत्यंत आवश्यक मानले.

अ) बेथॅम ब) जे.एस.मिल क) डेव्हिडसन ड) हॉब्ज्

६२) मिल यांनी...........स्वातंत्र्य मनुष्याच्या चारित्र्यनिर्मितीसाठी आणि सामाजिक विकासाच्या दृष्टीने न्यायपूर्ण मानली.

अ) न्याय ब) नागरी

क) आर्थिक ड) कार्याची

६३) प्रो. डेव्हिडसन यांनी मिलच्या स्वातंत्र्याची पुढीलपैकी कोणती मूलभूत लक्षणे मानली?

१. वैयक्तिक इच्छा व भावनांना पूर्ण महत्त्व देणे.

२. समाजापेक्षा व्यक्तीला अधिक महत्त्व देणे.

३. मानवविकासात अडथळे निर्माणे करणाऱ्या परंपरा दूर करण्याचा उद्देश.

४. व्यक्तिगत विभिन्नता व विविधता नसावी.

अ) फक्त १ ब) १ व २ क) १, २, ३ ड) २ व ४

६४) मिलच्या स्वातंत्र्याच्या विचारांवर पुढीलपैकी कोणती टीका केली गेली?

१) मिल यांनी 'व्यक्ती' व 'समाज' ह्यांच्याकडे भिन्न दृष्टिकोनातून पाहिले आहे.

२) मिल यांनी व्यक्तिगत कार्यात पूर्ण स्वतंत्रता देण्यावर समर्थन केले.

३) मिल यांनी व्यक्ती स्वातंत्र्याचा पुरस्कार केलेला असला तरी स्वातंत्र्य रक्षणासाठी उपाययोजना केली नाही.

४) मिल यांनी स्वातंत्र्याचा पुरस्कार केलेला असला तरी मागासलेल्या देशांना स्वातंत्र्य द्यायला त्याने नकार दिला.

अ) फक्त १ ब) फक्त २ क) ३ व ४ ड) १,२,३,४

६५) ....च्या मते मिल यांनी अमूर्त व्यक्तिवाद आणि निकामी स्वातंत्र्य ह्यांचा पुरस्कार केला आहे.

अ) रूसो ब) बार्कर क) जेफरसन ड) स्पिनोझा

६६) ......च्या मते, मिलचे स्वतंत्रतेसंबंधी विचार उच्च प्रतीचे आहेत त्याचे राजकीय विचार त्याला मिल्टन, स्पिनोझा, व्हॉल्टेअर, रुसो, पेन, जेफरसन या शास्त्रज्ञांच्या श्रेणीत घेऊन जातात.

अ) जेफरसन ब) बार्कर क) मॅक्सी ड) व्होल्टेअर

६७) ....च्या मते राज्यच पूर्ण स्वातंत्र्याच्या प्राप्तीसाठी आवश्यक परिस्थिती निर्माण करू शकते.

अ) रूसो ब) कांट क) हेगेल ड) हॉबहाऊस

६८) 'स्वातंत्र्य हा मनुष्याचा विशिष्ट गुण आहे. एखाद्याचे स्वातंत्र्य नाकारणे म्हणजे त्याचे मनुष्यत्व नाकारण्यासारखे आहे.' असे कोणी म्हटले आहे ?

अ) हेगेल ब) हॉब हाऊस क) कांट ड) मॅकूआयव्हर

६९) 'मानवहृदयात स्वातंत्र्यासंबंधी जी सर्वोत्कृष्ट कल्पना आहे तिचे मूर्त स्वरूप म्हणजे राज्य होय.'

अ) हॉब्ज् ब) हेगेल क) स्पेन्सर ड) सेबाईन

७०) व्यक्तीने भावनेच्या आहारी न जाता राज्याला सर्वस्व अर्पण करून खऱ्या स्वातंत्र्याचा उपभोग घ्यावा असे हेगेल पुढीलपैकी कोणत्या कारणांमुळे म्हणाला?

१) व्यक्तिविकासासाठी स्वातंत्र्य आवश्यक असते व राज्यातील कायदे पाळण्यानेच स्वातंत्र्य प्राप्त होते.

२) व्यक्ती व राज्य ह्यांच्या इच्छेत अंतर पडते त्यावेळेस व्यक्तीची इच्छा स्वार्थी भावनेने प्रेरित होतें.

३) व्यक्तीला राज्यात सर्वोच्च स्थान प्राप्त होऊ शकते.

अ) फक्त १ ब) फक्त २ क) १ व २ ड) २ व ४

७१) हेगेलच्या मते, सामाजिक जीवन शक्य आहे कारण स्वातंत्र्य हे ....व .... सहकार्याशिवाय प्राप्त होऊच शकत नाही.

अ) समाज व व्यक्तीच्या ब) वर्ग व राजकीय पक्षाच्या

क) संघटना व दबावगटांच्या ड) राजकीय पक्ष व शासनसंस्थेच्या

७२) हेगेलच्या स्वातंत्र्याची कल्पना निरर्थक ठरण्यामागे पुढील कोणती कारणे सांगता येतील ?

१) हेगेलचे स्वातंत्र्याचे विचार आदर्श राज्यातील आहे. प्रत्यक्षातील राज्यात ते निरुपयोगी ठरतात.

२) हेगेलच्या स्वतंत्र्याच्या सिध्दान्तात नागरी व राजकीय स्वातंत्र्य प्रामुख्याने आढळते.

३) हेगेलने राज्याला सर्वोच्च नैतिकमूल्यांचा पालक समजले. राज्य व त्याचे

घटकांत खऱ्या अर्थाने संघर्ष होऊ शकत नाही याचाच अर्थ व्यक्तिस्वातंत्र्याची पायभरणी केलेली आहे.

४) आधुनिक काळातील ज्या अधिकारांचा स्वातंत्र्याशी घनिष्ठ संबंध येतो त्यांना हेगेलच्या राज्यात स्थान नाही.

अ) फक्त १ ब) फक्त २ क) १ व २ ड) १, ३ व ४

७३) **.......च्या मते हेगेलने राज्याला आध्यात्मिक सर्वोच्चता प्रदान केली तर दुसरीकडे वास्तविक सरकारला जे राजकीय कार्य प्रदान केले**

त य ा त

काहीच तारतम्य आढळत नाही. परिणामत: हेगेलच्या स्वातंत्र्याच्या सिध्दान्तात कोणत्याच प्रकारचा नागरिक किंवा राजकीय स्वातंत्र्याचा भाव नाही.

अ) हॅाबहाऊस ब) मॅक गव्हर्न क) कान्ट ड) सेबाईन

७४) **'स्वातंत्र्य म्हणजे मनुष्याने मन मानेल तसे कार्य करावे असा अर्थ नाही तर नैतिकतेला अनुकूल असणारेच कार्य करावे.' असे कोणी म्हटले आहे?**

अ) एडमंड बर्क ब) कॉलरीज क) ग्रीन ड) ऑक्सफोर्ड

७५) **ग्रीन यांनी मांडलेल्या स्वातंत्र्याच्या कल्पनेत पुढीलपैकी कोणते विचार आढळतात.**

१) मानवी जीवन सुंदर व्हावे हा स्वातंत्र्याचा उद्देश असतो.

२) व्यक्तीला तिच्या इच्छा पूर्ण करण्याचा अधिकार असला तर त्यासाठी दुसऱ्यांच्या इच्छेचा बळी जाता कामा नये.

३) मानवी जागृती केवळ चांगल्या कृतीसाठी किंवा कामासाठी स्वातंत्र्य देते.

४) नैतिक दृष्ट्या योग्य कार्य करण्याची संधी म्हणजे स्वातंत्र्य होय .

अ) फक्त १ व ४ ब) २ व ३ क) १,२ व ३ ड) १,२,३,४

७६) **मनुष्याला व्यक्तित्त्वाचा विकास करण्यास मिळालेली संधी म्हणजे स्वातंत्र्य होय. हे मत कोणाचे ?**

अ) ग्रीन ब) लास्की क) लेनिन ड) रूसो

७७) **.......ने मांडलेली व्यक्तिगत स्वातंत्र्याची कल्पना लास्कीला मान्य नाही.**

अ) रूसो ब) ग्रीन क) मिल ड) कांट

७८) लास्कीने स्वातंत्र्याचे पुढीलपैकी कोणते तीन प्रकार सांगितले?

अ) वैयक्तिक, राजकीय , आर्थिक

ब) वैचारिक, नागरी, भाषण

क) संचार, मुद्रण, धर्म

ड) संपत्ती संपादन करण्याचे, भाषण, संघटना.

७९) लास्कीने स्वातंत्र्य रक्षणासाठी पुढीलपैकी कोणते उपाय सांगितले?

१) समाजात कोणत्याही वर्गाला विशिष्ट सवलती नसाव्यात.

२) प्रत्येकाला समानसंधी असल्या पाहिजेत.

३) विशिष्ट वर्गाला विशेष सवलती दिल्या तर श्रेष्ठ कनिष्ठात्वाची भावना निर्माण होते.

४) राजकीय सत्तेवर एका विशिष्ट वर्गाचा एकाधिकार असावा.

अ) १ व २ ब) २ व ३ क) १,२,३ ड) फक्त ४

८०) १९४१ मध्ये अमेरिकेचे अध्यक्ष.........यांनी फोरफ्रिडमच्या घोषणेने 'आर्थिक गरजांपासून मानवाची मुक्तता' या महत्त्वपूर्ण तत्त्वाचा उल्लेख केला.

अ) प्रे. केनेडी ब) वुड्रो विल्सन क) रुझवेल्ट ड) आयसेनहॉवर

८१) यूनोची........समिती व तिच्या शाखा आर्थिक स्वातंत्र्य प्राप्त करून देण्यासाठी कार्य करीत आहेत.

अ) सुरक्षा ब) आर्थिक व सामाजिक

क) विश्वस्त ड) जागतिक आरोग्य

८२) समाजाच्या सदस्य म्हणून व्यक्तीला प्राप्त होणारे स्वातंत्र्य म्हणजे..........स्वातंत्र्य होय.

अ) राजकीय ब) आर्थिक क) नागरिक ड)वैयक्तिक

८३) ....हा स्वातंत्र्याला बाधक नसून पूरक असतो.

अ) कायदा ब) समाज क) राज्य ड) राज्यकर्ता

८४) समतेचा सर्वप्रथम अर्थ म्हणजे समाजात कोणत्याही व्यक्तीला विशेष अधिकार नसावेत. दुसरा अर्थ म्हणजे प्रत्येक व्यक्तीला आपल्या विकासासाठी पूर्ण संधी प्राप्त करून देणे.

अ) लॉर्ड ब्राईस ब) लॉक क) हेगेल ड) लास्की

८५) नकारात्मक समतेत पुढीलपैकी कोणता घटक येत नाही.

१) सर्व विशेष अधिकार राखून ठेवणे.

२) सर्वांना विकासाची समान संधी न देणे.

३) व्यक्तींना आपल्या गुणांचा, व्यक्तिमत्त्वाचा विकास करता येणे.

४) विशेष अधिकाराने इतर व्यक्तींच्या जीवनावर, विकासावर अनिष्ट परिणाम होतो.

अ) फक्त १ ब) फक्त २ व ३

क) फक्त ३ ड) फक्त ३ व ४

८६) .....यांनी समतेचे नागरिक, सामाजिक, राजकीय, नैसर्गिक समता असे चार प्रकारात वर्गीकरण केले.

अ) लास्की ब) लॉर्ड ब्राईस क) लॉक ड) ग्रीन

८७) नागरीसमता म्हणजे –

१) सर्व नागरिकांना अधिकार व स्वातंत्र्याचा उपभोग घेण्याची समान संधी देणे.

२) कायद्यासमोर सर्व व्यक्ती समान असतात.

३) राज्याकडून नागरिकांना जे अधिकार देण्यात येतात; ते सर्वांना सारख्या प्रमाणात प्राप्त करून देणे.

४) प्रत्येक नागरिकास राज्याद्वारे वंश, जाती, धर्म, लिंग इ. त्याच्या आधारावर कोणत्याही प्रकारे भेदभाव न करता समान स्वरूपात नागरिक अधिकार प्रदान करणे.

अ) फक्त १ व २ ब) फक्त ३ व ४

क) १,२,३,४ ड) २ व ३

८८) 'सामाजिक समता' म्हणजे –

१) समाजातील सर्व व्यक्तींना धार्मिक, सामाजिक व सांस्कृतिक क्षेत्रांत प्रतिष्ठेने व भेदभाव न करता जीवन जगण्याचा अधिकार होय.

२) समाजात कोणत्याही व्यक्तीला विशेष अधिकार दिले जाऊ नये.

३) व्यक्तीला तिच्या गुणांच्या आधारावर समाजात समान संधी देण्यात यावी.

४) धर्म, वंश, जाती या आधारावर कोणत्याही नागरिकास त्याच्या अधिकारापासून वंचित करणे.

अ) फक्त १ ब) फक्त २

क) १,२,३,४ ड) २ व ३

८९) 'राजकीय समता' म्हणजे–

१) प्रत्येक नागरिकाला समान स्वरूपात शासनकार्यात भाग घेण्याचा अधिकार असला पाहिजे.

२) शासनात भाग घेण्यासाठी नागरिकांना जे अधिकार मिळतात ते सर्वांना सारख्या प्रमाणात मिळले पाहिजे.

३) राजकीय स्थैर्य टिकविण्यासाठी 'राजकीय समता' आवश्यक असते.

अ) फक्त १,२ ब) १,२,३

क) फक्त २,३ ड) फक्त १,२ व ३

९०) मनुष्याची शक्ती आणि पराक्रम, मानसिक योग्यता, सृजनात्मक प्रवृत्ती आणि समाजाची सेवा, मनुष्याची शक्ती व पराक्रम, मानसिक योग्यता, सृजनात्मक प्रवृत्ती, समाजसेवा करण्याची शक्ती तसेच इच्छा व सर्वाधिक कल्पनाशक्ती या एकदुसऱ्यापासून भिन्न आहेत.

अ) जी. डी.एच. कोल ब) सबाईन

क) लॉक ड) डी. टॉकव्हिले

९१) 'पूर्ण आर्थिक समता असंभव आहे.' –

अ) ह्यूम ब) टॉकव्हिले

क) लॉर्ड ब्राईस ड) जी.डी.एच. कोल

९२) आर्थिक समता लोकशाहीचा आधार असणे असे पुढील कोणत्या पर्यायातून स्पष्ट होते ?

१) आर्थिक समतेशिवाय वर्गरचना होऊ शकत नाही.

२) आर्थिक समतेमुळे समाजातील असमता स्पष्ट होते.

३) प्रत्येक व्यक्तीच्या जीवनावश्यक गरजा पूर्ण होऊ शकणार नाहीत.

४) आर्थिक समतोलाशिवाय राजकीय स्वातंत्र्य किंवा राजकीय समतोल यांना कोणताच अर्थ उरत नाही.

अ) १ व २ ब) २ व ३

क) २,३,४ ड) ३ व ४

९३) बरोबर जोड्या जुळवा.

गटाखालील सांकेतिकांमधून योग्य उत्तर निवडा.

'अ' गट	**'ब' गट**
(न्यायासंबंधित सिद्धान्त)	**(राजकीय विचारवंत)**
क) तात्त्विक सिद्धान्त	१) स्टाईन, हॉब्ज, लॉक, रूसो
ख) धार्मिक सिद्धान्त	२) प्लेटो
ग) नैसर्गिक सिद्धान्त	३) कार्ल मार्क्स
घ) आर्थिक सिद्धान्त	४) सेंट थॉमस ॲक्विनॉस

सांकेतिके :

	क	ख	ग	घ
अ.	२	४	१	३
ब.	१	३	२	४
क.	३	२	४	१
ड.	४	१	३	२

९४) **'परमेश्वर सर्व सृष्टीचा निर्माता असल्यामुळे त्याने निर्माण केलेल्या नियमानुसार समाजातील व्यक्तीने वागणे, व्यवहार करणे म्हणजे न्याय तत्त्वानुसार वागणे होय.' असे कोणी म्हटले आहे?**

अ) प्लेटो ब) सेन्ट थॉमस ॲक्विनॉस

क) ॲरिस्टॉटल ड) लॉक

९५) **समाजातील व्यक्ती व वर्गात समन्वय, सहयोग साधणे म्हणजे .... होय.**

अ) स्वातंत्र्य ब) विचार क) समता ड) न्याय

९६) **'न्याय ही जशी एक मानवी गुणवत्ता असते त्याचप्रमाणे माणसांना परस्परांशी जोडणारे ते एक साधनही असते.'**

अ) सॉक्रेटिस ब) प्लेटो क) ॲरिस्टॉटल ड) लॉक

९७) **'न्याय हा सद्‌गुण होय' असे प्लेटोचे विवेचन पुढील कोणत्या पर्यायांच्याद्वारे स्पष्ट होते ?**

१. समाजातील पालकांचा वर्ग, सहाय्यकारी वर्गास, सर्वसामान्यांचा शेतकरी, कारागीर वगैरेचा वर्गांना मानवी आत्म्याचे अनुक्रमे विवेक, ओज, वासना असे तीन भाग असतात.

२. आत्म्याचा विवेकी भाग उत्कृष्टपणे कार्य करतो तेव्हा त्यातून 'शहाणपणा'

हा सद्‌गुण निष्पन्न होतो.

३.ओजस्वी भाग उत्कृष्ट असला की, धैर्य हा सद्‌गुण आणि वासनामय भाग उत्कृष्ट असला तर 'संयम' हा सद्‌गुण निष्पन्न होतो.

४. प्रत्येकच भाग उत्कृष्टपणे कार्य करीत असला की सबंध आत्म्याची स्थिती उत्कृष्ट असते व ही उत्कृष्ट स्थिती म्हणजे 'न्याय.'

अ) फक्त १ ब) फक्त १,२ क) १,२,३ ड) १,२,३,४

९८) प्रणित न्यायकल्पना मुख्यतः नैतिक तत्त्वज्ञानात्मक आहे.

अ) प्लेटो ब) ॲरिस्टॉटल क) रूसो ड) मॅक् आयव्हर

९९) प्लेटोने न्यायकल्पनेत व्यक्तीच्या ---- चा ऊहापोह केलेला आहे.

अ) कर्तव्यांचा ब) हक्कांचा क) अधिकारांचा ड) संपत्तीचा

१००) ॲरिस्टॉटलने व्यक्तीच्या ....वर भर दिला.

अ) समतेवर ब) अधिकारावर क) कर्तव्यावर ड) स्वातंत्र्यावर

१०१) ---- ची न्यायकल्पना ही वैधानिक स्वरूपाची व ठोस निकष सुचविणारी आहे.

अ) रूसो ब) हॉब्ज् क) ॲरिस्टॉटल ड) लॉक

१०२) ॲरिस्टॉटलने न्यायाचे ---- व ---- असे वर्गीकरण केले आहे.

अ) वैचारिक न्याय व सामूहिक न्याय.

ब) सर्वसाधारण न्याय व विशिष्ट न्याय.

क) कृतीशील न्याय व वर्गाधिष्ठित न्याय.

ड) वितरणात्मक न्याय व सुधारणात्मक न्याय.

१०३) 'सामाजिक व सार्वजनिक संबंधाच्या दृष्टीने अत्यावश्यक असे नैतिक गुण व चारित्र्य संपन्नता म्हणजे न्याय.' असे कोणी म्हटले आहे?

अ) प्लेटो ब) मॅक् आयव्हर

क) ॲरिस्टॉटल ड) बेंथॅम

१०४) ---- च्या मते 'न्याय सापेक्ष असावा, निरपेक्ष असू नये.'

अ) मॅक् आयव्हर ब) हॉब्ज् क) प्लेटो ड) ॲरिस्टॉटल

१०५) 'न्यायव्यवस्थेत सुधारणा करण्याच्या बाबतीत ---- चा मोठा हात आहे.'

अ) हॉब्ज् ब) बेंथॅम क) मॅकिएव्हेली ड) रूसो

१०६) 'न्यायाला विलंब लावणे म्हणजे न्यायास नाकारणे होय.' असे कोण म्हणाले ?

अ) जेरेमी बेंथॅम ब) बोदाँ क) सेंट थॉमस ऑक्विनास ड) ॲरिस्टॉटल

१०७) बेंन्थॅमच्या न्यायव्यवस्थेविषयीच्या विचारांनी --- मधील न्यायव्यवस्था आमूलाग्र बदलली गेली.

अ) अमेरिका ब) इटली क) फ्रान्स ड) इंग्लंड

१०८) बेंथॅमला ज्युरी पद्धती मान्य नव्हती. कारण–

अ) न्यायव्यवस्थेत तशी व्यवस्था नव्हती.

ब) जास्त न्यायाधीश असल्यास त्यांना जबाबदारीची जाणीव राहात नाही.

क) न्याय मंडळाचे प्राबल्य वाढेल.

ड) जनतेचा त्यास विरोध असेल.

१०९) नागरिक समाजाची कल्पना हे....च्या सिद्धान्ताचे महत्त्वाचे अंग आहे.

अ) हॉब्ज् ब) लॉक क) हेगेल ड) कांट

११०) हेगेलच्या मते नागरिक समाज म्हणजे राज्याचे असे स्वरूप आहे की ज्यामध्ये –

१) समाज हा स्वतंत्र व्यक्तीचा समूह असतो.

२) व्यक्ती संपूर्ण समाजातील अन्य घटकांच्या साहाय्याने आपल्या उद्दिष्ट प्राप्तीसाठी प्रयत्न करीत असते.

३) एक व्यक्ती दुसऱ्या व्यक्तीशी आवश्यकतेच्या सूत्रात बांधली जाते.

४) नागरिक समाज पूर्ण विकसित राज्यासाठी मार्ग प्रशस्त करतो.

अ) १ व २ ब) २ व ३

क) ३ व ४ ड) १,२,३ आणि ४

१११) नागरिक समाज बुद्धिमत्ता पूर्ण निरीक्षण आणि नैतिकता यांसाठी राज्यावर अवलंबून असते व राज्य आपल्या नैतिक प्रयोजनाच्या पूर्तीच्या साधनासाठी नागरिक समाजावर अवलंबून असते.

अ) ॲरिस्टॉटल ब) हेगेल क) थॉमस ग्रीन ड) कार्ल मार्क्स

११२) हेगेलच्या मते, राज्य साधन नसून साध्य आहे. कारण –

१) ते आपल्या उद्देशांच्या पूर्तीसाठी नागरिक समाजाचा उपयोग करून घेत असते.

२) एका विशिष्ट अर्थाने नागरिक सामाजाची निर्मिती करतो.

३) राज्याची सत्ता ही निरपेक्ष नसावी.

अ) फक्त १ ब) फक्त२ क) १ आणि २ ड) फक्त ४

११३) 'इतर संस्था आणि स्थानिक समुदाय ह्यांच्याशिवाय लोक म्हणजे मेंढरांचा कळप होय.' असे कोण म्हणाले ?

अ) बेंथॅम ब) सेंट ॲक्विनास क) मॅकगव्हर्न ड) हेगेल

११४) हेगेलने नागरीकसमाजाच्या विवेचनात मांडलेला मुद्दा म्हणजे....

१) राज्य निर्मिती ही व्यक्तिगत नागरीक मिळून होत नसते तर विभिन्न समुदायाचा सदस्य असलेल्या नागरिकांमुळे होते.

२) विभिन्न समुदायांचे सदस्यत्व प्रथम स्वीकारल्यानंतर राज्याचे गौरवपूर्ण नागरिकत्व त्याला प्राप्त होते.

३) राज्य व नागरिक, समाज यांच्यातील परस्परसंबंध समान असावेत.

अ) फक्त १ व २ ब) २ व ३ क) फक्त २ ड) फक्त ३

११५) 'नागरीकसमाजास व्यक्ती केवळ आपल्या हिताचा विचार करते हे तिचे विशेष हित असते. या उलट राज्याचे हित किंवा ध्येय फार उच्च असते. त्यासाठी व्यक्ती जीवित राहते.' असे कोण म्हणाले ?

अ) हॉबहाऊस ब) प्रो. स्टेस क) मॅकगव्हर्न ड) सेबाईन

११६) 'राज्य हे ब्रह्माचे विकसित रूप आहे. नागरिक समाज राज्यातच सफलता किंवा पूर्णत्व प्राप्त करू शकते.'

अ) हेगेल ब) हॉबहाऊस क) सेबाईन ड) लास्की

११७) 'कोणत्याही बाह्य अडचणीपासून स्वतंत्रतेने आपल्या जीवनाच्या विकासाचा मार्ग काढू शकेल अशी शक्ती म्हणजे स्वातंत्र्य होय.'

अ) लास्की ब) हेगेल क) ग्रीन ड) मॉन्टेस्क्यू

११८) 'राजकीय स्वातंत्र्य हे घटनात्मक स्वातंत्र्य असते व या आधारावर जनतेला आपले सरकार निवडण्याचा अधिकार प्राप्त होतो.'

अ) ॲक्विनॉस ब) जॅकॉक क) स्पेन्सर ड) हॉब्ज

११९) 'तीच व्यक्ती स्वतंत्र असते की जी आपल्या समाजाच्या इच्छेचे पालन करीत असते.' हे मत सांगणारे .....

अ) मॉकिएव्हेली ब) प्रो. हॉलंड

क) रूसो ड) जी. डी. एच. कोल

१२०) '..... स्वातंत्र्य हे नैतिक नियमांच्या पालनातच अंतर्भूत असते.'

अ) मार्क्सवादी ब) अराजकतावादी क) व्यक्तिवादी ड) आदर्शवादी

१२१) स्वातंत्र्याचा पुढीलपैकी कोणता अर्थ बरोबर आहे ?

अ) स्वातंत्र्य म्हणजे बंधनाचा अभाव.

ब) स्वातंत्र्य म्हणजे सर्वांना समान वागविणे.

क) स्वातंत्र्य म्हणजे समाजाने स्वीकृत अशी बंधने स्वीकारून कार्य करणे.

ड) स्वातंत्र्य म्हणजे स्वेच्छेनुसार कार्य करणे.

१२२) 'स्वातंत्र्य' व 'समते'चा संबंध पुढीलपैकी कोणत्या स्वरूपाचा सांगता येईल ?

अ) परस्पर पूरक ब) परस्परांच्या विरोधी

क) एकाच्याच नियंत्रणाखाली ड) असंबद्ध स्वरूपाचा

१२३) 'स्वातंत्र्य हे एका मृत शरीरासारखे असून त्याला मी लाथ मारतो. इटलीला व्यवस्था व शिस्त हवी आहे, स्वातंत्र्य नाही. कायदा आणि राज्य हे व्यक्तिगत स्वातंत्र्याचे सर्व श्रेष्ठ स्वरूप आहे.' असे कोणाचे उद्‌गार आहेत?

अ) हिटलर ब) स्पेन्सर क) मुसोलिनी ड) लॉर्ड एक्टन

१२४) पुढीलपैकी कोणते विधान राजकीय स्वातंत्र्याच्या बाबतीत चूक आहे ?

अ) राजकीय स्वातंत्र्य फक्त राज्यातील नागरिकांना दिले जाते.

ब) राजकीय स्वातंत्र्य राज्यातील नागरिक व विदेशी असे दोघांनाही दिले जाते.

क) राजकीय स्वातंत्र्य हे व्यवहारात लोकशाहीला पर्याय आहे.

ड) जनतेला सरकार निवडून देण्याचा अधिकार म्हणजे राजकीय स्वातंत्र्य.

१२५) 'नागरिक स्वातंत्र्याच्या संबंधात पुढीलपैकी कोणती बाब चुकीची आहे.'

अ) सरकार निवडण्याचा अधिकार ब) नागरी अधिकार

क) विचार व धार्मिक स्वातंत्र्य ड) जीवनातील संकटा पासून मुक्तता

१२६) 'समानतेच्या तीव्र इच्छेमुळे स्वातंत्र्याची आशा नष्ट झाली,' असे कोणाचे मत आहे ?

अ) डी. टॉकव्हिले ब) लॉर्ड एक्ट

क) ऑस्टिन ड) हेगेल

१२७) पुढीलपैकी कोणत्या घटनेतून असमानतेविरुद्ध विरोध दर्शविला गेला ?

अ) अमेरिकेचे स्वातंत्र्य युद्ध ब) १७८७ ची फ्रान्सची क्रांती

क) इंग्लंडची १६८८ ची क्रांती ड) रशियाची १९१७ ची क्रांती

१२८) समानतेच्या संदर्भात पुढीलपैकी कोणते विधान योग्य ठरते.

अ) जात, वंश, लिंग, संप्रदाय इत्यादींच्या आधारावर भेदभाव न करणे.

ब) सर्व व्यक्तींना समान संधी उपलब्ध करून देणे की ते जेणे करून आंतरिक शक्तीचा विकास करतील.

क) विशेष देण्यात येणाऱ्या सोयीसवलतींचा अभाव.

ड) व्यवहारात समानता.

१२९) समानतेचा पुढीलपैकी कोणता नकारात्मक अर्थ योग्य ठरेल?

अ) व्यक्तिगत विकास साधण्यासाठी समान संधी प्राप्त होणे.

ब) शासक वर्गाला विशेष अधिकार.

क) दुर्बल वर्गांना विशेष संरक्षण.

ड) विशेष अधिकारांचा अभाव.

१३०) समतेचा पुढीलपैकी कोणता सकारात्मक अर्थ योग्य म्हणता येईल ?

अ) समाजातील सर्व वर्गांच्या प्राथमिक गरजांची पूर्तता.

ब) निसर्गनिर्मित समानतेचे तत्त्व.

क) कायद्याचा आधार.

ड) सर्वांना पुरेशा संधीची उपलब्धता.

१३१) पुढीलपैकी कोणत्या एका विधानाचा नागरी समतेत समावेश करता येत नाही.

अ) नागरी समतेचे स्वरूप अवैधानिक असते.

ब) कायद्यासमोर कोणत्याही व्यक्तीबाबत भेदभाव केला जाणार नाही.

क) प्रत्येक व्यक्तीला समान हक्क व अधिकार प्राप्त होतील.

ड) सर्व व्यक्तींना समान संधी प्राप्त होईल.

१३२) लोकशाहीचा मूलभूत आधार म्हणून पुढीलपैकी कोणत्या एका समतेकडे पाहता येते.

अ) सामाजिक समता　　　　ब) धार्मिक समता

क) राजकीय समता　　　　ड) नागरी समता

१३३) लोकशाहीचे पुढीलपैकी कोणते दोन आधारस्तंभ आहेत असे म्हणता येते ?

अ) स्वातंत्र्य व समता　　　　ब) स्वातंत्र्य व न्याय

क) स्वातंत्र्य व कायदा　　　　ड) स्वातंत्र्य व समाज

१३४) पुढीलपैकी कोणती जोडी विसंगत ठरते.

अ) राजकीय समता लोकशाहीचा मूलभूत आधार.

ब) समता म्हणजे स्वातंत्र्य.

क) नागरी समता म्हणजे धर्मनिरपेक्षतेची अट.

ड) आर्थिक स्वातंत्र्य व्यक्तीला आपल्या उदरनिर्वाहार्थ योग्य सोयी व संरक्षणाची प्राप्ती.

१३५) जॉन रॉल्स यांनी कायद्याच्या अधिराज्याच्या संकल्पनेत पुढीलपैकी कोणत्या मतांचा पुरस्कार केला ?

१) कायद्याच्या सिद्धान्तात काही गृहीतकांचा समावेश असल्याने त्या कायद्याचे वर्णन करणे सहज शक्य असते.

२) कायदा अस्तित्वात असल्याशिवाय गुन्हा घडत नाही म्हणून कायदा जाहीर करण्याची मागणी करणे व त्याचे पालन होणे आवश्यक आहे.

३) नैसर्गिक न्यायाच्या हेतूची व्याख्या करणे आवश्यक असते.

४) नीतीनियमाचे तत्त्व म्हणजे समान वादांना सारखेच महत्त्व देणे.

अ) फक्त १　　　　ब) फक्त २

क) फक्त ३　　　　ड) १,२,३ आणि ४

१३६) जॉन रॉल्स यांना कायद्याच्या अधिराज्याच्या संकल्पनेत पुढीलपैकी कोणत्या बाबी आवश्यक वाटतात.

१) कोणताही मनुष्य त्याने केलेल्या गुन्ह्याची न्यायमीमांसा करू शकत नाही; तसेच कायद्याचे निर्बंध बाजूला ठेवावयाचे नसतात.

२) न्यायाधीश प्रामाणिक व नि:पक्षपाती असणे आवश्यक आहे.

३) न्यायाचे वि-नियमन करण्यासाठी त्याची पूर्णपणे कायद्याच्या निर्बंधांशी सुसंगती असणे आवश्यक आहे.

अ) फक्त १ ब) फक्त २

क) १, २ व ३ ड) फक्त ४

१३७) .... यास न्यायनिर्णय संकल्पनेचा प्रणेता असे संबोधले जाते.

अ) मोझिक ब) जॉन रॉल्स क) मार्टिन ल्यूथर ड) क्रोपोट्किन

१३८) मोझिक यांचा .... सिद्धान्त महत्त्वाचा मानला जातो.

अ) राज्यविषयक ब) सामाजिक क) न्याय वितरण ड) समतेचा

१३९) .... म्हणजे विधिनियमांना अनुसरून स्वातंत्र्याचा उपभोग घेणे होय.

अ) विचार ब) राजकीय स्वातंत्र्य क) स्वराज्य ड) नैतिक मूल्ये

१४०) व्यक्तीला उद्देशपूर्ण जीवन जगण्यासाठी स्वराज्याची आवश्यकता असते असे .... चे मत होते.

अ) लोकमान्य टिळकब) ना. गोखले

क) आगरकर ड) म. गांधी

१४१) स्वराज्य ही एक नैतिक आज्ञा (Moral imperative) असून स्वराज्याचे महत्त्व व्यक्तीच्या व राज्याच्या दृष्टीने सारखेच असेल असे पुढीलपैकी कोणत्या विधानावरून म्हणता येईल ?

अ) राज्याचे अस्तित्व हे धर्मरक्षणार्थ व संवर्धनासाठी असल्याने स्वराज्याविना धर्मसंरक्षण व संवर्धन अशक्य असते.

ब) स्वराज्य हा शासनाचा प्रमुख विभाग आहे.

क) स्वराज्य हे व्यक्तीच्या जीवनास पूरक आहे.

ड) स्वराज्यामुळे समाजिक मूल्यांची जोपासना होते.

१४२) लोकमान्य टिळकांनी स्वराज्य प्राप्तीकडे प्रथम लक्ष केंद्रित केले ते पुढील कोणत्या विधानाशी सुसंगत ठरते ?

अ) राजकीय सुधारणा होणे आवश्यक आहे.

ब) स्वराज्य असल्याखेरीज व्यक्तिगत जीवन व भारतीय समाजजीवन यास कसलाही अर्थ नाही.

क) सामाजिक सुधारणा होणे महत्त्वाचे ठरते.

ड) समाजव्यवस्था स्थिर होण्यासाठी आवश्यक ठरते.

१४३) लोकमान्य टिळकांची स्वराज्याची कल्पना पूर्णपणे .... स्वरूपाची होती.

अ) वैचारिक ब) नैतिक क) राजकीय ड) लोकशाही

१४४) 'स्वराज्यात सर्व प्रश्न सामाविलेले असतात. स्वराज्यावर अवलंबून नाही असा एकही प्रश्न असू शकत नाही.' असे कोणाचे मत होते ?

अ) अरविंद घोष ब) म. गांधी क) लोकमान्य टिळक ड) कौटिल्य

१४५) 'आम्ही स्वराज्याची मागणी प्रथम करतो कारण स्वराज्य हाच आमचा भविष्यकाळातील उन्नतीचा पाया आहे. भविष्यात उन्नती प्राप्त करून घेण्याचे स्वराज्य हे एक माध्यम आहे.'

अ) लोकमान्य टिळकब) अरविंद घोष

क) सावरकर ड) न्या. रानडे

१४६) 'ज्या स्वराज्याच्या ध्येयाचे स्वरूप आम्हास अभिप्रेत आहे ते स्वराज्य दैवी प्रजासत्ताक स्वरूपाचे आहे.'

अ) म. गांधी ब) बिपीनचंद्र पाल क) लोकमान्य टिळक ड) आगरकर

१४७) 'या राज्याचे संपूर्ण विश्वाच्या रचनेशी सुसंवादित्व राहील व ज्या राज्यातील व्यक्तींना आपले उद्दिष्टयुक्त जीवन जगणे शक्य होईल. या दृष्टीनेच स्वराज्य हा संपूर्ण जीवनाचा पाया आहे.'

अ) अरविंद घोष ब) बिपीनचंद्र पाल क) लोकमान्य टिळक ड) म. गांधी

१४८) ॲरिस्टॉटलने .... या ग्रंथातील पाचव्या व सहाव्या भागात क्रांतीविषयक विचार मांडले.

अ) दि कॉन्स्टिट्यूशन ब) दि पॉलिटिक्स

क) रिपब्लिक ड) दि लॉज

१४९) ॲरिस्टॉटलच्या मते ... च्या मार्गाने राज्यप्रशासनात बदल घडवून आणले पाहिजे.

अ) शांततेच्या ब) क्रांतीच्या क) संघर्षाच्या ड) संप व हरताळ यांच्या

१५०) ॲरिस्टॉटलने राज्यशास्त्रीय दृष्टिकोनातून क्रांतीविषयक ... विचार मांडले.

अ) आदर्शवादी ब) काल्पनिक क) वैचारिक ड) वास्तववादी

१५१) ॲरिस्टॉटलने क्रांतीचे प्रामुख्याने कोणते तीन प्रकार पाडले?

अ) सामाजिक, राजकीय, नैतिक ब) पूर्ण, आंशिक, व्यक्तिगत

क) वर्गीय, सामुदायिक, सांप्रदायिक ड) आर्थिक, सामाजिक, तात्त्विक

१५२) ॲरिस्टॉटलने क्रांती होण्यामागील कोणत्या कारणांचे वर्गीकरण केले?

अ) सर्वसाधारण व विशिष्ट शासनप्रकारातील कारणे

ब) नागरी व सामुदायिक स्वरूपाचे

क) राजकीय व धार्मिक

ड) सामाजिक व वर्गीय

१५३) जॉनच्या कोणत्या ग्रंथातून क्रांतीचे समर्थन व भविष्यकालीन उदारमतवादाचे बीज आढळून येते?

अ) 'लेटर्स ऑन टॉलरेशन'

ब) 'टू ट्रिटीज ऑन गव्हर्न्मेंट'

क) 'एसे कन्सर्निंग ह्यूमन अंडरस्टँडिंग'

ड) 'दि फंडामेन्टल ऑफ कॉन्स्टिट्यूशन ऑफ कॅरोलिन'

१५४) लॉकच्या मते जनतेला क्रांती करण्याचा अधिकार प्राप्त होतो; तो पुढील कारणावरून –

अ) शासन निरंकुश बनून प्रजेच्या हिताकडे दुर्लक्ष करीत असेल तर शासकाविरुद्ध विद्रोह अथवा क्रांती करण्याचा अधिकार आहे.

ब) शासनाने कायद्यांची अंमलबजावणी केली तर

क) नागरीसमाजातील समस्यांमध्ये वाढ झाली तर

ड) व्यक्तीच्या स्वातंत्र्यावर बंधने आणत असेल तर

१५५) 'जेथे कायदा नाही तेथे स्वातंत्र्य नाही.'' – हे कोणाचे मत ?

अ) टी. एच. ग्रीन ब) सेबाईन क) लॉक ड) रूसो

१५६) जॉन लॉकच्या क्रांतीविषयी विचारांमध्ये पुढील बाबींचा समावेश होतो.

१) व्यक्तीचे जीवन, स्वातंत्र्य, संपत्तीरक्षण या अधिकाराची पूर्तता होत नसेल तर त्याविरुद्ध जनतेने क्रांती केली पाहिजे.

२) शासन जनतेच्या हिताशी खेळत असेल तर जनतेला विद्रोह करण्याचा अधिकार आहे.

३) कार्यकारी प्रतिनिधीसभा मन मानेल तसे कायदे करू लागली तसेच स्वेच्छाचारी आचरण ठेवू लागली तर ती सभा नष्ट करण्याचा अधिकार प्रजेला आहे.

अ) फक्त १ ब) फक्त २

क) फक्त ३ ड) १, २, ३

१५७) मार्क्सच्या मते ... देशात क्रांती आवश्यक नाही.

अ) साम्यवादी ब) समाजवादी क) प्रजातंत्रात्मक ड) हुकूमशाही

१५८) .... ने मार्क्सवादाला मूलभूत स्वरूपात क्रांतीकारी ठरविले.

अ) लेनिन ब) बाकुनिन क) एंगेल्स ड) क्रोपोटकिन

१५९) ....च्या मते राज्यक्रांतीनेच विलयास जाईल तसेच समाजवादी मार्गाकडे जाण्याचा एकमात्र उपाय क्रांतीच आहे.

अ) लेनिन ब) मार्क्स क) एंगेल्स ड) माओ

१६०) .....ने क्रांतिकारी सिद्धान्ताला सार्वभौमिक स्वरूप देण्याचा प्रयत्न केला.

अ) लेनिन ब) मार्क्स क) बाकुनिन ड) एंगेल्स

१६१) लेनिनला क्रांतीविषयी पुढील कोणती कल्पना मान्य नव्हती.

अ) जनतेच्या सहभागाची.

ब) शासनाच्या नियंत्रणाची.

क) द्वंद्ववादी प्रक्रिया आपोआप क्रांती निर्माण करील.

ड) प्रजातंत्रात्मक देशात क्रांतीची आवश्यकता नाही.

१६२) लेनिनने जगातील क्रांतीचे गहन अध्ययन करून पुढीलपैकी कोणत्या आवश्यक गोष्टी क्रांती सफल होण्यासाठी सांगितल्या–

१) भावनेच्या भरात क्रांती न करता पूर्ण विचाराने करावी.

२) शत्रू संघटित होऊन विद्रोह दाबणार नाही याची काळजी घेणे व त्यासाठी निश्चित स्थळ, काळ, वेळ ठरवून पूर्ण शक्ती पणास लावणे.

३) ज्यावेळीस जुन्या शासकाचे समर्थक विभाजित राहतील अशावेळी क्रांती करावी.

४) आक्रमणशील व दृढ प्रतिज्ञा असलेल्या क्रांतिकारकांचा एक पक्ष असावा की, ज्यांना आपल्या ध्येयाची पूर्ण जाणीव असावी तसेच तो सामान्य जनतेच्या संक्रिय असंतोषाचे समर्थन प्राप्त करेल.

पर्याय :

अ) १, २ ब) २ व ३

क) ३ व ४ ड) १, २, ३ आणि ४

१६३) लेनिनच्या मते, ... मधील क्रांती ही मार्क्सच्या सिद्धान्तानुसार झालेली आहे.

अ) इंग्लंड ब) फ्रान्स क) रशिया ड) चीन

१६४) .... ने १९४९ मध्ये चीनमध्ये राज्यक्रांती घडवून आणली.

अ) माओ – त्से – तुंग ब) डॉ. सन् – यत् – सन

क) चौ – एन – लाय ड) मांचू राजवटी

१६५) 'साम्राज्यशाहीची साखळी जेथे सर्वात कमजोर होईल तेथील दुवा तोडूनच कामगार क्रांती घडून येते.'

अ) मार्क्स ब) लेनिन क) बाकुनिन ड) एंगेल्स

१६६) .... याने रशियापेक्षाही औद्योगिक दृष्ट्या मागासलेल्या देशात १९४९ मध्ये राज्यक्रांती घडवून आणली. असे कोणी म्हटले?

अ) लेनिन ब) चौ – एन – लाय

क) माओ – त्से – तुंग ड) डॉ. सन् – यत्–सेन

१६७) 'प्रस्थापित राजनैतिक व्यवस्थेला दिलेले असे आव्हान की, ज्यामुळे जुन्या राजकीय व्यवस्थेत परिणामकारक किंवा आमूलाग्र असा शांततामय बदल होतो.' – हे कोण म्हणाले?

अ) रॉबर्ट डाल ब) हॅरी एकस्टिन क) कार्ल फ्रेडरिक ड) जॉन्सन

१६८) 'क्रांती या शब्दातच भीती, जोर, जबरदस्ती, धमकी यांचा समावेश होतो.'

अ) हेरॉल्ड लास्वेल ब) पीटर आमन क) जॉन डन ड) रॉबर्ट डाल

१६९) 'राजकीय क्षेत्रातील संविधान, नियम आणि धोरण बदलविण्यासाठी हिंसाचारी मार्गाचा अवलंब करणे म्हणजे राजकीय क्रांती होय. 'हे मत कोणाचे ?'

अ) हॅरी एकस्टिन ब) जॉन्सन क) पीटर आमन ड) जॉन डन

१७०) 'प्रचलित राजवट, शासन किंवा समाजव्यवस्थेमध्ये हिंसाचाराच्या मार्गाने बदल घडविणे म्हणजे राजकीय क्रांती होय.' – हे कोण म्हणाले ?

अ) रॉबर्ट डाल ब) जॉन्सन क) पीटर आमन ड) लास्वेल

१७१) 'राज्याच्या सत्ताविषयक मालकीमध्ये बदल घडवून आणणारी प्रक्रिया म्हणजे राजकीय क्रांती होय.'

अ) पीटर आमन ब) लास्वेल क) जॉन डन ड) लेनीन

१७२) 'क्रांती' म्हणजे सत्ताधारी वर्गामध्ये होणारे परिवर्तन होय.

अ) जॉन डन ब) हेरॉल्ड लास्वेल

क) पीटर आमन ड) जॉन्सन

१७३) 'राजनैतिक नियंत्रण न करण्याच्या परिणामांमुळे संभ्रांत वर्गात झालेले परिवर्तन म्हणजे 'क्रांती' होय.'

अ) श्लेझनिक ब) ॲरिस्टॉटल क) जॉन डन ड) लास्वेल

१७४) 'कोणत्याही क्षेत्रातील अन्यायाचे परिमार्जन करण्यासाठी एक परिवर्तन आणणारी प्रक्रिया आहे.'

अ) ब्रूम व स्लेझनिक ब) जॉन डन

क) लास्वेल ड) बहरलाल

१७५) क्रांतीचे पुढीलपैकी कोणते प्रकार सांगता येतील?

अ) उदारवादी, साम्यवादी, सीमित व असीमित, वास्तविक, नकारात्मक व सकारात्मक

ब) सामाजिक, राजकीय, आर्थिक, वर्गीय

क) व्यक्तिगत, संघटनात्मक, पक्षीय, राजकीय

ड) वरीलपैकी कोणतेही नाही

१७६) क्रांतीचा उद्देश ... हा असतो.

अ) व्यक्तीच्या आशा-आकांक्षा पूर्ण करणे.

ब) प्रस्थापित व्यवस्था निर्माण करणे.

क) लोकांना संघटित करणे.

ड) शासनाच्या क्रियाशीलतेसाठी.

१७७) क्रॉनी हौसरने क्रांतीचे पुढीलपैकी कोणते सामाजिक कारण सांगितले?

अ) समाजात अतिशय वेगाने परिवर्तन झाल्यास.

ब) पारंपरिक मूल्ये नष्ट होऊन त्यातून प्रमाणकहीन व विघटनावादी तत्त्वज्ञान निर्माण होऊन ते जनतेच्या असंतोषाला कारणीभूत ठरते.

क) बहुसंख्य वर्गाकडे दुर्लक्ष होणे.

ड) शासनाच्या अकार्यक्षमतेतून.

१७८) ॲरिस्टॉटलने सांगितलेली राज्यक्रांतीची कारणे पुढीलपैकी कोणत्या विधानातून सांगता येतील?

अ) अन्यायी धोरण, आर्थिक विषमता, शासनसमतेचा दुरुपयोग

ब) वर्गीय विषमता, जाती-जातीतील विषमता, आर्थिक शोषण

क) वरिष्ठ - कनिष्ठ वर्ग, शासनकर्त्यांचे धोरण, पक्षीय राजकारण

ड) वरीलपैकी कोणतेही नाही.

१७९) ॲरिस्टॉटलने क्रांती टाळण्यासाठी पुढीलपैकी कोणत्या उपायायोजना सांगितल्या आहेत ?

१) समानतेचे धोरण. २) संविधानाविषयी आदर निर्माण करणे.

३) शिक्षण प्रचार.

पर्याय :

अ) फक्त १ ब) फक्त २ क) १, २ आणि ३ ड) कोणतेही नाही

१८०) 'क्रांती ही सामाजिक असंतुलनाचा परिणाम आहे.' कोण म्हणाले ?

अ) कार्ल मार्क्स ब) क्रेन ब्रिंटन

क) लेनिन ड) जेम्स डेव्हिस

१८१) उदारवादी किंवा प्रतिक्रियावादी क्रांतीमध्ये

अ) शक्तीचे निर्णायक प्रदर्शन केले जाते.

ब) सामाजिक संतुलन साधण्याचा प्रयत्न केला जातो.

क) शासनातील दुरुपयोग करणारे सत्ताधारी नष्ट करून कल्याणकारी शासकांची निर्मिती केली जाते.

ड) वरीलपैकी कोणतेही नाही.

१८२) ....यांनी भारताच्या स्वातंत्र्यासाठी नि:शस्त्र क्रांतीचा पुरस्कार केला.

अ) लोकमान्य टिळक ब) म. गांधी

क) न्या. रानडे ड) सावरकर

१८३) लोकशाही व्यवस्थेत जनतेच्या राजकीय सहभागाचे प्रमाण जास्त असते. कारण

अ) व्यक्तीला वर्तन स्वातंत्र्य मोठ्या स्वरूपात उपलब्ध असते.

ब) राजकीय व तसेच हितसंबंधी गट सरकारला विरोध करतात.

क) लोकशाही शासनव्यवस्थेमध्ये जनतेच्या राजकीय सहभागाची संधी मिळत नाही.

ड) वरीलपैकी कोणतेही नाही.

१८४) रॉबर्ट डाल यांनी जनतेच्या राजकीय सहभागाची पुढीलपैकी कोणती कारणे सांगितली ?

१) जनतेचा राजकीय सहभाग घेण्यामुळे फायदा व्हावा किंवा बक्षीस मिळवण्याची अपेक्षा असते.

२) सार्वजनिक प्रश्न सोडविण्यासाठी वेगवेगळे पर्याय असतात त्यातील एखादा पर्याय व्यक्तीला योग्य वाटतो.

३) व्यक्तीला प्रसंगानुरूप त्याच्या परिणामकारक प्रभावाचा आत्मविश्वास असतो.

४) सार्वजनिक प्रश्नांची जाण काही व्यक्तींना असते.

अ) फक्त १ ब) फक्त २ क) १ व ३ ड) १, २, ३ आणि ४

उत्तरे :

१ – अ	२७ – क	५३ – क	७९ – अ
२ – क	२८ – अ	५४ – ब	८० – क
३ – ब	२९ – ड	५५ – अ	८१ – ब
४ – ड	३० – क	५६ – ड	८२ – क
५ – ब	३१ – ब	५७ – क	८३ – अ
६ – अ	३२ – ब	५८ – ब	८४ – ड
७ – क	३३ – अ	५९ – क	८५ – अ
८ – अ	३४ – क	६० – ब	८६ – ब
९ – ब	३५ – ड	६१ – अ	८७ – क
१० – क	३६ – ब	६२ – ब	८८ – क
११– अ	३७ – ब	६३ – ड	८९ – क
१२ – ब	३८ – ब	६४ – क	९० – ब
१३ – ब	३९ – क	६५ – ड	९१ – अ
१४ – ब	४० – ड	६६ – ब	९२ – क
१५ – अ	४१ – ड	६७ – क	९३ – क
१६ – ब	४२ – ब	६८ – क	९४ – अ
१७ – अ	४३ – क	६९ – अ	९५ – ब
१८ – ब	४४ – अ	७० – ब	९६ – ड
१९ – क	४५ – अ	७१ – क	९७ – ब
२० – क	४६ – अ	७२ – अ	९८ – ड
२१ – क	४७ – ब	७३ – ड	९९ – ब
२२ – अ	४८ – क	७४ – ड	१०० – अ
२३ – ड	४९ – क	७५ – क	१०१ – ब
२४ – ड	५० – अ	७६ – ड	१०२ – क
२५ – क	५१ – ब	७७ – ब	१०३ – ब
२६ – ब	५२ – अ	७८ – क	१०४ – क

१०५ - ड
१०६ - ब
१०७ - अ
१०८ - ड
१०९ - ब
११० - क
१११ - ड
११२ - ब
११३ - क
११४ - ड
११५ - अ
११६ - अ
११७ - अ
११८ - ब
११९ - क
१२० - ड
१२१ - क
१२२ - अ
१२३ - क
१२४ - ब
१२५ - अ
१२६ - ब
१२७ - ब
१२८ - ड
१२९ - ड
१३० - ड
१३१ - अ
१३२ - क
१३३ - अ
१३४ - ब
१३५ - ड
१३६ - क
१३७ - ब
१३८ - क
१३९ - क
१४० - अ
१४१ - ब
१४२ - ड
१४३ - क
१४४ - अ
१४५ - ब
१४६ - क
१४७ - ब
१४८ - अ
१४९ - ड
१५० - ब
१५१ - अ
१५२ - ब
१५३ - अ
१५४ - क
१५५ - ड
१५६ - क
१५७ - अ
१५८ - ब
१५९ - अ
१६० - क
१६१ - ड
१६२ - क
१६३ - क
१६४ - ब
१६५ - क
१६६ - क
१६७ - ड
१६८ - अ
१६९ - ब
१७० - अ

विभाग अ

प्रकरण ५

लोकशाही

- ✡ अर्थ आणि लोकशाही विषयक सिद्धान्त
- ✡ निवडणूक व्यवस्था
- ✡ प्रतिनिधित्वाचे व सहभागाचे प्रकार
- ✡ राजकीय जबाबदारी

महत्त्वाचे मुद्दे

✡ इंग्रजीतील 'Democracy' याचा मराठीत अर्थ 'लोकशाही' असा आहे. Democracy हा शब्द लॅटिन भाषेतील Demokratia यापासून तयार झालेला आहे. Demos आणि Krutos या दोन शब्दांचे संयुग आहे. Demos चे इंग्रजीत पर्यायीरूप people (लोक) आणि Kratios 'Power' की ज्याचा मराठीत अर्थ 'सत्ता' असा होतो.

✡ शब्दाच्या उत्पत्तीनुसार 'लोकशाही' याचा अर्थ लोकांची सत्ता किंवा शासन होय.

✡ इसवी सनापूर्वी पाचव्या शतकात हिरोडोटसने लोकशाही ही एक समाज-व्यवस्था मानली. ॲरिस्टॉटलने राज्याच्या वर्गीकरणात लोकशाही हा एक विकृत प्रकार मानला.

✡ लोकशाहीचे उद्दिष्ट म्हणजे मानवाचे सुख व न्याय हे अंतिम साध्य मानून, त्याला स्वत:चा विकास करून घेणे शक्य व्हावे अशी स्थिती निर्माण करणे हे आहे.

✡ लोकशाही शासनपद्धतीच्या विवेचनावर जॉन स्टुअर्ट मिल, अब्राहम लिंकन, लॉर्ड ब्राईस, डायसी, लॉवेल, सिली, मॅकूआयव्हर, सर स्टॅफर्ड क्रिप्स, पीटर मर्कल यांनी भर दिला.

- ✡ अब्राहम लिंकनची 'लोकशाही' बाबतची 'व्याख्या' 'लोकांचे, लोकांनी व लोकांसाठी चालविलेले शासन म्हणजे लोकशाही' प्रसिद्ध आहे.
- ✡ लोकशाही राज्य याचा अर्थ जनता सार्वभौम असते व तिचे शासनावर अंतिम व सर्वोच्च नियंत्रण राहते. जनतेचे स्वातंत्र्य, समता, अधिकार व न्याय यांच्या रक्षणाचे राज्यावर दायित्व असते.
- ✡ लोकशाही ही एक मूलव्यवस्था असून प्रत्येक व्यक्तीला तिच्या व्यक्तित्व विकासाची संधी, लोकशाही मूल्यांवरील श्रद्धा, त्यांचे जतन करण्याची प्रवृत्ती व त्या सर्वांना पोषक अशी परिस्थिती निर्माण करण्याचा निर्धार व प्रयत्न म्हणजे लोकशाही जीवनाचे तत्त्वज्ञान आहे.
- ✡ ग्रॅहॅम वालेस, मॅक्सी, लिंडसे, लिप्सेट या विचारवंतांनी वरील भूमिकेचे समर्थन केले आहे.
- ✡ लोकशाहीत संविधानाची सर्वोच्चता, समान प्रतिनिधित्व, गुप्त मतदान, स्वतंत्र न्यायव्यवस्था, अभिव्यक्तिस्वातंत्र्य, निर्भय वर्तमानपत्रे, जबाबदार व प्रभावशाली राजकीय पक्ष, लोकमत, स्वतंत्र वातावरणातील व निश्चित काळाने होणाऱ्या निवडणुका या साधनांद्वारे धोरण निर्धारण करणाऱ्या सर्वोच्च सत्ताकेंद्राचे नियंत्रण करण्याचा प्रयत्न होत असतो.
- ✡ आयव्हर ब्राऊन यांच्या मते, लोकशाहीचे अस्तित्व, यशापयश यांना विशिष्ट परिस्थिती, मानसिक अवस्था यांचा आधार आवश्यक असतो. त्यात लोकांची कृतिशील इच्छाशक्ती, बंधुत्वाची भावना, सहिष्णुता, व्यक्तीविकासाला योग्य संधी, सक्रिय कार्याचे तत्त्व हे पाच आधार सांगितले.
- ✡ सर हेन्री मोन, कार्लाईल, रस्कीन, लेकी, मेकॉसे यांनी टीका केलेली आहे.
- ✡ लोकशाही ही जनतेच्या राजकीय शिक्षणाची प्रयोगशाळा असून त्यात लोकांना स्वयंशासनाचे शिक्षण मिळते.
- ✡ लोकशाहीत चर्चा, मध्यस्थी, सामंजस्य, बहुमताने निर्णय घेण्यावर व सनदशीर पद्धतीने सत्ता बदल करण्यावर भर असतो. तसेच लोकशाही शासनावर टीका किंवा विरोध दर्शवून असंतोष व्यक्त करता येतो व स्वतःच्या मागण्या व अपेक्षा अभिव्यक्त करता येतात. त्यामुळे या शासनपद्धतीत क्रान्तीची शक्यता उभी असते.
- ✡ लोकशाहीत व्यक्तीपेक्षा विधिनियम व संविधान श्रेष्ठ असून त्यासमोर सर्व लोक समान आहेत असे तत्त्व मान्य असते तसेच सर्वांना कायद्याचे समान संरक्षण असल्याने व्यक्तिविकासास संधी मिळते.

✡ लोकशाहीत पक्ष पद्धतीमुळे वैचारिक मंथन होऊन अयोग्य व भ्रामक विचार नष्ट होतात. दंडसत्ता मर्यादित होते व नेत्यांच्या स्वार्थप्रेरित राजकारणाला आळा बसतो. नवे विचार स्वीकारण्याची लवचीक मनोवृत्ती निर्माण होऊन शांततामय व सनदशीर मार्गाने सत्ता परिवर्तन करण्याची व स्वीकारण्याची समंजस वृत्ती निर्माण होते.

✡ लोकशाही हे हिंसाचारी राजकारणाला नाकारणारे अत्यंत प्रभावशाली व्यवस्थापक स्वरूप आहे.

✡ आधुनिक काळात लोकशाहीतील सत्ता व स्वातंत्र्याचे तत्त्वज्ञान यांचा परिणाम होऊन सामाजिक – आर्थिक – राजकीय विषमतेचे प्रमाण कमी होत असून स्थिर समाजव्यवस्थेबद्दलची आस्था व हितसंबंधाची गुंतवणूक वाढलेली आहे.

प्रश्न :

१) **'लोकशाही हा असा शासनप्रकार आहे की, ज्यात राज्याची सर्वोच्च सत्ता लोकांच्या हाती असते. असे कोण म्हणाले ?'**
अ) सॉक्रेटिस ब) प्लेटो क) हेरोडोट्स ड) गिडिंग्ज

२) **'हेरोडोट्सच्या कालापासून लोकशाही हा एक असा शासन प्रकार मानला जातो की, ज्यात राज्याची सर्वोच्च सत्ता ही कोणत्याही एका वर्गाच्या किंवा वर्गसमूहाच्या हाती नसून संपूर्ण समाजाच्या हाती असते. हे कोणी सांगितले आहे?''**
अ) प्लेटो ब) लॉर्ड ब्राईस क) जे.एस. मिल ड) प्रा.मॅक्सी

३) **'लोकशाही हा असा शासनप्रकार आहे की, ज्यात तुलनात्मकरीत्या संपूर्ण समाजाचे मताधिक्य असते.' हे कोणी सांगितले ?**
अ) प्रा. डायसी ब) प्रा. सिली क) मॅकआयव्हर ड) लास्की

४) **'लोकशाही हे लोकांचे, लोकांनी, लोकांसाठी चालविलेले शासन होय.'अशी व्याख्या खालीलपैकी कोणत्या राज्यशास्त्रज्ञाने केली ?**
अ) मॅक्आयव्हर ब) अब्राहम लिंकन क) सिली ड) गिडिंग्ज

५) **'लोकशाही म्हणजे बहुसंख्य लोकांनी राज्य करावयाचे किंवा नाही याबद्दलची पद्धती नसून ती मुख्यत: राज्य कोणी करावयाचे व स्थूलमानाने कोणती उद्दिष्ट्ये पुढे ठेवून ते करावयाचे हे ठरविण्याची**

पद्धती असते.' ही व्याख्या कोणाची?

अ) प्रा. मॅक्सी ब) अब्राहम लिंकन क) मॅक्‌आयव्हर ड) चार्ल्‌स इ. मेरीयम

६) **'लोकशाही हे असे शासन आहे की ज्यात प्रत्येकाला भाग घेण्याची संधी मिळत असते.' हे मत कोणाचे ?**

अ) प्रा. मॅक्सी ब) प्रा. सिली क) प्रा. डायसी ड) ए. एल्. लॉवेल

७) **'लोकशाही म्हणजे एक जीवनपद्धतीचा शोध आहे. ज्यात दंडशक्तीचा आवश्यक तेवढाच वापर करून मानवाच्या स्वयंभू, स्वतंत्रप्रज्ञेचा त्याच्या कृतीशी ऐक्य साधून समन्वय घातला जातो.' हे मत सांगणारे कोण ?**

अ) प्रा. गिडिंग्ज ब) चार्ल्‌स इ. मेरियम क) प्रा. डायसी ड) प्रा. मॅक्सी

८) **'लोकशाही हे केवळ शासनाचेच स्वरूप नाही तर समाजाचे, राज्याचे तसेच आर्थिक व नैतिक व्यवस्थेचे सुद्धा एक स्वरूप आहे. हे प्रतिपादन कोणी केले ?'**

अ) प्रा. गिडिंग्ज ब) बेन्थॅम क) कांट ड) लास्की

९) **'लोकशाही हे शासनाचे स्वरूप आहे, राज्याचे स्वरूप आहे तसेच समाजाचे स्वरूप आहे; एवढेच नव्हे तर ते तिन्हींचेही मिश्रण आहे.' हे कोण म्हणाले ?'**

अ) प्रा. लास्की ब) प्रा. गिडिंग्ज

क) प्रा. मॅक्सी ड) सरदार के. एम. पणीक्कर

१०) **'लोकशाही हे काही ठराविक सूत्र नाही किंवा संघटनेचा आराखडा नाही तर समान इच्छेनुसार निर्माण करावयाचा कल्याणकारी समाजाकडे वळलेला विचारप्रवाह व कृतीचा मार्ग होय. हा विचार कोणाचा ?'**

अ) अब्राहम लिंकन ब) ग्रॅम्स्की क) चार्ल्‌स इ. मेरीयम ड) लास्की

११) **'ज्या शासनामध्ये प्रत्येक नागरिकाला आपले मत व्यक्त करण्याचा व त्यानुसार अनुयायी प्राप्त करून बहुमताच्या जोरावर इतरांवर वर्चस्व प्रस्थापित करण्याचा अधिकार प्राप्त होतो ती शासनपद्धती म्हणजे लोकशाही होय.' हा विचार कोणाचा ?**

अ) सर स्ट्रॅफोर्ड क्रिप्स ब) मॅक्‌आयव्हर क) बेंथॅम ड) कांट

१२) 'ज्या शासनपद्धतीमध्ये सार्वभौम सत्ता जनतेच्या हाती असते व जनतेचे संपूर्ण नियंत्रण शासन कारभारावर असते ती 'लोकशाही' होय.' हा विचार कोणी मांडला ?'

अ) कांट ब) लास्की क) हर्नशॉम ड) बेंथॅम

१३) 'ज्या शासनपद्धतीत प्रत्येकाची गणना एक एवढीच असते व एकापेक्षा कोणाचीही गणना जास्त नसते तिला 'लोकशाही' म्हणतात; हे कोणी प्रतिपादन केले ?'

अ) लास्की ब) बेन्थॅम क) लॉर्ड ब्राईस ड) प्रो. रुझवेल्ट

१४) 'आपल्या स्वत:च्या ठायी वा अन्य कोणाच्या ठायी प्रकट होणाऱ्या मानवतेला उपकरण न मानता उपास्य मानून वागणे म्हणजे 'लोकशाही' होय.' ही व्याख्या कोणी दिली ?

अ) कांट ब) हेगेल क) बेथॅम ड) मॅक्आयव्हर

१५) हिरोडोटसने इसवीसनापूर्वी...... व्या शतकात लोकशाही ही एक समाजव्यवस्था मानली.

अ) ४ थे शतक ब) ५ वे शतक क) ६ वे शतक ड) ७ वे शतक

१६) 'लोकशाही हे केवळ शासनाचे स्वरूप नाही तर ते समाजाचे, राज्याचे तसेच आर्थिक व नैतिक सुव्यवस्थेचे एक स्वरूप आहे.

अ) मॉन्टेस्क्यू ब) बेन्थॅम क) लास्की ड) लॉर्ड ब्राईस

१७) लोकशाहीवादी सिद्धान्त हा......... सिद्धान्त आहे.

अ) परंपरागत व रूढीप्रिय ब) स्थितिशील

क) गतीशील ड) ऐतिहासिक

१८) लोकशाहीवादी सिद्धान्त पुढील दोन बाबींवर भर देतो.

अ) शासनव्यवस्था व समाज. ब) घटनात्मक अधिकार व विधिनुसार शासन.

क) व्यक्तीवरील निर्बंध व संघटना. ड) वरीलपैकी कोणतेही नाही.

१९) लोकशाही राज्य याचा अर्थ –

अ) जनता सार्वभौम असून तिचे शासनावर अंतिम व सर्वोच्च नियंत्रण राहणे होय.

ब) कार्यकारी सत्तेचे नियंत्रण जनतेवर असणे.

क) बहुसंख्यांकांच्या प्रतिनिधींचे प्राबल्य व पक्षीय राजकारण.

ड) वरीलपैकी कोणतेही नाही.

२०) लोकशाही सिद्धान्तात व्यक्ती राज्यासाठी नसून राज्य व्यक्ती विकासाचे एक साधन आहे असे पुढीलपैकी कोणत्या विधानातून स्पष्ट होते ?

अ) समाजातील प्रत्येक व्यक्ती महत्त्वाची असते.

ब) समाजातील प्रत्येक व्यक्ती विचार करणारी असून समाजातील विविध प्रश्न समजून घेण्याची व ते सोडवून घेण्याची क्षमता तिच्यात असते.

क) समाजात व्यक्तीची प्रतिष्ठा महत्त्वाची असते.

ड) वरीलपैकी कोणतेही नाही.

२१) लोकशाही सिद्धान्तातील जनतेचे सार्वभौमत्व याचा अर्थ –

अ) प्रत्येक व्यक्ती आपले विचार व्यक्त करू शकते.

ब) प्रत्येक व्यक्तीची प्रतिष्ठा सामाजिक, राजकीय व अन्य क्षेत्रांत सारखी असते.

क) राज्याची सार्वभौम सत्ता ही जनतेत असून जनता प्रत्यक्षपणे किंवा आपल्या प्रतिनिधींमार्फत सार्वभौम सत्तेचा वापर करीत असते.

ड) वरीलपैकी कोणताही नाही.

२२) लोकशाही सिद्धान्ताचे सर्वात महत्त्वाचे आधारभूत तत्त्व म्हणजे

अ) शासकीय धोरणातील बदलात शांततेच्या मार्गाचा अवलंब.

ब) शासनाचे धोरण निर्धारण.

क) प्रतिनिधित्वाबाबतचे नियम.

ड) बहुमतप्राप्त राजकीय पक्ष.

२३) ....मध्ये प्रत्यक्ष लोकशाही अस्तित्वात होती.

अ) लोकशाहीप्रधान राज्यात. ब) प्राचीन नगरराज्यात.

क) सरंजामशाही व्यवस्थेत. ड) औद्योगिक समाजात.

२४) .....व......या नगरराज्यातील नागरिक एकत्रितपणे शासना-संबंधीच्या समस्यांची चर्चा करीत.

अ) अथेन्स व स्पार्टा ब) ग्रीक व रोम

क) ग्रीक व अथेन्स ड) वरीलपैकी कोणतेही नाही.

२५) विशाल भूप्रदेशामुळे....लोकशाहीचा स्वीकार करण्यात आला.

अ) प्रत्यक्ष ब) अप्रत्यक्ष क) प्रातिनिधिक ड) अध्यक्षीय

२६) ...... म्हणजे एखाद्या प्रश्नावर मत जाणून घेण्याचे साधन होय.

अ) विधी उपक्रम ब) प्रत्यावाहन

क) लोकनिर्णय ड) अनिर्मित विधी उपक्रम

२७) 'लोकनिर्णय (Referendum) **हे अशा प्रकारचे साधन आहे की त्याद्वारे जनता प्रतिनिधी कार्याच्या सभेला स्वीकृती किंवा अस्वीकृती**

दर्शवित असते.' असे पुढीलपैकी कोणत्या राज्यशास्त्रज्ञाने म्हटले ?

अ) लॉर्ड ब्राईस   ब) मॅक्आयव्हर   क) लास्की   ड) जर्चर

२८) 'ज्याद्वारे निश्चित संख्या असलेले उमेदवार एखादे विधेयक तयार करून ते विधिमंडळाने स्वीकारण्याची किंवा जनमत घेण्याची मागणी करून घेणे म्हणजे विधी उपक्रम होय.'

अ) लॉर्ड ब्राईस   ब) मन्रो   क) रूसो   ड) बेंथॅम

२९) ..... म्हणजे जनतेला पूर्वी त्यांनी निवडून दिलेला प्रतिनिधी योग्य प्रकारे कार्य करीत नाही असे वाटल्यास परत बोलावण्याचा अधिकार होय.

अ) विधी उपक्रम   ब) लोकनिर्णय   क) प्रत्यावाहन   ड) सार्वमत

३०) ..... हे प्रत्यक्ष लोकशाहीचे साधन आहे.

अ) सार्वमत   ब) मार्गदर्शक तत्त्वे

क) सामाजिक वर्ग   ड) शासनाचे निर्णय

३१) अनिर्मित विधिउपक्रमात जनता केवळ काही सिद्धान्त किंवा...... नमूद करते.

अ) मूलभूत हक्क   ब) मते   क) अधिकार   ड) मार्गदर्शक तत्त्वे

३२) प्रातिनिधिक किंवा अप्रत्यक्ष लोकशाहीचे ..... हे दोन प्रकार पडतात.

अ) सांसदीय व अध्यक्षीय   ब) मंत्रिमंडळात्मक व सांसदीय

क) अध्यक्षीय व पक्षीय   ड) वरीलपैकी कोणतेही नाहीत.

३३) ...... शासनपद्धतीत जनता आपल्या प्रतिनिधीमार्फत शासन विभागावर किंवा मंत्रिमंडळावर नियंत्रण ठेवीत असते.

अ) अध्यक्षीय   क) साम्यवादी   ब) सांसदीय   ड) समाजवादी

३४) ...... शासनपद्धतीत कार्यपालिकेची निवड विधिमंडळाच्या सदस्यांद्वारे होत नसून जनता प्रत्यक्षरीत्या करीत असते.

अ) प्रातिनिधिक   ब) सांसदीय   क) अध्यक्षीय   ड) राजतंत्रात्मक

३५) लोकशाहीचे पुढीलपैकी कोणते गुणधर्म सांगता येतील ?

१) सर्वसत्ता ही जनतेच्या हाती असते.

२) शासन हे जनहितासाठी असते.

३) व्यक्तीच्या व्यक्तिमत्वाचा विकास तसेच नैतिक उन्नती व स्थैर्य

४) नागरिकांना राजकीय शिक्षण तसेच शासनसंस्थेत शांततेच्या मार्गाने बदल

अ) फक्त १ ब) फक्त २

क) फक्त ३ व ४ ड) १,२,३ आणि ४

३६) लोकशाही शासन पद्धतीत पुढीलपैकी कोणते दोष सांगता येतील ?

१) गुणापेक्षा बहुसंख्येस महत्त्व

२) अज्ञानी व अयोग्य व्यक्तीचे शासन, बेजबाबदार शासन पद्धती

३) नागरिकांच्या नैतिक विकासाला घातक

४) लोकशाहीत धनिक तंत्रात रूपांतर, पक्षीय राजकारण व गटबाजीत वाढ

अ) फक्त १ ब) फक्त २

क) फक्त ३ व ४ ड) १,२,३ आणि ४

३७) लोकशाहीच्या यशस्वितेसाठी पुढीलपैकी कोणत्या आवश्यक अटी मानता येतील ?

१) राष्ट्रीय चारित्र्य, स्वातंत्र्य व समता, सामाजिक न्याय

२) नागरिकांची जागरूकता, शिक्षण, आर्थिक समता

३) राजकीय पक्ष, लिखित राज्यघटना, स्वतंत्र न्यायमंडळ, सत्तेचे विकेंद्रीकरण

४) वरीलपैकी कोणतेही नाही

अ) फक्त १ व २ क) फक्त २

ब) १, २ आणि ३ ड) वरीलपैकी कोणतेही नाही

३८) 'लोकशाहीच्या यशस्विततेसाठी नैतिक स्वास्थ्य अनिवार्य आहे. स्वच्छ कर्म आणि शुद्ध मन, विशेषत: नेत्याचे नसल्यास लोकशाही यशस्वी होणे असंभव आहे.' हे मत कोणी मांडले ?

अ) लास्की ब) पीटरसन

क) हॉर्मन हर्न ड) मन्रो

३९) लोकशाही शासनव्यवस्थेत शासन कार्यक्षम राहण्यासाठी पुढीलपैकी कोणता घटक परिणामकारक ठरतो?

अ) नागरिकांची जागरूकता ब) राजकीय पक्ष व संघटना

क) आर्थिक स्थैर्य ड) शिक्षण

४०) 'बौद्धिक विकासासाठी लोकशाही शासन अनुकूल नाही. लोकशाहीमध्ये वैज्ञानिक प्रगती संभवनीय नसते ती शासनकारभाराला स्थैर्य देऊ शकत नाही. लोकशाही शासन हे अज्ञानी व निर्बुद्ध लोकांचे शासन आहे.' असा विचार कोणी मांडला ?

अ) लास्की ब) डॉ. हेन्रीमेन क) ट्रिश्के ड) फॉगेट

४१) 'लोकशाही यशस्वी करण्यासाठी राजकीय शिक्षणाची सोय करणे आवश्यक आहे.' हे कोणी सुचविले ?

अ) टी. व्ही. स्मिथ ब) मन्रो क) गार्नर ड) हॉकिंग्ज

४२) 'लोकशाही शासन हे सत्य व विश्वासार्ह गोष्टींच्या निर्मितीशिवाय शक्य नाही.'

अ) हॉकिंग्ज ब) लास्की क) गार्नर ड) बोझेंके

४३) लोकशाहीच्या पुढीलपैकी कोणत्या सिद्धान्तातून नागरिकांच्या राजकीय अधिकारांना प्राधान्य दिले गेले ?

अ) अनेक सत्तावादी सिद्धान्त ब) मार्क्सवादी सिद्धान्त

क) उदारमतवादी सिद्धान्त ड) बहुलवादी सिद्धान्त

४४) लोकशाहीच्या आर्थिक बाजूवर पुढीलपैकी कोणत्या सिद्धान्तातून भर दिलेला आढळतो ?

अ) उदारवादी सिद्धान्त क)लोकशाहीचा मार्क्सवादी सिद्धान्त

ब) उदारवादी व मार्क्सवादी सिद्धान्त ड) बहुलवादी सिद्धान्त

४५) सार्वत्रिक प्रौढ मताधिकाराचा प्रमुख दोष पुढीलपैकी कोणत्या विधानाद्वारे सांगता येईल?

अ) सामान्य जनतेला शासनाच्या निर्णयात सहभागी होता येते.

ब) अज्ञानी व अयोग्य व्यक्तीचे शासन अस्तित्वात येते.

क) अल्पसंख्यांकांच्या अधिकारांचे संरक्षण केले जाते.

ड) सामाजिक समता व न्याय प्रस्थापित होण्यास मदत होते.

४६) लोकशाहीच्या यशस्वितेसाठी पुढीलपैकी कोणती अट अयोग्य ठरते ?

अ) भ्रष्टाचार ब) नागरिकांची जागरूकता

क) आर्थिक समता ड) स्वतंत्र न्यायमंडळ.

४७) पुढील विधानांमधील कोणते विधान योग्य आहे ?

अ) राजकीय पक्षांचे सामाजिक व अन्य प्रश्नांबाबत मतैक्य असते.

ब) राष्ट्रीय पक्ष राष्ट्रहिताचे संवर्धन करण्याचा प्रयत्न करतात.

क) सत्तासंपादनासाठी राजकीय पक्ष प्रयत्न करतात.

ड) वरीलपैकी कोणतेही नाही.

४८) पुढीलपैकी कोणते विधान अयोग्य आहे?

अ) लिखित संविधान एक दस्तऐवज म्हणून उदयास येते.

ब) जनतेने मान्य केल्यानंतर संविधान लागू होते.

क) लिखित संविधान एक विचारपूर्वक कृती असते.

ड) लिखित संविधान हे विशिष्ट समूह निर्माण करतो.

४९) लोकशाही उदारमतवादी विचारसरणीचा पुढीलपैकी कोणत्या राजकीय विचारवंताने पुरस्कार केला नाही ?

अ) हॉब्ज् ब) लॉक क) कार्ल मार्क्स ड) जे. एस. मिल

५०) लोकशाहीच्या गुणांमधील पुढीलपैकी कोणती बाब अयोग्य आहे?

अ) देशभक्तीची व त्यागाची भावना वाढीस लागते.

ब) सामान्य जनतेच्या हितांचे संवर्धन केले जाते.

क) सरकार किंवा शासनाच्या धोरणात सातत्याने परिवर्तन होते.

ड) लोकशाहीमुळे जनतेचे सार्वभौमत्व निर्माण होते.

५१) आधुनिक लोकशाहीला पुढीलपैकी कोणत्या नावाने ओळखले जाते?

अ) प्रातिनिधिक लोकशाही ब) नाममात्र लोकशाही

क) प्रत्यक्ष लोकशाही ड) समाजवादी लोकशाही

५२) प्रत्यक्ष लोकशाही कोणत्या देशात आढळते?

अ) भारत ब) स्वित्झर्लंड क) अमेरिका ड) इंग्लंड

५३) लोकशाहीच्या उदयाची कारण/कारणे पुढीलपैकी कोणती सांगता येतील ?

अ) पोप व सरंजामदार वर्गाच्या विरोधात

ब) हुकूमशाहीच्या विरोधात

क) भांडवलदारवर्गाच्या विरोधात

ड) शासनकर्त्यांने घेतलेल्या धोरणाच्या विरोधात

५४) पुढीलपैकी कोणत्या देशाच्या क्रांतीतून स्वातंत्र्य, समता व बंधुत्व ही तत्त्वे उदयास आली?

अ) फ्रान्सची १७८९ ची क्रांती ब) अमेरिकेचे स्वातंत्र्ययुद्ध

क) इंग्लंडमधील औद्योगिक क्रांती ड) रशियन राज्यक्रांती

५५) प्रत्यक्ष लोकशाही शासन व्यवस्थेत... हा आवश्यक घटक आहे.

अ) प्रशासकीय अधिकाऱ्यांची जनतेद्वारे निवड व नेमणूक.

ब) शासन कारभारात जनतेचा प्रत्यक्ष सहभाग.

क) शासकीय निर्णयास जनतेच्या संमतीची आवश्यकता.

ड) जनता प्रतिनिधींची निवड मतदानाद्वारे करते.

५६) १८ वर्षे पूर्ण झालेल्या नागरिकास मतदानाचा अधिकार पुढीलपैकी कोणत्या देशाने सर्वप्रथम दिला ?

अ) फ्रान्स ब) भारत क) इंग्लंड ड) अमेरिका

५७) लोकशाहीचे समर्थन करणारे पुढीलपैकी कोणते विधान सांगता येते ?

अ) व्यक्तीला मतस्वातंत्र्य नसते.

ब) नागरिकांच्या अधिकार व कर्तव्यास बंधने असतात.

क) सरकारचे जनतेवर नियंत्रण असते.

ड) जनतेच्या सहकार्याने शासनाची निर्मिती होते.

५८) प्रमाणशीर प्रतिनिधित्व संकल्पनेचे समर्थन सर्वप्रथम पुढीलपैकी कोणत्या राजकीय विचारवंताने केले? –

अ) रूसो ब) थॉमस पेन क) जे. एस. मिल ड) बार्कर

५९) पुढीलपैकी कोणत्या घटकाचा लोकशाहीच्या गुणात समावेश होत नाही ?

अ) जनहितासाठी शासन ब) सरकारच्या कार्यक्षमतेचा विकास

क) पक्षीय राजकारण ड) राजकीय शिक्षण

६०) लोकशाहीचे टीकाकार म्हणून पुढीलपैकी कोणत्या विचारवंताचे नाव घेता येत नाही?

अ) लॉक ब) मेन क) लेकी ड) लेवले

६१) सार्वत्रिक प्रौढ–मताधिकार म्हणजे –

अ) सर्व प्रौढ मतदारांना मत देण्याचा अधिकार.

ब) विद्यापीठीय पदवीप्राप्त व्यक्तींना मताधिकार.

क) मतदानाला येऊ शकणाऱ्यांना मत देण्याचा अधिकार.

ड) विशिष्ट वर्गातील व्यक्तींना मतदानाचा अधिकार.

६२) 'लोकशाही सरकारचे यश या गोष्टीवर अवलंबून आहे की, लोकमत किती दृढ तसेच विकसित आहे आणि ते सरकारचे धोरण व कार्यावर नियंत्रण ठेवण्यास किती समर्थ आहे.' असे कोणी मांडले ?

अ) गार्नर ब) बार्कर क) गटेल ड) प्रा. बाईस

६३) 'सावत्रिक प्रौढमताधिकार प्रत्यक्षात सार्वभौम नसतो.'

अ) गटेल ब) लास्की क) मॅकूआयव्हर ड) गिलख्रिस्ट

६४) 'सार्वत्रिक प्रौढमताधिकार हे तत्त्व पुढीलपैकी कोणत्या सिद्धान्तावर आधारित असल्याचे प्रतिपादन करता येते ?'

अ) राजकीय सार्वभौमत्व ब) जनतेचे सार्वभौमत्व

क) वैधानिक सार्वभौमत्व ड) राष्ट्रीय सार्वभौमत्व

६५) 'मताधिकार' याचा अर्थ –

अ) मत देण्याचा अधिकार

ब) समाजातील वरिष्ठ वर्गास मत देण्याचा अधिकार

क) कोणतेही भेदभाव न मानता नागरिकांना मत देण्याचा अधिकार

ड) विशिष्ट वर्गाला मत देण्याचा अधिकार

६६) लोकशाहीच्या वैशिष्ट्यामध्ये पुढीलपैकी कोणते लक्षण अयोग्य आहे?

अ) मत, विचार व्यक्त करण्याचे स्वातंत्र्य

ब) कायद्यासमोर समानता

क) आर्थिक समानता

ड) धार्मिक स्वातंत्र्य

६७) प्रातिनिधिक प्रतिनिधित्व पद्धती स्वीकारण्यामागील पुढील कोणते कारण योग्य ठरते?

अ) या पद्धतीत प्रतिनिधीला निवडून येण्यासाठी आवश्यक तेवढी मते (कोटा) मिळणे आवश्यक असते.

ब) प्रतिनिधी राजकीय पक्षाच्या आदेशानुसार निवडला जातो.

क) शासनकारभारात मदत होते.

ड) राजकीय पक्ष, दबावगट यांचे कार्य.

६८) निवडणूक माध्यमातून जनतेला मिळणाऱ्या राष्ट्रीय शिक्षणाची पुढीलपैकी कोणती माध्यमे सांगता येतील?

१) निवडणूक काळात वर्तमानपत्रे व इतर प्रसार माध्यमांद्वारे जाहीर झालेली राजकीय पक्षांची ध्येय/धोरणे.

२) सत्तारूढ पक्षाचे कार्यातील यशापयश व विरोधी नेत्यांचे, पक्षांचे कार्य यांचे वैचारिक चित्रण.

३) या माध्यमातून जनतेला विविध पक्ष सरकारचे गुण-दोष, राष्ट्रीय - आंतरराष्ट्रीय प्रश्नांची जाणीव होते.

अ) फक्त १ ब) फक्त २

क) १, २ आणि ३ ड) यापैकी कोणतेही नाही.

६९) अप्रत्यक्ष निवडणुकीमध्ये .... ची स्थापना केलेली असते.

अ) राजकीय पक्षाची ब) निर्वाचन मंडळाची

क) प्रतिनिधी संघाची ड) शासकीय वर्गाची

७०) नागरिक ... द्वारे लोकप्रतिनिधींवर नियंत्रण ठेवतात.

अ) संपर्का ब) निवडणुकी

क) कायद्या ड) शासनसंस्थे

उत्तरे

१ - क	२५ - क	४८ - क
२ - ब	२६ - क	४९ - क
३ - अ	२७ - ड	५० - क
४ - ब	२८ - ब	५१ - अ
५ - क	२९ - क	५२ - ब
६ - ब	३० - अ	५३ - ब
७ - ड	३१ - ड	५४ - अ
८ - ड	३२ - अ	५५ - ब
९ - ब	३३ - ब	५६ - ब
१० - क	३४ - क	५७ - ड
११ - अ	३५ - ड	५८ - क
१२ - क	३६ - ड	५९ - क
१३ - ब	३७ - ब	६० - अ
१४ - अ	३८ - क	६१ - अ
१५ - ब	३९ - अ	६२ - क
१६ - क	४० - ब	६३ - ड
१७ - क	४१ - क	६४ - ब
१८ - ब	४२ - अ	६५ - अ
१९ - अ	४३ - क	६६ - क
२० - ब	४४ - क	६७ - अ
२१ - क	४५ - ब	६८ - क
२२ - अ	४६ - अ	६९ - ब
२३ - ब	४७ - ब	७० - ब
२४ - ब		

विभाग अ

प्रकरण ६

राजकीय विचारप्रणाली / तत्त्वप्रणाली

- उदारवाद
- नव – उदारवाद
- मार्क्सवाद
- समाजवाद
- फॅसिझम
- गांधीवाद

महत्त्वाचे मुद्दे

- राजकीय व्यवस्थेतील बदल, सुधारणा किंवा स्थिरता या दृष्टीने व्यावहारिक उपायासंबंधी रास्त व योग्य रीतीने सुसंगत स्वरूपात मांडल्या जाणाऱ्या विचारांचा संच म्हणजे 'तत्त्वप्रणाली' होय.
- तत्त्वप्रणालीत संज्ञा, तत्त्वे, ध्येये, सिद्धान्त, आग्रही विचार, कार्यक्रम, राजकीय सिद्धान्त यांचा समावेश होतो.
- पूर्वी तत्त्वज्ञान व आधिभौतिक दृष्टिकोनातून राजकीय विचार मांडले जात. या दृष्टिकोनानुसार प्लेटो, ऑगस्टिन, सेंट ॲक्विनॉस, ग्रीन, हेगेल, हॉब्ज्, रूसो यांनी विचार मांडले.
- आधुनिक काळात विचारप्रणालीचे स्वरूप बदललेले आढळले. ट्रॅसी यांनी प्रथम आधुनिक तत्त्वप्रणालीचा स्वीकार केला. कार्ल मार्क्स व कार्ल मॅनहाइम यांनी अधिभौतिक स्तरावरून भौतिकस्तरावर विचारांची मांडणी केली.
- लिबरॅलिझम हा शब्द 'Liberty' यापासून तयार झाला व त्याचा अर्थ 'स्वातंत्र्य' असा होतो.
- उदारवाद हा व्यक्तिस्वातंत्र्याचा पुरस्कार करून लोकतंत्राचे जवळ जाणारा एक

वाद आहे. विल्यम माँटगोमेरी यांच्या मते उदारवाद हा लोकतंत्र व्यक्तिस्वातंत्र्यवाद ह्यांचे संमिश्रण आहे.

- ✡ उदारवादाचा पुरस्कार जे. एस. मिल, हर्बर्ट स्पेन्सर, लास्की, थॉमस पेन यांनी केला. उदारवादास सोळाव्या शतकातील धार्मिक सुधारणा आंदोलन पोषक ठरले. उदारवाद हा निरंकुशशाही विरुद्धची प्रतिक्रिया आहे. उदारवादाने व्यक्तिगत स्वातंत्र्यता व सामाजिक व्यवस्थेचा पुरस्कार केला. उदारवादाने व्यक्तीला स्वतंत्र व स्वयंपूर्ण मानले. व्यक्ती ही साध्य आहे व समाज व राज्य ही व्यक्तिहिताची साधने आहेत. उदारवाद्यांच्या मते 'समाज' व 'राज्य' हे कृत्रिम व मनुष्य निर्मित आहे तसेच व्यक्तीचे अधिकार हे नैसर्गिक किंवा प्राकृतिक असतात. उदारवाद, समाजवाद व साम्यवादाला विरोध करतो. तसेच लोकशाही शासनाचा समर्थक आहे. उदारवादामध्ये स्वातंत्र्य,समानता, लोकतंत्रशासन, लोककल्याणकारी राज्य, राज्य हे साधन, धर्मनिरपेक्ष राज्य संकल्पना, राष्ट्रीय सरकारची प्रस्थापना अशी वैशिष्ट्ये सांगता येतात.
- ✡ मार्क्सवाद हा समाजवादी समाजव्यवस्था निर्माण करण्यासाठी उपयुक्त मानला जातो.
- ✡ मार्क्सवाद हा आर्थिक शोषण, पिळवणूक थांबविण्यासाठी व भांडवलशाही समाजव्यवस्था नष्ट करण्यासाठी प्रेरणा देतो.
- ✡ मार्क्सने क्रांतीच्या मार्गाने भांडवलशाही नष्ट केली पाहिजे असे प्रतिपादन केल्यामुळे त्याच्या तत्त्वप्रणालीस 'प्रागतिक समाजवाद' असे म्हणतात.
- ✡ मार्क्सने इतिहासाकडे जडवादी दृष्टिकोनातून पाहिले. द्वंद्ववादाचा आधार घेऊन मानवी इतिहासातील वेगवेगळी परिवर्तने भौतिक आणि आर्थिक कारणातून घडतात असे म्हटले; म्हणून त्याचा सिद्धान्त इतिहासाची आर्थिक किंवा भौतिक मीमांसा म्हणून ओळखला जातो.
- ✡ मार्क्सच्या मते समाजात उपजीविकेच्या साधनांच्या आधारावर भांडवलदार वर्ग व कामगार वर्ग निर्माण झाले. मार्क्सने **'दास कॅपिटल'** या ग्रंथात अतिरिक्त मूल्य सिद्धान्त मांडला.
- ✡ कार्ल मार्क्सच्या मते, 'राज्य हे वर्ग संघर्षाची उत्पत्ती तसेच उत्पादनाच्या भौतिक साधनांच्या मालकांनी आपल्या संरक्षणासाठी उभे केलेले बुजगावणे होय; तसेच राज्यसंस्था ही श्रमिकांची शोषण करणारी यंत्रणा आहे, तसेच मार्क्सच्या मते 'भांडवलशाही नष्ट केल्यावर साम्यवाद येईल. मार्क्सने 'कम्युनिस्ट मॅनिफेस्टो '

या ग्रंथातून शास्त्रीय समाजवादाचे चित्रण केले; तसेच धर्मही अफूची गोळी आहे असे मत मांडले.'

- ✡ समाजवादास फ्रेंच राज्यक्रांती व इंग्लंडमधील औद्योगिक क्रांती यामुळे चालना मिळाली. प्लेटोने समाजवादाविषयी सर्वप्रथम विचार 'रिपब्लिक' या ग्रंथामध्ये मांडले. हेन्री सॉसिमो, फुरीयर, रॉबर्ट ओव्हेन, लुई ब्लॉ, नोबेल बॉबेफ यांनी या विचारसरणीचा पुरस्कार केला.
- ✡ समाजवाद हा सामाजिक संघटनेचा आर्थिक व राजकीय सिद्धान्त आहे. समाजवाद हा भांडवलशाही विरोधी असून व्यक्तीविकासास समानसंधी, आर्थिक समता, लोकशाही मार्गाने समाजाच्या सर्वांगीण विकासावर भर देतो.
- ✡ फॅसिझम हा एक नकारात्मक स्वरूपाचा वाद. 'फॅसिओ' या शब्दापासून फेसिझम हा शब्द तयार झाला. 'फॅसिओ' याचा अर्थ काठ्यांचा एक गठ्ठा होय. पहिल्या महायुद्धानंतर मुसोलिनीने ही चळवळ इटलीतील जनतेसमोर मांडली.
- ✡ फॅसिझम हा आत्यंतिक राष्ट्रवाद, वंशवाद, लष्करशाही, साम्राज्यशाही यांचा पुरस्कार करणारा असून राजकीय व्यवस्थेची रचना हा सर्वंकष स्वरूपाचा वाद आहे. फॅसिझमची मांडणी मॅकिएव्हेली, हॉब्ज, हेगेल, नित्से, मार्क्स, सोरेल, मोस्का, पॅरेटो यांच्या लिखाणातील सोईस्कर व दिसणारा भाग एकत्रित करून केलेली आहे. फॅसिझम हा व्यक्तिवादाच्या विरुद्ध असून राज्याला केंद्रित स्वरूपात मान्य केलेले आहे; तसेच तो लोकशाहीस साम्यवादास विरोधी असून श्रेष्ठजनांची प्रथा मानणारा असून समूहवादी व संघटित राज्य कल्पनेवर भर देतो. फॅसिझमने आंतरराष्ट्रीय शांतता व सुव्यवस्थेस विरोध केलेला आहे.
- ✡ महात्मा गांधींचा गांधीवाद हा हिंसारहित असून त्यांनी नैतिकमूल्यांना अधिक महत्त्व दिले. सत्य, अहिंसा, अस्तेय, अपरिग्रह, ब्रह्मचर्य या पाच तत्त्वांद्वारे राज्यकारभाराचे नैतिकीकरण करणे यावर भर दिला. गांधीजींनी साध्यप्राप्तीसाठी साधनशुचितेवर भर दिला. शत्रूवर विजय संपादण्यासाठी असहकार, सत्याग्रह, बहिष्कार, सविनय कायदेभंग या साधनांचा मार्ग अवलंबिला. गांधीजींनी विकेंद्रीकरणावर भर दिला, तसेच व्यक्ती या सरकारच्या नियंत्रणापासून अधिकाधिक मुक्त असण्यावर भर दिला. गांधीजींचा समाजवाद हा उच्च, नैतिक व आध्यात्मिक पातळीकडे नेणारा आहे; त्यात प्रत्येक गाव स्वयंपूर्ण बनण्यावर भर दिला, सर्वोदयाची कल्पना मांडली.

प्रश्न :

१) **तत्त्वप्रणाली म्हणजे ... होय.**

अ) विचारांचा संघ ब) कल्पना व तर्काचा संघ

क) कृतिशील योजना ड) शासकीय निर्णय

२) **तत्त्वप्रणालीमध्ये पुढील विचारांचा समावेश होतो.**

अ) राजकीय पक्षाची ध्येयधोरणे, जाहीरनामा, जनमत,

ब) शासनाचे धोरण निर्धारण, कार्यकारी संस्था व गट

क) संज्ञा, तत्त्वे, सिद्धान्त, ध्येये, आग्रही विचार कार्यक्रम व राजकीय सिद्धान्त

ड) मतप्रणाली, संघटना, दबावगटाची कार्ये

३) **'तत्त्वप्रणाली म्हणजे उत्तम समाजव्यवस्थेची शब्दातीत प्रतिमा असून ते एक असे माध्यम आहे की त्याद्वारे अशी समाजव्यवस्था निर्माण केली जाऊ शकते.' हे मत कोणाचे ?**

अ) कार्ल मार्क्स् ब) रॉबर्ट डाल

क) सी. जे. फ्रेडरिक ड) अॅन्थनी डॉन्स

४) **'राजकीय व्यवस्थेतील बदल, सुधारणा किंवा स्थिरता या दृष्टीने व्यावहारिक उपायासंबंधी रास्त व योग्य रीतीने सुसंगत स्वरूपात मांडला गेलेल्या विचारांचा संच म्हणजे तत्त्वप्रणाली होय.' पुढीलपैकी ही व्याख्या कोणी केली ?**

अ) कार्ल मार्क्स् ब) सी. जे. फ्रेडरिक

क) रॉबर्ट डाल ड) अॅन्थनी डॉन्स

५) **'राजकारणाच्या आधी, तळाशी, त्याला आच्छादणारे, नियंत्रण करणारे, बंधन घालणारे इत्यादी संबंधी विचार म्हणजे तत्त्वप्रणाली होय.' हे ---- नी सांगितले.**

अ) रॉबर्ट डाल ब) एंगेल्स क) सेझ्विक ड) रूसो

६) **----च्या मते, 'भांडवलवादी स्वरूपाची अर्थ व्यवस्था टिकविणे व त्याचे वैचारिक पद्धतीने समर्थन करणे या दृष्टीने त्यातील श्रेष्ठ वर्गातील लोकांनी जे विचार मांडले अशा विचारांच्या समुच्चयाला तत्त्वप्रणाली म्हणता येईल.'**

अ) लेनिन ब) माओ-त्से-तुंग क) कार्ल मार्क्स् ड) फ्रेडरिक

७) 'समाजातील प्रभावी वर्गाकडून त्यांच्या हितसंबंधाना धरून प्रतिगामी परंपरावादी अशा हितसंबंधाना गैरवाजवीदृष्ट्या अनुकूल या दृष्टीने मांडण्यात येणारे विचार म्हणजे तत्त्वप्रणाली होय. असे कोणी म्हटले ?'

अ) हॉब्ज्   ब) कार्ल मॅनहाईम   क) लास्की   ड) वेल्डन

८) --- यांच्या मते, ''तत्त्वप्रणाली ही एक विद्रुप व काहीही उपयोग नसलेली अशी संज्ञा आहे.''

अ) वेल्डन   ब) ईस्टन कोबन   क) नेरामिनो   ड) ग्रीन

९) ..... म्हणजे एक कार्यप्रवण विचार होय.

अ) मूल्ये   ब) तत्त्वप्रणाली   क) परंपरा   ड) चालीरीती

१०) तत्त्वप्रणालीचे ... हे प्रमुख ध्येय असते.

अ) विचारांच्या बाबतीत निष्ठा निर्माण करणे.

ब) समर्थकांकडून पराकाष्ठतेच्या स्वरूपात व्यक्त होणाऱ्या भावनांचा प्रतिसाद मिळविणे.

क) इच्छित अशा मार्गाकडे लोकांचा राजकीय व्यवहार प्रभावित करणे.

ड) सत्ता संपादन करणे.

११) कोणतीही तत्त्वप्रणाली ही एकात्म स्वरूपाची किंवा आंतरिक दृष्टीने सुसंगत नसते कारण ....

अ) ती परिपूर्ण नसते.

ब) ती स्थिर स्वरूपाची नाही.

क) तिच्या समर्थकांच्या निष्ठा संकुचित असतात.

ड) गृहीत कल्पनांचा आधार नसतो.

१२) 'तत्त्वप्रणाली म्हणजे व्यवस्थेतील लोकांना भूतकाळाचा अर्थबोध होईल, वर्तमानकाळ अकालनीय होईल व भविष्यकाळाचे चित्र त्यांच्या दृष्टिपथात येईल या दृष्टिने ध्येये उद्दिष्टे व हेतू यांच्या प्रगटीकरण पद्धती होय.' असे कोणी सांगितले ?

अ) कांट   ब) हेगेल   क) डेव्हिड ईस्टन   ड) ऑगस्टिन

१३) पूर्वी .... व .... या दृष्टिकोनातून राजकीय विचार मांडले जात.

अ)तत्त्वज्ञान व आधिभौतिक   ब) ऐतिहासिक व पारंपरिक

क) मूल्याधिष्ठित व तात्त्विक   ड) सामाजिक व राजकीय

१४) तत्त्वज्ञान व आधिभौतिक या दृष्टिकोनातून राजकीय विचार मांडणारे पुढील पैकी कोणते विचारवंत सांगता येतील?

अ) ट्रॅसी, कार्ल मार्क्स, कार्ल मॅनहाईम, डेव्हिड ईस्टन

ब) प्लेटो, ऑगस्टिन, सेन्ट थॉमस, ॲक्विनास, ग्रीन, हेगेल, हॉब्ज्, रूसो

क) ॲरिस्टॉटल, लॉक, जे. एस. मिल, कार्ल मार्क्स्

ड) टी. एच. ग्रीन, लास्की, बेंथॅम, अरेन्डट

१५) .... व ... यामुळे तात्त्विक व आधिभौतिक स्वरूपाचे सिद्धान्त नाहीसे झाले.

अ) औद्योगिक क्रांती व दुसरे महायुद्ध

ब) विज्ञानाची प्रगती व बौद्धिक क्रांती

क) बदलत्या चालीरीती व समाजाचे बदलते स्वरूप

ड) औद्योगिक प्रगती व समाजवाद

१६) .... यांच्या मते विचाराचे उगमस्थान निश्चित करण्याचे शास्त्र म्हणजे तत्त्वप्रणाली होय.

अ) नेरामिनो ब) ईस्टन कोबन क) ट्रॅसी ड) डेव्हिड ईस्टन

१७) .... हा निरंकुशशाही विरुद्धची प्रतिक्रिया आहे.

अ) समाजवाद ब) उदारवाद क) साम्राज्यवाद ड) साम्यवाद

१८) 'उदारवाद हा संपूर्ण समाजाच्या कल्याणासाठी निषेधात्मक स्वातंत्र्याच्या ऐवजी भावात्मक किंवा सकारात्मक स्वातंत्र्याची व्यवस्था करण्याचे समर्थन करतो.'

अ) सेबाईन ब) कार्ल मार्क्स्

क) विल्यम मॉंटिगोमेरी ड) जे. एस. मिल

१९)....शतकातील धार्मिक सुधारणा आंदोलन उदारवादाला पोषक ठरले.

अ) १५ व्या ब) १६ व्या क) १७ व्या ड) १८ व्या

२०) उदारवादाची निर्मिती ... व ... यावेळेस झाली.

अ) मध्ययुगाचे शेवटी व आधुनिक युगाचे प्रारंभी.

ब) प्राचीन काळाच्या शेवटी व मध्ययुगाच्या प्रारंभी.

क) आधुनिक काळाच्या प्रारंभी.

ड) वरीलपैकी कोणतेही नाही.

२१) उदारवादाच्या उदयाची पुढीलपैकी कोणती कारणे कारणीभूत ठरली?

१) निरंकुश राजतंत्र, सामंतशाही, चर्चची प्रभुसत्ता यास विरोध करण्यासाठी.

२) व्यक्ती आर्थिक व धार्मिक दृष्ट्या स्वतंत्र नव्हती, तिच्या जीवनावर, कार्यावर चर्चचे नियंत्रण होते.

३) औद्योगिक क्रान्तीनंतर व्यापारवृद्धी होऊन उत्पादनात वाढ झाली व कोणत्याही धार्मिक नियमांचे, कायद्याचे, सामाजिक संस्थाचे उत्पादन कार्यावर व व्यापारावर बंधन नसावे असे विचार दृढ होऊ लागले.

अ) फक्त १ ब) फक्त २

क) १, २ आणि ३ ड) फक्त ३

२२) उदारवादी विचारप्रणालीच्या वैशिष्ट्यांमध्ये ...

१) मनुष्याच्या विवेकबुद्धीवर विश्वास, जुन्या रूढी, परंपरांना विरोध, स्वामीमुक्त व्यक्ती, राज्य हे साधन.

२) व्यक्ती हे साध्य, समाज व राज्य यांचे स्वरूप यांत्रिक, व्यक्तीचे अधिकार, प्राकृतिक, स्वातंत्र्याच्या आदर्शांना मान्यता.

३) शासनास विरोध, धर्माधिष्ठित राज्यास मान्यता.

अ) फक्त १ ब) फक्त २

क) १ आणि २ ड) वरीलपैकी कोणतेही नाही.

२३) उदारवादाने जुन्या रूढी व परंपरा यांना विरोध करण्यामागील कारण म्हणजे –

अ) मध्ययुगीन काळातील रूढी, परंपरा तसेच राजतंत्र, पोप यांच्या नियंत्रणामुळे व्यक्तीविकास होऊ शकला नाही.

ब) व्यक्तीच्या नैतिक व आध्यात्मिक कल्याणाच्या दृष्टीने विरोध केला गेला.

क) शासनव्यवस्थेचे प्राबल्य वाढविण्यासाठी विरोध केला.

ड) वरीलपैकी कोणतेही नाही.

२४) पुढीलपैकी कोणते विचार उदारवादात ग्राह्य धरता येणार नाहीत?

अ) व्यक्तीचे कल्याण म्हणजे समाजाचे व राज्याचे कल्याण होय.

ब) उदारवाद हा व्यक्तीला गुलाम व परावलंबी मानतो.

क) समाज व राज्य यांचे स्वरूप यांत्रिक आहे.

ड) व्यक्तीचे अधिकार प्राकृतिक असतात.

२५) उदारवाद्यांच्या मते, व्यक्ती हे साध्य असून समाज व राज्य हे साधन आहे. कारण –

अ) व्यक्तीच्या विवेकबुद्धीवर सर्व व्यवहार अवलंबून असतात.

ब) व्यक्तीच्या विवेकाच्या आधारावर नवसमाजाची निर्मिती अवलंबून असते.

क) समाज व राज्य हे व्यक्तिहिताची साधने म्हणून कार्य करतात.

ड) वरीलपैकी सर्व.

२६) .... याने व्यक्तिस्वातंत्र्याचे नऊ प्रकार विशद केले.

अ) जॉन लॉक ब) हॉबहाऊस

क) ॲरिस्टॉटल ड) रूसो

२७) हॉब हाऊस याने स्पष्ट केलेल्या व्यक्तिस्वातंत्र्याच्या प्रकारांमध्ये पुढीलपैकी कोणत्या स्वातंत्र्यांचा समावेश होतो ?

१) नागरिक, व्यक्तिगत, आर्थिक, वित्तीय, पारंपरिक.

२) सामाजिक, राजनैतिक.

३) जातीय, राष्ट्रीय, आंतरराष्ट्रीय.

४) वर्गीय, धार्मिक, भाषिक.

अ) फक्त १ ब) फक्त २ क) १, २ आणि ३ ड) फक्त ३ व ४

२८) उदारवाद्यांनी नागरिकांच्या स्वातंत्र्यास महत्त्व दिले. कारण–

अ) त्यामुळे व्यक्तीचे अधिकार सुरक्षित राहतात.

ब) नागरिकांना विचार, आचार, मत प्रदर्शित करता येते.

क) नागरिकांना राज्यात सुरक्षित राहता येते.

ड) नागरिक आपले स्वातंत्र्य उपभोगू शकतात.

२९) उदारवाद्यांनी .... किंवा मुक्त व्यापाराचे समर्थन करून संपत्तीच्या अधिकाराचे तत्त्व मान्य केले.

अ) आंतरराष्ट्रीय व्यापार ब) अहस्तक्षेप (Laissez Faire)

क) करार ड) दळणवळण सुविधा

३०) उदारवादाने व्यक्तीला दिलेल्या राजकीय स्वातंत्र्यामुळे राज्याची कार्ये पुढील कोणत्या कारणांवरून सुरक्षित मानली?

१) राजकीय सहभाग, प्रतिनिधींची निवड, स्वत: प्रतिनिधी बनणे.

२) सरकारी पदप्राप्ती करणे, सरकारवर टीका करणे.

३) संघटना प्रस्थापित करणे.

अ) फक्त १ ब) फक्त २

क) १ आणि २ ड) वरीलपैकी कोणतेही नाही.

३१) ... दृष्टिकोनानुसार राज्याचे कार्य फक्त नैसर्गिक अधिकारांचे संरक्षण करणे हे आहे.

अ) ऐतिहासिक ब) परंपरागत

क) संस्थात्मक ड) संघटनात्मक

३२) .....विचारवंतांनी 'अधिकतमांचे अधिकतम कल्याण करणे' हा राज्याचा उद्देश मानून राज्याची कार्ये निषेधात्मक स्वरूपाची असतात असे स्पष्ट केले.

अ) उपयोगितावादी ब) मार्क्सवादी क) समाजवादी ड) व्यक्तिवादी

३३) ....दृष्टिकोनानुसार राज्याचा उद्देश 'सामाजिक कल्याण करणे' असा आहे.

अ) ऐतिहासिक ब) संस्थात्मक क) आधुनिक ड) मार्क्सवादी

३४) उदारवादी लोकतंत्रात्मक शासनाचे समर्थन करतात. कारण ...

१) व्यक्तीचे अधिकार व स्वातंत्र्याचे रक्षण फक्त लोकतांत्रिक शासनात शक्य असते.

२) राजकीय व्यवस्थेचा आधार लोकसंमती आहे.

३) शासनकर्ते हे जनतेचे सेवक असून आपल्या शासन कारभारासाठी जनतेलाच जबाबदार असतात.

४) राष्ट्राची सार्वभौम सत्ता एका व्यक्तीकडे नसून जनतेच्या हाती असते.

अ) फक्त १ ब) फक्त २

क) १, २ आणि ३ ड) १, २, ३ आणि ४

३५) उदारवादात पुढीलपैकी कोणती संकल्पना अयोग्य आहे?

अ) उदारवाद ही मध्ययुगातील निरंकुश, धार्मिक अधिसत्तेचे समर्थन करते.

ब) व्यक्तीविकासासाठी व्यक्तिस्वातंत्र्यास महत्त्व दिले

क) जनतेच्या हाती सार्वभौमत्व मानले.

ड) कायदे नि:पक्षपाती आणि औचित्यपूर्ण असावेत.

३६) उदारवादात पुढीलपैकी कोणत्या गुणांचा समावेश होतो ?

१) स्वातंत्र्य, समानता, लोकतंत्रात्मक शासनपद्धती.

२) लोककल्याणकारी राज्य, राज्य साधन आहे.

३) जुन्या रूढी व परंपरांना विरोध.

४) धर्मनिरपेक्ष राज्य, राष्ट्रीय सरकारची प्रस्थापना.

अ) फक्त १ व २ ब) १, २ व ३

क) १, २, ३ आणि ४ ड) कोणतेही नाही

३७) उदारवादी तत्त्वप्रणालीत पुढीलपैकी कोणते दोष आढळतात?

१) राज्याला कृत्रिम यंत्रणा मानणे.

२) व्यक्तिस्वातंत्र्याचा निरपेक्ष विचार करून अराजकतेला चालना देणे.

३) राज्याने मान्य केलेले स्वातंत्र्य हेच खरे स्वातंत्र्य असूनही ते तत्त्व मान्य न करणे.

४) व्यक्तीच्या स्वैराचारी स्वातंत्र्याचा स्वीकार व राज्याच्या स्वरूपाचे निश्चित चित्र न रेखाटणे.

अ) फक्त १ ब) फक्त ३

क) फक्त ३ व ४ ड) १, २ , ३ आणि ४

३८) ..... अध्यात्मवादी होता तर मार्क्स भौतिकवादी होता.

अ) बेंथॅम ब) हेगेल क) टी. एच. ग्रीन ड) कांट

३९) 'व्यक्तीच्या विचारांमुळे तिचे भौतिक जीवन ठरत नाही तर उलट व्यक्तीचे भौतिक जीवनातील स्थान तिचे विचार निश्चित करतात.' वरील विधान कोणत्या राजकीय विचारवंताने व्यक्त केले ?

अ) कार्ल मार्क्स ब) एंगल्स क) बेंथॅम ड) हॉब्ज्

४०) हेगेलने समाजाला गतिशील व परिवर्तनशील मानले पण त्याने विचाराला महत्त्व दिले तर मार्क्सने ... कारणाला त्याचा आधार मानले.

अ) सामाजिक ब) आर्थिक

क) राजकीय ड) नैतिक

४१) मार्क्सच्या लिखाणावर ... चा प्रभाव स्पष्टपणे दिसून येतो.

अ) लास्की ब) लेनिन क) हेगेल ड) मॅक्आयव्हर

४२) मार्क्सचा मूल्यसिद्धान्त म्हणजे ... च्या आर्थिक खंडाचे संशोधित रूप आहे.

अ) रिकार्डो ब) एंगल्स क) हेगेल ड) कांट

४३) कार्ल मार्क्सचा .... हा ग्रंथ साम्यवादी जगाचे बायबल म्हणून ओळखला जातो.

अ) दि फिलॉसॉफी ऑफ पॉव्हर्टी　　　ब) दास कॅपिटल

क) क्लास स्ट्रगल इन फ्रान्स　　　ड) कम्युनिस्ट मॅनिफेस्टो

४४) ....च्या मते समाजपरिवर्तनाचा मूळ आधार आर्थिक आहे. उत्पादनप्रणालीत परिवर्तन झाले तर समाजात परिवर्तन होते.

अ) मार्क्स　　ब) हेगेल　　क) रिकार्डो　　ड) चार्ल्स फेरियर

४५) मार्क्सने जगाचा विकास पुढीलपैकी कोणत्या तीन टप्प्यात होतो असे मानले.

अ) विचार, आचार, उच्चार　　ब) वाद, प्रतिवाद, संवाद

क) द्वंद्व, संघर्ष, संवाद　　ड) शोषण, संघर्ष, विचार

४६) मार्क्सच्या मते ... संबंध हे मनुष्याची आध्यात्मिक, सामाजिक व राजकीय तत्त्वे निश्चित करते.

अ) सामाजिक　　ब) वर्गीकृत　　क) राजकीय　　ड) आर्थिक

४७) मार्क्सने ... चा उपयोग ऐतिहासिक व सामाजिक विकासाची व्याख्या करण्यासाठी केला.

अ) द्वंद्वात्मक भौतिकवादाचा　　ब) वर्गसंघर्षाचा

क) आर्थिक वितरणाचा　　ड) सामाजिक संबंधांचा

४८) मार्क्सच्या ऐतिहासिक भौतिकवादाच्या विश्लेषणात ... काहीच स्थान नाही.

अ) समाजाला　　ब) धर्माला　　क) वर्गाला　　ड) भाषेला

४९) मार्क्सच्या विचाराचा पाया प्रथमत: ... हे तत्त्व आहे.

अ) ऐतिहासिक भौतिकवाद　　ब) अतिरिक्त मूल्य सिद्धान्त

क) द्वंद्वात्मक वस्तुवाद　　ड) वर्गसंघर्षाचा सिद्धान्त

५०) 'मार्क्सने जगाला केवळ क्रांतिकारक विचारप्रणाली दिली नसून त्या विचारप्रणालीने जगाच्या इतिहासाची दिशाच बदलून टाकली' असे विधान पुढीलपैकी कोणत्या राजकीय विचारवंताने केले?

अ) वेपर　　ब) एंगल्स

क) ओवेन　　ड) सेंट सिमॉन

५१) मार्क्सचा साम्यवाद हा .... चा प्रकार आहे.

अ) अर्थव्यवस्थेचा　　ब) समाजवादाचा

क) व्यक्तीवादाचा ड) ऐतिहासिकवादाचा

५२) कार्ल मार्क्स आणि ..... यांची क्रांतिकारी विचारसरणी म्हणजे साम्यवाद होय.

अ) सेंट सिमॉन ब) ओवेन क) फोरीयर ड) फ्रेडरिक एंजल्स्

५३) मार्क्सचा मानवी इतिहासाचा दृष्टिकोन ... ह्यांच्यातील संघर्षाचा परिणाम आहे.

अ) आहे रे आणि नाही रे ब) सहकार्य व आर्थिक संबंध

क) वर्ग व समाज ड) वरीलपैकी कोणतेही नाही

५४) मार्क्सने परस्पर विरोधी विकासक्रमावर आधारित ... व ...या दोन तत्त्वांच्या आधारे गतकालीन व वर्तमानकालीन समाजवादाचे टीकात्मक परीक्षण केले आहे.

अ) द्वंद्वात्मक भौतिकवाद व ऐतिहासिक भौतिकवाद

ब) साम्यवाद व समाजवाद

क) श्रमिक सिद्धान्त व सामाजिक व्यवस्था

ड) वरीलपैकी कोणतेही नाही

५५) मार्क्सने मांडलेली नवसमाजरचना निर्मिती ही संपत्तीचे सामाजिकीकरणाच्या तत्त्वावर आधारित असेल; कारण त्यात–

अ) संपत्तीच्या उत्पादनाची साधने (शेती, व्यापार, उद्योग, वाहतूक दळणवळण सेवा) व्यक्तिगत खासगी मालकीच्या न राहता सर्व समाजाच्या मालकीच्या असतील.

ब)अशी नवी समाजरचना वर्गविरहित व राज्य विरहित असेल.

क)भांडवलशाहीतून साम्यवादी व्यवस्थेत रूपांतर करताना प्रथम संक्रमणकालात समाजवादाचे तत्त्व स्वीकारून त्यात संपत्तीचे वितरण प्रत्येकाच्या कार्यक्षमतेनुसार व प्रत्येकाच्या गरजेनुसार होईल.

ड) वरीलपैकी सर्व

५६) मार्क्सने मांडलेल्या नवसमाजाच्या निर्मितीसाठी पुढीलपैकी कोणते घटक महत्त्वाचे आहेत?

अ) श्रमिक वर्गाचे शोषण करून त्यास दुरावस्थेकडे नेणारी भांडवलशाही व्यवस्था क्रांतिकारी मार्गांनी नष्ट करणे.

ब) त्यासाठी श्रमिकांनी संघटित होऊन सशस्त्र क्रांती करावी तसेच राज्ययंत्रणा ताब्यात घ्यावी.

क) भांडवलशाही व्यवस्थेतून समाजास साम्यवादी व्यवस्थेत रूपांतरित करताना मधल्या संक्रमणकाळात 'श्रमिकांची हुकूमशाही' निर्माण करून संपत्तीचे सामाजिकीकरण करावे.

ड) वरीलपैकी सर्व.

५७) द्वंद्ववादाची बिजे .... या प्राचीन संस्कृतीत आढळतात.

अ) ग्रीक ब) मेसोपोटेमियन क) सिंधू ड) द्रविड

५८) ....च्या मते द्वंद्ववाद म्हणजे निसर्ग, समाज व विचार यातील विकास-प्रक्रिया समजावून घेण्याचे शास्त्र आहे.

अ) हेगेल ब) एंगल्स क) मार्क्स् ड) टी. एच्. ग्रीन

५९) मार्क्स्‌ने ऐतिहासिक भौतिकवादी मीमांसेचे तत्त्व पुढीलपैकी कोणत्या गृहीतांवर मांडले आहे?

अ) मानवी समाजाच्या प्रत्येक बदलत्या अवस्थेवर त्या काळातील विशिष्ट उत्पादन व वितरण व्यवस्थेचा प्रभाव पडलेला असतो.

ब) व्यवस्था परिवर्तन प्रक्रिया - द्वंद्वात्मक विरोध विकासात्मक असतो व त्याची प्रेरणा व्यवस्था अंतर्गततणाव ही असते.

क) व्यवस्था परिवर्तनात तत्त्वप्रणालीच्या प्रेरणेपेक्षा उत्पादन बदलाची प्रेरणा प्रभावी ठरते.

ड) व्यवस्था परिवर्तनातील द्वंद्वात्मक विरोधविकास हा एक प्रकारे व्यवस्थे-अंतर्गत अस्तित्वात आलेल्या गुप्तप्रक्रियेचा उघडपणे व्यक्त झालेला आविष्कार असतो.

अ) फक्त १ व २ ब) २ व ३ क) १, २, ३, ४ ड) १, २, ४ फक्त

६०) मार्क्सने इतिहासाची भौतिकवादी मीमांसा करताना कोणत्या घटकाकडे सोईस्कररीत्या दुर्लक्ष केले आहे?

अ) केवळ आर्थिक व भौतिक घटकांना महत्त्व दिले.

ब) ऐतिहासिक घटकांच्या प्रेरणा विविध असतात.

क) शास्त्रीय शोध व उदारमतवादाचा विचार.

ड) भांडवलदार व मजूर वर्गाचे संघटन.

६१) मार्क्सची इतिहासाची भौतिक मीमांसा एक सर्वव्यापी तत्त्व ठरू शकत नाही. कारण

१) ऐतिहासिक घटनांना स्थल, काल, परिस्थितीचा संदर्भ प्राप्त झालेला असतो.

२) समाजवादी समाजरचना निर्माण होईल.

३) आर्थिक – भौतिक घटकांच्या विकासास महत्त्व प्राप्त होईल.

४) भांडवलशाही नष्ट होईल.

अ) १ आणि २ ब) फक्त १ क) फक्त २ व ३ ड) फक्त ३

६२) .....च्या मते, अलिकडच्या काळात नव्याने निर्माण झालेल्या घटकांच्याकडे मार्क्सने दुर्लक्ष केले असे म्हणणे हे मार्क्सवर अन्याय करण्यासारखे आहे.

अ) शूंपीटर ब) एंगल्स क) मार्क्स ड) रसेल

६३) मार्क्सने मानवी जीवनाची पुढील ऐतिहासिक अवस्था समाजवादी अथवा साम्यवादी असेल असे भाकीत करण्याची कारणे म्हणजे ...

अ) कामगारांची सत्ता प्रस्थापित करून वर्गविरहित, राज्यविरहित समाजवादी / साम्यवादी समाज निर्माण करणे आवश्यक व अपरिहार्य आहे.

ब) श्रमिकांची क्रांती होईल.

क) मध्यवर्गीयांचा पाठिंबा मिळेल.

ड) जमीनदार व शेतमजूर यांचा पाठिंबा मिळेल.

६४) मार्क्स्‌च्या वर्गसंघर्षाच्या सिद्धान्तामध्ये पुढीलपैकी कोणत्या त्रुटी आढळतात?

१) समाजातील मध्यमवर्गाकडे दुर्लक्ष केले.

२) श्रमिकांचे संघटन स्थानिक स्तरावरही होऊ शकत नाही.

३) वर्गविरहित समाज ही एक भ्रामक संकल्पना.

४) वरीलपैकी सर्व.

६५) 'मार्क्सची वर्ग ही संकल्पना संदिग्ध असल्यामुळे त्याच्या भविष्यकाळच्या अंदाजात गंभीर चुका झालेल्या आहेत; असे कोणी सांगितले.'

अ) सबाईन ब) फ्रँकेल

क) ॲडम स्मिथ ड) रिकार्डो

६६) मार्क्सने वस्तूमूल्य विचार पुढीलपैकी कोणत्या विचारवंतांपासून घेतले आहे?–

अ) फ्रँकेल, सबाईन, हेगेल ब) लॉक, अॅडम स्मिथ, रिकार्डो
क) थॉमस जेफरसन, थॉमस पेन, कांट ड) एंगल्स, माओ, लेनिन

६७) **..... म्हणजे एकप्रकारे भांडवलदारांनी श्रमिकांच्या श्रमावर टाकलेला दरोडा किंवा चोरी आहे असे मार्क्सचे मत आहे.**

अ) कामगारक्रांती ब) अतिरिक्त मूल्य
क) उत्पादनाची तंत्रपद्धती ड) कमीतकमी वेतन

६८) **मार्क्सने मांडलेला अतिरिक्त मूल्य सिद्धान्त अर्धसत्य आहे. कारण....**

१) वस्तूनिर्मितीत भूमी, कच्चा माल, श्रम, भांडवल संयोजन हे चार घटक महत्त्वाचे आहेत.

२) उत्पादन प्रक्रियेत व मूल्य निर्धारणात भूमी व श्रमाबरोबर भांडवल हा घटकही महत्त्वाचा आहे.

३) मार्क्सने फक्त नफ्याचाच विचार केलेला आहे. तोट्याचा नाही

अ) १ व २ ब) २ व ३ क) १, २, ३ ड) १ व ३

६९) **मार्क्सचा सामाजिक क्रांतीचा सिद्धान्त म्हणजे ...... यांचा नैसर्गिक, अपरिहार्य परिपाक आहे.**

१) त्याने इतिहासाची केलेली भौतिक मीमांसा.

२) वर्गसंघर्षाचे विश्लेषण.

३) भांडवलशाही व्यवस्थेत श्रमिकांचे होणारे आर्थिक शोषण.

अ) फक्त १ ब) फक्त २ क) १, २, ३ ड) २ व ३

७०) **मार्क्सच्या मते, भांडवलशाहीचे स्वरूपच श्रमिकांमध्ये त्यांच्या शोषणाबद्दल जागृति निर्माण करून त्यांना क्रांतीसाठी उद्युक्त करील. कारण –**

१) भांडवलशाहीत संपत्तीच्या निर्मितीच्या साधनांची खाजगी मालकी, उत्पादन शक्तीचे केंद्रीकरण अथवा मक्तेदारी, नफा, व्याज-खंड, या मार्गाने भांडवलदारांच्या हाती संपत्तीचे होणारे केंद्रीकरण, त्यातून निर्माण होणारी कमालीची आर्थिक विषमता.

२) आर्थिक तेजी-मंदीचे चक्र, बेकारी, श्रमिकांचे शोषण त्यांची दैन्यावस्था

३) वरील कारणांमुळे श्रमिक परिस्थितीला कंटाळून आपले हित जपण्यासाठी संघटित होऊन क्रांतीचा मार्ग स्वीकारतील.

अ) फक्त १ ब) १ व २ क) १ व ३ ड) १, २, ३

७१) 'कामगारांची हुकूमशाही' या मार्क्सच्या संकल्पनेचा अर्थ–

अ) अनेक राज्ये सार्वभौम असतात.

ब) वर्गाच्या वतीने एका व्यक्तीची हुकूमशाही.

क) सर्वंकष सार्वभौमत्व हुकूमशाहीत परिवर्तित होते.

ड) घटकराज्ये असमान असतात व त्यामुळे काही राज्ये प्रभुत्व गाजवितात.

७२) 'धर्म म्हणजे अफूच्या नशेप्रमाणे आहे' असे कोणी म्हटले?

अ) लेनिन ब) मार्क्स क) माओ ड) हेगेल

७३) 'हेगेलचा द्वंद्ववाद डोक्यावर उभा होता, त्याला मी पायावर उभे केले,' असे विधान कोणी केले?

अ) मार्क्स ब) रूसो क) ग्रीन ड) लॉक

७४) मार्क्सवादाच्या मते एका आदर्श साम्यवादी व्यवस्थेत –

अ) खासगी संपत्तीचा अधिकार कोणालाच नसेल.

ब) खासगी संपत्तीचे अधिकार मर्यादित असतील.

क) खासगी संपत्तीचा अधिकार सर्वांनाच असेल.

ड) खासगी संपत्तीचा अधिकार व्यक्तिगत असेल.

७५) मार्क्सने हेगेलच्या कोणत्या विचाराचा पुरस्कार केला?

अ) अतिरिक्त मूल्याचा सिद्धान्त ब) राज्यविहीन समाज कल्पना

क) राष्ट्रवादी संकल्पना ड) द्वंद्ववाद

७६) अतिरिक्त मूल्य म्हणजे काय ?

अ) अधिक लाभ ब) अधिक काम

क) कमी मूल्य ड) विक्री आणि मजुरी यातील अंतर

७७) मार्क्सवादाच्या मते, 'भांडवलशाही राज्यात लोकशाही अस्तित्वात राहू शकत नाही.' कारण–

अ) श्रीमंत वर्गाच्या हाती सत्ता व अधिकारांचे केंद्रीकरण होते.

ब) जनतेला कोणत्याही प्रकारचे राजकीय स्वातंत्र्य दिले जात नाही.

क) राजकारणी लोकांच्या हाती सत्तेचे केंद्रीकरण होते.

ड) निवडणुकांमध्ये प्रदीर्घ कालावधी राहतो.

७८) श्रमिक वर्गाच्या राज्यात अनेक महत्त्वपूर्ण कार्यातील सर्वात महत्त्वाचे कार्य म्हणजे

अ) भांडवलशाही व्यवस्था नष्ट करण्यासाठी क्रांती करणे.

ब) जनतेत एकता प्रस्थापित करणे.

क) सर्व योग्य व्यक्तींना लष्करी शिक्षण देणे.

ड) संस्कृती, कला, शिक्षणास मार्क्सवादी आदर्शानुसार बनविणे.

७९) मार्क्सवादाने भांडवलशाही नष्ट करण्याचा कोणता मार्ग स्वीकारला?

अ) निवडणुकांमध्ये बहुमत प्राप्त करून.

ब) हिंसात्मक क्रांतीच्या आधारे.

क) सतत चर्चा करून.

ड) भांडवलशाही राज्यातील दोष दाखवून.

८०) 'राज्य म्हणजे एका वर्गाने दुसऱ्या वर्गाचे शोषण करण्याचे साधन आहे' असे ...... या विचारवंताने म्हटले.

अ) ऑस्टिन ब) ग्रीन क) कार्ल मार्क्स् ड) मॉन्टेस्क्यू

८१) मार्क्सवादाचे अंतिम ध्येय कोणते सांगता येते ?

अ) लोकशाही प्रस्थापित करणे. ब) दुर्बल राज्याची स्थापना करणे.

क) राज्यविहीन, वर्गविहीन समाज स्थापन करणे.

ड) शक्तिशाली राज्याची स्थापना करणे.

८२) मार्क्सच्या कल्पनेवर आधारित निर्माण होणारे 'श्रमिकांचे राज्य' या स्वरूपाचे असेल.

अ) राज्यविहीन व वर्गविहीन.

ब) ज्यात वास्तविक सत्ता शेतकरी वर्गाच्या हातात असेल.

क) संक्रमण काळात निर्माण होणारे राज्य.

ड) ज्यात मजूरवर्ग उत्पादन व वितरणाच्या सर्व साधनांवर नियंत्रण ठेवेल.

८३) मार्क्सवादाच्या मते, राज्याची सर्वात महत्त्वाची विशेषता म्हणजे .... होय.

अ) एका वर्गाकडून दुसऱ्या वर्गाचे शोषण.

ब) दुर्बल घटकांचे संरक्षण.

क) सबल वर्गांचे संरक्षण.

ड) असमानता नष्ट करणे.

८४) 'मजूरवर्गाची हुकूमशाही हे मार्क्सवादी सिद्धान्ताचे सारतत्त्व आहे.'

अ) कार्ल मार्क्स् ब) हेगेल क) लेनिन ड) लास्की

८५) मार्क्सवाद्यांच्या मते –

अ) राज्य ही आवश्यक परंतु वाईट संस्था आहे.

ब) राज्य ही कल्याणकारी संस्था आहे.

क) राज्य ही सकारात्मक परंतु चांगली संस्था आहे.

ड) राज्य ही एक वर्गीय संघटना आहे.

८६) मार्क्सवाद्यांच्या मते राज्य, पोलीस, सैन्य व न्यायालय या संस्थाचा वापर ....करत असते.

अ) जनकल्याणार्थ.

ब) शक्तिशाली वर्गहिताच्या उन्नतीसाठी.

क) समाजातील दुर्बल वर्गाच्या सुरक्षिततेसाठी.

ड) समाजातील असमानता दूर करण्यासाठी.

८७) एका वर्गाने दुसऱ्या वर्गाला दबविण्यासाठी किंवा अत्याचार करण्यासाठी राज्य हे एक साधन आहे, शिवाय काहीच नाही, असे विधान .... याने केले.

अ) एंगल्स ब) मार्क्स् क) स्टॅलिन ड) लेनिन

८८) मार्क्सवाद्यांनी पुढीलपैकी कोणत्या विचारांचा पुरस्कार केला?

अ) समाजातील असमानता दूर करणे.

ब) शक्तिशाली वर्गाच्या हितसंबंधाचे संरक्षण करणे.

क) राज्याला जास्तीत जास्त अधिकार देणे.

ड) राज्याला केवळ सैनिकी अधिकार देणे.

८९) मार्क्सने पुढीलपैकी कोणता ग्रंथ लिहिला नाही?

अ) क्लास स्ट्रगल इन फ्रान्स ब) ऑन लिबर्टी

क) दास कॅपिटल ड) कम्युनिस्ट मॅनिफेस्टो

९०) राज्य शोषक वर्गाचा आधार असल्याचे मत...ने प्रतिपादन केले.

अ) कार्ल मार्क्स ब) कांट क) हेगेल ड) ग्रीन

९१) मार्क्सने 'Value, price of profit' हा ग्रंथ केव्हा लिहिला?

अ) १८७३ ब)१८७४ क) १८७५ ड) १८७६

९२) 'Holy Family' हा ग्रंथ कोणी लिहिला ?

अ) कार्ल मार्क्स ब) रूसो क) सिडने वेब ड) ग्रीन

१३) पुढीलपैकी कोणते ग्रंथ कार्ल मार्क्सने लिहिले आहेत?

१) 'होली फॅमिली', 'फिलॉसॉफी ऑफ पॉवर्टी'

२) 'दी कम्युनिस्ट मॅनिफेस्टो', 'दी क्रिटिक ऑफ पॉलिटिकल इकॉनॉमी'

३) 'दास कॅपिटाल', 'दि सिव्हिल वॉर इन फ्रान्स'

४) 'क्लास स्ट्रगल इन फ्रान्स', 'व्हॅल्यू प्राईस ॲण्ड प्रॉफिट'

अ) १ व २ ब) १,२,३

क) १, २, ३ आणि ४ ड) फक्त २ व ४

१४) 'कामगारांनो, संघटित व्हा आणि लढा पुकारा, तुमचे काहीच नुकसान होणार नाही कारण तुमच्याकडे गमविण्यासारखे काहीच शिल्लक नाही.' असा संदेश .... ने दिला.

अ) कार्ल मार्क्स् ब) हेगेल

क) लेनिन ड)ओवेन

१५) 'कोठे, केव्हा आणि कोणत्या मर्यादेपर्यंत राज्याचा उदय होतो हे अशा गोष्टीवर अवलंबून असते की केव्हा, कोठे आणि किती प्रमाणात राज्यातील वर्गामध्ये समन्वय साधणे किंवा सामंजस्य स्थापित करणे अशक्य असते.' असे विधान.... ने म्हटले ?

अ) कार्ल मार्क्स ब) लेनिन क) ओवेन ड) स्टॅलिन

१६) मार्क्सच्या मते, राज्य म्हणजे शोषक वर्गाचा आधार आहे. कारण–

१) गुलामगिरीच्या काळात नागरिकांना गुलामांचे शोषण करता यावे म्हणून राज्य मदत करते.

२) भांडवलशाहीत राज्य भांडवलदारांचे रक्षणकर्ते बनले त्यामुळे भांडवलदारवर्ग शासनाचा उपयोग आपल्या इच्छा शासितांवर लादण्यासाठी करतो.

३) भांडवलदारांच्या अधिकार रक्षणासाठी श्रमिकांची पिळवणूक करून भांडवलदार वर्गाला चैन करता येण्यासाठी राज्यसंस्था अस्तित्वात आली.

अ) फक्त १ ब) १ व २

क) १, २ आणि ३ ड) २ व ३

१७) मार्क्सने आपल्या ...... या ग्रंथात असे म्हटले की, 'राज्यातील सरकार म्हणजे केवळ भांडवलदार वर्गाचे कार्य करणारी समिती आहे.'

अ) 'दास कॅपिटाल' ब) कम्युनिस्ट मॅनिफेस्टो

क) 'होली फॅमिली' ड) व्हॅल्यू–प्राईस ॲण्ड प्रॉफिट

९८) 'भांडवलशाही नष्ट केल्यानंतर साम्यवादाऐवजी अराजकताच निर्माण होईल व त्यातून साम्यवादाला विसंगत असणारी हुकूमशाही अस्तित्वात येईल.' असे..... ने मत प्रतिपादन केले.

अ) लास्की ब) हेगेल क) मार्क्स् ड) कांट

९९) मार्क्स्ने राज्य ही एक शोषण करणारी संस्था आहे असे मानले. कारण.....

१) जनकल्याण हा राज्याचा उद्देश कधीच नव्हता.

२) राज्य हे विभिन्न वर्गाचे प्रतिनिधित्व करू शकत नसल्याने राज्य हे कल्याणकारी राहू शकत नाही.

३) राज्य हे श्रेष्ठ आर्थिक वर्गाच्या हिताचे संरक्षण करते.

अ) फक्त १ ब) फक्त २ क) १, २, ३ ड) २ व ३

१००) मार्क्स्च्या विचारांचे वैशिष्ट्य म्हणजे –

१) आधुनिक काळात भांडवलशाही राष्ट्रांकडून अविकसित देशांना प्राप्त होणारी आर्थिक मदत हा मार्क्सच्या सिद्धान्ताचा परिणाम होय.

२) आर्थिक प्रणाली व राजकीय संस्था यांचा घनिष्ट संबंध प्रथम मार्क्सने जोडला.

३) क्रांतीचा संदेश देऊन श्रमिकांनी संघटना प्रस्थापित केली.

अ) फक्त १ ब) फक्त २ क) फक्त ३ ड) १, २ आणि ३

१०१) मार्क्सने 'धर्म म्हणजे अफू होय' असे म्हटले. पुढीलपैकी कोणते विधान वरील विचारांना लागू पडत नाही.

अ) ज्या समाजात मनुष्याच्या आवश्यक गरजा पूर्ण होत नाहीत व सर्वत्र असंतोष पसरतो; त्यावेळी धर्माचा आश्रय घेतला जातो.

ब) धार्मिक भावना जागृत केल्या जातात. मनुष्य धर्माच्या तत्त्वज्ञानाद्वारे आपले दु:ख विसरून जाऊन भविष्याबाबत विचार करीत असतो.

क) धार्मिक भावना स्वतंत्रपणे निर्माण होतात.

अ) फक्त १ ब) फक्त २

क) फक्त ३ ड) वरीलपैकी कोणतेही नाही.

१०२) 'कार्ल मार्क्स्च्या अगोदर साम्यवाद हा विस्कळित, विस्कटलेला आणि अव्यवस्थित असा होता; अशा साम्यवादाला कार्ल मार्क्स्ने

सूत्रबद्ध करून त्याला शास्त्रीय स्वरूप दिले' असे मत...... यांनी मांडले

अ) लास्की ब) माओ क) स्टॅलिन ड) रसेल

१०३) कार्ल मार्क्स्‌च्या साम्यवादातील दोन गुण म्हणजे –

१) साम्यवाद ही एक मोठी शक्ती आहे.

२) कामगारांमध्ये संघटनशक्ति वाढली.

३) मानवी इतिहास वर्ग–सहकार्यावर आधारित असतो.

४) कामगारांमध्ये मतभेद निर्माण होतात.

अ) फक्त १ व २ ब) फक्त २ व ३

क) फक्त ३ व ४ ड) वरीलपैकी कोणतेही नाही.

१०४) मार्क्सवादाला 'भौतिकवाद' म्हणतात. कारण –

अ) कारण मार्क्स्‌वाद हा राष्ट्रवादी कल्पनेवर आधारित आहे.

ब) कारण मार्क्स्‌ने भौतिकवादाच्या आधारावर जगाच्या ऐतिहासिक उत्क्रांतीचे स्पष्टीकरण केले.

क) कारण राज्याने विविध वर्गाचे प्रतिनिधित्व केले.

ड) कारण राज्याचे परंपरावादी सिद्धान्त असतात.

१०५) मार्क्सने 'कम्युनिस्ट मॅनिफेस्टो' यामध्ये भांडवलशाहीच्या नाशाची पुढीलपैकी कोणती कारणे स्पष्ट केली? –

१) भांडवलदार समाजाच्या मागणीकडे दुर्लक्ष करतात.

२) भांडवलदार एकाधिकार निर्माण करून अप्रत्यक्षरीत्या कामगारांना संघटित करतात.

३)अतिरिक्त मूल्य पूर्णपणे भांडवलदारांच्या हाती जाते. त्यामुळे भांडवलदार श्रीमंत व कामगार गरीब होतात.

४) आंतरराष्ट्रीय श्रमिक आंदोलनाला भांडवलशाहीने जन्म दिला.

अ) १ आणि २ ब) २ आणि ३

क) ३ व ४ ड) १, २, ३ आणि ४

१०६) 'समाजवाद ही अशी एक समाजव्यवस्था आहे की, जिच्या अंतर्गत जीवनातील साधनांवर समाजाची संपूर्ण सत्ता प्रस्थापित होते व संपूर्ण समाज सार्वजनिक कल्याण साधण्याच्या उद्देशाने आपला विकास कार्यक्रम आखत असतो.' असे कोणाचे मत आहे?

अ) हम्फ्रे ब) सेलर क) रसेल ड) आप्पा दोराय

१०७) पॉवर्टी ऑफ फिलॉसॉफी हा ग्रंथ फिलॉसॉफी ऑफ पॉवर्टी या ग्रंथास प्रत्युत्तर म्हणून लिहिला गेला. खालील पैकी कोणते लेखक याबरोबर संबंधित आहे.

अ) मार्क्स् ड्यूरिंग ब) प्रूधा आणि मार्क्स्

क) ड्यूरिंग आणि फॉरबॉक ड) प्रूधा आणि फॉरबॉफ

१०८) 'उत्पादन साधनांच्या व विनिमयाच्या सामाजिक मालकीतून आणि सामुदायिक नियंत्रणातून जनसामान्यांच्या हितसंबंधासाठी समाज संघटित करणे हे उद्दिष्ट ठेवणारा सिद्धान्त व चळवळ म्हणजे समाजवाद होय.' हे ...... यांनी म्हटले.

अ) हम्फ्रे ब) आप्पा दोराय क) सेलर ड) रसेल

१०९) थॉमस म्यूर यांनी........ या ग्रंथात, 'निवडून दिलेल्या अधिकाऱ्यांनी आर्थिक व्यवहारांवर नियंत्रण ठेवावे, प्रत्येकाला योग्य वाटा मिळावा, असे विचार मांडले.

अ) रिपब्लिक ब) यूटोपिया क) दास कॅपिटल ड) ऑन लिबर्टी

११०) ..... यांच्या मते, 'जमीन व संपत्तीवर व्यक्तीची मालकी नसावी, ती संपूर्ण राष्ट्राच्या मालकीची असावी. प्रत्येक व्यक्तीला तिची क्षमता व योग्यतेनुसार काम तसेच कामाचे वेतन द्यावे.'

अ) थॉमस मूर ब) सेलर क) हेन्री सॉसिमो ड) फुरीयर

१११) इंग्लंडमध्ये समाजवादाचा प्रारंभ ... याने केला.

अ) फुरियर ब) रॉबर्ट ओवेन क) कार्ल मार्क्स ड) एंगल्स

११२) 'राज्यकारभार मध्यमवर्गीयांकडून काढून घ्यावा व ती सत्ता सर्वसाधारण जनतेकडे सोपवावी. सरकार, न्यायालये, सैन्य, कारखाने वगैरेंवर सामान्य जनतेचे नियंत्रण असावे. सर्व संपत्ती व कारखाने राष्ट्राच्या मालकीचे असावे.' असे विचार ......यांनी मांडले.

अ) रॉबर्ट ओवेन ब) नोबेल बॉवेफ क) लुई ब्लाँ ड) फुरियर

११३) 'संपूर्ण संपत्ती ही राष्ट्राच्या मालकीची असावी. समाजातील विषमता आणि गरिबी हटविण्याचा प्रयत्न झाला पाहिजे.' असे कोणी म्हटले आहे ?

अ) नोबेल बॉवेफ ब) रॉबर्ट ओवेन क) फुरियर ड) लुई ब्लाँ

११४) 'समाजवाद ही लोकशाही चळवळ आहे. समाजात न्याय व स्वातंत्र्य प्रस्थापित करण्यासाठी समाजातील आर्थिक संघटनांवर नियंत्रण प्रस्थापित करणे हा समाजवादाचा उद्देश आहे.' असे कोणाचे मत आहे?

अ) सेलर्स ब) ह्यूमन क) लास्वेल ड) वेबस्टर

११५) 'समाजवाद ही संपत्तीच्या समान हक्कासंबंधी आणि उपयोगासाठी केलेली मागणी होय.' असे कोणी म्हटले आहे?

अ) हँडन गेस्ट ब) रॅम्से मॅकडोनाल्ड क) रोशर ड) सेलर

११६) 'समाजवाद म्हणजे समाजातील आर्थिक व भौतिक साधनांवर जनतेचे नियंत्रण प्रस्थापिणे होय.' असे कोणाचे मत आहे?

अ) बर्ट्रांड रसेल ब) रॅम्से मॅकडोनाल्ड क) ह्यूगन ड) लास्वेल

११७) 'भूमी आणि संपत्तीची सामूहिक मालकी प्रस्थापित करणारा वाद म्हणजे 'समाजवाद' होय.' असे कोणी म्हटले आहे?

अ) बर्ट्रांड रसेल ब) वेबस्टर क) रॉबर्ट ओवेन ड) ह्यूगन

११८) 'समाजवाद ही श्रमिक वर्गाची राजकीय चळवळ आहे आणि तिचे उद्दिष्ट कामगारांची पिळवणूक नष्ट करणे हे आहे.'

अ) ह्यूगन ब) रॅम्से मॅकडोनाल्ड क) लास्वेल ड) वेबस्टर

११९) 'समाजवाद हा वस्तुतः एक दार्शनिक विचार आहे. धार्मिक क्षेत्रात नास्तिकता, राजकीय क्षेत्रांत लोकतांत्रीय गणराज्याचे, व्यवसाय-क्षेत्रात सार्वजनिक समष्टिवादाचे, नैतिक क्षेत्रांत अंतहीन आशावादाचे, आध्यात्मिक क्षेत्रांत प्राकृतिक भौतिकवादाचे, पारिवारिक क्षेत्रांत परिवार आणि वैवाहिक संबंधाचा प्रतीक म्हणजे 'समाजवाद' होय.'

अ) रॉबर्ट ओवेन ब) वेबस्टर

क) हर वेबेल ड) रॅम्से मॅक्डोनाल्ड

१२०) 'बंधुत्व, समानता, समानमालकी, प्रमुख उत्पादन साधनांचा सर्वांच्या समानतेसाठी उपयोग करणे या चार तत्त्वांची बंधने स्वीकारणे म्हणजे 'समाजवाद' होय.'

अ) जी. डी. एच. कौल ब) वेबस्टर

क) लास्वेल ड) ह्यूगन

१२१) समाजवाद हा .... च्या विरोधी आहे.

अ) लोकशाही ब) भांडवलशाही क) हुकूमशाही ड) राजेशाही

१२२) ... ही अनावश्यक आपत्ति नसून व्यक्तीव्यक्तींमधील अमानुष, आर्थिक स्पर्धा नष्ट करण्याचे ते एक प्रभावी साधन आहे.

अ) कायदा ब) वर्ग क) राज्य ड) आर्थिक नियंत्रण

१२३) समाजवादाचा मुख्य उद्देश म्हणजे ... होय.

अ) आर्थिक विषमता नष्ट करणे ब) भांडवलशाहीला प्रोत्साहन देणे

क) व्यक्तिस्वातंत्र्य मान्य करणे ड) खुल्या आर्थिक स्पर्धेस वाव देणे

१२४) ..... हा व्यक्ती व समाजाच्या उन्नतीसाठी प्रयत्न करतो.

अ) साम्यवाद ब) समाजवाद क) भांडवलवाद ड) मार्क्सवाद

१२५) समाजवादाची पुढीलपैकी कोणती वैशिष्ट्ये सांगता येतील ?

१) दारिद्र्य व निर्दयी शोषणाचे उच्चाटन करून न्याय्य पायावर समाजाची पुनर्रचना करणे.

२) आर्थिक मंदी नष्ट करणे.

३) मानवाचे जीवन सुखी, समृद्ध व सुरक्षित बनविणे.

अ) फक्त १ ब) फक्त २ क) २ आणि ३ ड) १, २ आणि ३

१२६) समाजवादाचा भर न्याय व ... प्रस्थापित करण्यावर आहे.

अ) स्वातंत्र्य ब) समता क) बंधुत्व ड) विचार

१२७) समाजवादाचे पुढीलपैकी कोणते गुण सांगता येतील ?

१) समाजातील आर्थिक विषमता, आर्थिक शोषण नष्ट करून त्या ऐवजी सहकार्य निर्माण करणे.

२) लोकशाही मार्गाचा अवलंब करून राष्ट्रीय योजना कार्यान्वित होतात व समाजवादाचे परिवर्तन कल्याणकारी राज्यात होते.

३) व्यक्तिगत स्वार्थ व समाजहित ह्यांमध्ये सामंजस्य निर्माण होते.

४) भांडवलशाही नष्ट करण्यावर भर दिला. तसेच राष्ट्रीय संपत्ति सर्व समाजाच्या मालकीची असते.

अ) फक्त १ व २ ब) २ व ३ क) ३ व ४ ड) वरील सर्व

१२८) समाजवादाचे दोष म्हणजे ..

१) समाजवादामुळे राज्याच्या कार्यक्षेत्रांत वाढ होऊन नोकरशाही वाढीस

लागते, लालफितीचे प्रमाण वाढते.

२) वस्तूंचे उत्पादन व वितरण राज्यातर्फे होत असल्याने वस्तुपुरवठा मर्यादित राहतो व वस्तूंच्या काळ्याबाजारास प्रारंभ होतो.

३) केंद्रीकरणावर भर असल्याने मानवीच्या स्वातंत्र्य रक्षणावर गदा येते.

४) वर्गकलह व हितसंबंधाच्या संघर्षास महत्त्व दिल्याने संप, टाळेबंदीत वाढ होते.

अ) १ आणि २ ब) २ आणि ३

क) २ व ४ ड) वरील सर्व

१२९) समाजहिताच्या दृष्टीने राज्याच्या शक्तीत वाढ व व्यक्ति स्वातंत्र्याची जोपासना या दुहेरी उद्देशाने ... चळवळ सुरू झाली आहे.

अ) लोकशाही ब) समाजवादी क) साम्यवादी ड) हुकूमशाही

१३०) लोकशाही समाजवाद ही कल्पना ... मध्ये उदयास आली.

अ) भारत ब) फ्रान्स क) इंग्लंड ड) अमेरिका

१३१) समाजात उत्पन्न होणाऱ्या संपत्तीचा फायदा काही मूठभर लोकांना न होता; तो बहुजन लोकांना प्राप्त व्हावयास पाहिजे हे ..... प्रमुख सूत्र आहे.

अ) साम्यवादाचे ब) समाजवादाचे

क) लोकशाही समाजवादाचे ड) भांडवलवादाचे

१३२) .... याच्या मते कार्यविहीन संपत्तीवर टीका करून अशी संपत्ती समाजाला व न्यायोचित संपत्तीला धोकादायक स्वरूपाची असते.

अ) सिडने व बियाट्रिस वेब ब) बर्नार्ड शॉ

क) आर. एच. टॉनी ड) रॉबर्ट ओवेन

१३३) ... याने 'लोकशाही समाजवादाचे राजकारण' या ग्रंथात लोकशाही समाजवादाची चौकट स्वीकारून इंग्लंड आपल्या देशातील आर्थिक प्रश्न समाधानकारकरीत्या सोडवू शकेल व राजकीय स्वातंत्र्य आणि आर्थिकसमता यावर आधारित समाजव्यवस्था याकडे वाटचाल करण्यासाठी तो मार्गदर्शन करू शकेल; असे विचार मांडले.

अ) डर्बीन ब) जी. डी. कोल क) सिडने ड) हॅरॉल्ड लास्की

१३४) .... याने समाजवाद म्हणजे लोकशाही साध्य करण्याची प्रक्रिया होय, असे म्हटले.

अ) सिडने वेब ब) नॉमर्न थॉमस्

क) क्लेमन्ट ॲटली ड) हॅरॉल्ड लास्की

१३५) भारतात..... यांनी लोकशाही तत्त्वाशी सुसंगत अशी समाजवादाची मुहूर्तमेढ रोवली.

अ) पं. जवाहरलाल नेहरू ब) डॉ. राजेंद्र प्रसाद

क) दादाभाई नौरोजी ड) लाल बहादूर शास्त्री

१३६) .....च्या आवडी काँग्रेस अधिवेशनात समाजवादी समाज रचना हे भारतीय राज्याचे ध्येय असल्याचे घोषित करण्यात आले.

अ) १९३५ ब) १९४५ क) १९५५ ड) १९६५

१३७) लोकशाही समाजवादाची मूलतत्त्वे पुढीलपैकी कोणती सांगता येतील ?

अ) स्वार्थी व्यक्तिवादास विरोध, संघर्षाऐवजी सहकार्य.

ब) समाजविरोधी कृत्यांना राज्याकडून प्रतिबंध, समानतेचे तत्त्व.

३) संपत्ती निर्माण करणाऱ्या साधनांवर राज्याचा ताबा.

४) अधिकार व हक्क यांना पाठिंबा, लोकशाहीचा व्यापक पाया; उपभोग्य वस्तूंची सामूहिक मालकी नाही.

अ) फक्त १ ब) १ आणि २ क) २ आणि ३ ड) वरील सर्व

१३८) व्यक्तिहितापेक्षा ...... हिताला लोकशाही समाजवादात प्राधान्य देण्यात आले.

अ) समाज ब) राज्याच्या क) वर्ग ड) गट

१३९) लोकशाही समाजवाद हा अंतिमत: ....मध्ये परावर्तित होण्याची शक्यता असते.

अ) व्यक्तीवादा ब) सर्वंकषवादा क) मार्क्सवादा ड) अराजकवादा

१४०) ......मध्ये केवळ जडवादी संस्कृतीची जोपासना केली आहे.

अ) लोकशाही –समाजवादा ब) अराजकवादा

क) भांडवलवादा ड) मार्क्सवादा

१४१) जोड्या जुळवा.

खाली दिलेल्या सांकेतिकांमधून योग्य पर्याय निवडा.

यादी १ (राजकीय तत्त्वप्रणाली)	**यादी २ (राजकीय विचारवंत)**
अ) मार्क्सवाद	१) नित्शे, सोरेल, पॅरेटो, मुसोलिनी
ब) समाजवाद	२) सबाईन, जे.एस.मिल, विल्यम मॉन्टेगॉमेरी

क) फॅसिझम	३) कार्ल मार्क्स व एंगल्स
ड) उदारमतवाद	४) ह्यूगन, रोशट, रॅम्से मॅकडोनाल्ड, सेलर, बर्ट्रान्ड रसेल, लास्वेल

सांकेतिके :

	अ	ब	क	ड
अ)	४	२	३	१
ब)	३	४	१	२
क)	२	१	३	४
ड)	१	२	४	३

१४२) **'फॅसिझमवाद ही तत्त्वप्रणाली म्हणजे मॅकिआव्हेलीचा संधीसाधूवाद, हेगेलचा अमर्यादित राजकीय सत्तावाद, सोरेलचे हिंसेचे तत्त्वज्ञान आणि विल्यम जेम्सचा व्यवहारवाद यांचे संमिश्रण आहे.' असे यांनी प्रतिपादले.**

अ) मुसोलिनी ब) केनिंग क) रोक्को ड) विल्यम इबेस्टिन

१४३) **'फॅसिझमवाद ही नागरी जीवनाची नवीन कल्पना आहे. फॅसिझमवाद नव्या चळवळीचे एक प्रक्षोभक आहे.'**

अ) विल्यम इबेस्टिन ब) रोक्को क) मुसोलिनी ड) केनिंग

१४४) **'फॅसिझमवाद संघटित सरकारच्या सर्वंकष सत्तेचे प्रतीक आहे. फॅसिझमवाद असा एक समाज आहे की, ज्या समाजामध्ये एकपक्षीय हुकूमशाही, राष्ट्रीयतत्त्व, वंशतत्त्ववाद, लष्करीवाद, साम्राज्यवाद ही तत्त्वे प्रत्ययास येतात.'**

अ) विल्यम इबेस्टिन ब) मुसोलिनी क) रोक्को ड) केनिंग

१४५) **फॅसिझमचे तत्त्वज्ञान पुढीलपैकी कशा कशास विरोध करते?-**

अ) व्यक्तिवाद, लोकशाही, साम्यवाद, आंतरराष्ट्रवाद, बुद्धिवाद.

ब) समाजवाद, उदारवाद, राष्ट्रवाद, एकात्मवाद, अनेकसत्तावाद.

क) अराजकवाद, व्यक्तिवाद, एकात्मवाद, साम्यवाद.

ड) वरीलपैकी कोणतेही नाही.

१४६) **फॅसिझम हा आत्यंतिक स्वरूपाचा --- आहे.**

अ) व्यक्तिवाद ब) राजवाद क) आंतरराष्ट्रवाद ड) साम्यवाद

१४७) बेनेटो मुसोलिनीने .... मध्ये इटलीच्या मिलान शहरात पहिली फॅसिओ संघटना स्थापन केली.

अ) १९११ ब) १९१५ क) १९१९ ड) १९२४

१४८) फॅसिझमच्या उदयास ...... कारणीभूत ठरले.

अ) इंग्लंडची औद्योगिक क्रांती ब) पहिले महायुद्ध

क) दुसरे महायुद्ध. ड) रशियन राज्यक्रांती.

१४९) फॅसिझमच्या उदयास पुढीलपैकी कोणती कारणे कारणीभूत ठरू शकत नाही ?

१) इटलीतील राजकीय अस्थिरता व कमकुवत संसदीय संस्था व शासन.

२) पहिले महायुद्ध.

३) चलनवाढ, आर्थिक मंदीची लाट, टाळेबंदी.

४) परंपरावादी राष्ट्राचे वैभव मानणारे, आदर्शवादी राजकीय तत्त्वज्ञान.

५) लोकशाहीला प्राधान्य.

अ) फक्त १ व २ ब) २ व ४

क) वरील सर्व ड) फक्त ५

१५०) बेनेटो मुसोलिनीला इटालियन जनता.....असे संबोधत असे.

अ) ड्यूस ब) हेर क) सम्राट ड) जनरल

१५१) फॅसिस्टांनी मांडलेली राज्यसंकल्पना पुढील कोणत्या विचारांच्या समन्वयातून केलेली दिसून येते.

अ) आदर्शवाद व व्यवसायसंघ समाजवाद.

ब) व्यक्तिवाद व आंतरराष्ट्रीय वाद.

क) अनेक सत्तावाद व एकतंत्री राज्यशासन.

ड) वरीलपैकी कोणतेही नाही.

१५२) फॅसिझमची तात्त्विक पायाभरणी पुढीलपैकी कोणत्या राजकीय विचारवंतांच्या आदर्शवादी राजकीय तत्त्वज्ञानाने झालेली होती ?

१) इंग्लंडमधील ग्रीन ब्रॅडल, बोझांके २) जर्मनीतील कान्ट व हेगेल

३) कार्ल मार्क्स व बेंथॅम ४) ॲरिस्टॉटल व मॅक्एव्हेली

अ) फक्त १ ब) १ आणि २

क) २ आणि ३ ड) ३ आणि ४

१५३) ......ची वंशश्रेष्ठत्वाची गुलामगिरीच्या संदर्भात मांडलेली संकल्पना फॅसिस्टांनी उचलून धरली होती.

अ) सॉक्रेटिस ब) प्लेटो क) ॲरिस्टॉटल ड) मॅकिएव्हेली

१५४) ....यांनी 'Authoritianism, Fascism and National Popularism' **या ग्रंथात म्हटले की, 'फॅसिझम ही मध्यमवर्गाने पुरस्कारलेली, सत्ता केंद्रीकरणावर आधारलेली एकाधिकारशाही आहे.'**

अ) नित्शे ब) जेरमनी क) मुसोलिनी ड) सोरेल

१५५) फॅसिओ या शब्दाचा अर्थ ..... आहे.

अ) लाकडी मोळी (गठ्ठा) ब) संघटना

क) पक्ष ड) वर्ग

१५६) मुसोलिनीने ...... मध्ये राष्ट्रीय फॅसिस्ट पक्षाची स्थापना केली.

अ) फेब्रुवारी १९२१ ब) मार्च १९२१

क) सप्टेंबर १९२१ ड) नोव्हेंबर १९२१

१५७) बेनिटो मुसोलिनीने फॅसिओ संघटनेची पुनर्रचना .... मध्ये लढाऊ पक्ष म्हणून साम्यवाद रोखण्यासाठी केली.

अ) १९१५ ब) १९१७ क) १९१९ ड) १९२१

१५८) ......हा विचारांपेक्षा अनुभवसिद्ध कृतीवर आणि श्रद्धेवर आधारलेला आहे.

अ) फॅसिस्टवाद ब) नाझीवाद क) व्यक्तिवाद ड) अनेक सत्तावाद

१५९) फॅसिस्टांच्या राज्यविषयक विचारांवर जर्मन आदर्शवादी विचारवंत हेगेल यांचा प्रभाव जाणवण्यामागे पुढील कोणते विचार कारणीभूत ठरतात ?

१) हेगेलच्या मते, राज्य म्हणजे ईश्वरी चैतन्यशक्तीचे पृथ्वीवरील चालते बोलते प्रतीक आहे.

२) राज्य हे सामाजिक नीतिमत्तेचे आविष्कारण व प्रसरण करणारी सर्वोच्च आदर्श संस्था आहे.

३) राज्य ही एक आध्यात्मिक स्वरूपाची नैतिक शक्ति संपन्न सत्ता आहे.

४) राज्यामध्ये व्यक्ति स्वातंत्र्यास वाव आहे.

अ) १ आणि २ ब) १, २, ३

क) २ आणि ३ ड) वरील सर्व

१६०) मुसोलिनीने राज्याचे कार्य स्पष्ट करताना पुढीलपैकी कोणत्या घटकांना प्राधान्य दिले? –

१) राष्ट्राच्या सांस्कृतिक जीवनाचे सातत्य टिकविणे, राष्ट्राच्या ऐतिहासिक परंपरा, भाषा, साहित्य, कला यांचे जतन करणे.

२) नागरिकांना सुजाण नागरिकत्वाचे शिक्षण देणे, त्यांच्यातील राष्ट्रीय अस्मिता जागविणे, त्यांच्या जीवनात कार्याची जाणीव निर्माण करून देऊन, त्यांना संघटित करून, राष्ट्र उभारणीच्या कार्यात सहभागी करून घेणे.

३) समाज जीवनावर नियंत्रणे ठेवू नयेत.

४) लोकशाही व समाजवादास पूरक कार्य करणे.

अ) १ आणि २ ब) २ आणि ३

क) ३ व ४ ड) वरीलपैकी कोणतेही नाही.

१६१) फॅसिस्टांच्या विचारांची परिणती कशात झाली ?

अ) सर्वंकष राजकीय व्यवस्थेच्या निर्मितीत झाली.

ब) लोकशाही समाजवादी मूल्य रुजले.

क) व्यक्ती स्वातंत्र्यास वाव मिळाला.

ड) समाजातील विविध हितसंबंधाची जोपासना झाली.

१६२) 'आंतरराष्ट्रीय शांतता हे भ्याडांचे स्वप्न आहे.' अशी भूमिका पुढीलपैकी कोणी घेतली.

अ) लेनिन ब) हिटलर

क) मुसोलिनी ड) माओ

१६३) 'लोकशाही ही बेजबाबदार, अकार्यक्षम आणि गोंधळ माजविणारी शासनपद्धती आहे; तिच्याद्वारे इटलीचा विकास होणे अशक्य आहे.'

अ) मुसोलिनी ब) हिटलर क) सोरेल ड) नित्शे

१६४) मुसोलिनीने...... ची स्थापना केली.

अ) कार्पोरेट स्टेट / संघप्रधान राज्य ब) एकात्म राज्य

क) राजसत्ताक पद्धती ड) कॅबिनेट राज्याची

१६५) फॅसिझमच्या अनेक वैशिष्ट्यांपैकी पुढील एक वैशिष्ट्य सांगता येईल.

अ) राज्याला स्वत:चे स्वतंत्र अस्तित्व नसते.

ब) राज्य हे एक सजीव अथवा सावयवी आहे.

क) भांडवलशाहीस विरोध.

ड) वांशिक भेद मान्य नाही.

१६६) फॅसिझमवादाने नवीन रक्त निर्माण करणारे टॉनिक कशास मानले.

अ) परस्परसंबंध ब) सहकार्य

क) करार ड) युद्ध

१६७) 'फॅसिझम ही राजकीय, सामाजिक संरचना आहे की जी रोमन सम्राटाने किंवा कॅथॉलिक चर्चने पाडलेल्या प्रथेवर आधारित आहे. ती एक प्रकारची तत्कालीन युरोपातील परिस्थितीची प्रतिक्रिया असून लोकशाही स्वातंत्र्याच्या अपयशाची ती एक प्रतिक्रिया आहे असे मत .... ने मांडले.

अ) मुसोलिनी ब) बर्जेस क) लिकॉक ड) कांट

१६८) फॅसिवादाने पुढीलपैकी कोणत्या घटकावर भार दिलेला आहे.

अ) सामाजीकरण ब) यांत्रिकीकरण

क) राष्ट्रीयीकरण ड) औद्योगिकरण

१६९) फॅसिस्टवादाने संस्कृतीला विरोध केला. कारण –

अ) संस्कृतीमुळे समाजात विशिष्ट वर्गाचे प्राबल्य निर्माण होते.

ब) संस्कृती ही माणसाला बौद्धिकदृष्ट्या दिशाहीन बनवते.

क) संस्कृतीमुळे मूल्यांना प्राधान्य दिले जाते.

ड) वरीलपैकी कोणतेही नाही.

१७०) फॅसिस्ट विचारसरणीत ...... ना गौण स्थान आहे.

अ) स्त्रियांना ब) वर्गांना क) जातींना ड) पुरुषांना

१७१) ..... यांच्या मते, व्यवसाय संघ या फॅसिस्टांनी लादलेल्या संघटना होत्या.

अ) बर्जेस ब) प्रा. बार्कर क) सेलेस ड) नित्शे

१७२) महात्मा गांधींचे तत्त्वज्ञान व्यक्तिवादाला विरोध करते. कारण –

अ) व्यक्तिवाद हा समाजापेक्षा व्यक्तीला जास्त महत्त्व देतो.

ब) व्यक्तिवादामुळे समाजाचा विकास होतो.

क) व्यक्तिवादामुळे व्यक्तीला वैचारिक स्वातंत्र्य मिळते.

ड) व्यक्तिवाद हा राज्याचा विकास करू शकत नाही.

१७३) म. गांधींच्या विचारांवर रस्किनच्या कोणत्या पुस्तकाचा प्रभाव पडलेला आढळतो.

अ) 'ड्यूटी ऑफ डिस्ओबीडियन्स ब) अन टू द लास्ट

क) सर्मन ऑन दि माऊंट ड) न्यू टेस्टॅमेंट

१७४) आरोग्याची गुरुकिल्ली हा ग्रंथ कोणी लिहिला ?

अ) अरविंद घोष ब) लोकमान्य टिळक

क) म. गांधी ड) एम.एन. रॉय

१७५) गांधीजींच्या विचारांचे पायाभूत तत्त्व .... असे आहे.

अ) सत्य ब) राष्ट्र क) समाज ड) धर्म

१७६) महात्मा गांधींनी त्यांचे विचार पुढीलपैकी कोणत्या वर्तमानपत्राद्वारे व्यक्त केले ?

अ) केसरी ब) हिंदू क) अमृतबझार ड) यंग इंडिया

१७७) गांधीजींच्या अहिंसेच्या विचारांना दृढता कोणत्या ग्रंथाद्वारे आलेली आढळते ?

अ) 'द किंगडम् ऑफ गॉड इज विदिन यू'

ब) 'सर्मन ऑन द माऊंट'

क) 'अन टू द लास्ट'

ड) 'न्यू टेस्टॅमेंट'

१७८) 'व्यक्तीने आपल्या कार्याद्वारे, शब्दाद्वारे किंवा विचारांद्वारे इतरांना कष्ट पोहोचवू नयेत यालाच गांधीजींनी ..... असे म्हटले.'

अ) निरपेक्ष अहिंसा ब) निषेधात्मक अहिंसा

क) विधायक अहिंसा क) अहिंसा

१७९) गांधींजींनी केलेल्या सत्याग्रहाच्या प्रयोगात पुढीलपैकी कोणत्या तंत्राचा समावेश नाही.

अ) संघर्ष ब) हरताळ क) असहकार ड) बहिष्कार

१८०) 'सत्याग्रह ही अशी एक कला आहे की, अत्याचार, अन्याय, अपवित्रता, असत्य आणि मानवी जीवनातील इतर अडचणी यांचे निराकरण, प्रेम, कष्ट आणि आत्मपावित्र्य याद्वारे केले जाते. असे प्रतिपादन कोणी केले ?

अ) एम. एन. रॉय   ब) म. गांधी
क) लोकमान्य टिळक   ड) अरविंद घोष

१८१) 'राज्याची उत्पत्तीच मूळात हिंसेतून झालेली आहे. राज्याचा आधार शक्ती आहे. राज्य सामूहिक रूपात हिंसेचे प्रतिनिधित्व करते.' असे कोणी म्हटले ?

अ) लास्की   ब) अरविंद घोष   क) म. गांधी   ड) कार्ल मार्क्स्

१८२) गांधीजींनी सत्य व अहिंसा या अस्त्रांचा उपयोग सर्वप्रथम ... येथे केला.

अ) भारत   ब) इंग्लंड   क) दक्षिण आफ्रिका ड) फ्रान्स

१८३) 'हरिजन' हे वर्तमानपत्र ...... यांनी सुरू केले.

अ) मानवेंद्रनाथ रॉय   ब) म. गांधी
क) डॉ. बाबासाहेब आंबेडकर   ड) महात्मा फुले

१८४) .... पासून गांधीजींनी खऱ्या अर्थाने राजकारणात प्रवेश केला.

अ) १९१५   ब) १९१७   क) १९१९ ड) १९२१

१८५) .... या समाजसुधारक कवीचा प्रभाव गांधीजींच्या नैतिक व धार्मिक जीवनावर पडला.

अ) कवी कलश   ब) शेक्सपीअर क) टेनिसन   ड) रामचंद्रजी

१८६) .... व .... यांच्या विचारांचा प्रभाव गांधीजींवर पडला व त्यांच्या सिद्धांताचा जीवनात आचरण करताना उपयोग केला.

अ) माओ आणि कन्फ्युशिअस.
ब) लेनिन व साम्यवादी क्रांती.
क) लाओत्से आणि कन्फ्युशिअस.
ड) कोणतेही नाही.

१८७) गांधीजींच्या नैतिक व राजकीय विचारांवर पुढीलपैकी कोणत्या विचारवंतांचा प्रभाव पडलेला दिसून येतो.

अ) जॉन रस्किन, डेव्हिड थोरो, टॉलस्टॉय
ब) क्रोपोटकिन, मॅकिएव्हेली, जे. एस. मिल
क) कार्ल मार्क्स्, एंगल्स, माओ-त्से-तुंग
ड) वरीलपैकी कोणतेही नाही.

१८८) गांधीजींवर सर्वात अधिक प्रभाव .... या हिंदुधर्मातील ग्रंथाचा पडला होता.

अ) गीता ब) रामचरितमानस क) तुलसीरामायण ड) भागवत

१८९) 'गांधीवाद म्हणजे एखादा सिद्धान्त नव्हे किंवा मतांचा व नियमांचा समूह नव्हे तर जीवनाचा तो एक दृष्टिकोन आहे. जीवनाची एक शैली आहे. मनुष्याच्या जीवनातील समस्यांचे निराकरण करणारी ती पद्धती आहे.' असे मत......... यांनी मांडले.

अ) पंडित जवाहरलाल नेहरू ब) डॉ. राजेंद्र प्रसाद

क) कन्हैयालाल मुन्शी ड) पट्टाभी सीतारामय्या

१९०) सापेक्ष सत्य म्हणजे .... असे गांधी मानतात.

अ) व्यक्ति किंवा परिस्थितीनुसार सत्याची कल्पना बदलणे.

ब) समाज किंवा वर्गाधिष्ठित नियमानुसार सत्याची कल्पना बदलणे.

क) शासन किंवा राजकीय पक्षाच्या कार्यक्रमानुसार सत्याची कल्पना बदलणे.

ड) व्यक्तिपरत्वे सत्याची कल्पना बदलणे.

१९१) .... म्हणजे सत्, चित्, आनंद यांचा सुंदर मिलाफ आहे.

अ) सापेक्ष सत्य ब) निरपेक्ष सत्य

क) अहिंसा ड) विधायक अहिंसा

१९२) सत्याचे पालन कोणत्याही परिस्थितीत कोणतीही किंमत देऊन केले पाहिजे. असे गांधीजींना वाटते. कारण –

१) सत्याचा अर्थ सर्वांवर प्रेम, सेवा, आध्यात्मिक एकता प्राप्त करणे होय.

२) सत्य म्हणजे सर्वोच्च प्रेम, सर्वोच्च दया व सर्वोच्य आत्मबलिदान होय.

३) सत्य म्हणजे अंतरात्म्याची शक्ती होय.

अ) फक्त १ ब) फक्त २

क) फक्त ३ ड) वरील सर्व

१९३) गांधीजींची .... ही संकल्पना निषेधात्मक, विधायक, निरपेक्ष स्वरूपाची होती.

अ) सत्य ब) अहिंसा

क) सत्याग्रह ड) असहकार

१९४) गांधीजींच्या मते ...अहिंसा ही अत्यंत महान व्यक्तीची अहिंसा आहे.

अ) निषेधात्मक ब) विधायक

क) निरपेक्ष ड) वीर पुरुषांची

१९५) 'जेव्हा व्यक्तीत परिस्थितीचा सामना करण्याचे धैर्य नसते; तेव्हा ती व्यक्ती घाबरून अहिंसेचा आश्रय घेते. असल्या अहिंसेपेक्षा हिंसा बरी असे गांधीजींनी कोणत्या अहिंसेबाबत म्हटले आहे.'

अ) विधायक अहिंसा ब) भित्र्या व्यक्तिंची अहिंसा

क) दुर्बलांची अहिंसा ड) निरपेक्ष अहिंसा

१९६) गांधीजींच्या मते 'सत्य' व 'साहस' यांची जोड मिळाल्यास ...... अहिंसा काही प्रमाणात फलदायी होऊ शकते.

अ) दुर्बलांची ब) वीर पुरुषांची

क) विधायक ड) निषेधात्मक

१९७) 'साधन व साध्य हे बीज व झाड यांच्यासारखे आहे. बीज वाईट असेल तर झाड चांगले राहणारच नाही.'

अ) क्रोपोटकिन ब) टॉलस्टॉय

क) म. गांधी ड) मानवेंद्रनाथ रॉय

१९८) 'म. गांधींची साधन व साध्याबद्दलची धारणा मार्क्सवादी साम्यवादाच्या अगदी उलट आहे. साम्यवादाला ध्येय गाठण्यासाठी कोणतीही साधने चालतात परंतु गांधीजींचे तसे नव्हते त्यांना साधनेही तेवढीच पवित्र पाहिजे होती. गांधीजींना ह्याची जाणीव होती की एखाद्या डॉक्टरने दोषपूर्ण साधने वापरून ऑपरेशन केले तर रोग्याची स्थिती पूर्वीपेक्षाही अधिक भयंकर होईल.' वरील विधान कोणी म्हटले ?

अ) मश्रुवाला ब) रामस्वरूप

क) स्टॅनले जोन्स ड) पट्टाभी सीतारामय्या

१९९) गांधीजींच्या मते ..... हे अहिंसात्मक संघर्षाचे सर्वात मोठे अस्त्र आहे.

अ) बहिष्कार ब) सत्याग्रह क) अहिंसा ड) उपोषण

२००) सत्याग्रह म्हणजे –

१) अन्याय, दडपशाही आणि शोषण याविरुद्ध केलेला आत्मिक शक्तीचा वापर होय.

२) व्यक्तीचा पवित्र अधिकार व पवित्र कर्तव्य आहे.

३) अत्याचाराविरुद्ध क्रांती करण्याचा एक मार्ग आहे.

४) सत्याग्रह ही अशी कला आहे की अत्याचार, अन्याय, अपवित्रता, असत्य, मानवी जीवनातील इतर अडचणी ह्याचे निराकरण प्रेम, कष्ट व आत्मपावित्र्य यांद्वारे केले जाते.

पर्याय :

अ) १ आणि २ ब) २ आणि ४ क) ३ आणि ४ ड) वरील सर्व

२०१) गांधीजींनी सत्याग्रहात ..... यावर अधिक भर दिलेला आहे.

अ) हिंसा ब) क्रांती क) शुद्ध आचरण ड) कायदा

२०२) गांधीजींनी असहकार चळवळ ..... मध्ये सुरू केली होती.

अ) १९१५-१६ ब) १९१९-२०

क) १९२०-२१ ड) १९२३-२४

२०३) जेते आणि जित यांच्या लढ्यात जेत्यांना किंबहुना जुलमी नेत्यांना नैतिकरीत्या पराभूत करण्याचे गांधीप्रणित तत्त्व म्हणजे..... होय.

अ) असहकार ब) सत्याग्रह क) अहिंसा ड) निरपेक्षसत्य

२०४) कायदेभंगाच्या बाबतीत गांधीजींचे विचार..... बरोबर मिळतेजुळते आहेत.

अ) रूसो ब) ग्रीन क) हेगेल ड) टॉलस्टॉय

२०५) सत्याग्रहाचे सर्वात प्रभावी साधन .... हे होय.

अ) हरताळ ब) बहिष्कार क) उपोषण ड) असहकार

२०६) ......यामुळे व्यक्तीला आपल्या दुवर्तनाची जाणीव होते व ती योग्य मार्गावर येते.

अ) असहकार ब) बहिष्कार क) उपोषण ड) हरताळ

२०७) गांधीजींनी पुढीलपैकी कोणत्या ठिकाणच्या सत्याग्रह्यांना हिजरत प्रयोगाची संमती दिली होती.

अ) बार्डोली, जुनागढ, विठ्ठलगड ब) दांडी, साबरमती, अहमदाबाद

क) नागपूर, वर्धा, वडोदरा ड) राजकोट, जामनगर, जुनागढ

२०८) गांधीजी हे अराजकतावादी विचारवंत होते. त्यांच्या मते –

१) राज्यामुळे व्यक्तिगत वैशिष्ट्यांचा नाश होतो.

२) राज्य हे आत्महीन यंत्र आहे.

३) राज्य हे सामूहिक रूपात हिंसेचे प्रतिनिधित्व करते.

४) राज्य कायद्याद्वारे जनतेचे शोषण करते.

अ) १ आणि २ ब) ३ व ४ क) २ व ४ ड) वरील सर्व

२०९) गांधीजींचा आदर्श समाज ..... असा होता.

अ) राज्यासहित ब) राज्यविहीन

क) सांप्रदायिक ड) वर्गाधिष्ठित

२१०) देशाच्या उन्नतीसाठी गांधीजींनी .... हे महत्त्वपूर्ण मानले.

अ) ग्राम ब) तालुका क) जिल्हा ड) राज्य

२११) गांधीजींनी राजकीय शक्तीच्या विकेंद्रीकरणाबरोबर ...... विकेंद्रीकरणावरही भर दिला.

अ) आर्थिक ब) सामाजिक क) भाषेच्या ड) जातीच्या

२१२) समाजाच्या भल्यासाठी काम करावे.

अ) समाज व गट ब) जमीनदार व भांडवलदार

क) उद्योगपती व कारखानदार ड) शेतमजूर व कामगार

२१३) गांधीजींची शिक्षणयोजना....... शिक्षणयोजना म्हणून प्रसिद्ध आहे.

अ) बुनियादी ब) कल्पक क) अतिरंजित ड) कार्यक्षम

२१४) गांधीजींच्या मते .... हा राजकारणाचा पाया आहे.

अ) सत्य ब) विश्वास क) धर्म ड) जात

२१५) धर्माशिवाय ..... म्हणजे मृत्यूचा सापळा होय; असे गांधीजींना वाटते.

अ) समाज ब) राजकारण क) धर्मकारण ड) संप्रदाय

२१६) ...... यांच्या मते, साम्यवाद उणे हिंसा म्हणजे 'गांधीवाद' होय.

अ) मश्रुवाला ब) विनोबा भावे क) एम. एन. रॉय ड) पं. नेहरू

२१७) .... व गांधीजी यांना वर्गविहीन समाजाची स्थापना करावयाची होती.

अ) जे. एस. मिल ब) मार्क्स क) लेनिन ड) क्रोपोट्किन

२१८) 'गांधीवाद आणि साम्यवाद अशा अंकगणितीय परिमाणांचे प्रतिनिधित्व करीत नाही की, ज्यामध्ये एक भाग अधिक असेल आणि एक भाग कमी असेल' मनाच्या दोन भिन्न प्रवृत्ती आहे.

अ) रामस्वरूप ब) पट्टाभि सीतारामय्या
क) विनोबा भावे ड) कृपलानी

२१९) विश्वस्त या संकल्पनेचा उदय .... यातून झाला.
अ) अहिंसेतून ब) हिंसेतून
क) अहिंसा, स्वराज्य, समता यातून ड) समतेतून

२२०) गांधीवादाबाबत पुढीलपैकी योग्य विधान कोणते ?
अ) भौतिक मूल्यांवर भर दिला.
ब) हिंसेचा स्वीकार केला.
क) सत्तेच्या विकेंद्रीकरणावर अधिक भर दिला.
ड) सत्तेच्या केंद्रीकरणावर भर दिला.

२२१) गांधीजींनी लिहिलेल्या आत्मकथेचे नाव
अ) 'ट्रस्टीशिप' ब) 'अन टू द लास्ट'
क) 'इंडिया विन्स फ्रीडम' ड) 'माय एक्सपेरिमेन्ट विथ टूथ'

२२२) गांधीजींच्या मते त्यांचे जीवन.... या पुस्तकामुळे बदलून गेले.
अ) 'अन टू द लास्ट' ब) 'दास कॅपिटाल'
क) 'गीता' ड) 'बायबल'

२२३) पुढीलपैकी एकाचा सत्याग्रहाच्या आधारात समावेश होऊ शकत नाही.
अ) अपरिग्रह ब) हिंसा क) निर्धार ड) उपोषण

२२४) गांधीवादाचा संबंध .... बरोबर येतो.
अ) सर्वोदय ब) आदर्शवाद
क) उपयोगितावाद ड) अराजकतावाद

२२५) गांधीवाद व साम्यवादातील फरक कोणता ?
अ) आर्थिक समानतेशिवाय राजकीय समानतेला अर्थ नसतो.
ब) संपत्तीचा उपयोग समाजहितासाठी.
क) वर्गविहीन समाजाच्या स्थापनेबाबत विचार.
ड) हिंसात्मक मार्गाचा अवलंब.

२२६) 'सार्वजनिक जीवनाचा आरंभ केल्यापासून मी जे काही केले व जे काही बोललो त्यामागे धार्मिक चेतना होती. धार्मिक उद्देश होता. मनुष्याचे सारे जीवन आर्थिक, बौद्धिक, राजकीय, सामाजिक धर्मांनी

प्रेरित झाले पाहिजे.' असे विचार गांधीजींनी.....या वर्तमानपत्रातून मांडले.

अ) केसरी ब) यंग इंडिया क) स्टेट्स्मन ड) हरिजन

२२७) **गांधीजींच्या कोणत्या सिद्धान्तात ट्रस्टीशिप सिद्धान्त प्रमुख आहे ?**

अ) आर्थिक ब) सामाजिक क) राजकीय ड) धार्मिक

२२८) **गांधीजी हे –**

अ) राष्ट्रवादी विचारवंत होते. ब) साम्यवादी विचारवंत होते.

क) अराजकतावादी विचारवंत होते. ड) व्यक्तीवादी विचारवंत होते.

२२९) यादी १ व यादी २ यातील योग्य जोड्या जुळवा.

यादी १ (गांधीजींच्या संकल्पना)	**यादी २ (संकल्पनांचे अर्थ)**
अ) अहिंसा	१) स्वेच्छा स्वीकृत वनवास/देश सोडून जाणे.
ब) सत्याग्रह	२) अहिंसात्मक प्रतिकारातून निर्माण झालेल्या हालअपेष्टा किंवा देहदंड सोसणे.
क) आत्मक्लेश	३) अन्याय, दडपशाही आणि शोषण ह्याविरुद्ध केलेला आत्मीक शक्तीचा वापर.
ड) हिजरत	४) कोणासही आपल्या विचाराने/शब्दाने / कृतीने न दुखविणे.

पर्याय :

	अ	ब	क	ड
अ)	१	४	३	२
ब)	४	३	२	१
क)	४	१	२	३
ड)	२	४	३	१

उत्तरे

१ – अ
२ – क
३ – ड
४ – ब
५ – अ
६ – क
७ – ब
८ – अ
९ – ब
१० – क
११ – ब
१२ – क
१३ – अ
१४ – ब
१५ – ब
१६ – क
१७ – ब
१८ – अ
१९ – ब
२० – अ
२१ – क
२२ – क
२३ – अ
२४ – ब
२५ – क
२६ – ब
२७ – क
२८ – अ
२९ – ब
३० – क
३१ – ब
३२ – अ
३३ – क
३४ – ड
३५ – अ
३६ – क
३७ – ड
३८ – ब
३९ – अ
४० – ब
४१ – क
४२ – अ
४३ – ड
४४ – अ
४५ – ब
४६ – ड
४७ – अ
४८ – ब
४९ – क
५० – अ
५१ – ब
५२ – ड
५३ – अ
५४ – अ
५५ – ड
५६ – ड
५७ – अ
५८ – ब
५९ – क
६० – ब
६१ – ब
६२ – अ
६३ – अ
६४ – ड
६५ – अ
६६ – ब
६७ – ब
६८ – क
६९ – क
७० – ड
७१ – ड
७२ – ब
७३ – अ
७४ – ब
७५ – ड
७६ – अ
७७ – अ
७८ – ड
७९ – ब
८० – क
८१ – क
८२ – क
८३ – क
८४ – ड
८५ – अ
८६ – ब
८७ – ब
८८ – अ
८९ – ब
९० – क
९१ – क
९२ – अ
९३ – क
९४ – अ
९५ – ब
९६ – क
९७ – ब
९८ – अ
९९ – क
१०० – ड
१०१ – क
१०२ – अ
१०३ – ब
१०४ – ब
१०५ – ड
१०६ – अ
१०७ – अ
१०८ – ब
१०९ – ब
११० – क
१११ – ब
११२ – क

११३ - अ	१४२ - अ	१७१ - ब	२०० - ड
११४ - अ	१४३ - ब	१७२ - अ	२०१ - क
११५ - क	१४४ - अ	१७३ - ब	२०२ - क
११६ - ब	१४५ - अ	१७४ - क	२०३ - ब
११७ - अ	१४६ - ब	१७५ - अ	२०४ - ब
११८ - अ	१४७ - ब	१७६ - ड	२०५ - क
११९ -क	१४८ - ब	१७७ - अ	२०६ - ब
१२० - अ	१४९ - ड	१७८ - ब	२०७ - अ
१२१ - ब	१५० - अ	१७९ - अ	२०८ - ड
१२२ - क	१५१ - अ	१८० - ब	२०९ - ब
१२३ - अ	१५२ - ब	१८१ - क	२१० - अ
१२४ - ब	१५३ - क	१८२ - क	२११ - अ
१२५ - ड	१५४ - ब	१८३ - ब	२१२ - ब
१२६ - ब	१५५ - अ	१८४ - क	२१३ - अ
१२७ - ड	१५६ - क	१८५ - ड	२१४ - क
१२८ - ड	१५७ - क	१८६ - क	२१५ - ब
१२९ - ब	१५८ - अ	१८७ -अ	२१६ - अ
१३० - क	१५९ - ब	१८८ -अ	२१७ - ब
१३१ - क	१६० - अ	१८९ - ड	२१८ - अ
१३२ - क	१६१ - अ	१९० - अ	२१९ - क
१३३ - अ	१६२ - क	१९१ - ब	२२० - क
१३४ - ब	१६३ - अ	१९२ - ड	२२१ - ड
१३५ - अ	१६४ - अ	१९३ - ब	२२२ - अ
१३६ - क	१६५ - ब	१९४ - क	२२३ - ब
१३७ - ड	१६६ - ड	१९५ - ब	२२४ - अ
१३८ - अ	१६७ - ब	१९६ -अ	२२५ - ड
१३९ - ब	१६८ - क	१९७ -क	२२६ - ब
१४० - अ	१६९ - ब	१९८ -क	२२७ - अ
१४१ - ब	१७० - अ	१९९ -ब	२२८ - क
			२२९ - ब

विभाग अ

प्रकरण ७

पक्षपद्धती आणि राजकीय प्रक्रिया

- ✡ पक्षपद्धतीचे सिद्धान्त
- ✡ राष्ट्रीय आणि प्रादेशिक पक्ष
- ✡ तिसऱ्या जगातील राजकीय पक्ष
- ✡ आघाडी राजकारणाचे स्वरूप
- ✡ हितसंबंधी व दबाव गट

महत्त्वाचे मुद्दे

- ✡ प्रत्येक देशात कोणत्या ना कोणत्या स्वरूपाची 'पक्षपद्धती' असते.
- ✡ लोकशाही शासन व्यवस्थेत द्विपक्ष किंवा अनेक पक्षपद्धती असते.
- ✡ साम्यवादी देशात एकच पक्ष आहे.
- ✡ व्यक्तिनिष्ठ हुकूमशाही-प्रधान देशात हुकूमशहाला पाठिंबा देणाऱ्या, सत्तेचे समर्थन करणाऱ्या राजकीय पक्षाचे अस्तित्व असते.
- ✡ राजकीय पक्ष म्हणजे सर्वमान्य विशिष्ट तत्त्वानुसार संघटितरीत्या राष्ट्राच्या हितसंवर्धनासाठी एकत्र आलेल्या व्यक्तींची संघटना असते.
- ✡ देशाच्या विकासाच्या दृष्टीने परंपरेला अनुसरून पारंपरिक मार्गाने जाणारे विचार व आधुनिक विचार असे डावे व उजवे गट अस्तित्वात येऊन राजकीय पक्ष निर्माण होतात.
- ✡ देशासमोर विविध राजकीय प्रश्नावरून 'पक्ष निर्मिती' होत असते; तसेच प्रत्येक पक्षाची ध्येय-धोरणे वेगवेगळी असतात.
- ✡ अविकसित, अविकसनशील देशात व्यक्तिनिष्ठा अधिक प्रमाणात आढळते. एखादी व्यक्ती त्यांचे प्रेरणास्थान असते व त्या व्यक्तीच्या मार्गदर्शनाखाली पक्ष कार्य करतात.

- राजकीय पक्ष साधारणपणे विभिन्न मार्गाने लोकमत संघटित करणे, केंद्र व राज्याच्या नेतृत्वाची निवड करणे, जनता व सरकारमधील दुवा तसेच जनजागृती व एकात्मता निर्माण करणे, समाजात विशिष्ट मूल्यांचे संवर्धन व संगोपन करणे, हितसंबंधांचे एकत्रीकरण व सुसूत्रीकरण करणे, राजकीय सामाजिकीकरणाद्वारे जनतेला क्रियाशील बनवितात.
- राजकीय पक्षाचे एकपक्ष पद्धती, द्विपक्ष पद्धती, बहुपक्ष पद्धती असे प्रकार आढळतात.
- एकपक्ष पद्धतीचे उदा. म्हणजे साम्यवादी देशात एकपक्ष पद्धती असते. रशिया, चीन, क्युबा, उत्तर कोरिया.
- द्विपक्ष पद्धती ही इंग्लंड, अमेरिकेत आढळते. इंग्लंडमध्ये हुजूर व मजूर, तसेच अमेरिकेत रिपब्लिकन व डेमोक्रॅटिक असे पक्ष आहेत.
- बहुपक्ष पद्धतीत भारताचे उदाहरण देता येते. भारतात काँग्रेस, भारतीय जनता पार्टी, समाजवादी पक्ष, साम्यवादी पक्ष आहेत.
- प्रादेशिक स्तरावर काम करणारे प्रादेशिक पक्षांच्या उदयाचा व त्यांच्या राष्ट्रीय राजकारणातील भूमिकेच्या वाढत्या महत्त्वाचा, भारताची प्रादेशिक विविधता, प्रादेशिक विकासाकडे दुर्लक्ष, जाती निहायत्व स्वरूप,भाषिक अस्मिता, यांचा समावेश होतो.
- स्वातंत्र्योत्तर काळातील भारतीय राजकारणात प्रादेशिकतावाद हा प्रभावी घटक असून प्रादेशिकता वादाची प्रमुख कारणे म्हणजे भारतातून फुटून निघण्याची मागणी, केंद्रशासित प्रदेशांची पूर्ण राज्याचा दर्जा देण्याची मागणी, आंतरराज्यीय संघर्ष. प्रादेशिक, आर्थिक असंतुलनामुळे संघर्ष, स्थानिक लोकांसाठी विशेष सुविधा, केंद्र शासनाची पक्षपाती भूमिका, दुर्बल राजकीय नेतृत्व ही कारणेही । सांगता येतात.
- १९९० नंतर प्रादेशिक पक्षांचे प्राबल्य वाढून त्याचा परिणाम प्रमुख राजकीय पक्षांवर, राष्ट्रीय राजकारणावर होत आहे.
- द्रविड मुन्नेत्र कळघम् - अखिल भारतीय अण्णाद्रमुक, नॅशनल कॉन्फरन्स, तेलगू देसम्, शिवसेना, बहुजन समाज पार्टी, राष्ट्रवादी काँग्रेस ही प्रादेशिक पक्षांची उदाहरणे देता येतील.
- समाजात हितसंबंधी तसेच दबाव गट आढळतात. यांचा उद्देश सत्ता प्राप्त करणे नसून शासनावर दबाव आणून आपले हितसंबंध जपण्याचा हा प्रयत्न असतो.

हितसंबंधी गट ज्यावेळेस दबाव तंत्राचा वापर करू लागतो तेव्हा त्याचे रूपांतर दबावगटात होते. दबावगट वेगवेगळ्या क्षेत्रांत आढळतात.

प्रश्न :

१) **'कमी–जास्त प्रमाणात संघटित असणारा, राजकीय घटक म्हणून कार्य करणारा आणि मतदान हक्काच्या सामर्थ्यावर शासन व्यवस्थेवर नियंत्रण प्रस्थापित करून आपली धोरणे अमलात आणण्याचे उद्दिष्ट बाळगणारा नागरिकांचा गट म्हणजे 'राजकीय पक्ष' होय.'असे यांनी सांगितले.**

अ) प्रा. गटेल ब) एडमंड बर्क क) मॅक्फर्सन ड) मॅक्आयव्हर

२) **'काही तत्त्वांबाबत एकमत असलेला आणि आपल्या सामूहिक प्रयत्नातून राष्ट्रीय हितसंबंधाची जोपासना करणारा मानवी गट म्हणजे 'राजकीय पक्ष' होय.' असे यांचे मत आहे.**

अ) मॅक्आयव्हर ब) एडमंड बर्क क) मॅक्एव्हेली ड) मॅक्स वेबर

३) **'राजकीय पक्ष ही काही तत्त्वे किंवा धोरणे यांना पाठिंबा देण्यासाठी संघटित झालेली संस्था असते आणि ती तत्त्वे किंवा धोरणे ही शासनाची उद्दिष्टे व्हावीत यासाठी घटनात्मक मार्गाने प्रयत्न करीत असते.'**

अ) हर्मन फायनर ब) एडमंड बर्क

क) मॅक् आयव्हर ड) प्रा. गटेल

४) **...... यांच्या मते, 'विभिन्न मतांच्या गटांशी स्पर्धा करून शासकीय सत्तेवर आपल्या नियंत्रणाचा प्रयत्न करणाऱ्या समाजातील क्रियाशील व्यक्तींची संघटना म्हणजे राजकीय पक्ष होय.'**

अ) न्यूमन ब) अब्राहम लिंकन क) एडमंड बर्क ड) प्रा. गटेल

५) **राजकीय पक्ष ही नागरिकांची संघटना असते. कारण –**

अ) राजकीय पक्षाला उद्दिष्टे प्राप्त करण्यासाठी लोकांना संघटित करणे आवश्यक असते.

ब) संघटित लोकांचे हितसंबंध जोपासले जातात.

क) समाजातील वेगवेगळ्या संघटना कार्यरत होतात.

ड) वरील पैकी कोणतेही नाही.

६) पक्षाच्या सर्वसाधारण धोरणाबाबत व तत्त्वांबाबत पक्षात एकमत असणे आवश्यक असते. कारण –

अ) त्यामुळे पक्षाची प्रतिष्ठा वाढते.

ब) अशी समान तत्त्वे व धोरणे पक्ष सदस्यांमध्ये पक्षनिष्ठा निर्माण करून, ती अमलात आणण्यासाठी त्यांच्यात सहकार्याची भावना निर्माण करतात.

क) पक्षातील गटबाजीत वाढ होते.

ड) पक्षाचे नेते व सदस्य यांच्यामध्ये एकवाक्यता निर्माण होते.

७) राजकीय पक्ष हे --- घडविणारे साधन आहे.

अ) जनसंपर्क ब) लोकमत क) पक्षबांधणी ड) सत्ता संपादन

८) सर्वंकष व्यवस्था असलेल्या देशात ---- पद्धती असते.

अ) बहुपक्ष ब) द्विपक्ष क) एकपक्ष ड) पक्षरहित

९) एकपक्ष पद्धतीचा उदय --- शतकात झाला.

अ) १७ व्या ब) १८ व्या क) १९ व्या ड) २० व्या

१०) एकपक्ष पद्धतीत पुढीलपैकी कोणते वैशिष्ट्य सांगता येत नाही ?

अ) एका पक्षाच्या हातात शासन संस्था असते.

ब) सत्ताधारी पक्षाला घटनात्मक स्थान असते.

क) पक्षाच्या तत्त्वप्रणालीला अनुसरून राज्यघटना बनविलेली असते.

ड) शासनसंस्था व सत्तारूढ राजकीय पक्ष यांच्यात विसंवाद आढळतो.

११) पुढीलपैकी कोणत्या राष्ट्रामध्ये एकपक्ष पद्धती आढळत नाही ?

अ) रशिया ब) इटली क) भारत ड) जर्मनी

१२) एकपक्ष पद्धतीत पुढीलपैकी कोणती वैशिष्ट्ये सांगता येतील?–

१) आदर्श तत्त्वप्रणाली. विरोधी पक्षाला वाव नाही.

२) स्पर्धेला वाव नाही.

३) पक्षश्रेष्ठींच्या हातातील नियंत्रणाचे साधन.

४) आज्ञाधारक, निष्ठावान, लढाऊ, कार्यकर्त्यांची पक्ष संघटना.

अ) फक्त १ ब) फक्त २

क) २ व ३ ड) वरील सर्व

१३) एकपक्ष पद्धतीत राज्याच्या ध्येयधोरणात एकसूत्रता व सातत्य राहते. कारण –

१) प्रत्येक सदस्यास मते मांडण्याचा अधिकार असतो.

२) सर्व सत्ता एकाच पक्षाच्या हाती असते व मतभेदांना वाव राहात नाही.

३) सत्तेच्या विकेंद्रीकरणास वाव मिळतो.

अ) फक्त १ ब) फक्त २

क) फक्त ३ ड) वरील सर्व

१४) एकपक्ष पद्धतीमुळे शासनसंस्थेला स्थैर्य प्राप्त होते. कारण –

अ) अनेक पक्ष असल्यास राजकीय अस्थिरता निर्माण होण्याची शक्यता असते; तशी यात नसते.

ब) पक्षनेत्याच्या हाती सत्ता असते.

क) पक्षसंघटनेमुळे मतभेद होत नाही.

ड) दडपशाहीचे वातावरण असते.

१५) एकपक्ष पद्धतीतील प्रमुख दोष कोणता ?

अ) एका पक्षाची हुकूमशाही निर्माण होते.

ब) सत्तेच्या विकेंद्रीकरणास वाव असतो.

क) पक्ष सदस्यांना मतस्वातंत्र्य असते.

ड) राज्याचे ध्येय धोरणाबाबत पर्याय निवडण्याबाबत जनतेला वाव मिळतो.

१६) द्विपक्ष पद्धती म्हणजे –

अ) देशाच्या राजकारणात दोन प्रमुख पक्षांचे वर्चस्व असते.

ब) निवडणुकीत दोन पक्षांपैकी कोणतातरी एक पक्ष बहुमताचा पाठिंबा मिळवितो व सत्तारूढ पक्ष बनतो. दुसरा पक्ष विरोधी पक्ष म्हणून कार्य करतो.

क) दोन पक्षांव्यतिरिक्त इतर पक्ष फारसे प्रभावी नसतात.

अ) फक्त १ ब) फक्त २

क) फक्त ३ ड) वरील सर्व

१७) द्विपक्ष पद्धती --- या दोन देशांमध्ये आहे.

अ) भारत व चीन ब) ब्रिटन व अमेरिका

क) फ्रान्स व इटली ड) रशिया व स्वित्झर्लंड

१८) --- मध्ये पक्षपद्धतीचा उदय झाला तेव्हा प्रारंभी व्हिग आणि टोरी हे दोन प्रमुख पक्ष होते.

अ) अमेरिका ब) भारत क) ब्रिटन ड) फ्रान्स

१९) अमेरिकेत --- हे दोन प्रमुख पक्ष आहेत.

अ) काँग्रेस व डेमोक्रॅटिक ब) रिपब्लिकन व डेमोक्रॅटिक

क) हुजूर व मजूर ड) व्हिग व टोरी

२०) --- मध्ये सध्या हुजूर व मजूर पक्ष हे दोन प्रमुख पक्ष आहेत.

अ) ब्रिटन ब) अमेरिका क) रशिया ड) भारत

२१) द्विपक्ष पद्धती ही --- पद्धतीला पोषक ठरते.

अ) अध्यक्षीय ब) साम्यवादी क) सांसदीय ड) राजेशाही

२२) --- पद्धतीत अनेक लहान-मोठे पक्ष राजकारणात असतात.

अ) एकपक्ष ब) बहुपक्ष क) द्विपक्ष ड) राजकीय

२३) बहुपक्ष पद्धती ही पुढीलपैकी कोणत्या राज्यांमध्ये आढळते.

अ) फ्रान्स, इटली, स्वित्झर्लंड, भारत ब) अमेरिका, रशिया, चीन

क) दक्षिण कोरिया, उत्तर कोरिया, जपान ड) ऑस्ट्रेलिया, जर्मनी, इराक

२४) अनेक पक्ष निर्माण होण्यास --- मुळे प्रोत्साहन मिळते.

अ) पक्षाच्या ध्येय धोरणामुळे ब) प्रमाणशीर प्रतिनिधित्व पद्धतीमुळे

क) पक्षसंघटनेमुळे ड) जनतेच्या पाठिंब्यामुळे

२५) बहुपक्ष पद्धती असलेल्या देशात पक्षीय राजकारणाचे स्वरूप बहुरंगी असते. कारण -

१) पक्षावर नेत्याचे वर्चस्व असते.

२) पुरोगामी, प्रतिगामी, मध्यममार्गी असे वेगवेगळे मतप्रवाह राजकारणात आढळतात.

३) धार्मिक, वांशिक, भाषिक तत्त्वावर आधारित पक्ष आढळतात.

अ) फक्त १ ब) फक्त २

क) २ आणि ३ ड) फक्त ३

२६) बहुपक्ष पद्धती असणाऱ्या देशात कोणत्याही पक्षाला कायदेमंडळात स्पष्ट बहुमत मिळाले नाही. तर -

अ) पक्षश्रेष्ठी निर्णय घेतात.

ब) अध्यक्षाचा आदेश महत्त्वाचा ठरतो.

क) काही पक्ष मिळून आघाडी बनवितात व ज्या आघाडीचे बहुमत बनेल ती आघाडी मंत्रिमंडळ बनविते.

ड) पक्षीय राजकारणास वाव मिळतो.

२७) बहुपक्ष पद्धतीत मतदारांना निवडीबाबत अनेक पर्याय असतात. कारण -

१) अनेक पक्ष उमेदवारांमधून योग्य प्रतिनिधीची निवड करण्याची संधी प्राप्त होते.

२) विविध पक्ष आपली ध्येय-धोरणे मतदारांसमोर मांडतात.

३) अशा ध्येय धोरणातून योग्य अशा पक्ष उमेदवाराची निवड करू शकतात.

अ) फक्त १ ब) १,२,३ क) फक्त २ ड) २ व ३

२८) बहुपक्ष पद्धतीचा प्रमुख दोष; म्हणजे –

अ) शासन अस्थिर बनण्याची शक्यता असते.

ब) मतदारांच्या उमेदवारांबाबत निवड स्वातंत्र्यावर मर्यादा येतात.

क) पक्षाचा कार्यक्रम प्रभावी ठरत नाही.

ड) मंत्रिमंडळावर कार्यकारी प्रमुखाचे नियंत्रण असते.

२९) भारतात स्वातंत्र्यानंतर पहिल्या ३०–३५ वर्षांमध्ये --- हाच मुख्य राजकीय पक्ष होता.

अ) भारतीय जनता पक्ष ब) काँग्रेस

क) भारतीय साम्यवादी पक्ष ड) जनता दल

३०) भारतीय समाजवादी पक्षाची स्थापना ---- यांनी केली.

अ) आचार्य कृपलानी ब) चक्रवर्ती राजगोपालाचारी

क) जयप्रकाश नारायण ड) विश्वनाथ प्रतापसिंग

३१) जनसंघाची स्थापना --- यांनी केली.

अ) श्यामा प्रसाद मुखर्जी ब) आचार्य कृपलानी

क) जयप्रकाश नारायण ड) चक्रवर्ती राजगोपालाचारी

३२) --- मध्ये श्रीमती इंदिरा गांधींच्या धोरणामुळे काँग्रेसचे विघटन होण्याची घटना म्हणजे काँग्रेस (इं) व संघटना काँग्रेस (जुनी काँग्रेस) असे पक्ष झाले.

अ) १९६७ ब) १९६९

क) १९७१ ड) १९७३

३३) १९७१ च्या लोकसभा निवडणुकीच्या वेळी पुढील कोणत्या पक्षांनी 'महागठबंधन'श्रीमती इंदिरा गांधींचा पराभव करण्याच्या उद्देशाने केला.

अ) जनता दल, भारतीय जनता पक्ष, समता पार्टी

ब) बहुजन समाज पार्टी, जनता दल, समता पार्टी, भारतीय साम्यवादी पक्ष,

क) संघटना काँग्रेस, स्वतंत्र पक्ष, जनसंघ, समाजवादी पक्ष

ड) समता पार्टी, साम्यवादी–मार्क्सवादी पक्ष, संघटना काँग्रेस

३४) २६ सप्टेंबर १९७९ मध्ये जनता (सेक्युलर), समाजवादी पार्टी व ओरिसातील जनता पार्टी यांनी एकत्रित येऊन --- या नव्या पक्षाची स्थापना केली.

अ) जनता दल ब) लोकदल क) प्रजा समाजवादी पक्ष ड) जनमोर्चा

३५) --- यांनी जनता पक्ष (सेक्युलर) हा पक्ष काढला.

अ) राजनारायण ब) चरणसिंग क) बह्मानंद रेड्डी ड) चौधरी देवीलाल

३६) --- नंतरच्या काळात राजकीय घडामोडींनी भारतीय राजकीय व्यवस्थेतील राष्ट्रीय पक्षांचे महत्त्व उत्तरोत्तर कमी होऊन राष्ट्रीय राजकारणातील प्रादेशिक पक्षांच्या भूमिकेला महत्त्वपूर्ण स्थान मिळू लागले.

अ) १९७५ ब) १९८१ क) १९८५ ड) १९९०

३७) ---च्या दिव्यवलयी नेतृत्वामुळे केंद्रात व घटकराज्यात काँग्रेसला स्पष्ट बहुमत मिळत गेले.

अ) पं. जवाहरलाल नेहरू ब) इंदिरा गांधी

क) राजीव गांधी ड) कृष्णा मेनन

३८) १९६७ च्या निवडणुकीत --- यांच्या पुढाकाराने गैर काँग्रेसवादाचा उदय झाला.

अ) आचार्य कृपलानी ब) डॉ. राममनोहर लोहिया

क) श्यामा प्रसाद मुखर्जी ड) चक्रवर्ती राजगोपालाचारी

३९) भारतातील जनतेच्या विविध विचारांचे संमिश्रण असल्यामुळे ...या पक्षाला Grand Coalition / विशाल आघाडी म्हणता येते.

अ) भारतीय जनता पार्टी ब) जनता दल

क) काँग्रेस ड) समाजवादी पक्ष

४०) १९६७ नंतरच्या तीन वर्षांत राज्यांमधील आयाराम-गयाराम राजकारणामुळे --- वेळा विभिन्न राज्यात राष्ट्रपती शासन लागू करण्यात आले.

अ) आठ वेळा ब) नऊ वेळा क) दहा वेळा ड) अकरा वेळा

४१) भारतात एकपक्षीय वर्चस्वाच्या व्यवस्थेच्या अस्तास पुढीलपैकी कोणती कारणे कारणीभूत ठरली?-

अ) प्रभावी नेतृत्वाच्या स्वरूपात बदल.

ब) जनतेचा पक्ष म्हणून असलेली प्रतिमा नष्ट.

क) गरीब व मागासलेल्या वर्गाचा जनाधार गमावला.

अ) फक्त १ ब) फक्त २

क) १,२,३ ड) फक्त ३

४२) **--- यांनी प्रादेशिक पक्षांचे कार्यक्षेत्र विशिष्ट राज्यांपुरतेच असल्याने** 'One State Parties' असा शब्दप्रयोग केला.

अ) मॉरिस जोन्स ब) बर्जेस क) हरमन फायनर ड) रिचर्ड एल. पार्क

४३) **--- यांच्या मते, भारतीय राजकारणाचे एक प्रमुख निर्धारक तत्त्व म्हणजे 'प्रादेशिकतावाद' होय.**

अ) डॉ. इक्बाल नारायण ब) डॅनियल लर्नर

क) मॉरिस जोन्स ड) रजनी कोठारी

४४) **'भारतातील प्रादेशिकतावादाने सामाजिक व राजकीय तणाव निर्माण केले आहेत. या राजकारणाच्या प्रादेशिकीकरणातून प्रादेशिकतावाद उदयास आला.'**

अ) मॉरिस जोन्स ब) डॅनियल लर्नर क) रजनी कोठारी ड) बर्जेस

४५) **--- म्हणजे उप-राष्ट्रवाद किंवा सांस्कृतिक राष्ट्रवादाचे दुसरे नाव होय.**

अ) भाषावाद ब) संप्रदायवाद क) प्रादेशिकतावाद ड) जातीयवाद

४६) **प्रादेशिकतेच्या आधारावर राजकारण करण्याचा प्रारंभ --- च्या मागणी पासून झाला.**

अ) स्वतंत्र द्रविडीस्थान ब) खलिस्तान क) उत्तराखंड ड) झारखंड

४७) **प्रादेशिकतेच्या आधारावर निर्माण झालेल्या फुटीर प्रवृत्तींना आळा घालण्यासाठी --- घटनादुरुस्ती करण्यात आली.**

अ) ११ वी ब) १३ वी क) १६ वी ड) २० वी

४८) **पंजाब व हरियाणा राज्यांच्या निर्मितीचे कारण म्हणजे -**

१) शिखांना पंजाब विधिमंडळात वेगळ्या जागा देण्यात आल्या होत्या.

२) मास्टर तारासिंग यांच्या पंजाबी सुभ्याच्या मागणीला १९५६ च्या राज्य पुनर्रचना आयोगाने दाद न दिल्यामुळे पंजाबी भाषिकांच्या भावना दुखावल्या व

संत फत्तेसिंगानी आत्मदहनाची धमकी दिली.

३) संत भिंद्रानवाले यांनी दहशतवादी कारवायांना आरंभ केला.

अ) फक्त १ ब) फक्त २

क) फक्त ३ ड) १,२ आणि ३

४९) पुढीलपैकी कोणत्या केंद्रशासित प्रदेशांनी पूर्ण राज्याचा दर्जा देण्याची मागणी केली होती व त्यांना पूर्ण राज्याचा दर्जा दिला गेला ?

१) दिल्ली, पाँडेचरी, दीव, दमण

२) लक्षद्वीप, चंदीगड, अंदमान , निकोबार

३) हिमाचल प्रदेश, मणिपूर, गोवा, त्रिपुरा, अरुणाचल प्रदेश.

अ) फक्त १ ब) फक्त २

क) फक्त ३ ड) वरील सर्व

५०) आंतरराज्यीय परिषदेची स्थापना पुढील कारणावरून करण्यात आली.

अ) संघर्षाचे वातावरण कमी करण्यासाठी.

ब) राजकीय पक्षांचे प्राबल्य वाढण्यासाठी.

क) प्रादेशिक विषमतेवरून.

ड) राज्या-राज्यांमधील प्रश्नांच्या निराकरणासाठी.

५१) संकुचित प्रांतीय भावनांचे राजकारण पुढील कोणत्या मुद्द्याच्या आधारे वाढताना दिसत आहे ?

अ) प्रांतीय-परप्रांतीय ब) जातीय क) भाषिक ड) सांप्रदायिक

५२) सात बहिणींचा प्रदेश असे कोणास संबोधले जाते ?

अ) दक्षिणोत्तर ब) पूर्वोत्तर क) उत्तरेकडील ड) पश्चिमेकडील

५३) भारतातील राज्य पुनर्रचनेवर भाषावार-राज्य निर्मितीचा प्रारंभ ....च्या भाषिक आधारावरील आंदोलनातून झाला.

अ) तमिळनाडू ब) महाराष्ट्र क) आन्ध्रप्रदेश ड) केरळ

५४) पृथकतावादी प्रवृत्तींना प्रोत्साहन कशामुळे मिळाले नाही ?

अ) पं. नेहरूंचे प्रभावी नेतृत्व व काँग्रेस पक्षाचे एक पक्षीय वर्चस्व.

ब) स्थिर मंत्रिमंडळ व राजकीय पक्षाचे प्राबल्य.

क) भाषावार प्रांतरचना व आयोगाची निर्मिती.

ड) प्रादेशिक अस्मितांचे स्वरूप प्रभावी.

५५) १९९० च्या दशकापासून -- यांनी प्रादेशिक राजकीय पक्षांच्या विकासाला अनुकूल परिस्थिती निर्माण केली.

अ) भाषावार प्रांतरचना.

ब) पंचवार्षिक योजनांची सफलता.

क) केंद्रीय शक्तीचा ऱ्हास व राजकीय अस्थिरता.

ड) जात व धर्म, प्रादेशिकतेस महत्त्व.

५६) 'बिमारू राज्य' अशी संज्ञा कोणास दिली जाते ?

अ) आर्थिक दृष्ट्या मागासलेले राज्य.

ब) भाषिक दृष्ट्या संघटित राज्य.

क) सांप्रदायिकतेच्या तत्त्वाला प्राधान्य दिलेले राज्य.

ड) सीमा प्रश्नावरून नव्या राज्यांची मागणी करणारे राज्य.

५७) प्रादेशिक राजकारणाला नियंत्रित करण्यासाठी कोणत्या उपाययोजना करता येतील?

अ) भाषिक वादास प्राधान्य देणे.

ब) सांप्रदायिक, जातीय तत्त्वांचा पाठपुरावा करणे.

क) प्रादेशिक राजकीय नेतृत्वाला प्राधान्य देऊन .

ड) आर्थिक विकासावर भर, आर्थिक धोरणांची प्रभावी अंमलबजावणी व आर्थिक मदत समानतेच्या व आवश्यकतेच्या अनुरूप ठेवणे.

५८) --- लोकसभा निवडणुकीचे प्रमुख वैशिष्ट्य म्हणजे प्रादेशिक पक्षांचा वाढलेला प्रभाव व त्या आधारे काँग्रेसच्या परंपरागत मतांचा मोठा हिस्सा बळकाविलेला आढळतो.

अ) नवव्या ब) अकराव्या क) तेराव्या ड) चौदाव्या

५९) केंद्र सरकारच्या जडणघडणीत प्रादेशिक पक्षांचा वाढता प्रभाव व सहभागी होण्याची प्रवृत्ती वाढत आहे. कारण -

१) प्रादेशिक पक्षांची भौगोलिक मर्यादा राज्यापुरती असली तरी त्या पक्षांचे खासदार केंद्रातील सरकार बनविण्यास हातभार लावतात.

२) नव्या प्रादेशिक पक्षांच्या संख्येत व प्रभावात वाढ.

३) प्रादेशिक पक्षांचे त्यांच्या राज्यांमध्ये बळ असते.

४) सरकार स्थापन करणाच्या प्रक्रियेत प्रादेशिक पक्षांना महत्त्व.

अ) फक्त १ ब) फक्त १ व २

क) २ व ३ ड) वरील सर्व

६०) प्रादेशिक पक्षांच्या भूमिकांबाबत विरोधी विचार मांडले जातात. कारण –

१) हे पक्ष संकुचित, मर्यादित आवाका असणारे तसेच राष्ट्रीय हितसंबंधांच्या संदर्भात संघर्षाची भूमिका घेतात.

२) अनेक प्रादेशिक पक्ष आपल्या उद्दिष्टपूर्तीसाठी निरर्थक हिंसाचारात गुंतलेले असतात.

३) काही प्रादेशिक पक्ष फुटीरतेची भाषा करत असल्याने ते राष्ट्रीय हिताच्या विरोधात अल्याचे मानले जाते.

अ) फक्त १ ब) फक्त २

क) १,२ आणि ३ ड) २ आणि ३

६१) प्रादेशिक पक्ष हे अधिक एकजिनसी असू शकतात. कारण –

अ) दबावाच्या राजकारणाला ते कमी प्रमाणात बळी पडतात.

ब) गटबाजीचा प्रभाव त्यांच्यावर पडू शकत नाही.

क) कार्यक्षेत्राच्या जवळ असल्याने त्यांना स्थानिक हित व आकांक्षांची अधिक जाणीव असल्याने ते अधिक संवेदनशील असतात.

अ) फक्त १ ब) फक्त २

क) १,२,३ ड) १ व ३

६२) द्रविड मुनेत्र कळघमची स्थापना --- यांनी --- मध्ये केली.

अ) सी.एन.अण्णादुराई, १९४९ ब) एम.जी. रामचंद्रन, १९५२

क) रजनीकांत, १९९६ ड) जयललिता, १९८९

६३) नॅशनल कॉन्फरन्स हा ---- मधील प्रादेशिक पक्ष आहे.

अ) केरळ ब) जम्मू-कश्मीर क) आन्ध्र प्रदेश ड) ओरिसा

६४) तेलगू देसमची स्थापना --- यांनी केली.

अ) जयललिता ब) एम.जी.रामचंद्रन

क) एन.टी.रामाराव ड) अण्णा दुराई

६५) --- मध्ये शिवसेनेची स्थापना करण्यात आली.

अ) १९६१ ब) १९६६ क) १९६८ ड) १९६९

६६) --- यांनी बहुजन समाज पार्टीची स्थापना केली.

अ) कांशीराम ब) शरद पवार क) चरणसिंग ड) करुणानिधी

६७) 'आघाडी सरकारच्या कल्पनेचे द्रष्टे विचारवंत' म्हणून --- यांना संबोधले जाते.

अ) करुणानिधी ब) एम.जी.रामचंद्रन

क) एन.टी.रामाराव ड) एम.एस.नम्बुद्रीपाद

६८) आघाडी सरकारची स्थापना होण्यामागील कारणे -

१) काँग्रेसच्या राजकीय वर्चस्वात सतत होणारी घट.

२) राष्ट्रीय पक्षांचा कमी होणारा जनाधार.

३) प्रादेशिक पक्षांचा वाढता प्रभाव.

अ) १ आणि २ ब) २ आणि ३

क) १,२ आणि ३ ड) १ व ३

६९) विधान - क) : एका विशिष्ट पक्षाच्या भ्रष्ट व अकार्यक्षम शासनालाच संधी देण्यापेक्षा अनेक पक्षांच्या आघाडी सरकारचा पर्याय उचित आहे. कारण - ख) : ते अधिक जबाबदार व पारदर्शी असेल तसेच वरकरणी हे सरकार दुर्बल वाटत असले तरी ते निश्चितपणे अधिक लोकशाही स्वरूपाचे व संघीय स्वरूपाला अनुरूप ठरेल.

अ) दोन्ही क) आणि ख) स्वतंत्ररीत्या बरोबर असून 'ख' हे 'क' चे योग्य कारण आहे.

ब) दोन्ही क) आणि ख) स्वतंत्ररीत्या बरोबर असून 'ख' हे 'क' चे योग्य कारण नाही.

क) 'क' बरोबर आहे व 'ख' चूक आहे.

ड) 'क' चूक आहे व 'ख' बरोबर आहे.

७०) आघाडी सरकारच्या दोषांमध्ये पुढील कोणत्या घटकांचा समावेश होतो ?

१) अस्थिरता.

२) आघाडीतील घटक पक्षांची लहरी व मनमानी वृत्ती.

३) प्रादेशिक संकुचित हितसंबंधाबाबत दुराग्रही भूमिका.

४) स्वतःच्या आर्थिक मागण्या, सौदेबाजीचे राजकारण.

अ) फक्त १ आणि २ ब) २ आणि ३

क) ३ आणि ४ ड) वरील सर्व

७१) केरळ व पश्चिम बंगालमधील आघाडी सरकारच्या यशाचे रहस्य; म्हणजे –

अ) आघाडी सरकारच्या घटक पक्षांमध्ये काही मूलभूत गोष्टींवर सामंजस्य.

ब) दबाव गटांचा पाठिंबा.

क) वर्गीय हितसंबंधांना प्राधान्य.

ड) निष्प्रभ असा राजकीय पक्ष.

७२) --- ते --- या काळात तीन आघाडी सरकारमुळे देशात कायम अस्थिरतेचे वातावरण राहिले.

अ) जानेवारी १९९० ते १९९३ ब) जानेवारी १९९३ ते १९९६

क) जानेवारी १९९६ ते १९९९ ड) जानेवारी १९९९ ते २००२

७३) मूल्यहीन आणि मुद्दाहीन राजकारण म्हणजे ?

अ) राजकीय पक्षांची अस्थिरता. ब) आघाडीचे शासन बनविणे होय.

क) एकाच पक्षाचे प्राबल्य. ड) प्रादेशिक पक्षांमधील असहकार्य.

७४) आघाडी राजकारणाचे लक्ष्य म्हणजे –

अ) केवळ सत्ताप्राप्ती. ब) राजकारणात सहभाग.

क) जनतेच्या इच्छांचे प्रतिनिधित्व. ड) राजकीय पक्षाला समर्थन.

७५) --- सार्वत्रिक निवडणुकीत आघाडी सरकारचा प्रभाव प्रखरतेने घटक राज्यातून जाणवला.

अ) २ ऱ्या ब) ३ ऱ्या क) ४ थ्या ड) ५ व्या

७६) आघाडी सरकारचे --- व --- हे दोन प्रकार आहेत.

अ) प्रत्यक्ष, अप्रत्यक्ष ब) नामधारी, परंपरागत

क) प्रादेशिक, केंद्रकारी ड) बहुमतधारी, अल्पमतधारी

७७) आघाडी सरकार अस्तित्वात येण्याची कारणे म्हणजे –

१) कोणत्याही एका पक्षाला निवडणुकीतून बहुमत प्राप्त झाले नसेल तर. किंवा,

२) पक्षांतराद्वारे.

३) प्रादेशिकतेच्या तत्त्वावर.

अ) फक्त १ ब) १ आणि २ क) १,२ आणि ३ ड) २ व ३

७८) आघाडी सरकारच्या कालखंडाची खऱ्या अर्थाने सुरुवात ..... मध्ये झाली.

अ) १९६४ ब) १९६५ क) १९६७ ड) १९६९

७९) आघाडी सरकार कोणत्या दोन प्रकारच्या युतीतून निर्माण होते?

१) निवडणूक पूर्व युती व निवडणुकीनंतरची युती.

२) सत्ता प्राप्त केल्यानंतरची युती/शासनव्यवस्थेत सहभागी होण्यासाठी.

३) प्रादेशिक स्वायत्ततेच्या तत्त्वावर.

अ) फक्त १ ब) फक्त २

क) फक्त ३ ड) वरील सर्व

८०) विधान क) : आघाडी सरकारामुळे मंत्र्यांच्या संख्येत अवाढव्य वाढ झालेली आहे.

कारण : ख) अनेक पक्ष एकत्रित येऊन सरकार निर्माण होत; तसेच प्रत्येकाला समान प्रतिनिधित्व दिले जाण्याचा प्रयत्न केला जातो.

पर्याय :

अ) दोन्ही क) आणि ख) स्वतंत्ररीत्या बरोबर असून 'ख' हे 'क' चे योग्य कारण आहे.

ब) दोन्ही क) आणि ख) स्वतंत्ररीत्या बरोबर असून 'ख' हे 'क' चे योग्य कारण नाही.

क) 'क' बरोबर आहे व 'ख' चूक आहे.

ड) 'क' चूक आहे व 'ख' बरोबर आहे.

८१) आघाडी सरकारमुळे -- हे दुर्बलतेचे प्रतीक ठरले.

अ) घटकराज्य सरकार ब) दबावगट

क) केन्द्र सरकार ड) जनमत

८२) दबावगट हा असा गट असतो की, जो आपल्या सभासदांना शासकीय सत्तास्थानावर आणण्याचा प्रयत्न न करता शासनाच्या धोरणावर प्रभाव पाडण्याचा प्रयत्न करत असतो.

अ) मॅक आयव्हर ब) झिगलर

क) एडमंड बर्क ड) प्रा. गटेल

८३) दबावगटाचे उद्दिष्ट म्हणजे

अ) संघटित होणे.

ब) सत्ता संपादन करणे.

क) आपल्या गटातील सदस्यांच्या हितसंबंधाचे संरक्षण व संवर्धन करणे.

ड) शासकीय धोरणात सहभागी होणे.

८४) समाजातील काही हितसंबंधी गट अधिक सुसंघटित असतात. कारण –

१) त्यांच्या कायम स्वरूपाच्या संघटना असतात.

२) संघटनांच्या द्वारे आपल्या हितसंबंधाचे रक्षण करण्याचे कार्य ते सातत्याने करतात.

३) राज्यप्रतिनिधींना निवडणुकांसाठी साहाय्य करतात.

अ) फक्त १   ब) फक्त २

क) १ आणि २   ड) फक्त ३

८५) दबाव गटांचे पुढीलपैकी कोणते प्रकार सांगता येतील.

१) औद्योगिक क्षेत्र–उद्योगपतींच्या संघटना, कामगार संघटना.

२) सार्वजनिक सेवा क्षेत्र–व्यापार, परिवहन, दळणवळण, बँका, लोकप्रशासन, वीजपुरवठा इ. प्रकारच्या सार्वजनिक सेवा पुरविणाऱ्या क्षेत्रात कर्मचाऱ्यांच्या संघटनांचा समावेश.

३) व्यावसायिक क्षेत्र–डॉक्टर, वकील, अभियंता, शिक्षक, शेतकरी.

४) धर्मिक–सामाजिक–धर्माधिष्ठित संघटना, सामाजिक कार्य करणाऱ्या संघटना, वांशिक किंवा भाषिक संघटना यांचा समावेश.

अ) फक्त १   ब) १ आणि २

क) १,२ आणि ३   ड) वरील सर्व

८६) दबावगट --- वापर करून लोकमताचा पाठिंबा मिळविण्याचा प्रयत्न करतात.

अ) प्रचार माध्यमांचा   ब) जाहिरनाम्याचा

क) मतदानाचा   ड) दबाव तंत्राचा

८७) ---- पद्धतीत दबाव गटांचा प्रभाव अधिक प्रकर्षाने व ठळकपणे दिसून येतो.

अ) हुकूमशाही   ब) साम्यवादी

क) प्रातिनिधिक लोकशाही   ड) अध्यक्षीय

८८) पुढीलपैकी कोणते विधान दबाव गटाच्या कार्याबाबत नाही ?

अ) राजकीय पक्षांना विविध प्रकारे निवडणुकीत साहाय्य करतात.

ब) निवडणुकांवर वेगवेगळ्या मार्गाने प्रभाव पाडण्याचा प्रयत्न करतात.

क) आवश्यक ती माहिती, आकडेवारी शासनाला पुरवितात.

ड) स्वतः निवडणुका लढवितात.

८९) संप, मोर्चे, मिरवणुका, घेराव, रस्ता बंद, बहिष्कार ही दबाव गटाची --- असून त्याद्वारे दबाव गट आपले शक्तिप्रदर्शन करतात.

अ) प्रचार ब) आंदोलने क) संपर्कसाधने ड) क्षेत्र

९०) आपल्या हितसंबंधाना अनुकूल ठरणारे निर्णय कायदेमंडळाने घ्यावेत यासाठी दबावगट --- तंत्राचा वापर करतात.

अ) लॉबी ब) प्रचार माध्यमे क) मतदान ड) गट

९१) संसदीय पद्धतीत मंत्रिमंडळात आपल्या हितसंबंधाना संरक्षण देणाऱ्या व्यक्ती नेमल्या जाव्यात यासाठी दबावगट कशा पद्धतीने प्रयत्न करतात -

१) विविध संघटनांची शिष्टमंडळे मंत्र्यांच्या गाठीभेटी घेतात.

२) त्यांना आवश्यक ती माहिती सादर करतात व मंत्रिमंडळांच्या धोरणावर प्रभाव पाडण्याचा प्रयत्न करतात.

अ) फक्त १ ब) फक्त २

क) १ आणि २ ड) कोणतेही नाही

९२) 'जर इंग्लंडच्या राज्यघटनेचे वास्तविकरीत्या परीक्षण केले तर इंग्लंडच्या घटनेचा प्रारंभ राजकीय पक्षापासून होतो आणि शेवटसुद्धा राजकीय पक्षातच होतो, तसेच घटनेच्या मध्यभागात राजकीय पक्षावर सविस्तर विचार होतो असे म्हणावे लागते.'

अ) मन्रो ब) जेनिंग्ज क) लास्वेल ड) लास्की

९३) इंग्लंडमधील हुजूरपक्षाचे (Conservative Party) **दुसरे नाव ..... पक्ष आहे.**

अ) रूढीवादी ब) पक्षवादी क) सांप्रदायिक ड) धर्माधिष्ठित

९४) हुजूर पक्षामध्ये पुढील पैकी कोणत्या तीन संस्था आढळतात.

अ) कॉन्फरन्स ब) कौन्सिल

क) बोर्ड ऑफ ट्रस्टीज ड) राष्ट्रीय कार्यकरिणी

अ) फक्त १ ब) फक्त २

क) फक्त ३ ड) १,२, आणि ३

९५) --- या पक्षाच्या राष्ट्रीय संघटनेला नॅशनल लिबरल फेडरेशन असे म्हणतात.

अ) हुजूर पक्ष ब) उदार पक्ष क) मजूर पक्ष ड) कौन्सिल

९६) मजूर पक्षाचे ध्येय –

१) बेकारी नष्ट करून प्रत्येकाला त्याच्या योग्यतेनुसार काम देणे.

२) कामाचा योग्य मोबदला देणे.

३) महत्त्वाच्या उद्योगांचे राष्ट्रीयीकरण करणे.

४) सर्वत्र समानता प्रस्थापित करणे.

अ) १ आणि २ ब) २ व ४ क) ३ व ४ ड) वरीलपैकी सर्व

९७) .....पक्षाचा मोठमोठ्या उद्योगधंद्यांच्या राष्ट्रीयीकरणावर भर आहे.

अ) हुजूर पक्ष ब) उदार पक्ष क) मजूर पक्ष ड) कौन्सिल

९८) ......हा पक्ष नि:शस्त्रीकरण, सामूहिक सुरक्षा इत्यादींचा पुरस्कार करीत नाही.

अ) मजूर पक्ष ब) उदार पक्ष क) हुजूर पक्ष ड) प्रिव्ही कौन्सिल

९९) ....मध्ये रिपब्लिकन पक्ष व डेमोक्रेटिक पक्ष असे फक्त दोन पक्ष आहेत.

अ) अमेरिका ब) इंग्लंड क) भारत ड) फ्रान्स

१००) अमेरिकेतील कोणत्याही पक्षाचा आधार सिद्धान्त नसून..... हा आहे.

अ) नियम ब) कायदा क) परिस्थिती ड) जनमत

१०१) ......यांच्या मते अमेरिकेत सरकार आणि नागरिक यांना जोडणारा दुवा म्हणजे 'खासगी संस्था' होय.

अ) प्रा. पायली ब) व्ही.ओ.के.

क) डी. टॉकव्हिले ड) टास्काल्ड पाऊंड

१०२) अमेरिकेतील रिपब्लिकन व डेमोक्रॅटिक पक्ष म्हणजे एकाच पक्षाचे दोन भाग हात असे म्हणता येते. कारण –

१) दोन्हीही कायद्याद्वारे नियंत्रित असून खासगी संघटनांच्या प्रभावाखाली कार्ये करीत असतात.

२) दोन्ही पक्षांचे स्वरूप राष्ट्रीय असण्यापेक्षा प्रादेशिक व स्थानिक असे आहे.

३) त्यांचा आधार निश्चित सिद्धान्त नसून आर्थिक, धार्मिक, प्रादेशिक वर्ग असा आहे.

अ) फक्त १   ब) फक्त २

क) फक्त ३   ड) वरील सर्व

१०३) चीनमध्ये -- पक्षपद्धती आढळते.

अ) एक   ब) द्वि   क) बहु   ड) पक्षविरहित

१०४) चीनमध्ये --- पक्षाच्या हाती सत्तेची सूत्रे आहेत.

अ) काँग्रेस   ब) कम्युनिस्ट/साम्यवादी

क) समाजवादी   ड) पीपल्स

१०५) चीनच्या ....च्या राज्यघटनेने फक्त साम्यवादी पक्षास मान्यता दिली.

अ) १९६५   ब) १९७८   क) १९८२   ड) १९९०

१०६) साम्यवादी पक्षाचा सैद्धान्तिक आधार.... यांचे विचार हा आहे.

अ) मॅकिआव्हेली, ग्रीन, कांट   ब) मार्क्स, लेनिन, माओत्सेतुंग

क) हेगेल, जे.एस.मिल, बेंथॅम   ड) लॉक, रूसो, मिल

१०७) चीनमधील साम्यवादी पक्षाचे वैशिष्टच म्हणजे या पक्षाने लोकशाही केंद्रवादाचा पुरस्कार केला आहे. कारण -

१) पक्षाच्या अंतर्गत व्यवहारात सर्व सदस्यांना व संघटनांना विचार स्वातंत्र्य देण्यात येते.

२) प्रत्येक स्तरावर संघटनातील पदाधिकाऱ्यांची निर्वाचन पद्धतीने निवड करण्यात येते. निर्णय होण्यापूर्वी प्रत्येक सदस्याला आपले विचार व्यक्त करता येतात.

३) पक्षाच्या धोरणावर रचनात्मक टीका करता येते. परंतु, एकदा निर्णय घेतल्यानंतर त्यावर टीका न करता अंमलबजावणी केली जाते.

४) प्रत्येक स्तरावरील संघटनांचे धोरणात्मक निर्णय वरिष्ठ संघटनांना कळविले जातात, त्यावर पुन्हा विचार होऊन पक्षाच्या केंद्रीय समितीला कळवितात व केंद्रीय समिती अंतिम निर्णय घेते व त्यावर अंमलबजावणी केली जाते.

अ) १ आणि २   ब) २ आणि ३

क) ३ आणि ४   ड) वरील सर्व

१०८) चीनमधील साम्यवादी पक्षाची संघटना ही --- सारखी आहे.

अ) वर्तुळाकार   ब) पिरॅमिड   क) रचनात्मक   ड) चौरसाकृती

१०९) चीनमध्ये साम्यवादी पक्षाची स्थापना --- मध्ये झाली.

अ) १९११ ब) १९२१ क) १९२५ ड) १९२९

११०) चीनच्या साम्यवादी पक्षाचा प्रमुख आधार म्हणजे या पक्षाच्या प्राथमिक स्तरावरील संघटना आहे. कारण -

१) पक्ष संघटनेतील हा सर्वात कनिष्ठ स्तर आहे.

२) प्रत्येक कारखाना, कार्यालय, विद्यालय, कम्युन, स्थानिक संस्था यामध्ये स्थानिक शाखा स्थापन केल्या जातात.

३) जनतेत मार्क्स्, लेनिन, माओच्या विचारांचा प्रचार व प्रसार याद्वारे केला जातो.

४) केंद्रीय समिती अथवा अन्य उच्च संघटनेचे निश्चित केलेले धोरण, निर्णय, सिद्धान्त यांचा प्रचार करणे, तसेच त्यांना लागू करणे.

अ) फक्त १ ब) फक्त २,३

क) फक्त ३ व ४ ड) वरील सर्व

१११) चीनमधील साम्यवादी पक्षाच्या सर्वोच्च स्थानी --- असते.

अ) राष्ट्रीय काँग्रेस ब) केंद्रीय समिती

क) पॉलिट ब्युरो व तिची स्थायी समिती ड) सचिवालय

११२) स्वित्झर्लंडमध्ये पुढीलपैकी कोणत्या पक्षांचा समावेश होतो.

१) उदारवादी, उग्र लोकशाहीवादी

२) कॅथॉलिक अनुदारवादी, सामाजिक लोकशाहीवादी

३) शेतकरी,मजूर

अ) फक्त१ ब) फक्त २ क) फक्त ३ ड) वरील सर्व

११३) स्वित्झर्लंडमध्ये .....हा पक्ष डावा पक्ष म्हणून ओळखला जातो.

अ) उदारवादी ब) उग्रलोकशाहीवादी

क) सामाजिक लोकशाही ड) मजूर पक्ष

११४) स्वित्झर्लंडमध्ये --- पक्षपद्धती आढळते.

अ) एक ब) द्वि क) बहु ड) पक्षविरहित

उत्तरे

१) –अ	२३) –अ	४५) – क	६७) – ड	९१) – क
२) – ब	२४) –ब	४६) – अ	६८) –क	९२) – ब
३) – क	२५) – क	४७) – क	६९) – अ	९३) – अ
४) – अ	२६) –क	४८) – ब	७०) – ड	९४) – ड
५) – अ	२७) – ब	४९) – क	७१) – अ	९५) – ब
६) – ब	२८) – अ	५०) – ड	७२) – क	९६) – ब
७) – ब	२९) – ब	५१) – अ	७३) – ब	९७) – क
८) – क	३०) – क	५२) – ब	७४) – अ	९८) – क
९) – ड	३१) – अ	५३) – क	७५) – क	९९) – अ
१०) – ड	३२) – ब	५४) – अ	७६) – ड	१००) – क
११) – क	३३) – क	५५) – क	७७) – ब	१०१) – ब
१२) – ड	३४) – ब	५६) –अ	७८) – क	१०२) – ड
१३) – ब	३५) – अ	५७) – ड	७९) – अ	१०३) – अ
१४) – अ	३६) – क	५८) – ब	८०) – अ	१०४) – ब
१५) – अ	३७) – अ	५९) – ड	८१) – क	१०५) – क
१६) – ड	३८) – ब	६०) – क	८२) – ब	१०६) – ब
१७) – ब	३९) – क	६१) – क	८३) – क	१०७) – ड
१८) – क	४०) – ड	६२) – अ	८४) – क	१०८) – ब
१९) – ब	४१) – क	६३) – ब	८५) – ड	१०९) – ब
२०) – अ	४२) – अ	६४) – क	८६) – अ	११०) – ड
२१) – क	४३) – अ	६५) – ब	८७) – क	१११) – क
२२) – ब	४४) – ब	६६) –अ	८८) – ड	११२) – ड
			८९) – ब	११३) – क
			९०) – अ	११४) – क

विभाग अ

प्रकरण ८

शासनाचे प्रकार

- ✡ संसदीय शासनसंस्था
- ✡ अध्यक्षीय शासनसंस्था
- ✡ संघराज्य शासनसंस्था
- ✡ एकात्म शासनसंस्था विकेंद्रीकरण पद्धती

महत्त्वाचे मुद्दे

- ✡ संसदीय शासनपद्धती मध्ये नाममात्र कार्यकारी मंडळ असते. प्रत्यक्षात सत्ता मात्र मंत्रिमंडळाच्या हाती असते. उदा. अमेरिका.
- ✡ संसदीय शासन पद्धतीत मंत्रिमंडळ हे सामूहिक जबाबदारीच्या तत्त्वानुसार कार्य करते; तसेच ते वैधानिक दृष्टिकोनातून प्रत्येक कार्याबाबत कायदेमंडळाला जबाबदार असते.
- ✡ संसदीय शासनपद्धतीत मंत्रिमंडळातील प्रत्येक सदस्य हा कायदे मंडळाच्या दोनपैकी कोणत्याही एका सभागृहाचा सदस्य असणे आवश्यक असते.
- ✡ संसदीय शासनपद्धतीत मंत्रिमंडळाचे कार्य हे पंतप्रधानांच्या नेतृत्वाखाली सुरू असते; तसेच मंत्रिमंडळात सर्वच मंत्र्यांचा दर्जा समान असला तरी पंतप्रधान हे मंत्रिमंडळाचे वास्तविक प्रमुख असतात.
- ✡ पंतप्रधानांचा राजीनामा हा संपूर्ण मंत्रिमंडळाचा राजीनामा समजला जातो.
- ✡ संसदीय शासनपद्धतीमध्ये 'कायदेमंडळ' व 'कार्यकारी मंडळ' हे परस्पर सहकार्याने कार्य पार पाडतात; तसेच या शासनव्यवस्थेत लवचीकता हा गुण असल्यामुळे वेळप्रसंगी नेतृत्वात बदल करता येतो. मंत्रिमंडळ हे जनतेला जबाबदार असते.
- ✡ संसदीय शासनपद्धतीत विरोधी पक्षाला महत्त्वाचे स्थान असून तो सत्तारूढ पक्षावर

नियंत्रण करीत असल्याने लोकशाहीची सुदृढ व निकोप वाढ होते.

- ✡ संसदीय शासनपद्धतीत प्रमुख दोष म्हणजे कोणताही निर्णय त्वरित घेतला जात नसल्याने वेळेचा अपव्यय व अकार्यक्षमता निर्माण होते; सत्तारूढ पक्ष इतर अल्पमत असणाऱ्या पक्षांची तमा बाळगत नसल्यामुळे सत्तारूढ पक्षाची हुकूमशाही निर्माण होऊ शकते. तसेच अनेकदा विरोधी पक्ष हे सत्तारूढ पक्षास विरोधासाठी विरोध करीत असतात. त्याचा परिणाम लोकमतावर होतो. कार्यापलीकडचे वर्चस्व संसदीय पद्धतीत वाढू शकते.
- ✡ अध्यक्षीय शासनपद्धतीत राज्यप्रमुख व शासनप्रमुख एकच असल्याने तसेच त्याचे पद स्थिर असल्यामुळे त्याला बदलत्या कायदेमंडळावर व त्यांच्या बहुमतावर अवलंबून राहावे लागत नाही. तो विशिष्ट धोरणांचा पाठपुरावा करू शकतो; त्यामुळे कारभारात कार्यक्षमता येऊ शकते.
- ✡ अध्यक्षीय शासनपद्धतीत कायदेमंडळ, कार्यकारी मंडळ व न्यायमंडळ हे परस्परांपासून विभक्त/स्वतंत्र असतात.
- ✡ अध्यक्षीय शासनपद्धतीत अध्यक्षाची निवड जनतेद्वारे केली जाते व त्यांचे संपूर्ण वर्चस्व मंत्रिमंडळावर प्रस्थापित झालेले असते. मंत्र्यांना दुय्यम स्थान असते.
- ✡ अध्यक्षीय शासनपद्धतीत तज्ज्ञ व निष्णात व्यक्तीच्या हाती कारभार जाऊ शकतो. अध्यक्ष अशा व्यक्तिंना आपल्या मंत्रिमंडळात नियुक्त करू शकतो.
- ✡ अध्यक्षीय शासनसंस्थेचा दोष म्हणजे यामध्ये केले जाणारे सत्ता विभाजन अयोग्य आहे; कारण सरकारच्या शाखा स्वतंत्र राहिल्याने परस्पर सहकार्याऐवजी संघर्षात वाढ होऊ शकते; तसेच अध्यक्षाची निवड झाल्यानंतर त्याला कोणीही सहज पदमुक्त करू शकत नाही. त्यामुळे कार्यकारी मंडळाची बेजबाबदार हुकूमशाही निर्माण होऊ शकते.
- ✡ अध्यक्षीय पद्धतीत कामाला अनुसरून निर्णय घेण्याची लवचीकता नसल्याने देशाच्या प्रगतीत अडसर निर्माण होऊ शकतो.
- ✡ एकात्म शासनसंस्थेत एकच प्रमुख सरकार असते. तसेच सार्वभौम सत्ता ही अविभाज्य असते.
- ✡ एकात्म शासनपद्धतीत मध्यवर्ती सरकारच्या हाती सत्ता असून, निर्णय त्वरित घेतले जाऊन; त्यांची अंमलबजावणी लवकर होते. ही शासनपद्धती कार्यक्षम राहण्यास मदत होते.
- ✡ एकात्म शासनपद्धती शक्तिशाली शासनसंस्था मानली जाते; तसेच यात घटक प्रादेशिक शासनसंस्थेचे सहकार्य लाभते.

- ✡ एकात्म शासनपद्धतीचा दोष म्हणजे स्थानिक स्वराज्य संस्थांचा विकास होत नाही. स्थानिक अधिकाऱ्यांच्या कर्तृत्वाला वाव मिळत नाही. विशाल भूप्रदेश असलेल्या राज्यास ही पद्धती अयोग्य ठरते.
- ✡ संघात्मक शासनपद्धतीत केंद्रसरकार व घटक सरकार अशी दुहेरी शासनयंत्रणा असते व त्यांच्यात अधिकारांची विभागणी केली जाते. यात लिखित व ताठर राज्यघटना असते. तसेच स्वतंत्र न्यायालय असते.
- ✡ संघात्मक शासनपद्धतीचे गुण म्हणजे ही पद्धती खंडप्राय देशासाठी उपयुक्त ठरते. विविधतेतून एकता निर्माण होते. आर्थिक बचत, एक राष्ट्रीयत्वाची जाणीव, लोकशिक्षणाची राजकीय शिक्षण देणारी पाठशाळा, केंद्रावरील कार्याचा ताण कमी होण्यात मदत होते.
- ✡ संघात्मक शासनपद्धतीचे दोष म्हणजे केंद्र व घटकराज्यात वितुष्ट निर्माण होऊ शकते. कार्यात लवचीकता नसते. ही पद्धती आणीबाणीच्या काळात निरुपयोगी ठरते; तसेच फुटीर वृत्तीचा धोका संभवतो, शासनयंत्रणा गुंतागुंतीची असते.

प्रश्न :

१) 'संघराज्य' हा शब्द याचा अर्थ --- होय.

अ) संस्था ब) करार क) शासन ड) वर्ग

२) संघराज्य लॅटिन भाषेतील --- शब्दापासून निर्माण झालेला आहे.

अ) Feodus ब) Federal क) Feudal ड) Fodus

३) स्वतंत्र राज्ये व निर्माण होणारे नवे शासन यांच्यामध्ये होणाऱ्या करारापासून --- ची निर्मिती होत असते.

अ) संस्थेची ब) शासनाची

क) संघराज्याची ड) एकात्म शासनसंस्थेची

४) संघराज्याची निर्मिती म्हणजे ---

१) संघराज्यात सामील होणारी राज्ये मूळ अस्तित्व गमावतात, परंतु ती स्वायतत्ता टिकवून ठेवतात.

२) ऐक्याची भावना

अ) फक्त १ ब) फक्त २

क) १ आणि २ ड) वरीलपैकी कोणतेही नाही

५) संघराज्य निर्माण झाल्यावर पुढीलपैकी कोणत्या गोष्टी घडून येतात?

१) केंद्र सरकार व घटक सरकार अशी दुहेरी शासन यंत्रणा निर्माण होते.

२) घटक सरकार व केंद्र सरकार यांच्यात अधिकारांची वाटणी होते.

३) ताठर व लिखित राज्यघटना अस्तित्वात येते.

४) घटकराज्य व केंद्र सरकार यांच्यामधील कायमचा करार म्हणजे संघराज्य असते.

पर्याय :

अ) १,२ ब) २,३ क) ३,४ ड) वरील सर्व

६) 'संघराज्य म्हणजे राष्ट्रीय ऐक्य आणि सत्ता व घटकराज्यांचे अधिकार यांचा योग्य तऱ्हेने मेळ घालण्याच्या हेतूने तयार केलेली राज्ययंत्रणा होय.'

अ) प्रा. डायसी ब) प्रा. पायली क) प्रा. ॲपलबी ड) वॅटसन

७) 'राष्ट्राचे सार्वभौमत्व आणि घटकराज्यांचे सार्वभौमत्व या दोन परस्परविरुद्ध दिसणाऱ्या, मागण्यांचा मेळ साधण्याचा प्रयत्न म्हणजेच संघराज्य होय.'

अ) प्रा. पायली ब) डॉ. स्ट्राँग क) डॉ. फायनर ड) प्रा. डायसी

८) संघराज्य निर्मितीचे कारण पुढीलपैकी कोणते नाही ?

१) स्वतःचे रक्षण करता येणे अशक्य असल्यामुळे अशी राज्ये सुरक्षिततेच्या कारणामुळे एकत्र येऊन संघराज्याची स्थापना करतात.

२) सामर्थ्य व बळाचा वापर करून दुसऱ्या राज्यांवर नियंत्रण ठेवण्याच्या कारणातून संघराज्याची स्थापना होते.

अ) १ ब) २ क) १,२ ड) कोणतेही नाही.

९) संघराज्याचे पुढीलपैकी कोणते दोन प्रकार सांगता येतील ?

अ) केंद्राकर्षी, केंद्रोत्सारी ब) एकात्म, संघात्मक

क) अध्यक्षीय, संसदीय ड) महाजनशाही, लोकशाही

१०) केंद्रशासन अस्तित्वात येऊन त्याखाली सर्व राज्ये येणे व केंद्राकडे जाणारी प्रवृत्ती निर्माण होऊन संघराज्यात सामील होण्याच्या प्रवृत्तीस --- प्रवृत्तीतून निर्माण झालेले संघराज्य म्हणतात.

अ) एकसंघीय ब) केंद्राकर्षी क) केंद्रोत्सारी ड) संघात्मक

११) केंद्राकर्षी प्रवृत्ती असलेले संघराज्य --- हे होय.

अ) जपान ब) रशिया क) अमेरिका ड) फ्रान्स

१२) पूर्वी एककेंद्री शासन व्यवस्थेखाली असलेल्या शासन विभागांना घटकराज्याचा दर्जा बहाल करून एककेंद्री राज्याचे रूपांतर संघराज्यात करण्यात येते यास --- संघराज्य असे म्हटले जाते.

अ) एकसंघीय ब) संघात्मक क) केंद्राकर्षी ड) केंद्रोत्सारी

१३) 'समान शत्रूची भीती व संरक्षणाची समान आवश्यकता यातून संघराज्य निर्माण होते. असे कोण म्हणाले ?'

अ) प्रा. डायसी ब) प्रा. व्हिअर क) प्रा. गार्नर ड) प्रा. मॅक्स बेलॉफ

१४) संघराज्याच्या निर्मितीसाठी आवश्यक नसलेला पुढीलपैकी कोणता घटक सांगता येतो ?

अ) एकत्र येण्याची अनिच्छा ब) भौगोलिक अखंडता

क) राजकीय जाणिवा ड) एकात्मता

१५) संघराज्याच्या बाबत कोणते विधान चुकीचे ठरेल?

अ) संघराज्यात आवश्यक घटक सर्वोच्च न्यायालय आहे.

ब) संघराज्यात केंद्र व राज्य सरकार यांच्या अधिकारांच्या मर्यादा निश्चित करणे आवश्यक नसते.

क) संघराज्यात 'लिखित' व 'ताठर' राज्यघटना असते.

ड) संघराज्यात संघसरकार व घटकराज्य सरकार यांच्या अधिकारांचे विभाजन झालेले असते.

१६) पुढीलपैकी कोणत्या देशामध्ये संघ घटनात्मक न्यायलयाचे न्यायाधीश संघ विधिमंडळाच्या दोन्ही सभागृहांकडून निवडले जातात?

अ) अमेरिका ब) फ्रान्स

क) कॅनडा ड) फेडरल रिपब्लिक ऑफ जर्मनी

१७) भारतीय संघराज्य हे --- प्रवृत्तीतून निर्माण झाले.

अ) केंद्रोत्सारी ब) केंद्राकर्षी क) संघटनात्मक ड) वर्गीकृत

१८) कोणते संघराज्य राष्ट्रीयेतवर आधारित आहेत.

अ) द. अफ्रिका ब) अमेरिका क) रशिया ड) ऑस्ट्रेलिया

१९) अमेरिकेचे संघराज्य --- प्रवृत्तीतून निर्माण झाले.

अ) केंद्रकर्षी ब) घटनात्मक क) जबाबदार ड) केंद्रोत्सारी

२०) पुढील संघराज्यापैकी कोणत्या संघराज्याने आपल्या काही राज्यांना संयुक्त राष्ट्रसंघाचे सदस्यत्व प्राप्त करण्यात यश संपादन केले?

अ) ऑस्ट्रेलिया ब) रशिया क) भारत ड) अमेरिका

२१) संघराज्यात सामील होणाऱ्या राज्यांना स्वायत्तता देणे आवश्यक ठरते. कारण –

१) त्यांना स्वतःचा स्वतंत्र विकास करण्याची इच्छा असते.

२) एकत्र आल्यामुळे सुरक्षितता, स्थैर्य इ. गोष्टी प्राप्त होत असल्यामुळे त्यांना स्वायतत्तेची आवश्यकता असते.

३) इतर राज्यांपेक्षा प्रबल होण्यासाठी.

अ) १ व २ ब) २ व ३ क) १ व ३ ड) कोणतेही नाही.

२२) संघराज्य टिकू न शकण्याचे प्रमुख कारण म्हणजे --- होय.

अ) विकेंद्रितता ब) संघटन क) एकात्मता ड) सार्वभौमत्व

२३) एकतेची जाणीव होण्यासाठी ---- हे घटक महत्त्वाचे ठरतात.

१) जात, वर्ण, परंपरा, संस्कृती.

२) वंश, भाषा, धर्म, राजकीय संस्थांची समानता.

३) सुरक्षितता, स्थैर्य, संघटन.

अ) फक्त १ ब) फक्त २ क) फक्त ३ ड) वरील सर्व.

२४) भौगोलिक अखंडता याचा अर्थ –

१) जमीन व पाणी यांनी संघराज्यातील घटकराज्यांना एकमेकांपासून दूर केलेले नसावे.

२) जर घटकराज्ये भौगोलिक दृष्ट्या जवळ असतील तर त्यांना आपण एकच आहोत ही जाणीव निर्माण होईल.

३) राज्याचा विस्तार वाढवण्याचे धोरण स्वीकारणे.

अ) फक्त १ ब) फक्त २ क) १ आणि २ ड) कोणतेही नाही.

२५) संघराज्याला लिखित तसेच ताठर घटनेची आवश्यकता का भासते ?

१) केंद्र सरकार व राज्य सरकारे अशी दुहेरी राज्यरचना असल्यामुळे त्यांच्या अधिकारांच्या मर्यादा निश्चित करणे आवश्यक असते.

२) लिखित घटना तरतुदींमुळे केंद्र व घटक राज्यातील वाद टाळले जातात.

३) ताठर घटना असल्यामुळे घटनेत सतत बदल होत नाही त तिचे पावित्र्य टिकून राहते.

अ) फक्त १ ब) फक्त २ क) फक्त ३ ड) वरील सर्व

२६) संघसरकार व घटकराज्य सरकार यांच्यात कार्यक्षेत्राबाबत अधिकारांचे विभाजन स्पष्टपणे आवश्यक असते. कारण –

१) दोन्ही सरकारांनी आपापल्या कार्यक्षेत्रात स्वतंत्रपणे कार्य करणे आवश्यक असते.

२) अतिमहत्त्वाचे व समान धोरणाची आवश्यकता असणारे विषय केंद्राकडे व स्थानिक महत्त्वाचे विषय घटकराज्यांकडे सोपविलेले असतात.

३) काही संघराज्यात संघसूची, समवर्ती सूची व राज्यसूची या प्रमाणे तीन भागात अधिकाराचे विभाजन केले जाते व त्यानुसार संघसरकार व कार्यसरकारला स्वतंत्रपणे कार्य करता येऊ शकते.

अ) फक्त १ ब) फक्त २ क) १,२ आणि ३ ड) फक्त ३

२७) --- व ---- मध्ये अवशिष्ट अधिकार हे घटकराज्यांना दिले जातात.

अ) भारत व इंग्लंड ब) अमेरिका व स्वित्झर्लंड

क) फ्रान्स व जर्मनी ड) जपान व रशिया

२८) --- व ---- मध्ये केंद्रसरकारला अवशिष्ट अधिकार दिलेले आहेत.

अ) भारत व कॅनडा ब) भारत व ऑस्ट्रेलिया

क) भारत व अमेरिका ड) भारत व फ्रान्स

२९) संघराज्यात स्वतंत्र न्यायालय ही एक आवश्यक बाब मानली जाते. कारण –

अ) केंद्र सरकारचे अधिकारक्षेत्र निश्चित करते.

ब) घटकराज्य सरकारचे अधिकारक्षेत्र निश्चित करते.

क) केंद्र व घटकराज्य सरकार यांच्या कार्यक्षेत्रात अधिकारांचे विभाजन संविधानानुसार केलेले असले तरी अर्थाबाबत मतभेद होऊ शकतात व हे संघर्ष मिटविण्यासाठी स्वतंत्र न्यायालयाची आवश्यकता असते.

ड) वरील पैकी कोणतेही नाही.

३०) संघराज्याचे पुढीलपैकी कोणते गुण सांगता येतील ?

१) विविधतेतून एकता निर्माण होण्यास मदत.

२) केंद्राची हुकूमशाही.

३) लोकशिक्षणाची राजकीय शाळा.

४) केंद्रावरील कामाचा ताण कमी होतो.

५) खंडप्राय देशासाठी उपयुक्त.

६) लहान राष्ट्रांना संरक्षण.

७) आर्थिक बचत व राष्ट्रीयत्वाची जाणीव निर्माण होते.

अ) १,२,३ ब) २,४,५ क) ३,५,६ ड) वरील सर्व

३१) संघराज्यामध्ये पुढीलपैकी कोणते दोष आढळतात ?

१) केंद्र व घटकराज्यात वितुष्ट निर्माण होते.

२) खर्चाची वाढ.

३) लवचीकता नसते.

४) फुटीर वृत्तीचा धोका.

५) अण्वस्त्र युद्धाचा धोका.

६) शासनयंत्रणा गुंतागुंतीची.

७) आणीबाणीच्या काळात निरुपयोगी.

अ) १,२,३ ब) २,३,४ क) ५,६,७ ड) वरील सर्व

३२) अध्यक्षीय शासनपद्धतीत 'राज्यप्रमुख' व 'शासनप्रमुख' ही दोन्ही पदे ...... व्यक्तीच्या हाती असतात.

अ) अनेक ब) एक क) काही ड) कोणत्याही नाही

३३) अध्यक्षीय शासनपद्धती पुढीलपैकी कोणत्या सिद्धान्ताच्या आधारे कार्य करते?

अ) सत्तेचे केंद्रीकरण ब) सत्तेचे विकेंद्रीकरण

क) सत्तेचे वर्गीकरण ड) सत्तेचे विभाजन

३४) पुढीलपैकी कोणते विधान अध्यक्षीय पद्धतीबाबत चुकीचे ठरते?

अ) अध्यक्षीय पद्धतीत राजकीय निर्णय मंत्रिमंडळाच्या बहुमताने घेतले जातात.

ब) अध्यक्षीय पद्धतीत पदांचा निश्चित कालावधी असतो.

क) अध्यक्षीय पद्धतीत राज्यप्रमुख व शासनप्रमुख ही दोन पदे एकाच व्यक्तीच्या-अध्यक्षाच्या हाती असतात.

ड) अध्यक्षीय पद्धतीत अध्यक्षाचे मंत्रिमंडळावर नियंत्रण प्रस्थापित झालेले असते.

३५) ..... देशाने अध्यक्षीय शासनपद्धतीचा स्वीकार केलेला आहे.

अ) भारत ब) इंग्लंड क) अमेरिका ड) कॅनडा

३६) अध्यक्षीय शासनपद्धतीचे पुढीलपैकी कोणते गुण सांगता येतात –

१) अध्यक्षाचे पद स्थिर असून बदलत्या कायदे मंडळावर व तेथील बहुमतावर त्याचे अस्तित्व अलंबून नसते; त्यामुळे तो विशिष्ट धोरणांचा पाठपुरावा करू शकतो.

२) अध्यक्षाच्या हाती सत्ता असल्याने आणीबाणीच्या काळात त्वरित निर्णय घेऊन अंमलबजावणी करू शकतो.

३) अध्यक्षाचा निश्चित कार्यकाल असल्याने कितीही राजकीय पक्ष असले तरी त्यांचा अध्यक्षावर विपरीत परिणाम होत नाही. याउलट, त्यात स्थिरता असते.

४) अध्यक्षाद्वारे निष्णात व तज्ज्ञ व्यक्तींचा मंत्रिमंडळात समावेश होतो व त्याचा फायदा राज्यकारभारास होतो.

५) सत्ता विभाजन पद्धतीमुळे कोणत्याही शाखेचे दुसऱ्या शाखेवर दडपण निर्माण होत नाही.

अ) १,२,३ ब) २,३,४ क) ३,४,५ ड) वरील सर्व

३७) अध्यक्षीय शासनपद्धतीत पुढीलपैकी कोणते दोष सांगता येतात ?

१) सत्ता विभाजन अयोग्य असते.

२) अध्यक्षीय पद्धतीत काळाला अनुसरून निर्णय घेण्याची लवचीकता नसते व ही पद्धती ताठर असल्याने देशाच्या प्रगतीला अडसर निर्माण होतो.

३) अध्यक्षीय पद्धतीत तीनही शाखा परस्परांपासून विभक्त असल्याने त्यांच्यात सहकार्याचा अभाव असतो.

४) अध्यक्षाला निरंकुश सत्ता प्राप्त झालेली असते.

अ) १,२,३ ब) २,३,४ क) १,३,४ ड) वरील सर्व

३८) संसदीय पद्धतीचे उगमस्थान ..... असल्यामुळे त्यास 'संसदीय पद्धतीचे माहेरघर' असे संबोधले जाते.

अ) भारत ब) इंग्लंड क) ऑस्ट्रेलिया ड) जपान

३९) संसदीय शासनपद्धतीत कार्यपालिका ही --- असते.

अ) वास्तविक ब) नाममात्र

क) परंपरागत ड) प्रत्यक्ष निवडलेली

४०) संसदीय शासनपद्धतीत --- चे तत्त्व स्वीकारलेले असते.

अ) सामूहिक जबाबदारीचे ब) वैयक्तिक जबाबदारीचे

क) जनतेच्या संमतीचे ड) कार्यपालिकेच्या निर्णयाचे

४१) संसदीय शासनपद्धतीत मंत्रिमंडळ वैधानिक दृष्टिकोनातून प्रत्येक कार्याबाबत ---- जबाबादार असते.

अ) कार्यकारी मंडळास	ब) कायदे मंडळास

क) न्यायमंडळास	ड) अध्यक्षास

४२) मंत्रिमंडळात्मक शासन पद्धतीत --- हा शासनप्रमुख, जनतेचा नेता, सत्ताधारी राजकीय पक्षाचा नेता या विविध महत्त्वपूर्ण भूमिका बजावीत असतो.

अ) राष्ट्रपती ब) राज्यपाल क) पंतप्रधान ड) मुख्यमंत्री

४३) संसदीय शासनपद्धतीचे पुढीलपैकी कोणते गुण सांगता येतील ?

१) शासनसंस्थेत कायदेमंडळ व कार्यकारी मंडळ यांत परस्पर सहकार्य व समन्वय प्रस्थापित होत असतो व त्यांचे समान उद्देश असतात.

२) या शासन संस्थेत लवचीकता असल्याने वेळप्रसंगी नेतृत्वात बदल करता येतो.

३) मंत्रिमंडळ जनतेच्या प्रतिनिधींना जबाबदार असते.

४) या शासनपद्धतीमुळे जनतेला राजकीय शिक्षण मिळते.

५) या पद्धतीत विरोधीपक्षाच्या अस्तित्वाला महत्त्व असल्यामुळे त्याचे सत्ताधारी पक्षाच्या कार्यावर नियंत्रण असते.

अ) १,२,३ ब) २,३,४ क) ३,४,५ ड) वरील सर्व

४४) संसदीय शासन पद्धतीत पुढीलपैकी कोणते दोष आढळतात ?

१) कार्यकारी मंडळ व कायदेमंडळ यांची कामे एकत्र असल्याने कार्यकारी मंडळाची हुकूमशाही निर्माण होते.

२) कोणताही निर्णय प्रदीर्घ चर्चेनंतर घेतला जात असल्याने वेळेचा अपव्यय होतो व अकार्यक्षमता निर्माण होते.

३) या पद्धतीत बहुमतवाल्या पक्षास सत्ता प्राप्त झाल्यानंतर अल्पमतवाल्या पक्षाची तमा बाळगली जात नाही व त्यातून सत्तारूढ पक्षाची हुकूमशाही निर्माण होते.

४) अनेकदा विरोधी पक्ष सत्तारूढ पक्षाला विरोधासाठी विरोध करीत असतात व त्यामुळे शासनाच्या कार्यात अडथळे निर्माण होतात व त्याचा परिणाम लोकमतावरही होतो.

अ) १ आणि २	ब) २ आणि ३

क) ३ आणि ४	ड) वरील सर्व

४५) संसदीय शासनपद्धती पुढीलपैकी कोणत्या देशांनी स्वीकारलेली आहे ?

१) भारत, कॅनडा　　२) इस्राईल, ऑस्ट्रेलिया

३) चीन व रशिया　　४) अमेरिका, फ्रान्स

अ) १ आणि २　ब) २ आणि ३　क) ३ आणि ४　ड) १,२ आणि ३

४६) 'एकात्मक राज्यात शासनसंस्थेचे संघटन एका केंद्रीय सरकारच्या अंतर्गत केलेले असते. प्रादेशिक घटकांना जे काही अधिकार असतात ते केंद्रीय शासनाच्या इच्छेनुसार मिळालेले असतात. केंद्रीय सरकारची इच्छाच सर्वोच्च असते. ज्या विधि नियमानुसार प्रादेशिक घटकांना अधिकार प्राप्त झालेले असतात, तो विधिनियम केंद्रीय सरकार इच्छेनुसार केव्हाही बदलू शकतो.' हे कोणाचे उद्‌गार आहेत?

अ) प्रा. गार्नर　ब) प्रा. ब्लंटश्ली　क) डॉ. स्ट्राँग　ड) गिलख्रिस्ट

४७) 'एकात्मक शासनसंस्था अशा संस्थेला म्हणता येईल की ज्यामध्ये संपूर्ण शासनसत्ता एकाच सरकारमध्ये केंद्रित असते. वैधानिक दृष्टिकोनातून केंद्रीय सरकारच्या इच्छेनुसार संपूर्ण राज्यातील राज्यकारभार सुरू असतो.' असे कोणी म्हटले आहे?

अ) प्रा. डायसी　ब) डॉ. फायनर　क) बेजहॉट　ड) ब्लॅकस्टोन

४८) एकात्म शासनपद्धतीचे पुढीलपैकी कोणते गुण सांगता येतील ?

१) सर्व सत्ता मध्यवर्ती सरकारच्या हाती असल्यामुळे निर्णय जलद गतीने घेतले जाऊन त्याची अंमलबजावणी लवकर होते.

२) या पद्धतीत आवश्यक ते बदल सहज घडविता येतात; निर्णयासाठी सरकारवर अवलंबून राहावे लागत नाही.

३) या पद्धतीत शासन व्यवस्थेत त्याच संस्था केंद्र व स्थानिक पातळीवर निर्माण होत नसल्याने त्यांच्यावर होणारा खर्च वाचतो.

४) संपूर्ण सत्ता केंद्रसरकारच्या हाती असल्याने केंद्र व घटक सरकार यांच्यात वाद निर्माण होत नाही व शासनसंस्था कार्यक्षमतेने चालते.

५) या पद्धतीत घटक किंवा प्रादेशिक शासन संस्थांचे संपूर्णपणे सहकार्य असल्याने ही शासनसंस्था समर्थपणे तोंड देते.

अ) १,२,३　ब) २,३,४　क) ३,४,५　ड) वरील सर्व

४९) एकात्म शासनपद्धतीचे पुढीलपैकी कोणते दोष सांगता येतात ?

१) स्थानिक स्वराज्य संस्थांचा विकास होत नाही.

२) स्थानिक अधिकाऱ्यांच्या कर्तृत्वाला वाव मिळत नाही.

३) मध्यवर्ती शासनाच्या हाती सत्ता केंद्रित झाल्यामुळे जनतेचा सहभाग कमी होऊ लागतो व जनता निष्क्रिय व उदासीन बनू लागते.

४) विशाल भूप्रदेश असलेल्या राज्यासाठी एकात्म शासन पद्धती अयोग्य ठरते.

अ) १ आणि २ ब) २ व ४ क) ३ व ४ ड) वरील सर्व

उत्तरे

१) - ब	१८) - क	३५) - क
२) - अ	१९) - अ	३६) - ड
३) - क	२०) - ब	३७) - ड
४) - क	२१) - अ	३८) - ब
५) - ड	२२) - क	३९) - ब
६) - अ	२३) - ब	४०) - अ
७) - ब	२४) - क	४१) - ब.
८) - ब	२५) - ड	४२) - क
९) - अ	२६) - क	४३) - ड
१०) - ब	२७) - ब	४४) - ड
११) - क	२८) - अ	४५) - ड
१२) - ड	२९) - क	४६) - अ
१३) - ब	३०) - ड	४७) - ब
१४) - अ	३१) - ड	४८) - ड
१५) - ब	३२) - ब	४९) - ड
१६) - ड	३३) - ड	
१७) - अ	३४) - अ	

विभाग अ

प्रकरण ९

नोकरशाही संकल्पना

✡ सिद्धान्त

✡ वेबर आणि नोकरशाहीचे गुणदोष विवेचन

महत्त्वाचे मुद्दे

✡ राजकीय उत्तरदायित्व आणि प्रशासकीय जबाबदारी पार पाडणे ही नोकरशाही यंत्रणेची महत्त्वपूर्ण कामगिरी असते.

✡ नोकरवर्गाच्या संघटनेच्या रचनेद्वारे संघटनेचे उद्दिष्ट साध्य करण्याचा प्रयत्न केला जातो.

✡ संघटनेच्या रचनेत वरिष्ठ-कनिष्ठ अशी सनदी सेवकांची संरचना असते.

✡ नोकरवर्गाची नियुक्ती- विभाग, शाखा, उपशाखा पाडून वेगवेगळ्या प्रकारच्या पात्र व कार्यक्षम नोकरवर्गाची नियुक्ती केली जाते.

✡ नोकरवर्गाकडून प्रशासकीय तत्त्वांचे व पद्धतींचे पालन केले जाते.

✡ राज्याची ध्येयधोरणे व योजना यांची योग्य प्रकारे अंमलबजावणी होणे नोकरशाहीकडून अपेक्षित असते.

✡ शासकीय धोरणांची आखणी व त्यांची अंमलबजावणी करणारा अधिकारी वर्ग आणि कर्मचारी वर्ग यांची यंत्रणा म्हणजे नोकरशाही होय.

✡ नोकरशाही विषयी एफ.एम. मार्क्स, फिफनर, ग्लॅडन, मॅक्स वेबर, प्रो. लास्की, रॉबर्ट मर्टन, पीटर ब्लाऊ, मार्शल इ.डिमॉक, प्रो. चार्ल्स् हाइनमान यांनी विश्लेषण केलेले आहे.

✡ एफ्.एम्.मार्क्स् यांनी पालनकर्ता, जातिप्रधान, आश्रयदाता व गुणवत्ताप्रधान

नोकरशाही असे नोकरशाहीचे चार प्रकार सांगितले. गुणवत्ताप्रधान नोकरशाही ही बहुतांशी आढळते. नागरी सेवेतील रिक्त पदे भरताना गुणवत्ता किंवा पात्रता हा निकष लावून भरती केली जाते.

✡ लोकशाहीप्रधान तसेच नागरी समाजव्यवस्थेत गुणवत्ताप्रधान नोकरशाहीला प्राधान्य दिले गेले.

✡ जर्मन समाजशास्त्रज्ञ मॅक्स वेबरने नोकरशाहीविषयी विचार प्रतिपादन केले.

✡ मॅक्स वेबरच्या मते –

१) कोणत्याही स्वरूपाची राजकीय सत्ता असली तरी तेथे प्रशासकीय सेवकवर्गाचे अस्तित्व असते.

२) राजकीय सत्तेमध्ये प्रशासकीय सेवकवर्गाची भूमिका महत्त्वपूर्ण असते.

३) राजकीय नेत्यांचे नोकरशाहीवर दडपण अथवा वर्चस्व नसेल व पारंपरिक पद्धतीचे उच्चाटन केलेले असल्यास नोकरवर्ग अधिक कार्यक्षम बनतो.

४) बौद्धिकतेचा आधार घेऊन सेवकवर्गाची रचना केल्यामुळे अधिकारी वर्ग आपल्या अधिकार क्षेत्राच्या मर्यादेत राहून आज्ञा देत असतो.

५) संघटनेमध्ये नोकरवर्गाची रचना अधिकारपदपरंपरेच्या तत्त्वानुसार केली जाते. वरिष्ठ–कनिष्ठ स्तररचना निर्माण केलेली असते.

६) नोकरशाही संघटनेत सेवकांची रचना श्रमविभागणी व श्रेणीपद्धतीनुसार केली जाते.

७) मॅक्स वेबरने नोकरशाहीचे आदर्श प्रारूप स्पष्ट केले त्यानुसार –

✡ नोकरशाही संघटनेचे स्वरूप एखाद्या पिरॅमिडसारखे असते.

✡ वरिष्ठ–कनिष्ठ अशी स्तररचना व त्यावर आधारित अधिकार क्षेत्राचे वाटप.

✡ प्रत्येक अधिकार क्षेत्र सुस्पष्ट, निश्चित असते.

✡ प्रत्येक अधिकारी व कर्मचारी हा विशिष्ट यंत्रणेद्वारे, नियमानुसार नियुक्त केलेला असतो.

✡ नोकरशाही म्हणजे नियुक्त केलेल्या अधिकाऱ्यांची प्रशासकीय संघटना होय.

✡ नोकरशाहीतील कर्मचाऱ्यांची व अधिकाराऱ्यांची नियुक्ती एखाद्या संघटनेमार्फत, विशिष्ट परीक्षापद्धतीने होते. निश्चित, नियमित वेतन व भत्ते, वेतनश्रेणी अधिकारपदानुसार ठरवून दिलेल्या कार्यपद्धती व नियमानुसार प्रशासकीय नोकरवर्गाचे कार्य चालते.

✡ प्रशासकीय सेवकांना प्रशिक्षण, बढती, निवृत्तिवेतन नियमानुसार असते.

✡ नोकरशाही संघटनेत कार्य करणाऱ्या अधिकाऱ्यात राजकीय तटस्थता, निष्पक्षपातीपणा, निष्ठा, अनामिकत्व, नियमितपणा व सातत्य, भाकीत वर्तविणारे वर्तन, गुप्तता, गतिमानता, उत्तरदायित्त्व हे गुण असणे आवश्यक आहे.

✡ तांत्रिक ज्ञानाची श्रेष्ठता हा नोकरशाहीचा प्रमुख मूलाधार आहे.

प्रश्न :

१) राजकीय उत्तरदायित्व (political accountability) आणि प्रशासकीय जबाबदारी (administrative responsibility) पार पाडण्याची महत्त्वपूर्ण कामगिरी --- या यंत्रणेकडून केली जाते.

अ) कार्यपालिका ब) कायदेमंडळ क) नोकरशाही ड) न्यायमंडळ

२) नोकरशाही म्हणजेच 'Bureaucracy' ही संज्ञा ---- शब्द 'Bureau' यापासून निर्माण झाला आहे.

अ) जर्मन ब) फ्रेंच क) लॅटिन ड) इंग्रजी

३) Bureaucrats म्हणजे ----

अ) टेबलाभोवती बसून काम करणारा नोकरवर्ग.

ब) कार्यपालिकेबरोबर काम करणारा नोकरवर्ग.

क) कायदेमंडळातील सदस्यांबरोबर काम करणारा नोकरवर्ग.

ड) सामाजिक संस्थांमध्ये सहभागी झालेला नोकरवर्ग.

४) आधुनिक काळात ---- म्हणजे संघटनेच्या रचनेत अधिकारी आणि कर्मचारी वर्ग यांच्याकडून प्रशासकीय स्वरूपाची कार्ये करणारी जबाबदार यंत्रणा होय.

अ) कार्यपालिका ब) नोकरशाही

क) सामाजिक वर्ग ड) सामाजिक संस्था

५) 'नोकरशाही ही अशी एक विशिष्ट संघटना आहे की जेथे सार्वजनिक प्रशासनासंबंधी ध्येय-धोरणे आखली जातात.'

अ) मॅक्स वेबर ब) प्रो. लास्की

क) एफ्.एम्. मार्क्स् ड) ग्लॅडन

६) 'कार्ये आणि व्यक्ती यांची अशा प्रकारची पद्धतशीर यंत्रणा की ज्याद्वारे सामूहिक हिताचे निर्णय घेऊन ध्येयप्राप्ती केली जाते.'

अ) प्रो. लास्की ब) मार्शल इ. डिमॉक
क) प्रो. चार्ल्स् हिनेमन ड) फिफनर

७) **'परस्पर संबंध असलेल्या विभागांची संघटित झालेली प्रशासकीय व्यवस्था म्हणजे नोकरशाही होय.'**

अ) प्रो. लास्की ब) ग्लॅडन क) पिटर ब्लाऊ ड) मॅक्स वेबर

८) **'नोकरशाहीची अशी वैशिष्ट्ये असतात की, जेथे प्रशासनात दप्तर दिरंगाई, निर्णय निर्धारणास विलंब, प्रयोग पद्धतीस विरोध असे दोष आढळून येतात. सामान्यतः नोकरशाहीत ताठरता, यांत्रिकीपणा, कोरडेपणा, अमानवीयता, औपचारिक निर्जीव असा दृष्टिकोन आढळतो.'**

अ) प्रो. लास्की ब) विलोबी क) रॉबर्ट मर्टन ड) फिफनर

९) **नोकरशाही यंत्रणा व्यक्तिस्वातंत्र्याला मारक ठरू शकते; जेव्हा –**

१) नोकरशाहीत सनदी नोकर आपल्याच हितासाठी प्रयत्नशील राहून सामान्य जनतेच्या हिताकडे व स्वातंत्र्याकडे दुर्लक्ष करतात.

२) शासकीय नियंत्रणाची सर्व सूत्रे सनदी अधिकाऱ्यांच्या हातात गेलेली असतात.

अ) फक्त १ ब) फक्त २
क) १ आणि २ ड) कोणतेही नाही

१०) **..... यांच्या मते, ''सेवक प्रशासनाचे स्वरूप नोकरशाहीचे किंवा महाजनशाहीचे किंवा लोकशाही पद्धतीचे असू शकते.''**

अ) पीटर ब्लाऊ ब) विलोबी
क) मार्शल इ. डिमॉक ड) प्रो. चार्ल्स हाइनमन

११) **'नोकरशाही ही राजकीय संस्था असून तिच्यामार्फत लोकांवर नियंत्रण ठेवले जाते; अशी संस्था नोकरशाहीच्याच सत्तावाढीसाठी प्रयत्नशील असते.'**

अ) रॉबर्ट मर्टन व पीटर ब्लाऊ ब) प्रो. लास्की व विलोबी
क) फिफनर व एफ्.एम्.मार्क्स् ड) ग्लॅडन व मॅक्स वेबर

१२) **'नोकरशाही ही एक अशी विस्तारपूर्वक मोठी यंत्रणा आहे की, ज्यामध्ये अधिकारपदपरंपरा, श्रमविभागणी, नियोजन नियंत्रण या प्रशासकीय तत्त्वांनुसार रचना व कार्यपद्धती निर्माण केलेली असते.'**

अ) प्रो. चार्ल्स हाइनमन	ब) मार्शल इ. डिमॉक

क) विलोबी	ड) प्रो. लास्की

१३) 'नोकरशाही ही एक अशी विस्तृत व मोठी संघटना आहे की, ज्यामध्ये अनेक व्यक्तींचे कार्य सेवकवर्गाकडून संयोजित आणि नियंत्रित केले जाते.' असे कोणी म्हटले आहे?

अ) मार्शल इ. डिमॉक	ब) रॉबर्ट मर्टन

क) पीटर ब्लाऊ	ड) प्रो. चार्ल्स हाइनमन

१४) 'नोकरशाहीची रचनात्मक संघटना ही अधिकार परंपरा तत्त्वानुसार केली जाते.' हे यांचे मत आहे.

अ) बाटा के.डी.	ब) आर्थर के. डेव्हीस

क) मार्शल मेयर	ड) टॉकव्हिल

१५) ...... यांच्या मते नोकरशाहीचे स्वरूप म्हणजे –

१) रचनात्मक दृष्टिकोनातून विस्तारपूर्वक व गुंतागुंतीचे वाटते.

२) वर्तनवादी दृष्टिकोनातून कार्यात्मक वाटते .

३) उद्देश किंवा हेतूच्या दृष्टिकोनातून संस्थात्मक व कार्यात्मक स्वरूपाचे वाटते.

अ) मिचेल	ब) कार्ल मार्क्स्	क) बाटा के.डी.	ड) मॅक्स वेबर

१६) नोकरशाहीचे कार्य म्हणजे ----

१) समाज व्यवस्थेत अनेक लोकांच्या कार्यांचे संघटन करून कुशल, कार्यक्षम अशा कायमस्वरूपी, सनदी सेवकांकडून त्यांच्या कार्यात समन्वय, संयोजन घडवून आणण्याचे कार्य करणे.

२) सत्तारूढ विरोधी पक्षनेत्यांना शासनाची ध्येयधोरणे, योजना ठरविताना मदत करणे.

३) मंत्रिमंडळाने, राज्यकर्त्यांनी घेतलेल्या निर्णयांची, केलेल्या कायद्याची अंमलबजावणी करण्याचे कार्य करणे.

अ) फक्त १	ब) फक्त २	क) फक्त ३	ड) वरील सर्व

१७) पाश्चिमात्य युरोपियन समाजव्यवस्थेतील नोकरशाहीचे --- यांनी केलेले विश्लेषण अधिक वास्तववादी व अनुभवजन्य माहितीवर आधारलेले आहे.

अ) टॉकव्हिल	ब) मिचेल

क) मॅक्स् वेबर	ड) एफ्.एम्.मार्क्स्

१८) एफ्.एम्.मार्क्स् यांनी नोकरशाहीचे पुढीलपैकी कोणते चार प्रकार सांगितले ?

१) पालनकर्ता, आश्रयदाता २) जातिप्रधान, गुणवत्ता प्रधान

३) श्रेणीप्रधान, वर्गप्रधान ४) संघटनात्मक, राजकीय

अ) १ आणि २ ब) २ आणि ३ क) ३ आणि ४ ड) २ आणि ४

१९) ...... व .... मध्ये पालनकर्ती नोकरशाही निर्माण झाली.

अ) जपान (९५०) व हंगेरी (१५९९)

ब) चीन (९६०) व प्रशिया (१६४०)

क) रशिया (११२०) व ऑस्ट्रिया (१६५७)

ड) जर्मनी (११२५) व इटली (१६४५)

२०) ..... या नोकरशाहीमध्ये सनदी सेवकांना प्रशिक्षण देऊन त्यांच्याकडून जनतेच्या हिताचे रक्षण केले जात असे.

अ) आश्रयदाता ब) जातिप्रधान क) पालनकर्ता ड) गुणवत्ताप्रधान

२१) पालनकर्त्या नोकरशाहीत पुढीलपैकी कोणती वैशिष्ट्ये आढळतात?

१) सनदी सेवकांना प्रशिक्षण देऊन जनतेच्या हिताचे रक्षण त्यांच्याद्वारे केले जात असे.

२) ही नोकरशाही कार्यक्षम, भ्रष्टाचाररहित, योग्य, परिपूर्ण, परोपकारी स्वरूपाची होती.

३) लोकशाहीतस जबाबदार न राहता स्वतंत्रपणे कार्य करणारी (ही नोकरशाही) यंत्रणा होती.

४) ही नोकरशाही सत्ताधारी म्हणून कार्य करीत होती.

पर्याय :

अ) १ आणि २ ब) २ व ४ क) ३ व ४ ड) वरील सर्व

२२) ....नोकरशाही म्हणजे उच्च जातीच्या वर्गातील लोकांनी निर्माण केलेली नोकरशाही असून, त्यांना उच्च अधिकारांची पदे दिली जात असत.

अ) श्रेणीप्रधान ब) जातिप्रधान

क) गुणवत्ताप्रधान ड) आश्रयदाता

२३) --- व --- ही जातिप्रधान नोकरशाहीची उदाहरणे सांगता येतील.

अ) फ्रान्स व इटली ब) भारत व इंग्लंड

क) जपान व चीन ड) अमेरिका व जर्मनी

२४) प्राचीन भारतात --- व -- - वर्गातील लोकांनाच उच्च अधिकारपदे दिली जात असत.

अ) ब्राह्मण व क्षत्रिय ब) राजपुरोहित व वैश्य

क) क्षत्रिय व वैश्य ड) वरील सर्व

२५) इंग्लंडमध्ये --- लोक उच्च पदावर नियुक्त केले जात असत.

अ) सरंजामदार ब) उमरावशाहीतील

क) राजवंशातील ड) श्रमिकसंघातील

२६) --- नोकरशाहीला 'लूट पद्धती' किंवा 'विश्वस्त नोकरशाही' असे म्हटले जाते.

अ) जातिप्रधान ब) गुणवत्ताप्रधान क) पालनकर्ता ड) आश्रयदाता

२७) १९ व्या शतकात लूट पद्धती किंवा विश्वस्त पद्धती ही......व.... या देशांमध्ये अस्तित्वात होती.

अ) भारत व ब्रह्मदेश ब) चीन व रशिया

क) अमेरिका व इंग्लंड ड) जर्मनी व फ्रान्स

२८) आश्रयदाता किंवा लूट पद्धती मध्ये --

१) व्यक्तिगत किंवा राजकीय बक्षिसे या अर्थाने सार्वजनिक अधिकाऱ्यांची पदे भरली जात असत.

२) परंपरागत पद्धतीने पदे भरली जात असत.

३) शासनाद्वारे सेवकांच्या नियुक्त्या केल्या जात असत.

अ) फक्त १ ब) फक्त २ क) फक्त ३ ड) कोणतेही नाही

२९) अमेरिकेत ...... यांनी लूट पद्धती/आश्रयदाता पद्धती १८२९ मध्ये सुरू केली.

अ) प्रे. केनेडी ब) प्रे. जॅक्सन

क) प्रे. फ्रँकलिन डी. रूझवेल्ट ड) प्रे. आयसेन हॉवर

३०) लूट पद्धती मध्ये --

१) जो राजकीय पक्ष सत्तेवर येतो तो पक्ष त्या पक्षाचे लोक शासकीय व सार्वजनिक पदावर नियुक्त करतो.

२) सत्तारूढ पक्ष बदलला की, शासकीय पदावरील व्यक्ती बदलल्या जात असत.

३) पक्षपातीपणा, बेशिस्त व तांत्रिक ज्ञानाचा अभाव होता.

अ) फक्त १ ब) फक्त २ क) फक्त ३ ड) वरील सर्व

३१) लूट पद्धती/आश्रयदाता पद्धती.....च्या दरम्यान नष्ट पावली.

अ) १८६५ ब) १८७८ क) १८८३ ड) १८९२

३२) २० व्या शतकात ..... नोकरशाहीला विशेष महत्त्व दिले जाते.

अ) गुणवत्ताप्रधान ब) जातिप्रधान

क) पालनकर्ता ड) आश्रयदाता

३३) गुणवत्ताप्रधान नोकरशाहीत प्रशासन कार्यात कार्यक्षमता व सुलभता येण्यासाठी :

१) सनदी सेवेतील विविध पदे गुणवत्तेच्या आधारावर भरली जात असत.

२) उच्च वर्गीयांना प्राधान्य दिले जात असे.

३) सनदी सेवकांना प्रशिक्षण दिले जात असे.

अ) फक्त १ ब) फक्त २ क) फक्त ३ ड) वरील सर्व

३४) .... समाजव्यवस्थेत गुणवत्ताप्रधान नोकरशाहीला प्राधान्य दिले जाते.

अ) साम्यवादी ब) समाजवादी

क) लोकशाही प्रधान ड) भांडवलशाही

३५) ......यांच्या मते राजकीय सत्ता कोणत्याही प्रकाराची असो तेथे प्रशासकीय सेवकवर्गाचे अस्तित्व असते तसेच राजकीय सत्तेमध्ये प्रशासकीय सेवकवर्गाची भूमिका महत्त्वाची असते.

अ) प्रो. लास्की ब) मॅक्स वेबर

क) पीटर ब्लाऊ ड) फिफनर

३६) मॅक्स वेबरच्या मते नोकरवर्ग पुढीलपैकी कोणत्या कारणामुळे अधिक कार्यक्षम बनू शकतो ?

अ) वरिष्ठांकडून दिल्या गेलेल्या आज्ञांचे पालन केल्यामुळे.

ब) राजकीय नेत्यांचे नोकरशाहीवर वर्चस्व किंवा दडपण नसेल व पारंपरिक पद्धतीचे उच्चाटन केलेले असेल.

क) कनिष्ठ सेवकांकडून आज्ञापालन केले जाणे.

ड) कोणत्याही अधिकाऱ्याने हस्तक्षेप न करणे.

३७) मॅक्स वेबर यांनी व्यक्त केलेल्या नोकरशाही विषयक विचारांमध्ये पुढीपैकी कोणता विचार समाविष्ट होत नाही.

१) नोकरवर्गाची रचना अधिकारपद, परंपरा या तत्त्वानुसार केली जाते.

२) नोकरशाही संघटनेत सेवकांची रचना श्रमविभागणी व श्रेणी पद्धतीनुसार केलेली असते.

३) वरिष्ठ ते कनिष्ठ स्तररचनेमुळे कनिष्ठांकडून वरिष्ठांच्या आज्ञेचे पालन होते.

४) वरिष्ठ कनिष्ठ अधिकाऱ्यांच्या कार्यक्षेत्रात हस्तक्षेप करतात.

अ) पहिला ब) दुसरा क) तिसरा ड) चौथा

३८) मॅक्स वेबरच्या मते नोकरशाहीचे स्वरूप व त्याद्वारे केली जाणारी क्रिया .....बदलत जाते.

अ) सत्तेच्या अधिमान्यतेनुसार ब) कायद्यानुसार

क) परंपरेनुसार ड) श्रेणीनुसार

३९) मॅक्स वेबरची नोकरशाहीची संकल्पना पुढीलपैकी कोणत्या घटकांशी निगडित आहे ?

१) सत्ता, वर्चस्व आणि अधिकार यांच्याशी निगडित आहे.

२) अधिकारपद परंपरा तत्त्वानुसार वरिष्ठ-कनिष्ठ स्तररचना निर्माण केलेली असते; त्यामुळे वरिष्ठ-कनिष्ठ अधिकाऱ्यांना आज्ञा देतात; त्यांना वर्चस्व व अधिकार गाजविण्याची सत्ता प्राप्त होते.

३) सत्तेला कायदेशीर अधिमान्यता प्राप्त झाल्यामुळे तिचे अधिकारात रूपांतर होते व या अधिकाराद्वारे वरिष्ठ अधिकारी कनिष्ठांवर नियंत्रण ठेवतात.

४) संयोजन, समन्वय, नियंत्रण, देखरेख या मार्गाने वरिष्ठ अधिकारी प्रशासकीय कार्य पार पाडतात.

अ) १ आणि २ ब) २ व ४

क) ३ व ४ ड) वरील सर्व

४०) ......याने सत्ता, अधिमान्यता व वैधानिकता या आधारे नोकरशाहीचे आदर्श प्रारूप स्पष्ट केले आहे.

अ) प्रा. विलोबी ब) मॅक्स वेबर

क) गिलीन ड) एफ्.एम्.मार्क्स

४१) मॅक्स वेबरच्या मते, नोकरशाही म्हणजे –

अ) नियुक्त केलेल्या अधिकाऱ्यांची प्रशासकीय संघटना.

ब) वरिष्ठांच्या आज्ञांचे कनिष्ठ अधिकाऱ्यांनी केलेले आज्ञापालन.

क) वरिष्ठ–कनिष्ठ स्तररचना.

ड) कार्यक्षम अधिकारीवर्ग.

४२) मॅक्स वेबरच्या मते, नोकरशाही संघटनेचे स्वरूप एखाद्या....सारखे असते.

अ) वर्तुळ ब) पिरॅमिड क) चौकोन ड) आयात

४३) वेबरने स्पष्ट केलेल्या नोकरशाहीच्या आदर्श प्रारूपामध्ये नोकरशाहीच्या भरतीत पुढीलपैकी कोणत्या घटकांचा समावेश होत नाही.

१) कर्मचाऱ्यांची पात्रता व योग्यता अजमावून व प्रत्येक पदाची नियुक्ती स्वतंत्र नियमानुसार.

२) गुणवत्ता व तांत्रिक पात्रतेवर आधारित.

३) एखाद्या संघटनेमार्फत विशिष्ट परीक्षा पद्धतीने.

४) सत्तारूढ पक्षाने दिलेल्या आदेशानुसार.

अ) पहिल्या ब) दुसऱ्या क) तिसऱ्या ड) चौथ्या

४४) नोकरशाहीतील यंत्रणा ही --- असते.

अ) व्यक्तिनिरपेक्ष ब) पक्षनिरपेक्ष

क) संघटनानिरपेक्ष ड) व्यक्तिसापेक्ष

४५) मॅक्स वेबरने प्रतिपादन केलेल्या नोकरशाहीच्या आदर्श प्रारूपामध्ये नोकरशाहीतील पुढील कोणती वैशिष्ट्ये आढळतात ?

१) सेवकवर्गाचे काम नियमानुसार तसेच ठरवून दिलेल्या कार्यपद्धतीनुसार चालते.

२) सार्वजनिक हितासाठी नोकरशाही यंत्रणा निर्माण केलेली असते.

३) सेवकांना प्रशिक्षण, बढती, निवृत्ति वेतन नियमानुसार दिले जाते व सेवेची शाश्वती दिली जाते.

४) नोकरशाहीचे कार्य लिखित नियमानुसार सातत्याने व काटेकोरपणे चालते तसेच नोकरशाहीत तर्कशुद्ध पद्धतीने चाकोरीबद्ध निर्णय घेतले जातात.

५) नोकरवर्गाच्या ठिकाणी जबाबदारी व उत्तरदायित्व असल्याने त्यांना विशिष्ट नियमांच्या अधीन राहून कार्य करावे लागते.

अ) १,२,३ ब) २,३,४

क) ३,४,५ ड) वरील सर्व

४६) मॅक्स वेबरने नोकरशाही संघटनेत कार्य करणाऱ्या अधिकारी व्यक्तीमध्ये पुढीलपैकी कोणते गुण सांगितले आहेत? –

१) राजकीय तटस्थता, निष्पक्षपातीपणा, निष्ठा

२) अनामिकत्व, नियमितपणा व सातत्य, गुप्तता

३) भाकित (भविष्य आणि अनुमान) वर्तविणारे वर्तन

४) गतिमानता, उत्तरदायित्व (जबाबदारी)

पर्याय :

अ) १ आणि २ ब) २ आणि ४ क) ३ आणि ४ ड) वरील सर्व

४७) वेबरच्या मते, नोकरशाहीमध्ये.....च्या तत्त्वामुळे कार्याची द्विरुक्ती टाळता येते.

अ) आज्ञापालन ब) श्रमविभागणी

क) पदपरंपरा ड) उत्तरदायित्वा

४८) वेबर यांनी नोकरशाहीचा प्रमुख मूलाधार ..... हा मानला आहे.

अ) नियमितता व सातत्य ब) राजकीय तटस्थता

क) तांत्रिक ज्ञानाची श्रेष्ठता ड) गतिमानता

४९) मॅक्स वेबरने प्रतिपादन केलेल्या नोकरशाहीच्या आदर्श प्रारूपावर पुढीलपैकी कोणते आक्षेप घेतले गेले ?

१) सनदी नोकरवर्गात बेजबाबदार वृत्ती वाढीला लागते.

२) बढती मिळविण्याबाबत सनदी सेवकांमध्ये स्पर्धा व अहमहमिका निर्माण होते.

३) सनदी सेवकांचे अनौपचारिक संबंध, अनौपचारिक पद्धती, तत्त्वे, मूल्ये, अनौपचारिक सत्ता, उद्भवणारा अनौपचारिक सत्ता-संघर्ष याकडे दुर्लक्ष.

४) विकसनशील देशांच्याबाबत वेबरने प्रतिपादन केलेले नोकरशाहीचे आदर्श प्रारूप अपूर्ण, वास्तववादी दृष्टिकोनाचा अभाव.

५) प्रत्यक्षात सेवकभरती गुणवत्ता, पात्रतेनुसार होत नसेल तर अपात्र, अकार्यक्षम व्यक्तींचा भरणा होऊन प्रशासन सदोष बनते, बेजबाबदारपणा, दफ्तर दिरंगाई, कामाची द्विरुक्ती असे दोष निर्माण होतात.

अ) १,२,३ ब) २,३,४

क) ३,४,५ ड) वरील सर्व

उत्तरे

१) – क
२) –ब
३) –अ
४) – ब
५) – क
६) – ड
७) – ब
८) – अ
९) – क
१०) – ब
११) – अ
१२) – ब
१३) – ड
१४) – ब
१५) – क
१६) – ड
१७) – ब
१८) – अ
१९) – ब
२०) – क
२१) – ड
२२) – ब
२३) – क
२४) – अ
२५) – ब
२६) – ड
२७) – क
२८) – अ
२९) – ब
३०) – ड
३१) – क
३२) – अ
३३) – अ
३४) – क
३५) – ब
३६) – ब
३७) – ड
३८) – अ
३९) – ड
४०) – ब
४१) – अ
४२) – ब
४३) – ड
४४) – अ
४५) – ड
४६) – ड
४७) – ब
४८) – क
४९) – ड

विभाग अ

प्रकरण १०

विकास सिद्धान्त

- ✡ अर्थ आणि विविध दृष्टिकोन
- ✡ संकल्पना आणि सिद्धान्त (तिसऱ्या जगातील अविकसिततेतील वाद)

महत्त्वाचे मुदे

- ✡ पारंपरिक राज्यशास्त्रामध्ये राजकीय बदलांचा अभ्यास ॲरिस्टॉटल, मॅकिएव्हेली, हॉब्ज, लॉक, मार्क्स् यांनी केला. ॲरिस्टॉटलने राजकीय बदलाच्या आधारावर राज्याचे निरनिराळे प्रकार स्पष्ट केले.
- ✡ आधुनिक राज्यशास्त्रात राज्याची एकता साधणे, राष्ट्रांची उभारणी करणे या दृष्टिकोनातून राजकीय विकासाची संकल्पना मांडण्यात आली.
- ✡ तुलनात्मक राज्यशास्त्राच्या अभ्यासात 'राजकीय विकास व आधुनिकीकरण' यांच्या अभ्यासास अत्यंत महत्त्व प्राप्त झाले.
- ✡ आल्फ्रेड डायमंड यांच्या मते, 'राजकीय विकास म्हणजे विशिष्ट राजकीय परिस्थिती निर्माण करण्याची प्रक्रिया असे न मानता सतत वाढणारे सामाजिक प्रश्न सोडविण्याकरिता संस्था व रचनांचे जाळे निर्माण करणे होय.'
- ✡ राजकीय विकास म्हणजे समस्यांचे निराकरण करण्याची क्षमता होय.
- ✡ राजकीय विकासाची गती स्वायत्त स्वरूपाची असते; इतर कोणत्याही परिवर्तनापासून राजकीय विकासाचा मार्ग स्वतंत्र असतो.
- ✡ राजकीय व्यवस्था ही विकासशील असते; कारण तिच्यात यशस्वीपणे टिकून राहण्याच्या क्षमतेत वाढ होत जाते.
- ✡ राजकीय विकास सातत्याने चालू राहण्यासाठी विभागीय व केंद्रीय राज्यव्यवस्था अस्तित्वात येणे आवश्यक आहे.

✡ राजकीय विकासात नवीन उद्दिष्ट्ये व मागण्या वाढत असतात. याचाच अर्थ, राजकीय शक्तीचे वाटप समाजात व्यापक प्रमाणात होते व शेवटी सर्व व्यक्ती व गट निर्णय निर्धारण प्रक्रियेत सहभागी होत असतात.

✡ राजकीय विकास म्हणजे मागण्यांची पूर्ती लवचीक पद्धतीने करणे होय.

✡ राजकीय विकासाच्या दृष्टीने राजकीय व्यवस्था अथवा शासनसंस्थेचा प्रकार विशेष महत्त्वाचा नसतो.

✡ आर्थिक विकासाच्या दृष्टीने राजकीय विकास आवश्यक असतो.

✡ राजकीय विकास हे उद्योगप्रधान समाजाचे 'खास राजकारण' होय.

✡ राजकीय विकासाचे – १) वैयक्तिक व जबाबदार शासकीय वर्तन. २) समाजातील महत्त्वाच्या भागाचे प्रदान केलेले हितसंबंध यांना धोका पोहोचविणाऱ्या बेफिकीर कृती टाळणे. ३) राजकारणाच्या प्रभुत्वशक्तीला काही प्रमाणात मर्यादा घालणे. ४) सुव्यवस्थित, प्रशासकीय वैधानिक प्रक्रियांच्या मूल्यांची प्रशंसा ५) राजकारणासाठी राजकारण न करणे. ६) सार्वजनिक हिताच्या कार्यक्रमावर भर देणे. ७) कोणत्याही स्वरूपाच्या जनसमूहाचा सहभाग मान्य करणे.

✡ राजकीय विकास म्हणजे 'राजकीय आधुनिकीकरण' होय.

✡ राजकीय विकास म्हणजे राष्ट्र–राज्याचा व्यवहार होय.

✡ राजकीय विकास म्हणजे प्रशासकीय व वैधानिक विकास होय.

✡ राजकीय विकास म्हणजे लोकसमुदायाची जुळवाजुळव व सहभाग होय.

✡ राजकीय विकास म्हणजे लोकशाही मजबूत करणे, स्थिरता व सुव्यवस्थित बदल करणे, सामाजिक बदलाच्या बहुविध दिशात्मक प्रक्रियेतील एक भाग असणे होय.

✡ राजकीय विकासाचा ऐतिहासिक नमूना यात राष्ट्र राज्याची उभारणी हा राजकीय विकासाचा पैलू आढळतो.

✡ राजकीय विकासाचा दुसरा पैलू समस्यांचे निराकरण होय.

✡ राजकीय विकासाचा तिसरा पैलू रचनात्मक व सामाजिक विभागीकरण होय.

✡ राजकीय विकासाचा चौथा पैलू सामाजिक व राजकीय व्यवस्थेचे लोकशाहीकरण हा होय.

✡ राजकीय विकासाची संकल्पना डी रस्ताव, ल्युसियन पाय यांनी मांडली. रिमिन्स व स्पेंग्लर यांनी राजकीय विकासाची वेगळी भूमिका मांडली.

आल्मंड यांनी राजकीय विकासाची कल्पना राजकीय व्यवस्थेची नव्याने प्राप्त केलेली कार्यमान क्षमता किंवा समर्थतेच्या संदर्भात मांडली.

प्रश्न :

१) समस्यांचे निराकरण करण्याची क्षमता म्हणजे ...... होय.

अ) राजकीय बदल ब) राजकीय विचार

क) राजकीय विकास ड) राजकीय संस्था

२) विशिष्ट राजकीय परिस्थिती निर्माण करण्याची प्रक्रिया म्हणजे राजकीय विकास न मानता, सतत वाढणारे सामाजिक प्रश्न सोडविण्याकरिता संस्था व रचनाचे जाळे निर्माण करणे म्हणजे ...... होय.

अ) राजकीय विकास ब) राजकीय सहभाग

क) राजकीय बदल ड) राजकीय व्यवस्था

३) राजकीय विकासाचे पुढीलपैकी कोणते गुणधर्म सांगता येतील –

१) वैयक्तिक व जबाबदार शासकीय वर्तन.

२) समाजाच्या महत्त्वाच्या भागाचे बहाल करण्यात आलेले हितसंबंध यांना धोका पोहोचविण्याची बेफिकीर कृती टाळणे.

३) राजकारणाच्या प्रभुत्वशक्तीला काही प्रमाणात मर्यादा घालणे.

४) प्रश्नांची सोडवणूक करण्याच्या दृष्टीने राजकारण एक माध्यम.

५) सार्वजनिक हिताच्या कार्यक्रमावर जोर देणे व सुव्यवस्थित प्रशासकीय वैधानिक प्रक्रियांच्या मूल्यांची प्रशंसा करणे.

अ) १, २, ३ ब) २, ३, ४

क) ३, ४, ५ ड) वरील सर्व

४) राजकीय विकासाचा अर्थ पुढीलपैकी कोणत्या प्रकारे सांगता येईल?

१) राजकीय विकास म्हणजे राजकीय आधुनिकीकरण.

२) राजकीय विकास म्हणजे राष्ट्र–राज्याचा व्यवहार.

३) राजकीय विकास म्हणजे लोकशाही मजबूत करणे, स्थिरता व सुव्यवस्थित बदल.

४) राजकीय विकास म्हणजे लोकसमुदायाची जुळवाजुळव, सहभाग व शक्ती.

अ) १, २,३ ब) २, ३, ४

क) १, २, ४ ड) वरील सर्व

५) **राष्ट्र – राज्य हा राजकीय विकासाचा पाया आहे कारण–**

१) राष्ट्र – राज्यात जुने व परंपरागत निर्णय निर्धारणाचे कार्य न होता निर्णय निर्धारण प्रक्रिया स्वतंत्र व स्वायत्त स्वरूपाची झाली.

२) राज्याची सत्ता वापरणे याबाबत रक्तसंबंधावर अधिष्ठित उच्च व श्रेष्ठवर्णीय लोकांची मक्तेदारी न राहता ती सत्ता सर्वसाधारण स्वरूपात राज्यातील लोकांना प्राप्त झाली.

३) लोकांचे प्रभुत्व हा राष्ट्र – राज्याचा पायाभूत घटक झाला.

अ) फक्त १ ब) फक्त २

क) फक्त ३ ड) वरील सर्व

६) **राजकीय विकासाच्या ऐतिहासिक नमुन्याचे पुढीलपैकी कोणकोणते पैलू सांगता येतील?**

१) राष्ट्र – राज्याची उभारणी.

२) समस्यांचे निराकरण.

३) रचनात्मक व सामाजिक विभागीकरण.

४) सामाजिक व राजकीय व्यवस्थेचे लोकशाहीकरण.

अ) १, २ ब) २, ३

क) ३, ४ ड) वरील सर्व

७) **राजकीय विकासाच्या संदर्भात पुढीलपैकी कोणते प्रमुख विचारक आहेत?**

१) डी. रस्ताव, ल्युसियन पाय, रिगिन्स, आल्मंड व ऑथसेन्डट

२) जे. एस. मिल, जॉन लॉक, जेरेमी बेंथॅम, रूसो

अ) फक्त १ ब) फक्त २

क) १, २ ड) कोणतेही नाही.

८) **'नवीन स्वरूपाच्या राजकीय मागण्या सतत उचलून धरणे व संघटना टिकविणे या दृष्टिने राजकीय व्यवस्थेची समर्थता म्हणजे राजकीय विकास होय.'**

अ) आल्मंड ब) आयसेन्डट क) डी रस्ताव ड) स्पेनग्लर

९) .... याने राजकीय विकासाची कल्पना राजकीय व्यवस्थेची नव्याने प्राप्त झालेली कार्यमानक्षमता किंवा समर्थता या संदर्भात मांडली.

अ) रिगिन्स ब) ल्युसियन पाय क) ऑल्मंड ड) डी रस्ताव

१०) विकासाच्या बाबतीत ....याने मार्क्सच्या साम्यवादाचा आश्रय घेतला.

अ) एंगेल्स ब) लेनीन क) माओ–त्से–तुंग ड) रॉबर्ट ओवेन

११) ....याच्या 'नवीन वर्ग' या ग्रंथातून रशियन विकासाची माहिती मिळते.

अ) मिलोहान जिलास ब) स्टॅलिन क) लेनिन ड) एंगेल्स

१२) यादी 'अ' (राजकीय विचारवंत) व यादी 'ब' (ग्रंथ) बरोबर योग्य जोड्या लावा.

सांकेतिकांमधून योग्य पर्याय निवडा

'अ' (राजकीय विचारवंत)	**'ब' (ग्रंथ)**
अ) मिलोहान जिलास	१) 'द पोलिटिकल सिस्टिम ऑफ एम्पायर्स'
ब) एस. एन. आयसेन्ट	२) 'राजकीय विकासाचे पैलू'
क) बेन्डिक्स	३) 'नवीन वर्ग'
ड) ल्युसियन पाय	४) 'सोशल स्ट्रॅटिफिकेशन ॲण्ड पोलिटिकल कम्युनिटी'

सांकेतिके :

	अ	ब	क	ड
अ)	१	२	३	४
ब)	३	१	४	२
क)	४	३	२	१
ड)	२	१	३	४

१३) विकासाविषयी परंपरागत सिद्धान्ताप्रमाणे –

१) वहिवाटाने जन्म, कूळ, जात, धर्म यावर आधारित मोठेपणा किंवा सत्ता मिळविण्याची जुनी पद्धती अजिबात नष्ट झाली नव्हती.

२) सर्वांना केवळ गुणधर्माच्या आधारावर प्रतिष्ठा व सत्ता मिळविण्याची संधी मिळेल अशी आधुनिक पद्धती अस्तित्वात नव्हती.

३) वहिवाटीने सत्ता मिळविण्याची पद्धत व गुण क्रमश: प्रतिष्ठा मिळविण्याची पद्धत या दोन्हीत एक समतोल वसाहतींनी साधलेला होता.

अ) १, २ ब) २, ३

क) १, २, ३ ड) कोणतेही नाही.

१४) ....सिद्धान्तात व्यवस्था ज्या दिशेने विकास करीत आहे त्या मार्गावरील संतुलन व ऐहिक बदल याची शक्यता या गोष्टींचा विचार केला जातो.

अ) संतुलन ब) आदान-प्रदान

क) रचनात्मक - कार्यात्मक ड) संसूचन

१५) ..... व ...... यांनी आदान-प्रदान नमुन्याद्वारे परिवर्तनाच्या समस्या सोडवून घेण्याचा प्रयत्न केला.

अ) ल्युसियन पाय व डी रस्ताव ब) गॅब्रिएल आल्मंड व डेव्हिड ईस्टन

क) आयसेन्डट व डायमंड ड) रिगिन्स व स्पेनग्लर

१६) जलद गतीने विकास करणाऱ्या समाजाचे राजकारण समजून घेण्याच्या दृष्टीने ..... चा नमुना उपयोगी ठरतो.

अ) ल्युसियन पाय ब) स्पेनग्लर क) आल्मंड ड) विल्यम डेलानी

१७) .....याने मॅक्स वेबर यांच्या आदर्श प्रकाराच्या आधारावर प्रशासकीय विकासाच्या निश्चित अटी स्पष्ट करण्यासाठी विकासाची कल्पना मांडली.

अ) विल्यम डेलानी ब) डेव्हिड ईस्टन

क) गॅब्रिएल आल्मंड ड) ल्युसियन पाय

१८) ...विश्लेषणात समाजातील कोणत्याही प्रकारच्या व्यवहार-राजकीय किंवा आर्थिक किंवा सामाजिक स्तराची पद्धती किंवा कोणतीही सामूहिक बाब किंवा कार्यभाग यांना संस्थात्मक स्वरूप देण्याच्या प्रक्रियेनुसार समाजात घडत असलेल्या बदलास अंगीभूत करण्यात आले आहे.

अ) संसूचन ब) रचनात्मक-कार्यात्मक

क) आदर्श प्रकारचे ड) संतुलन

१९) ....यांच्या मते काही मूलभूत वैशिष्ट्यांच्या बाबतीत सर्व प्रकारच्या संघटना एकसारख्या असतात व प्रत्येक संघटना संसूचनांच्या आधारे एकत्रित अशी समजली जाते.

अ) विल्यम डेलानी ब) मॅक्स वेबर

क) कार्ल ड्वाईश ड) ल्युसियन पाय

२०) .....याने 'राजकीय विकासाचे पैलू' या ग्रंथात विकासाच्या बिकट समस्याबाबत विवेचन केले आहे.

अ) रिगिन्स ब) आल्मंड क) ल्युसियन पाय ड) विल्यम डेलानी

उत्तरे

१)	क	११)	अ
२)	अ	१२)	ब
३)	ड	१३)	क
४)	ड	१४)	अ
५)	ड	१५)	ब
६)	ड	१६)	क
७)	अ	१७)	अ
८)	ब	१८)	ब
९)	क	१९)	क
१०)	ब	२०)	क

■■

विभाग अ

प्रकरण ११

सामाजिक चळवळी

✡ **अर्थ, सिद्धान्त, रचना**
(पर्यावरणवादी, दुष्काळग्रस्त शेतकरी व कामगार चळवळींची भूमिका, बिगर शासकीय संघटनांची भूमिका)

महत्त्वाचे मुद्दे

✡ भारत हा कृषिप्रधान देश असून शेतकरी संघटित नसला तरी काही राजकीय पक्षांचा शेतकऱ्यांवर प्रभाव आहे.

✡ १९३६ – काँग्रेसच्या वर्चस्वाखाली अखिल भारतीय किसानसभा, १९४८ मध्ये आंध्रमधील शेतकऱ्यांनी शेतकऱ्यांची दुर्दशा थांबविण्यासाठी बंगाल व आंध्रप्रदेशात प्रयत्न केला. १९५१ मध्ये शेतकरी चळवळ सुरू झाली. १९६० मध्ये शेतकऱ्यांच्या चळवळीने संप, मोर्चे यांचा अवलंब केला. केरळमध्ये शेतकरी सभा संघटनेने शासनावर प्रभाव पाडला.

✡ गरीब शेतकऱ्यांना एकत्र करून 'युनायटेड फ्रंट' या संघटनेने मलबार भागात दबदबा निर्माण केला. पश्चिम बंगालमध्ये किसान चळवळीचा बंगालच्या संयुक्त सरकारवर प्रभाव पडला होता.

✡ महाराष्ट्रात शरद जोशी यांनी शेतकऱ्यांचे संघटन करण्यासाठी प्रयत्न केले. १९८१ मध्ये कांदा, ऊस आंदोलन, १९८२ मध्ये विविध राज्यातील अपक्षीय शेतकरी संघटनेची स्थापना केली.

✡ कामगार संघटनांमध्ये औद्यागिक कामगारांच्या संघटना, पांढरपेशांच्या संघटना, असंघटित क्षेत्रातील कामगार संघटना यांचा समावेश होतो. महाराष्ट्रात मुंबई, ठाणे, नाशिक येथे या संघटना अधिक कार्यरत झाल्या.

✡ १९६० ते १९७५ या काळात आयटक, सीटू, हिंद मजदूर सभा या कम्युनिस्ट व समाजवादी नेतृत्वाखाली असलेल्यांचा अधिक जोर होता. मुंबईत श्रीपाद अमृत डांगे, फर्नांडिस यांची नावे या बाबत घेता येतात.

✡ पर्यावरण संरक्षणार्थ अनेक संस्था कार्यरत आहे. सुंदरालाल बहुगुणा यांच्या नेतृत्वाखाली 'चिपको आंदोलन' केले गेले.

✡ पर्यावरणात निर्माण होणाऱ्या किंवा केल्या जाणाऱ्या अपायकारक घटकांना 'प्रदूषके' म्हणतात. पर्यावरणतज्ज्ञ जॅकी स्मिथ यांनी पर्यावरणीय घटकांचा मानवाच्या अविवेकी हस्तक्षेपामुळे ऱ्हास होणे किंवा घटक दूषित होणे म्हणजे 'प्रदूषण' होय. हवा, पाणी, जमीन, ध्वनि, प्रदूषणामुळे पर्यावरणाच्या अनंत समस्या निर्माण होत आहेत. त्याचबरोबर वाढती लोकसंख्या, औद्योगिकीकरण, वाढते शहरीकरण, वाहतूक व इंधन ज्वलन, स्वयंचलित वाहनांचे वाढते प्रमाण, आधुनिक शेतीचे तंत्र, जंगलतोड वगैरेंमुळे पर्यावरणात असमतोल निर्माण झालेला आहे.

प्रश्न :

१) खालीलपैकी कोणते आंदोलन नक्षलवादी शेतकरी विद्रोहाच्या उगमाचा स्रोत होता?

अ) तेलंगणा आंदोलन चळवळ   ब) भूदान चळवळ

क) तेभागा चळवळ   ड) भू-अतिक्रमण चळवळ

२) खालीलपैकी कोणते विधान सामाजिक चळवळीच्या क्षेत्राशी सुसंगत नाही?

अ) हे विरोधाच्या अशा पद्धतींचा स्वीकार करतात की जे सतत सरळ कार्यवाहीचे रूप धारण करतात.

ब) यांना अशा तथ्यामध्ये रस नसतो की उत्पादनाच्या साधनांवर कोणाचे स्वामित्व आहे.

क) हे विरोधाच्या केवळ संवैधानिक पद्धतींवर विश्वास ठेवतात.

ड) यांचा उदय अंशतः परंपरागत राजकीय पक्षांच्या असफलतेच्या कारणाने झाला.

इ) पुढील पैकी कोणतही नाही.

३) संयुक्त राष्ट्र जाहीरनाम्याच्या कोणत्या अनुच्छेदात 'गैर सरकारी संघटन' शब्द वापरला आहे.

अ) अनुच्छेद ७१ ब) अनुच्छेद ८१

क) अनुच्छेद ६९ ड) अनुच्छेद ८२

४) भारतात खालीलपैकी प्रमुख राजकीय पक्षांमधील कोणत्या राजकीय पक्षाबरोबर 'सीटू' हा श्रमिक संघ/कामगार संघटना संबद्ध आहे.

अ) भारतीय राष्ट्रीय कॉंग्रेस

ब) कम्युनिस्ट पार्टी ऑफ इंडिया (मार्क्सवादी)

क) कम्युनिस्ट पार्टी ऑफ इंडिया

ड) भारतीय जनता पार्टी

५) खालीलपैकी कोणत्या कारणामुळे पोलंडच्या सत्ताधारी शासनास पायउतार व्हावे लागले ?

अ) बर्लिनच्या भिंतीचा विध्वंस.

ब) जागतिक, नागरिक, समाजाचा संवैधानिक विकास.

क) एकता आंदोलना (Solidarity Movement) चा विकास.

ड) गोर्बाचेव्ह यांची सेवा निवृत्ती.

६) जोड्या जुळवा.

सांकेतिकेमधून योग्य पर्याय निवडा.

गट 'अ' (नेता)	गट 'ब' (चळवळ)
अ) एस. ए. डांगे	१) शेतकरी आंदोलन/चळवळ
ब) ए. के. गोपालन	२) कामगार वर्ग चळवळ
क) चारू मुजूमदार	३) सशस्त्र क्रांती
ड) गोदावरी परूळेकर	४) जनजाति आंदोलन/चळवळ

सांकेतिके :

	अ	ब	क	ड
अ)	३	१	२	४
ब)	२	४	३	१
क)	३	४	२	१
ड)	२	१	३	४

७) खालील सामाजिक चळवळीतील कोणत्या विचारप्रणालीचे अधिक ओळखीचे आंदोलन आहे ?

अ) नर्मदा आंदोलन.

ब) बहुराष्ट्रीय कंपन्यांविरुद्ध कर्नाटक मधील शेतकऱ्यांचे आंदोलन.

क) अनुसूचित जातींमधील उपजातींच्या आरक्षणासंबंधी आंदोलन.

ड) आंध्र प्रदेशात मद्य दुकान-विरोधी आंदोलन.

८) जोड्या जुळवा.

सांकेतिकेतील योग्य पर्याय निवडा.

गट 'अ' (आंदोलन)	**गट 'ब' (विषय)**
अ) पॅन्थर्स	१) जमिनीसंबंधी
ब) चिपको	२) पर्यावरण विषयी
क) झारखंड	३) शोषण व भेदभाव
ड) तेभागा	४) राज्य दर्जा

सांकेतिके :

	अ	ब	क	ड
अ)	४	२	३	१
ब)	३	१	४	२
क)	४	१	३	२
ड)	३	२	४	१

९) खालीलपैकी कोणते शेतकरी आंदोलन नाही ?

अ) खेडा आंदोलन　　ब) ताबलिघ आंदोलन

क) तेलंगण आंदोलन　　ड) तेभागा आंदोलन

१०) खालील गैरसरकारी संघटनेपैकी कोणती मानवाधिकाराच्या समर्थनार्थ संबंधित आहे ?

अ) ऑक्सफाम　　ब) फोर्ड फाउंडेशन

क) ॲम्नेस्टी इंटरनॅशनल　　ड) करिटास

११) 'झुम जुताई' ची प्रथा ज्या देशी जमातीद्वारे वृक्षतोड करून व जाळून केली जाते; ती जमात –

अ) कर्नाटकमध्ये आहे.　　ब) पूर्वोत्तर राज्यात आहे.

क) ओरिसात आहे. ड) जम्मू व काश्मीर मध्ये आहे.

१२) बुन्डटलॅन्ड रिपोर्ट तसेच 'जागतिक पर्यावरण व विकास' आयोगाच्या रिपोर्टमध्ये धारणीय विकासाच्या संकल्पनेचा प्रचार ..... झाला.

अ) १९९१ मध्ये ब) १९९२ मध्ये

क) १९९३ मध्ये ड) १९९५ मध्ये

१३) गैर-सरकारी संघटनांशी संबंधित खालीलपैकी कोणते विधान बरोबर नाही?

अ) त्यांना विकासप्रक्रियेत सकारात्मक वर्धमान भूमिका निभवायची आहे.

ब) परिवर्तनशील वेळेनुसार त्यांना आपली भूमिका बदलावी लागेल.

क) गैर सरकारी संघटनांच्या प्रति सरकारला आपला नोकरशाही दृष्टिकोन बदलावा लागेल.

ड) गैरसरकारी संघटनांच्या कार्यप्रणालीवर अधिक नियंत्रणासाठी सरकारला आपल्या संबंधित विभागांत त्यांचा समन्वय करून द्यावा लागेल.

१४) यापैकी कोण मागासवर्गांच्या आंदोलनाचे अग्रणी नेता होते?

अ) डॉ. बी. आर. आंबेडकर ब) जोतिराव फुले

क) ई. व्ही. रामस्वामी नायकर ड) राम मनोहर लोहिया

१५) गट अ (लेखक) चे गट ब (रचना) बरोबर जोड्या जुळवा. सांकेतिकेमधून योग्य पर्याय निवडा.

गट - अ (लेखक)	**गट - ब (रचना)**
अ) सिमॉन डी बुवा	१) 'दि सेकंड सेक्स'
ब) बेटी फ्रिडन	२) 'सेक्शुअल पॉलिटिक्स'
क) केट मिलेट	३) 'फेमिनिन मिस्टिक'
ड) शिला रिबोथम	४) 'वूमन्स कॉन्शिअसनेस, मॅन्स वर्ल्ड '

सांकेतिके :

	अ	ब	क	ड
अ)	२	३	४	१
ब)	१	४	३	२
क)	२	४	३	१
ड)	१	३	४	२

१६) विधान (क) सामाजिक आंदोलन सामूहिक व्यवहाराचा असा एक विशिष्ट प्रकार आहे की, त्यात सदस्यांच्या मनोवत्तीतून तसेच समाजाच्या आव्हानातून कार्य करण्याची प्रेरणा उत्पन्न होते; कारण ख) सामाजिक समूह आणि सामाजिक आंदोलन आपल्या उद्दिष्टांच्या प्राप्तीसाठी हितसंबंधी गट व राजकीय पक्षांचा आधार घेतात.

अ) 'क' आणि 'ख' दोन्ही बरोबर आहे व 'ख' हे 'क' चे स्पष्टीकरण आहे.

ब)'क' आणि 'ख' दोन्ही बरोबर आहे परंतु ख हे 'क' चे स्पष्टीकरण नाही.

क) 'क' बरोबर आहे परंतु 'ख' चूक आहे.

ड) 'क' चूक आहे परंतु 'ख' बरोबर आहे.

१७) गट 'अ' (व्यक्ती) चे गट 'ब' (आंदोलन) बरोबर योग्य जोड्या जुळवा. सांकेतिकेमधून योग्य पर्याय निवडा.

गट 'अ' (व्यक्ती)	**गट 'ब' (आंदोलन)**
अ) शरद जोशी	१) गांधीवादी आंदोलन
ब) दत्तोपंत ठेंगडी	२) चिपको आंदोलन
क) निर्मला देशपांडे	३) शेतकरी आंदोलन
ड) सुंदरलाल बहुगुणा	४) कामगार आंदोलन

सांकेतिके :

	अ	ब	क	ड
अ)	३	४	१	२
ब)	३	१	४	२
क)	२	४	१	३
ड)	२	१	४	३

१८) खालीलपैकी कोण 'इको-फेमिनिझम' शी संबंधित आहे?

अ) सुमन साही
ब) शबाना आझमी
क) वंदना शिवा
ड) अरुंधती रॉय

१९) बिरसा मुंडा कशाशी संबंधित होते? -

अ) पूर्वोत्तर क्षेत्रातील जनजाती संघर्षाशी

ब) झारखंडाच्या जनजाती संघर्षाशी

क) नगर डिव्हिजनच्या जनजाती संघर्षाशी

ड) दख्खनच्या जनजाती संघर्षाशी

२०) पर्यावरण समस्येवर भारत सरकारने विशेषत्वाने लक्ष देण्यास सुरुवात केली.

अ) तिसऱ्या पंचवार्षिक योजनेपासून ब) चौथ्या पंचवार्षिक योजनेपासून

क) सहाव्या पंचवार्षिक योजनेपासून ड) पाचव्या पंचवार्षिक योजनेपासून

२१) 'द पर्सनल इज पॉलिटिकल' ही मध्यवर्ती घोषणा ..... होती.

अ) निओ-लिबरल्स/नव उदारमतवाद्यांची

ब) फॅसिस्टांची

क) समाजवाद्यांची

ड) फेमिनिस्टांची/महिला अधिकारवाद्यांची

२२) खालीलपैकी कोणते एक मानव अधिकारांसाठी अभियान चालविणारे गैरसरकारी संघटन नाही.

अ) तेलंगण विद्रोह ब) तेभागा आंदोलन

क) नक्षलवादी आंदोलन ड) चिपको आंदोलन

२३) खालीलपैकी कोणते एक मानव अधिकारांसाठी अभियान चालविणारे बिगर-सरकारी संघटन नाही.

अ) ॲम्नेस्टी इंटरनॅशनल ब) वर्ल्ड वॉच

क) पी. यू. सी. एल. ड) ऑक्सफॅम

२४) लेनिनची सर्वप्रथम महत्त्वपूर्ण सैद्धान्तिक रचना कशाशी संबंधित होती?

अ) उत्पादनाचे कारण ब) बळाचे संघटन

क) औद्योगिक अर्थव्यवस्था ड) शेतकरी आंदोलन

२५) खालीलपैकी कोणती जोडी योग्य आहे ?

अ) रोनॉल्ड वुड्वॉर्किन : पर्यावरणात्मक अधिकार

ब) जॉन रॉल्स : समाकलनात्मक अधिकार

क) डब्ल्यू. किमलिका : सांस्कृतिक अधिकार

ड) चार्ल्स् टेलर : सुविधा - वंचितांचे अधिकार

२६) संघटित कामगारवर्ग आंदोलन हे भांडवलवादी समाजात प्रचलित प्रतिनिधित्वाच्या प्रकाराप्रति अतिशय संशयास्पद आहे. कारण -

१) न्यासरूपात कार्य करणारे प्रतिनिधि मुख्यतः सरकार बनवितात.

२) प्रतिनिधी हे प्रभावी हितांचे प्रवक्ते बनतात.

३) पक्ष, प्रचलित सामाजिक संबंधांना गंभीर इजा न पोहोचविता आपल्या अधिनियमांचे पालन करते.

४) जर एखाद्या प्रतिनिधीने कामगार वर्गातील सदस्यांशी संबंध ठेवला तर तो अधिकार संघटनेच्या अंतर्गत सहभागी होतो.

पर्याय :

अ) फक्त १ व २ ब) फक्त १, २ व ३

क) १,३,४ ड) १, २, ३ व ४

उत्तरे

१ - क	१४ - ड
२ - क	१५ - ड
३ - अ	१६ - क
४ - ब	१७ - अ
५ - क	१८ - ड
६ - ड	१९ - ब
७ - क	२० - ब
८ - ड	२१ - ड
९ - ब	२२ - ड
१० - क	२३ - ड
११ - ब	२४ - ड
१२ - ब	२५ - ब
१३ - ड	२६ - अ

विभाग अ

प्रकरण १२

राष्ट्रवाद व आंतरराष्ट्रीय वाद

- ✡ राष्ट्रवाद
- ✡ आंतरराष्ट्रवाद

महत्त्वाचे मुद्दे

- ✡ राष्ट्रवाद ही एक मानसिक भावना असून ती समान धर्म, समान भाषा, समान संस्कृति, समान इतिहास, समान राजकीय आकांक्षा यामुळे निर्माण होते.
- ✡ राष्ट्रवाद हा इतिहासातील विशिष्ट कालखंडात आढळून येणाऱ्या राजकीय, आर्थिक, सामाजिक, बौद्धिक व्यवहारांचा परिणाम होय.
- ✡ राष्ट्रवाद हा 'राष्ट्र' या संज्ञेतून निर्माण झाला. राष्ट्र म्हणजे जातीच्या किंवा जन्माच्या आधारे एकसूत्रात बांधली गेलेली जनता होय.
- ✡ राष्ट्रवादाची भावना देशासाठी प्रेम व परदेशाविषयी जागरूकता निर्माण करते.
- ✡ राष्ट्रवादाचे प्रमुख उद्दिष्ट राष्ट्रीय समुदायाला स्वतंत्र राज्याचा दर्जा प्राप्त करून देणे होय.
- ✡ राष्ट्रवादास वांशिक एकता, भाषा, परंपरा, संस्कृती, भौगोलिक समीपता, धार्मिक एकता, समान राजकीय आकांक्षा, समान हितसंबंध, समान सरकार हे घटक कारणीभूत ठरतात.
- ✡ राष्ट्रवादामुळे सामंतशाही, साम्राज्यवादी धर्मगुरू यांचे वर्चस्व नष्ट करून स्वतंत्र राज्य निर्माण केले जाते.
- ✡ राष्ट्राच्या विकासासाठी राष्ट्रवाद उपयुक्त ठरतो. परंतु, जर राष्ट्रवादाचे आत्यंतिक राष्ट्रवादात रूपांतर झाले तर व्यक्तीला साधन म्हणून मानण्यात येते, साम्राज्यशाहीला प्रोत्साहन मिळते, समाजहित धोक्यात येऊ शकते.

- ✡ राष्ट्रवादाचे रूढीवादी, उदारवादी, जनवादी, एकाधिकारवादी, मार्क्सवादी असे प्रकार पडतात.
- ✡ रूढीवादी राष्ट्रवाद राष्ट्रहिताच्या नावाखाली स्वार्थाचे संरक्षण करणे, परंपरांचा सन्मान व संरक्षणास महत्त्व देतो. उदारवादी राष्ट्रवाद वर्गीय हिताला प्राधान्य देतो. एकाधिकारवादी राष्ट्रवाद राज्यकर्त्यांच्या हिताला प्राधान्य देतो तर मार्क्सवादी राष्ट्रवाद वर्गविनाश करतो.
- ✡ आंतरराष्ट्रीय वादाची कल्पना परस्पर शांतता सहकार्याच्या जीवन जगण्याच्या तत्त्वावर आधारित आहे.
- ✡ आंतरराष्ट्रीय वाद हा परस्पर सहिष्णुतेला महत्त्व देतो. तसेच आंतरराष्ट्रीय वादाचा विकास हा आंतरराष्ट्रीय संपर्क, दळणवळण साधनात प्रगती झाल्यामुळे, जीवनमानाचा स्तर उंचावल्यामुळे, राष्ट्रीय समाजाच्या जीवनाच्या गरजा वाढल्यामुळे, आंतरराष्ट्रीय कायद्यांचा विकास होऊन दोन राज्यातील वाद वैधानिक मार्गाने सोडविले जाऊ लागले तसेच युद्ध टाळून सामोपचाराने प्रश्न सोडविण्यावर भर दिला गेला.
- ✡ लीग ऑफ नेशन्स, संयुक्त राष्ट्र संघटनांच्या द्वारे आंतरराष्ट्रीय सहयोग, सहकार्य, मैत्री, करारांमधून आंतरराष्ट्रीयतेची भावना वाढीस लागण्यासाठी प्रयत्न केला जात आहे.

प्रश्न :

१) **'राष्ट्रवाद ही एक ऐतिहासिक प्रक्रिया आहे की ज्यात राष्ट्रीयत्वाचे एका राजकीय घटकात रूपांतर होऊन आपल्या वैधानिक हक्कासाठी लोक राष्ट्राची निर्मिती करतात.'**

अ) फेलिक्स ग्रॉस ब) बर्जेस क) आशीर्वादम् ड) गार्नर

२) **'राष्ट्रवाद ही अशी भावनात्मक राजकीय कल्पना आहे की, जी सत्ता ताब्यात घेण्याच्या प्रयत्नांशी निगडित असून राज्याच्या व्यक्तिगत अस्तित्वावर भर देते व शासन आणि कायद्यातील विविधता, समान भावना तत्त्वावर आधारित गटाची पृथकता मान्य करते.' असे ...... यांनी म्हटले.**

अ) बर्जेस ब) फेलिक्स ग्रॉस क) गार्नर ड) गिलख्रिस्ट

३) **'राष्ट्रवाद देशासाठी प्रेम व विदेशाविषयी जागरूकता निर्माण करतो. देशभक्तीची कल्पना जबाबदारीतून तर परकीयत्वाची कल्पना त्यांच्यातील तिऱ्हाईतपणातून निर्माण होते.'**

अ) गार्नर ब) फेलिक्स ग्रॉस

क) आल्फ्रेड डी ग्रासिया ड) बर्जेस्

४) **...... यांच्या मते, 'राष्ट्र म्हणजे वांशिक ऐक्य असलेला व एकाच भौगोलिक प्रदेशात वास्तव्य करणारा मानवी समूह होय.'**

अ) गार्नर ब) बार्कर क) बर्जेस ड) लॉर्ड ब्राईस

५) **'ज्या लोकांची संस्कृती एक असून जे लोक वैचारिक व मानसिक जीवनाची आणि आचाराची एकता जाणीवपूर्वक व चिकाटीने कायम ठेवतात त्यांचे राष्ट्र बनत असते.' हे ...... यांचे मत आहे.**

अ) गार्नर ब) बर्जेस क) लिकॉक ड) गिलख्रिस्ट

६) **'जेव्हा एखादा लोकसमुदाय आपणास एक राष्ट्र मानतो तेव्हा त्याचे राष्ट्र बनते.' असे कोणी म्हटले आहे?**

अ) गार्नर ब) प्रा. बार्कर क) गिलख्रिस्ट ड) लॉर्ड ब्राईस

७) **'जेव्हा एखाद्या राष्ट्रीयत्वाचे लोक, स्वतंत्र राजकीय घटकांची निर्मिती करून स्वतंत्र होतात किंवा होऊ इच्छितात तेव्हा त्या राष्ट्रीयत्वाच्या लोकांचे राष्ट्र बनते.'**

अ) हर्बर्ट स्पेन्सर ब) गार्नर

क) लॉर्ड ब्राईस ड) गिलख्रिस्ट

८) **'एका वंशाच्या, एकाच प्रदेशात राहणाऱ्या, एक भाषा, एकच धर्म, समान इतिहास परंपरा, हितसंबंध, समान राजकीय संघटना व राजकीय ऐक्याची समान उद्दिष्टे असणाऱ्या व्यक्तीत निर्माण होणारी आध्यात्मिक भावना म्हणजे राष्ट्रीयता होय.'ही व्याख्या कोणी केली ?**

अ) गिलख्रिस्ट ब) झिमरन क) प्रो. गार्नर ड) लॉर्ड ब्राईस

९) **राष्ट्रवादामध्ये पुढील कोणती लक्षणे आढळतात?**

१) प्रत्येक राष्ट्रीय गट आपले स्वतंत्र अस्तित्व इच्छितो.

२) राष्ट्रीय गट स्वयंनिर्णयाची मागणी करतो.

३) स्वातंत्र्य हा जन्मसिद्ध हक्क मानून त्यासाठी प्रयत्न केले जातात.

४) धर्माप्रमाणे श्रद्धास्थान असून लोकजीवनात राष्ट्रासही स्थान असते, तसेच त्यागाची भावना असून राष्ट्रासाठी वाटेल ते करण्यास नागरिक तयार होतात.

अ) फक्त १ ब) फक्त २ क) ३ व ४ ड) वरील सर्व

१०) राष्ट्रवादाच्या कल्पनेला चालना देणाऱ्या घटनांमध्ये पुढीलपैकी कोणत्या घटनांचा समावेश करता येईल ?

१) मध्ययुगीन सरंजामशाहीचा लोप.

२) वाढते व्यापार – औद्योगिकीकरण – वाणिज्य यामुळे भौगोलिक एकतेची निर्माण झालेली गरज.

३) सांस्कृतिक एकात्मतेची भावना तीव्रतेने उदयास येऊन त्यातून राष्ट्रीय साहित्याची निर्मिती होऊन राष्ट्रवादाचा प्रचार होणे.

४) धर्मनिरपेक्ष व राष्ट्रवादी शिक्षण प्रचार.

५) नवीन राष्ट्रांचा शोध, पौर्वात्य देशांशी युरोपीय देशांचे प्रस्थापित झालेले सागरी संबंध व त्यातून निर्माण झालेली स्पर्धा.

६) अठराव्या शतकाच्या उत्तरार्धातील स्वातंत्र्य, राष्ट्रवादी, प्रभुत्वाच्या सिद्धान्ताने समाजावर घेतलेली पकड व त्यातून जनजागृती.

पर्याय :

अ) १, २, ३ ब) २, ३, ४ क) ४, ५, ६ ड) वरील सर्व

११) 'राष्ट्रवाद ही अनियंत्रित सत्तेची एक जबरदस्त प्रतिक्रिया आहे.'

अ) लॉर्ड ॲक्टन ब) बर्जेस क) गार्नर ड) गिलख्रिस्ट

१२) .....प्रणित राष्ट्रवाद हा शुद्ध राष्ट्रवाद किंवा प्रगतिवादी राष्ट्रवाद म्हणून ओळखला जातो.

अ) गॅरीबाल्डी ब) मॅझिनी क) हिटलर ड) मुसोलिनी

१३) ....ने आपल्या लिखाणातून आक्रमक राष्ट्रवादाचा मोठ्या प्रमाणात पुरस्कार केला.

अ) जॉन लॉक ब) रूसो

क) मॅकिएव्हेली ड) सेंट ऑगस्टाईन

१४) ....चे मूलभूत कारण आक्रमक राष्ट्रवाद होय.

अ) पहिल्या महायुद्धाचे ब) दुसऱ्या महायुद्धाचे

क) औद्योगिक क्रांतीचे ड) रशियन राज्यक्रांतीचे

१५) स्वयंनिर्णय हा उपयुक्त व्यवहार आहे असे आधुनिक राष्ट्रवादात मानले जाऊ लागले. कारण–

१) विभिन्न राष्ट्रीयत्व असलेल्या जनतेस राजकीय व्यवहाराचे स्वातंत्र्य मिळाल्याने अशांततेस तसेच असंतुष्टतेस आळा बसतो.

२) एका विचारसरणीचे लोक एका राष्ट्रीय समाजात राहिल्याने समाजात सुदृढ संबंध प्रस्थापित होतात.

३) आत्मनिर्भर समाजाची निर्मिती लोकशाही सिद्धान्तावर आधारित राहून तो लोकशाहीला पोषक असतो.

४) प्रत्येक राष्ट्रीय संतुष्ट समाजाद्वारे इतरांचेही स्वातंत्र्य अबाधित राहण्यासाठी आंतरराष्ट्रीय व्यवहार केला जातो तसेच अल्पसंख्य लोकांना आपल्या समस्या समाजापुढे मांडता येतात.

पर्याय :

अ) १ आणि २ ब) २ आणि ३ क) ३ व ४ ड) वरील सर्व

१६) राष्ट्रवादाचा विकास घडवून आणण्यासाठी पुढीलपैकी कोणत्या घटकांचा समावेश होतो?

१) भौगोलिक एकता, वांशिक एकता, भाषा, परंपरा व सांस्कृतिक एकता.

२) धार्मिक एकता, आर्थिक समता, समान राजकीय आकांक्षा.

३) सत्ता संपादण्याकडे कल, वर्गाधिष्ठित समाजरचना.

पर्याय :

अ) फक्त १ ब) फक्त २ क) फक्त ३ ड) १ आणि २

१७) एकाच भूप्रदेशावर राहणाऱ्या जनसमुदायात आपण सर्व एक आहोत ही भावना वृद्धिंगत होणे. म्हणजे –

अ) सांस्कृतिक एकता ब) भौगोलिक एकता

क) धार्मिक एकता ड) वांशिक एकता

१८) .....या राज्यशास्त्रज्ञांच्या मते वंश ही एक राष्ट्रीयत्व निर्माण करणारी महत्त्वाची बाब आहे.

अ) प्रा. बर्जेस व लिकॉक ब) गार्नर

क) मॅक आयव्हर ड) गिलख्रिस्ट

१९) .....च्या मते राष्ट्रनिर्मितीच्या कार्यात भाषेची एकता हा महत्त्वपूर्ण घटक आहे.

अ) प्रा. गार्नर	ब) प्रा. बर्जेस
क) प्रो. रॅम्सेमूर	ड) मॅक आयव्हर

२०) **भाषिक एकता हा राष्ट्रनिर्मितीच्या कार्यात महत्त्वाचा घटक असल्याचे कारण म्हणजे –**

१) भाषा हे वैचारिक देवाण–घेवाणीचे मुख्य साधन आहे.

२) भाषेमुळे लोकांमधील समान आचार–विचार, संस्कार, संस्कृती इ. ची ओळख भाषेच्या माध्यमातून होते.

अ) फक्त १	ब) फक्त २
क) १ आणि २	ड) वरीलपैकी कोणतेही नाही.

२१) **.....यांच्या मते, जरी कोणत्या परिस्थितीत धर्म हा ऐक्यास कारणीभूत ठरला असला तरी पुढे त्याच कारणाने राज्याचे विघटनही घडू शकते.**

अ) गिलख्रिस्ट	ब) प्रो. गार्नर	क) बर्जेस	ड) लिकॉक

२२) **समान आर्थिक हितसंबंधातून राष्ट्रीयत्वाची भावना निर्माण होऊन ती वाढीस लागते व अखेर त्याचे राष्ट्रात रूपांतर होते हे ......च्या उदाहरणावरून दिसून येते.**

अ) फ्रान्स	ब) अमेरिका
. क) स्वित्झर्लंड	ड) इंग्लंड

२३) **'भूमि क्षेत्रातील विस्तार, वाणिज्य, औद्योगिकीकरण, कच्च्या मालाची प्राप्ती या गोष्टी देशभक्तांना राष्ट्रवादाएवढ्या प्रिय असतात व म्हणून त्या राष्ट्रवादापासून विलग करता येत नाहीत.'**

अ) गिलख्रिस्ट	ब) प्रो. गार्नर	क) बार्कर	ड) बर्जेस

२४) **.....हे अर्वाचीन काळात राष्ट्रवाद निर्माण करण्यासाठी महत्त्वाचे आहे.**

अ) भाषा	ब) गट
क) समान राजकीय आकांक्षा	ड) विश्वबंधुत्व

२५) **राष्ट्रवादाच्या निर्मितीमुळे पुढील पैकी कोणते फायदे झाले?**

१) साम्राज्यवाद व सरंजामशाहीचा अंत होऊन चर्चचे प्रभुत्व नष्ट झाले व नवीन राष्ट्रवादाचा उदय झाला.

२) अनेक वसाहतींना स्वातंत्र्य मिळून स्वतंत्र राजकीय जीवन जगण्याची संधी अनेक समुदायांना मिळाली.

३) ऐक्याची भावना निर्माण होऊन आपल्या संस्कृतीचे व राष्ट्रहिताचे रक्षण करण्याची प्रवृत्ति निर्माण झाली.

४) अनुशासनप्रियता, सरकारशी सहकार्य करण्याच्या भावनेतून शांतता, सुव्यवस्था, योजनाबद्ध विकास होऊ लागला.

अ) १ आणि २ ब) २ आणि ३

क) ३ आणि ४ ड) वरील सर्व

२६) 'राष्ट्रवाद हे आध्यात्मिक शांतीचे साधन असून ते राज्यांना अधिक शक्तिशाली बनविणारे आहे.' असे कोण म्हणाले ?

अ) बर्जेस ब) गार्नर क) गोल्डस्मिथ ड) रॅम्से मूर

२७) राष्ट्रवादामध्ये पुढीलपैकी कोणते दोष आढळून येतात. –

१) संकुचित राष्ट्रवादाची भावना वाढीस लागते.

२) जनतेत त्यागाची व देशभक्तीची भावना वाढीस लागते.

३) अतिरेकी राष्ट्रवादामुळे दुर्बल राष्ट्रांवर वर्चस्व गाजविण्याची प्रवृत्ती निर्माण होऊन आंतरराष्ट्रीय जीवन गुंतागुंतीचे बनते.

४) व्यक्तीला विचारांपेक्षा भावनाप्रधान बनवितो.

५) इतर राष्ट्रीयत्वाविषयी विद्वेषी भावना वाढीस लागते.

६) साम्राज्यवादाला प्रोत्साहन देणारा, जातीयवादी, आक्रमक स्वरूपाचा असून व्यक्तीहित, राष्ट्र व आंतरराष्ट्रीय सहयोगास मारक ठरतो.

अ) फक्त १, ३, ४ ब) १, ३, ४, ५, ६

क) १, २, ३ ड) वरील सर्व

२८) 'आंतरराष्ट्रीयवाद ही एक अशी भावना आहे की ज्यात व्यक्ती फक्त स्वतंत्र राज्याचा घटक असून तो जगाचा नागरिक आहे.'

अ) बर्जेस ब) मॉर्गेन्था क) गोल्डस्मिथ ड) पॉवेल

२९) आंतरराष्ट्रीय वादाचे प्रमुख उद्दिष्ट म्हणजे –

अ) स्वतःच्या राष्ट्रीय भावनांविषयी अभिमान जोपासणे.

ब) साम्राज्यवादी विचारांना पोषक वातावरण तयार करणे.

क) राष्ट्राच्या प्रगती व विकासासाठी प्रयत्न करणे.

ड) स्वतःच्या स्वतंत्र राष्ट्रीय भावना बाजूस सारून आंतरराष्ट्रीय हितसंबंधासाठी सामूहिक प्रयत्न करणे.

३०) ......हा जागतिक शांततेवर विश्वास ठेवणारा असून आंतरराष्ट्रीय शांतता प्रस्थापित करण्यासाठी शांततामय मार्ग व पद्धतीचा अवलंब करतो.

अ) राष्ट्रवाद ब) आंतरराष्ट्रीयवाद क) साम्राज्यवाद ड) व्यक्तिवाद

३१) आंतरराष्ट्रीयवाद हा राष्ट्रीय समाज नष्ट करीत नाही उलट.....निर्माण करण्याच्या प्रवृत्तीचा आहे.

अ) वसाहती ब) विस्तारवाद क) लोकशाही ड) राष्ट्रराज्ये

३२) ..... हा युद्धपिपासू प्रवृत्तीचा विरोधक आहे.

अ) आक्रमक राष्ट्रवाद ब) व्यक्तिवाद

क) आंतरराष्ट्रीयवादी ड) साम्राज्यवाद

३३) ग्रीसमधील ...... यांनी जागतिक बंधुत्वाची कल्पना मांडली.

अ) सॉक्रेटिस ब) प्लेटो क) स्टोईक ड) ॲरिस्टॉटल

३४) मध्ययुगात .... यांनी 'डी मोनाशिया' या ग्रंथात विश्वप्रभुत्वाच्या खाली असलेल्या जागतिक साम्राज्याची कल्पना मांडली.

अ) डान्टे ब) कांट क) हेगेल ड) मॅक्आयव्हर

३५) ......या फ्रेंच तत्त्वज्ञाने मध्ययुगात 'रिकव्हरी ऑफ होली लॅण्ड' या पुस्तकातून युद्धाचा अव्हेर करण्याचे आव्हान करून आपले आंतरराष्ट्रीय प्रश्न मध्यस्थीच्या मार्गाने सोडविण्याचे सुचविले.

अ) रूसो ब) पायरी ड्युबी क) जॉन लॉक ड) पॅरेटो

३६) ......या जर्मन शास्त्रज्ञाने जागतिक नागरिकत्वाची कल्पना मांडली.

अ) हेगेल ब) कांट क) रूसो ड) कार्ल मार्क्स

३७) .....हेग परिषदेला 'मानवतेची संसद' असा किताब मिळाला होता.

अ) पहिल्या ब) दुसऱ्या क) तिसऱ्या ड) चौथ्या

३८) आंतरराष्ट्रीय सहयोगाच्या प्रवृत्तीस ...... कारण ठरले.

१) आंतरराष्ट्रीय परिषदांमधून घडून येणारे राष्ट्राराष्ट्रांतील संपर्क.

२) परस्परातील मतभेद विसरून आंतरराष्ट्रीय सहकार्य करण्यावर भर.

अ) फक्त १ ब) फक्त २

क) १ आणि २ ड) कोणतेही नाही

३९) आंतरराष्ट्रीय वादाला ..... यामुळे अडथळे निर्माण झाले.

अ) जागतिकीकरण.

ब) वंशभेद.

क) अतिरेकी राष्ट्रवाद, व्यापारी प्रवृत्ती, सैनिकीकरण.

ड) कोणतेही नाही.

४०) पहिल्या महायुद्धानंतर..... या संघटनेची स्थापना करण्यात आली.

अ) राष्ट्रसंघ ब) संयुक्त राष्ट्र संघ क) अरब लीग ड) सार्क

४१) अ गट व ब गट जोड्या जुळवा.

खाली दिलेल्या सांकेतिकांमधून योग्य पर्याय लिहा

अ गट (वर्ष)	**ब गट (घटना)**
अ) १९४१	१) राष्ट्रसंघाचा जाहीरनामा
ब) जाने. १९४२	२) संयुक्त राष्ट्रसंघाची स्थापना
क) १९४३	३) अटलांटिक करार
ड) २४ ऑक्टोबर १९४५	४) मॉस्को परिषद

सांकेतिके :

	अ	ब	क	ड
अ)	१	२	३	४
ब)	३	१	४	२
क)	२	३	१	४
ड)	४	१	२	३

४२) आंतरराष्ट्रीय वादाच्या विकासाला पुढीलपैकी कोणते घटक कारणीभूत ठरतात?

१) जलदगतीच्या साधनातील वाढ, परस्परावलंबित्व

२) आंतरराष्ट्रीय कायद्याचा विकास, युद्धाची भीती

३) आंतरराष्ट्रीय संघटनांचा विकास

अ) फक्त १ ब) फक्त २ क) फक्त ३ ड) वरील सर्व

४३) आंतरराष्ट्रीय विकासात येणाऱ्या अडचणींमुळे पुढीलपैकी कोणत्या घटकांचा समावेश होतो?

१) सार्वभौमत्वाची जाणीव, साम्राज्यवादी वृत्ती, अतिरेकी राष्ट्रीयता.

२) राजकीय विचारसरणीतील संघर्ष, गटबाजी, शस्त्रास्त्रस्पर्धा, प्रबळ आंतरराष्ट्रीय संघटनेचा अभाव व गुप्त करार.

३) आंतरराष्ट्रीय कायद्यांचा विकास.

अ) फक्त १ ब) १ आणि २

क) १, २, ३ ड) २ आणि ३

४४) **..... यांनी जहाल राष्ट्रवाद स्वीकारला होता.**

१) महात्मा गांधी, पंडित नेहरू, लालबहादूर शास्त्री

२) दादाभाई नौरोजी, ना. गोखले, न्या. रानडे

३) बाळ गंगाधर टिळक, लाला लजपत राय, बिपिनचंद्र पाल

अ) फक्त १ ब) फक्त २

क) फक्त ३ ड) वरील सर्व

उत्तरे

१ – क	१६ – ड	३१ – ड
२ – ब	१७ – ब	३२ – क
३ – क	१८ – अ	३३ – क
४ – क	१९ – क	३४ – अ
५ – अ	२० – क	३५ – ब
६ – ब	२१ – ब	३६ – ब
७ – क	२२ – क	३७ – अ
८ – अ	२३ – अ	३८ – क
९ – ड	२४ – क	३९ – क
१० – ड	२५ – ड	४० – अ
११ – अ	२६ – अ	४१ – ब
१२ – ब	२७ – ब	४२ – ड
१३ – क	२८ – क	४३ – ब
१४ – ड	२९ – ड	४४ – क
१५ – ड	३० – ब	

■■

विभाग अ

प्रकरण १३

आंतरराष्ट्रीय संबंधाचे प्रमुख सिद्धान्त

- ✡ वास्तववादी सिद्धान्त
- ✡ मार्क्सवादी सिद्धान्त
- ✡ व्यवस्थात्मक सिद्धान्त
- ✡ निर्णयग्राही सिद्धान्त
- ✡ खेळ सिद्धान्त

महत्त्वाचे मुद्दे

- ✡ आंतरराष्ट्रीय संबंधांच्या अभ्यासात सिद्धान्ताची मांडणी विकासाची स्थिती मानली जाते.
- ✡ पहिल्या महायुद्धानंतर ब्रायली, फेनविक हॉल, ओपेनहाईम, स्टॉर्क, वेबस्टर यांनी या विषयास सैद्धान्तिक स्वरूप दिले. त्यांनी, कायदा व संघटना, कायद्यातील निर्णयास आवश्यक असलेले उपलब्ध कायदे विषयक साहित्य व आंतरराष्ट्रीय प्रश्नावर आधारित सिद्धान्त असण्यावर भर दिला.
- ✡ दुसऱ्या महायुद्धानंतर आंतरराष्ट्रीय संबंधातील सैद्धान्तिक अभ्यासाला राईट, श्वार्झनबर्जर, मॉर्गेन्था, मॉर्टन काप्लान, हर्झ, मॉडेलस्की यांनी वेगळी दिशा दिली.
- ✡ सिद्धान्त म्हणजे एखाद्या गोष्टीबाबत किंवा वस्तुस्थितीविषयी ज्ञान प्राप्त करून देण्याच्या दृष्टीने नियमाच्या स्वरूपात सुसंगत व पद्धतशीर विचारसरणी मांडणे होय.
- ✡ आंतरराष्ट्रीय संबंधात सिद्धान्ताच्या संदर्भात–संशोधनासाठी उपयुक्त ठरणाऱ्या प्रश्नांचा संच, संकल्पनेचा आराखडा की ज्याच्या आधारे कामचलाऊ गृहीत तत्त्वे निर्धारित करता येतील व संशोधनास मदत होईल, संशोधनाला पूरक ठरणारे परस्पर सिद्धान्त अशी आवश्यक तीन तत्त्वे असतात.
- ✡ हेडले बुल यांनी आंतरराष्ट्रीय राजकारणाच्या सिद्धान्ताचे इतिहास व कायद्यावर

व अनुभवावर आधारित असे दोन प्रमुख दृष्टिकोन सांगितले.

- ✡ वास्तववादी दृष्टिकोनाचे प्रतिपादन प्रथमतः हॅन्स मॉर्गेन्था यांनी केले; ते सहा मूलभूत तत्त्वांवर आहेत; आंतरराष्ट्रीय राजकारणात 'सत्ता' हीच प्रामुख्याने प्रभाव पाडित असते.
- ✡ आंतरराष्ट्रीय राजकारणात सैद्धान्तिकदृष्ट्या सत्ता ही साध्य व साधन दोन्ही ठरते.
- ✡ मार्क्सवादी सिद्धान्तानुसार कामगारांचा आंतरराष्ट्रीय वाद, साम्राज्य वादाचा विरोध, स्वयंनिर्णय, शांततापूर्ण सहअस्तित्व यांचा समावेश होतो. मार्क्सवादी सिद्धान्तानुसार प्रत्येक भांडवली राज्य हे अंतिमतः साम्राज्यवादी बनते.
- ✡ मॉर्टन काप्लान याने व्यवस्थात्मक दृष्टिकोनाचे प्रतिपादन केले. त्याच्या मते, "जगाच्या राजकीय क्षेत्रात घडणाऱ्या घटना या अव्यवस्थितपणे घडत नसून त्यांच्यात एक निश्चित व्यवस्था किंवा पद्धती व ठरावीक क्रम असतो; राजकीय व्यवहार एका निश्चित राजकीय व्यवस्थेमुळे होत असतात."
- ✡ मॉर्टन काप्लान यांच्या दृष्टिकोनात सत्ता संतुलन पद्धती, शिथिल द्वि-ध्रुवीकरण, दृढ द्वि-ध्रुवीकरण, विश्वात्मक संस्था पद्धती, श्रेणीबद्ध पद्धती, एकात्मक नकाराधिकार पद्धतींचा समावेश केलेला आहे.
- ✡ निर्णयग्राही दृष्टिकोन हा राज्यशास्त्राच्या अभ्यासातील नवीन दृष्टिकोन आहे. निर्णय निर्धारकावर प्रभाव पाडणाऱ्या अंतर्गत व बाह्य घटकांचा प्रभाव महत्त्वाचा असतो.
- ✡ एडवर्ड शिल्ड, टालकॉट पार्सन यांनी या सिद्धान्ताचा पुरस्कार केलेला आहे.
- ✡ २४ शतकापूर्वी ग्रीक नगरराज्ये परस्परात युद्ध-शस्त्रास्त्राबाबत निर्णय घेत व निर्णयाला प्रभावित करणाऱ्या घटकांचाही विचार करीत.
- ✡ कौटिल्य, मॅकिएव्हेली यांचा तसेच आधुनिक काळातील वॉल्टर लिपमन, मॉर्गेन्था यांचा निर्णयग्राही पद्धतीबाबत विचार करता येतो.
- ✡ निर्णय प्रक्रियेवर बाह्यस्थिती, अंतर्गत स्थिती, व्यक्तिमत्त्वाचा प्रभाव, वातावरणाचा प्रभाव, कार्यकारी व विधिमंडळाचा प्रभाव पडतो.
- ✡ खेळ सिद्धान्त गणितज्ज्ञ व अर्थशास्त्रज्ञांनी केला.
- ✡ १७१० मध्ये लिबनीझ याने युद्धनीतीच्या वतीने खेळ सिद्धान्ताचे समर्थन केले.
- ✡ खेळ सिद्धान्ताप्रमाणे राष्ट्रे परस्परविरोधी युद्धनीती निर्धारित करतात.

✡ खेळ सिद्धान्तात संघर्ष, खेळाचे नियम, सूचनाप्राप्ती, युद्धनीती व मूल्यमापन हे नियम आढळतात.

✡ खेळाचे शून्य योग, सतत किंवा अविरत योग, अशून्य योग खेळ असे महत्त्वपूर्ण प्रकार पडतात.

प्रश्न :

१) आंतरराष्ट्रीय राजकारणात वास्तववादी दृष्टिकोनाचे पद्धतशीर प्रतिपादन करण्याचे श्रेय ---- यांना दिले जाते.

अ) नित्शे ब) ट्राइश्क क) हॅन्स मॉर्गेन्था ड) क्विन्सी राईट

२) 'सत्ता म्हणजे एका माणसाचे दुसऱ्या माणसाच्या मन व कृतीवर नियंत्रण होय. हे ------ चे मत होय. ?'

अ) मॉर्गेन्था ब) शूमन क) मार्टिन वाईट् ड) प्रो. इ. एच. कार

३) 'आजच्या युगात सर्वात महत्त्वाचा प्रश्न म्हणजे सत्तेची योग्य व्यवस्था होय.' असे --- म्हणाले.

अ) शूमन ब) आय.एल. क्लाड क) काऊफमन ड) नित्शे

४) मॉर्गेन्था यांच्या --- या ग्रंथात वास्तववादी सिद्धान्ताचे उत्कृष्ट प्रतिपादन केलेले आहे.

अ) 'थिऑरिटिकल अॅस्पेक्ट ऑफ इंटरनॅशनल पॉलिटिक्स'

ब) 'इंटरनॅशनल लॉ '

क) 'इंटरनॅशनल रिलेशन'

ड) 'पॉलिटिक्स अमंग नेशन्स'

५) 'सर्व राजकारण म्हणजे सत्तेसाठी संघर्ष होय. ज्यांच्या हाती सत्ता आहे त्यांना इतरांवर आपली सत्ता गाजवण्यात व आपल्या इच्छेप्रमाणे त्यांच्याकडून कार्य करवून घेण्यात आनंद वाटतो.' असे -- ने म्हटले.

अ) शूमन ब) कार्ल मार्क्स्

क) जार्ज श्वार्त्झन बर्जर ड) मार्टिन वाईट्

६) मॉर्गेन्था यांनी वास्तववादी सिद्धान्तांचे प्रतिपादन --- मूलभूत तत्त्वानुसार केले.

अ) चार ब) पाच क) सहा ड) सात

७) पुढीलपैकी कोणते विधान वास्तववादी सिद्धान्तास लागू पडत नाही ?

अ) हा सिद्धान्त सत्यास यथार्थ व बौद्धिक मानतो.

ब) हा सिद्धान्त बुद्धी व अनुभव यांना राजकीय सिद्धान्ताचे आधार मानतो.

क) राज्याचे धोरण ठरविताना नैतिक सिद्धान्तांना आधार म्हणून मान्य करणे.

ड) राजकीय विचारांना प्राधान्य दिले जाते.

८) .....हेच आंतरराष्ट्रीय राजकारणाचे उद्दिष्ट असून शक्तीवर आधारित त्याचा विचार करणे व त्यानुसार शक्तीचा उपयोग करणे आवश्यक असते.

अ) समाजहित ब) राष्ट्रीयहित क) व्यक्तिहित ड) वर्गहित

९) आंतरराष्ट्रीय राजकारणाचे मुख्य तत्त्व म्हणजे –

१) सत्ता संपादन करणे २) राज्याचा विस्तार वाढविणे

३) विशुद्ध राष्ट्रीयहित व शक्तीद्वारे त्याचा प्रसार

अ) फक्त १ ब) फक्त २

क) फक्त ३ ड) वरील सर्व

१०) वास्तववाद आंतरराष्ट्रीय राजकारणाबाबत वैज्ञानिक किंवा नैतिक दृष्टिकोनाचे महत्त्व स्वीकारण्याच्या विरुद्ध आहेत. कारण–

अ) या सिद्धान्तात राजकीय विचारांनाच प्राधान्य दिले जाते

ब) या सिद्धान्तात सर्वंकष व्यवस्थेस प्राधान्य

क) एखाद्या देशाचे परराष्ट्र धोरण जाणून घेण्यासाठी तेथील घटना व परिणामांचे विश्लेषण करण्याची आवश्यकता नाही.

ड) वरीलपैकी कोणतेही नाही.

११) सत्तेच्या दृष्टिकोनास प्रभावाचा दृष्टिकोन का म्हटले जाते ?

अ) आंतरराष्ट्रीय राजकारणात 'संघटना' हीच प्रामुख्याने प्रभाव पाडते.

ब) आंतरराष्ट्रीय राजकारणास सत्ता हीच प्रामुख्याने प्रभाव पाडते.

क) सत्तेत वाढ होऊ शकत नाही.

ड) सत्ता संपादन करण्यात अडथळे येतात.

१२) 'राजकीय सत्ता म्हणजे ज्याच्याकडून त्याचा उपयोग केला जातो व ज्यांच्यावर ती प्रस्थापित केली जाते यांच्यामधील मानसशास्त्रीय संबंध होय. त्यामुळे पहिल्या व्यक्तीचा दुसऱ्या व्यक्तीच्या मनावर प्रभाव पडत असतो व त्यानुसार दुसरी व्यक्ती काही कृती किंवा कार्य करीत असते.' असे प्रतिपादन .... यांनी केले.

अ) प्रो. ई. एच. कार ब) हॅरॉल्ड लास्वेल

क) नित्शे ड) मॉर्गेन्था

१३) 'हे जग म्हणजे परस्परविरोधी हितसंबंधाच्या संघर्षाचे जग होय. जगात चांगले व वाईट, आरोग्य व रोगराई, शांतता व युद्ध यांच्यामध्ये कधीही न संपणारा संघर्ष सदैव चालू असतो. सत्तेची लालसा मनुष्य मात्रात महत्त्वाची असते. ही सत्तालालसा सर्व राजकारणाचा केंद्र बिंदू असते. सत्ता हे राष्ट्रहित साध्य करण्याचे साधन होय. हे प्रतिपादन कोणी केले.'

अ) नित्शे ब) प्रो. ई. एच. कार क) मॉर्गेन्था ड) गिलख्रिस्ट

१४) सत्तेची प्राप्ती व विस्तार राष्ट्रासाठी आवश्यक ठरतो. कारण–

१) राष्ट्रीय हित नेहमी व्यापक होत जाते.

२) सत्तेसाठी समन्वय साधला जातो.

३) सत्तेसाठी रचनात्मक बदल केले जातात.

अ) फक्त १ ब) फक्त २

क) फक्त ३ ड) वरील सर्व

१५) मॉर्गेन्था यांनी राष्ट्रसत्तेवर नियंत्रण घालण्यासाठी पुढीलपैकी कोणते मार्ग सुचविले आहेत.

अ) आर्थिक सत्ता, व्यापारीकरण, शस्त्रास्त्र पुरवठा.

ब) निःशस्त्रीकरण, सामूहिक संरक्षण, आंतरराष्ट्रीय शासन, आंतरराष्ट्रीय न्यायालय.

क) सैनिकी शक्ती, प्रचार साधने, केंद्रीय सत्ता.

ड) वरीलपैकी कोणतेही नाही.

१६) मॉर्गेन्था यांच्या मते, --- पद्धतीमुळे संघर्ष कमी होतील व जागतिक समाज निर्मितीतून विश्वराज्याची स्थापना होऊ शकेल.

अ) सत्ता संतुलन ब) निःशस्त्रीकरण

क) राजनैतिक ड) लष्करी सामर्थ्य

१७) बर्ट्रान्ड रसेल यांनी सत्तेचे पुढीलपैकी कोणते प्रकार सांगितले?

१) नग्नसत्ता, क्रांतीकारी सत्ता

२) आर्थिक सत्ता, विचारसरणीवरील सत्ता

३) सामाजिक सत्ता, वर्गीकृत सत्ता

अ) फक्त १ ब) फक्त २

क) १ आणि २ ड) फक्त ३

१८) ......यांनी सत्तेचे सैनिकीसत्ता, आर्थिक सत्ता, विचारसरणी वरील सत्ता असे प्रकार पाडले.

अ) बर्जेस ब) प्रो. इ.एच.कार

क) बर्ट्रान्ड रसेल ड) मॉर्गेन्था

१९) .....ने प्रचाराचा उपयोग शक्ती वाढविण्यासाठी केला होता.

अ) हिटलर ब) लेनिन क) मुसोलिनी ड) मॅझिनी

२०) मॉर्गेन्था यांच्या वास्तववादी सिद्धान्तात ......चा विचार केलेला आढळत नाही.

अ) सैनिकी शक्तीचा ब) सामाजिक वर्गांचा

क) विचारधारांचा ड) क्रांतिकारी मार्गांचा

२१) .....हे आदर्शवाद व व्यवस्थात्मकवाद यांना जोडणारा दुवा आहे.

अ) क्विन्सी, राजे.एस.मिल, रूसो

ब) मॅकिऑव्हिली, हॉब्ज, मॉर्गेन्था, काप्लान, जॉर्ज एफ. केनन

क) लेनिन, मार्क्स्, एंगल्स, माओ

ड) स्टॅलिन, ख्रुश्चेव्ह, ब्रेझनेव्ह

२२) .... हे सर्व वास्तववादाचे समर्थक आंतरराष्ट्रीय राजकारणाकडे सत्तेच्या संघर्षातून पाहतात.

अ) हेगेल, कांट, जे. एस. मिल, रूसो

ब) मेकॅव्हली, हॉब्ज, मॉर्गेन्था, काप्लान, जॉर्ज, एफ. केनन

क) लेनिन, मार्क्स्, एंगल्स, माओ

ड) स्टॅलिन, ख्रूश्चेव्ह, ब्रेझनेव्ह

२३) मार्क्सवाद्यांच्या मते, आंतरराष्ट्रीय राजकारणात आर्थिक तत्त्वे महत्त्वाची भूमिका वठवीत असतात. कारण –

अ) आत्तापर्यंत आंतरराष्ट्रीय स्तरावर झालेली युद्धे व संघर्षाचे मूळ आर्थिक तत्त्वेच आहे.

ब) भांडवलदारांच्या हाती सूत्रे एकवटलेली असतात.

क) साम्राज्यवादी विचारसरणीचा वाढता प्रभाव होय.

ड) बड्या राष्ट्रांकडून दडपशाहीचे वाढते धोरण.

२४) मार्क्सवादी सिद्धान्तानुसार साम्राज्यवादाला तीव्र अंतर्विरोध संभवतो. कारण –

१) भांडवलवादी राष्ट्रांमध्ये अधिकाधिक वसाहती काबीज करण्याची प्रक्रिया प्रारंभ होणे.

२) भांडवलवादी व कामगार यांच्यामध्ये वर्ग संघर्ष संभवतो.

३) अंतिम स्थितीत साम्राज्यवादी व वसाहतीच्या लोकांमध्ये संघर्ष होईल व वसाहतीतील लोक राष्ट्रीय स्वातंत्र्यासाठी संघर्ष करतील व या जागतिक क्रांतीमुळे साम्राज्यवादाचा विनाश होईल.

पर्याय :

अ) फक्त १ ब) फक्त २ क) फक्त ३ ड) वरील सर्व

२५) मार्क्सने जगातील कामगारांना एक होण्याचे आवाहन केले. कारण–

१) मार्क्सवादी एका आंतरराष्ट्रीय समाजवादी व्यवस्थेसाठी धडपड करतात.

२) 'राष्ट्रवाद' ही ऐतखाऊ लोकांची संकल्पना आहे.

३) कामगारांना दास्यतेतून मुक्त होण्यासाठी सामूहिकरीत्या कृती करणे आवश्यक आहे.

पर्याय : अ) फक्त १ ब) फक्त २ क) १,२ आणि ३ ड) फक्त ३

२६) मार्क्सवादी सिद्धान्ताने साम्राज्यवादास विरोध दर्शविला. कारण

१) साम्राज्यवाद ही ...... भांडवलवादाची अंतिम अवस्था आहे.

२) भांडवलवादाप्रमाणे साम्राज्यवादातही आंतरकलह आहे.

पर्याय :

अ) फक्त १ ब) फक्त २

क) १ आणि २ ड) कोणतेही नाही.

२७) लेनिनने भांडवलवादामध्ये पुढीलपैकी कोणत्या स्थिती निर्माण होतात असे म्हटले?

१) भांडवलवाद हा आंतरराष्ट्रीय क्षेत्रात एकाधिकार स्वरूपाचा बनतो.

२) भांडवलवादाचा कायदा 'असमान राजकीय आणि आर्थिक विकास' हा बनतो.

३) कामगारांची सामूहिक क्रांती केवळ एका भांडवलवादी राज्यात शक्य आहे.

४) अशी क्रांती इतर देशात दबावाखाली असलेल्या वर्गाला प्रेरणा देईल व त्यातून जागतिक क्रांती घडून येईल.

अ) १ आणि २ ब) २ आणि ३

क) ३ आणि ४ ड) वरील सर्व

२८) लेनिनच्या मते भांडवलवादाचा अंत होण्यासाठी दबलेल्या राष्ट्रांना दडपशाही करणाऱ्या राष्ट्रांच्या यंत्रणेतून फुटून बाहेर पडण्याचा अधिकार असतो; त्यास --- हक्क असे म्हटले.

अ) स्वयंनिर्णयाचा ब) वर्गहिताचा

क) सामूहिक क्रांतीचा ड) वर्गसंघर्षाचा

२९) जगातील सर्व राष्ट्र/राज्यांनी परस्परांच्या आर्थिक, सामाजिक व्यवसायांना कमी न उल्लेखता किंवा परस्परावर टीका न करता शांततेने राहिले पाहिजे; याचा अर्थ –

१) समाजवादी कामगार वर्गाची क्रांती एक किंवा अनेक राज्यात विजयी होणे आवश्यक.

२) भांडवलवाद्यांच्या संभाव्य घेरावातून बचाव करण्यासाठी या क्रांतीने स्वतःचा बचाव करणे.

३) सर्वच समाजवादी राज्यांनी कमीत कमी एखाद्या भांडवलवादी राज्याशी शांततापूर्ण सहअस्तित्वाचे वर्तन ठेवले पाहिजे.

पर्याय :

अ) फक्त १ ब) फक्त २

क) १,२ आणि ३ ड) फक्त ३

३०) .... याने भांडवलवाद्यांना 'कागदी वाघ' असे म्हटले आहे.

अ) माओ ब) स्टॅलिन क) ख्रूश्चेव्ह ड) ब्रेझनेव्ह

३१) माओने ज्या तीन जागतिक सिद्धान्ताचे प्रतिपादन केले त्यातील पुढीलपैकी कोणते बरोबर आहे?

१) पहिल्या सिद्धान्तानुसार अमेरिका व रशिया ही महाशक्ती.

२) दुसऱ्या सिद्धान्तानुसार कॅनडा, ब्रिटन, फ्रान्स, ऑस्ट्रेलिया, जपान ही मध्यम शक्तीची राज्ये.

३) तिसऱ्या सिद्धान्तानुसार तिसऱ्या जगातील दुर्बल राष्ट्रे.

अ) फक्त १ ब) फक्त २

क) फक्त ३ ड) वरील सर्व

३२) ....यांना व्यवस्थात्मक दृष्टिकोन प्रतिपादन करण्याचे श्रेय दिले जाते.

अ) जेम्स एन. रोसेनो ब) मॉर्टन काप्लान

क) मॉर्गसन्टर्न ड) कार्ल ड्वाईश

३३) 'पद्धती किंवा व्यवस्था म्हणजे विशिष्ट परिस्थितीतील एक अशी सुव्यवस्थित रचना की जिचे विभिन्न अवयव परस्परातील क्रिया व प्रतिक्रिया यांच्याद्वारे एकमेकांशी संबंध ठेवीत असतात; असे कोणी प्रतिपादन केले ?'

अ) जेम्स एन. रोसेनो ब) मॉर्टन काप्लान

क) टालकॉटपार्सन ड) स्नायडर

३४) पद्धती किंवा व्यवस्था स्वतः निष्क्रियच असते. परंतु, या पद्धतीची रचना करणारी विभिन्न राज्ये मात्र सक्रिय असतात; असे पुढील पैकी कोणत्या कारणामुळे म्हणता येते ?

१) ही राज्ये परस्परांतील क्रिया व प्रतिक्रिया यांच्याद्वारे या आंतरराष्ट्रीय व्यवस्थेत गतिशीलता निर्माण करतात.

२) ही राज्ये आंतरराष्ट्रीय व्यवस्थेत स्थिरता निर्माण करतात.

३) ही राज्ये आंतरराष्ट्रीय व्यवस्थेत परस्परसंबंध प्रस्थापित करतात.

अ) फक्त १ ब) फक्त २

क) फक्त ३ ड) वरील सर्व

३५) व्यवस्था किंवा पद्धतीची रचना ही तिच्या घटकांपेक्षा श्रेष्ठ आहे; याचा अर्थ –

१) ही पद्धतीय घटकांवर अवलंबून असत नाही.

२) ही पद्धतीय घटकांचे परस्पर व्यवहार नियंत्रित करीत असते.

३) ही पद्धतीय घटकांचे परस्पर व्यवहार नियंत्रित करू शकत नाही.

अ) फक्त १ ब) फक्त २

क) फक्त ३ ड) वरील सर्व

३६) पद्धती किंवा व्यवस्थेमागे एक प्रकारची नियम व्यवस्था असते. कारण –

१) ती आपल्या घटकांना मार्गदर्शन करीत असते.

२) व्यवस्था किंवा पद्धती स्वावलंबी असून तिचे घटक या रचनेवर अवलंबून असतात.

अ) फक्त १ ब) फक्त २

क) १ आणि २ ड) दोन्हीही नाही

३७) .....म्हणजे आंतरराष्ट्रीय संबंधाचे विश्लेषण करण्याचा एक मार्ग होय.

अ) परंपरा व संकेत ब) पद्धती किंवा व्यवस्था

क) रचना व बदल ड) दृष्टिकोन व सिद्धान्त

३८) आंतरराष्ट्रीय राजकारणाच्या अभ्यासात व्यवस्थात्मक दृष्टिकोनाचे पुढील पैकी कोणते प्रकार आहेत ?

१) सत्ता संतुलनात्मक दृष्टिकोन २) समतोलाचा दृष्टिकोन

३) द्वि-ध्रुवीय दृष्टिकोन ४) वैश्विक दृष्टिकोन

अ) फक्त १ ब) फक्त २

क) फक्त ३ व ४ ड) वरीलपैकी सर्व

३९) सत्ता संतुलन पद्धतीच्या प्रारंभाची पार्श्वभूमी पुढील पैकी कोणत्या घटनांद्वारे सांगता येते?

१) १६४८ मध्ये राष्ट्र-राज्य व्यवस्थेला प्रारंभ झाला, एकही केंद्रीयसत्ता नव्हती.

२) एकच राज्य जास्त शक्तिशाली बनले तर धोका निर्माण होतो म्हणून इतर राज्ये एकत्र येऊन ती बलाढ्य राष्ट्राविरुद्ध लढली.

पर्याय :

अ) फक्त १ ब) फक्त २

क) १ आणि २ ड) कोणतेही नाही

४०) सत्तासंतुलन पद्धती युरोपीय देशात पुढीलपैकी कोणत्या शतकात अस्तित्वात होती?

अ) बारा, तेरा व चौदाव्या शतकात.

ब) सतरा, अठरा, एकोणिसाव्या शतकात.

क) अठरा, एकोणीस व विसाव्या शतकात.

ड) वरीलपैकी कोणत्याही नाही.

४१) सत्तासंतुलन पद्धतीत.... शक्तिशाली राज्यांचे अस्तित्व आवश्यक असते.

अ) सहा ब) सात क) आठ ड) नऊ

४२) सत्तासंतुलन पद्धतीत पुढीलपैकी कोणत्या नियमांचे पालन केले जाते?

१) राजनैतिकतेच्या माध्यमातून प्रत्येक राज्याने शक्ती वाढविणे.

२) प्रत्येक राष्ट्राने राष्ट्रहितास प्राधान्य देऊन आवश्यकता भासल्यास युद्ध करणे.

३) युद्ध झाल्यास शत्रू राष्ट्राचा अधिकाधिक नाश करणे.

४) कोणत्याही एका राष्ट्रास किंवा गटास अधिपत्य स्थापित करून देणे.

५) विश्वराज्यीय संस्था निर्माण करू इच्छिणाऱ्या राज्यांना त्यापासून रोखणे.

६) पराभूत राष्ट्रास सत्तासंतुलन पद्धतीत/गटात सामील करणे.

अ) १,२,३ ब) ३,४,५ क) ४,५,६ ड) वरील सर्व

४३) शिथिल द्वि–ध्रुवीकरण पद्धतीची पुढीलपैकी कोणती वैशिष्ट्ये सांगता येतील? –

१) या पद्धतीत जगाचे विभाजन दोन प्रभावी व परस्पर विरोधी गटात विचारधारेच्या तत्त्वानुसार होत असते.

२) या पद्धतीत शक्ती – गटामध्ये अंतर्गत मतभेद असू शकतात.

३) या पद्धतीत गट बदलण्याची संभावना कमी असते.

४) तिसऱ्या गटाचे आंतरराष्ट्रीय क्षेत्रात अस्तित्व राहू शकते.

५) आवश्यकतेनुसार यापद्धतीचे रूपांतर दृढ द्वि–ध्रुवीय पद्धती, विश्वात्मक संतुलन पद्धती, श्रेणीबद्ध पद्धती, एकात्मक नकाराधिकार पद्धती पैकी कोणत्याही एका किंवा अनेक पद्धतीत होऊ शकते.

अ) १ आणि २ ब) ३ आणि ५

क) ४ आणि ५ ड) वरील सर्व

४४) जगातील तटस्थ राष्ट्रे नष्ट होऊन कोणत्या तरी गटात सामील होणे व आंतरराष्ट्रीय संघटन समाप्त होऊन जगात केवळ दोन प्रभावी गट राहणे; हे .... निर्माण झाले तर होऊ शकते.

अ) दृढ द्वि–ध्रुवीकरण ब) विश्वात्मक संस्था पद्धती

क) श्रेणीबद्ध पद्धती ड) एकात्मक नकाराधिकार पद्धती

४५) विश्वात्मक संस्था पद्धतीत पुढीलपैकी कोणती विधाने योग्य आहेत?

१) या पद्धतीत आंतरराष्ट्रीय संघटनांची निर्मिती शिथिल द्वि–ध्रुवीकरणातून निर्माण होईल.

२) प्रत्येक राज्य आपले कार्य व जबाबदारी पार पाडेल व शक्ती वाढविण्याचा प्रयत्न करेल.

३) सर्व राष्ट्रे आपले ध्येय शांततेच्या मार्गाने गाठण्याचा प्रयत्न करतील.

४) आंतरराष्ट्रीय पातळीवर एक संघ सरकार असेल.

५) राज्यांचे निर्णय या पद्धतीस पोषक असतील.

अ) १ व ३ ब) २ व ४ क) ४ व ५ ड) वरील सर्व

४६) ज्यावेळेस विश्वात्मक किंवा आंतरराष्ट्रीय संस्थात्मक पद्धतीही छिन्नविछिन्न होते तरी त्यातून --- निर्माण होऊ शकते व सर्व राष्ट्रे सामूहिकरीत्या एका शक्तिशाली राष्ट्राच्या नेतृत्वाखाली येतात.

अ) दृढ द्वि-ध्रुवीकरण ब) श्रेणीबद्ध पद्धती

क) शिथिल द्वि-ध्रुवीकरण पद्धती ड) एकात्मक शासनपद्धती

४७) ...... ही निर्देशात्मक किंवा अनिर्देशात्मक असू शकते.

अ) श्रेणीबद्ध पद्धती ब) विश्वात्मक संस्था पद्धती

क) दृढ द्वि-ध्रुवीकरण पद्धती ड) शिथिल द्वि-ध्रुवीकरण पद्धती

४८) निर्देशात्मक श्रेणीबद्ध पद्धतीची निर्मिती संपूर्ण जग --- राष्ट्राद्वारे जिंकून निर्माण होऊ शकेल.

अ) एक ब) तीन क) चार ड) पाच

४९) .....पद्धतीत एक राष्ट्रप्रमुख व तद्अंतर्गत राष्ट्रांना शक्तीचे वाटप त्याच्या श्रेणीनुसार केले जाईल.

अ) निर्देशात्मक श्रेणीबद्ध ब) अनिर्देशात्मक श्रेणीबद्ध

क) दृढ द्वि-ध्रुवीकरण ड) विश्वात्मकसंस्था पद्धती

५०) ज्यावेळी प्रत्येक राज्याकडे दुसऱ्याचा विनाश करू शकतील अशी भयानक शस्त्रे असतील अशा परिस्थितीत .... पद्धती निर्माण होऊ शकेल.

अ) दृढ द्वि-ध्रुवीकरण ब) विश्वात्मक संस्था

क) श्रेणीबद्ध ड) एकात्मक नकाराधिकार

५१) ज्यावेळेस शांतता भंग करणाऱ्या राष्ट्राविरुद्ध सर्व राष्ट्रे उभी राहतील; तेव्हा .... पद्धती यशस्वी होऊ शकते.

अ) श्रेणीबद्ध ब) विश्वात्मक संस्था

क) एकात्मक नकाराधिकार ड) शिथिल द्वि-ध्रुवीकरण

५२) निर्णय घेणे हे प्रशासनातील अत्यंत महत्त्वाचे कार्य आहे. हे .....यांनी प्रतिपादन केले.

अ) हर्बर्ट सायमन ब) स्टॅनले हॉफमन

क) ऑर्थर बेंटले ड) मॉर्टन काप्लान

५३) 'आंतरराष्ट्रीय राजकारण म्हणजे राज्याच्या क्रिया, प्रतिक्रिया व पारस्परिक क्रिया आहेत.' असे .... सिद्धान्तात गृहीत धरले गेले.

अ) समतोल दृष्टिकोन ब) निर्णयग्राही दृष्टिकोन

क) व्यवस्थात्मक दृष्टिकोन ड) वास्तववादी दृष्टिकोन

५४) परराष्ट्रधोरणातील निर्णयांचे विश्लेषण करण्याचा दृष्टिकोन सर्वप्रथम .... व त्यांचे सरकारी एच.डब्ल्यू. ब्रुक व बर्टन सपिन यांनी १९५० मध्ये प्रतिपादन केला.

अ) मॉर्टन काप्लान ब) ऑर्थर बेंटले

क) प्रो. रिचर्ड स्नायडर ड) टालकॉट पार्सन

५५) ..... दृष्टिकोन राज्यांना एखाद्या कार्यकर्त्याप्रमाणे मानून विशिष्ट परिस्थितीत कोणते निर्णय घेतले जातात याचे निदान करता येते.

अ) समतोल ब) निर्णयग्राही

क) वास्तववादी ड) व्यवस्थात्मक

५६) निर्णयग्राही दृष्टिकोनाबाबत पुढीलपैकी कोणत्या विचारवंतानी विचार मांडले.

१) एडवर्ड शिल्स, स्नायडर, ब्रुक, सापिन

२) मॉर्टन काप्लान, ऑर्थर बेंटले, एच.एल. चाईल्डस्

३) जॉर्ज लिस्का, लास्वेल, टालकॉट पार्सन

अ) फक्त १ ब) फक्त २

क) फक्त ३ ड) वरील सर्व

५७) ....च्या विश्लेषणाचा अर्थ असा की, एका राष्ट्राद्वारे दुसऱ्या राष्ट्राबाबत विशिष्ट धोरण का निर्धारित करण्यात आले याचा तपास लावणे होय.

अ) आंतरराष्ट्रीय राजकारण ब) धोरण निर्धारण

क) परराष्ट्र धोरण ड) निर्णयग्राही दृष्टिकोन

५८) .....शतकांपूर्वी ग्रीक नगरराज्ये परस्परात युद्ध व शस्त्रांबाबत निर्णय घेत असत. व निर्णय घेताना राज्ये निर्णयाला प्रभावित करणाऱ्या घटकांचाही विचार करीत असत.

अ) अठरा ब) वीस क) बावीस ड) चोवीस

५९) .....ने विदेशी नीतिसंबंधी निर्णय घेण्याबाबत राजाला उपदेश केलेला आढळतो.

अ) भवभूती ब) कौटिल्य
क) बाण ड) भास्कराचार्य

६०) मध्ययुगाच्या शेवटी व आधुनिक युगाच्या प्रारंभी.....ने राजास अंतर्गत व बाह्य राजकारणाबाबत निर्णय घेण्यासंबंधी मार्गदर्शन केलेले आढळते.

अ) रूसो ब) मॅकिएव्हेली क) बेंथॅम ड) जॉन लॉक

६१) ....व त्यांच्या सहकाऱ्यांनी निर्णयग्राह्याची कल्पना शास्त्रीय निकष लावून प्रतिपादन केली आहे.

अ) मॉर्गेन्था ब) वॉल्टर लिपमन
क) रिचर्ड स्नायडर ड) कार्ल ड्वाईश

६२) निर्णय ग्राह्याचा सिद्धान्त हा ......विश्लेषणात्मक पद्धतीवर आधारित आहे.

अ) सूक्ष्म ब) स्थूल क) व्यवस्थात्मक ड) रचनात्मक

६३) राजकीय व्यवस्थेतील अगदी सूक्ष्म अशा घटनेवर लक्ष ठेवून त्यातून निर्णय घेण्याची प्रक्रिया --- या सिद्धान्तात होते.

अ) समतोल ब) निर्णयग्राही क) वास्तववादी ड) व्यवस्थात्मक

६४) ....यांच्या मते, काही निर्णय बदललेल्या परिस्थितीनुसार घ्यावे लागतात तर काही भरपूर उपलब्ध माहितीच्या आधारावर व काही निर्णय अल्पमाहितीच्या आधारावर घ्यावे लागतात.

अ) रिचर्ड स्नायडर ब) मॉर्गेन्था
क) वॉल्टर लिपमन ड) चार्लस्. इ. लिन्डब्लोम

६५) निर्णयग्राही दृष्टिकोनात पुढीलपैकी कोणते दोन प्रमुख उद्देश आहेत ?

१) राजकीय क्षेत्रात जेथे निर्णय घेतले जातात व त्यानुसार प्रत्यक्ष कार्य केले जाते अशा निर्णायक किंवा महत्त्वाच्या रचनेची ओळख करून घेणे.

२) निर्णयाचे शास्त्रीय व पद्धतशीर विश्लेषण करणे.

३) शेजारील राज्य युद्धात उतरले असता आपल्या राज्याने तटस्थ राहणे.

अ) १ आणि २ ब) २ आणि ३
क) १ आणि ३ ड) वरीलपैकी कोणतेही नाही.

६६) निर्णयग्राह्य दृष्टिकोनात ....प्रमुख निर्णयात्मक केंद्र मानले जाते.

अ) वर्गास ब) समाजास
क) राज्यास ड) संघटनेस

६७) आंतरराष्ट्रीय राजकारणाबाबत निर्णय घेत असताना धोरण निर्धारकांवर पुढील पैकी कोणत्या परिस्थितींचा प्रभाव पडत असतो ?

१) बाह्य स्थिती, अंतर्गत स्थिती

२) शेजारील राज्याची स्थिती, संघटनेची स्थिती

३) व्यक्तिमत्वाचा प्रभाव

४) वातावरणाचा प्रभाव, कार्यकारिणी व विधिमंडळाचा प्रभाव

अ) फक्त १ आणि २ ब) १,२,४

ब) २,३,४ ड) १,३,४

६८) निर्णय घेताना निर्णय निर्धारक पुढीलपैकी कोणत्या बाह्य स्थितीचा विचार करतात ?

अ) राज्याबाहेरील जागतिक संघटना, जागतिक लोकमत, बड्या शक्तींचे सैनिकीकरण

ब) संघटना, शेजारील राष्ट्रे , आंतरराष्ट्रीय करार

अ) फक्त १ ब) फक्त २

ब) १ आणि २ ड) कोणतेही नाही.

६९) परराष्ट्र धोरण विषयक निर्णय घेत असताना पुढीलपैकी कोणत्या अंतर्गत स्थितीचा विचार केला जातो ?

१) राज्याचे अंतर्गत राजकारण, राज्यातील लोकमत.

२) भौगौलिक स्थिती, शासनातील प्रमुख व्यक्ती व त्यांचे कार्य.

३) निर्णय घेणारी शासनयंत्रणा, राज्यातील दबावगट, राज्यातील भौतिक, तांत्रिक व आर्थिक स्थिती, राज्याच्या ध्येयधोरणाचा विचार.

अ) फक्त १ ब) फक्त २ क) १,२,३ ड) २ व ३

७०) ....यांनी निर्णय का व कसे घेतले जातात यावर भर न देता निर्णयोत्तर परिणामांवर भर दिला.

अ) मॉटर्न काप्लान व जेम्स एन. रोसेनो ब) हेरॉल्ड व मागरिट स्प्राउट

क) रिचर्ड स्नायडर, एच.डब्ल्यू. ब्रुक ड) मॉर्गेन्था, प्रो. ई.एच.कार

७१) पुढीलपैकी कोणत्या व्यक्तींच्या व्यक्तिमत्त्वाचा व वर्तणुकीचा त्यांच्या राष्ट्रीय, आंतरराष्ट्रीय क्षेत्रांत घेतलेल्या निर्णयावर अथवा परराष्ट्र धोरणासंबंधी घेतलेल्या निर्णयावर प्रभाव आढळतो ?

१) प्रे. वुड्रो विल्सन, प्रे. ट्रूमन, प्रे. केनेडी

२) स्टॅलिन, ख्रुश्चेव्ह

३) पं. जवाहरलाल नेहरू, लालबहादूर शास्त्री, इंदिरा गांधी

अ) फक्त १ ब) फक्त २ क) फक्त ३ ड) वरील सर्व

७२) विधान क) : प्रत्येक राज्याच्या निर्णयात फरक आढळतो. कारण ख) : प्रत्येक धोरण निर्धारकावर मनोवैज्ञानिक वातावरणाचा परिणाम आढळून येतो.

अ) 'क' आणि 'ख' सत्य आहेत व 'ख' हे योग्य कारण आहे.

ब) 'क' आणि 'ख' सत्य आहेत परंतु 'ख' हे योग्य कारण नाही.

क) 'क' बरोबर आहे 'ख' चूक आहे.

ड) 'क' चूक आहे 'ख' बरोबर आहे.

७३) जोड्या जुळवा.

खालील सांकेतिकांमधून योग्य पर्याय निवडा.

यादी १ (विचारवंत)	**यादी २ (सिद्धान्त/दृष्टिकोन)**
अ) मॉर्गेन्था	१) व्यवस्थात्मक सिद्धान्त
ब) बर्नार्ड कोहेन	२) खेळ सिद्धान्त
क) मॉर्टन काप्लान	३) निर्णयग्राही दृष्टिकोन
ड) एमिल बर्ड	४) वास्तववादी शाळा

सांकेतिके :

	अ	ब	क	ड
अ)	४	३	१	२
ब)	२	१	३	४
क)	४	१	३	२
ड)	२	३	१	४

७४) जोड्या जुळवा.

खालील सांकेतिकांमधून योग्य पर्याय निवडा.

यादी १ (सिद्धान्त/दृष्टिकोन)	**यादी २ (विचारवंत)**
अ) वास्तववादी दृष्टिकोन	१) वॉल्टर लिपमन, मॉर्गेन्था/, कौटिल्य
ब) निर्णयग्राही सिद्धान्त	२) लीबनीझ, जॉन फॉन न्युमन, ऑस्कर मॉर्गन्सटर्न, मार्टिन शुबीक, कार्ल ड्वाइश
क) व्यवस्थात्मक सिद्धान्त	३) मॉर्गेन्था, नित्शे, काउफमन ट्राइश्क,

हॅरॉल्ड लास्वेल, फ्रेड्रिक वॅटकिन्स

ड) खेळ सिद्धान्त	४) जेम्स एन.रोसेना, मॉर्टन काप्लान

सांकेतिके :

	अ	ब	क	ड
अ)	१	२	३	४
ब)	२	४	१	३
क)	३	१	४	२
ड)	४	२	३	१

७५) ....यांनी कार्यकारिणी व विधिमंडळाच्या विचारांचा प्रभाव निर्णयावर पडत असतो असे मत व्यक्त केले.

अ) प्रे. ट्रुमन	ब) रोजर हिल्समन

क) जोसेफ फ्रँकेल	ड) मॉर्टन काप्लान

७६) .....यांच्या मते परराष्ट्र धोरणाची रूपरेखा तयार करणाऱ्या अधिकृत व अनधिकृत कार्यकर्त्यांच्या परस्पर व्यवहाराचा विचार करणे आवश्यक आहे.

अ) जोसेफ फ्रँकेल	ब) मॉर्टन काप्लान

क) बर्नाड कोहन	ड) मार्गारिट स्प्राउट

७७) ....यांनी निर्णय व तर्कबुद्धीचा संबंध परराष्ट्र धोरणाच्या संदर्भात दर्शविला.

अ) जोसेफ फ्रँकेल	ब) स्नायडर

क) रोजर हिल्समन	ड) हेरॉल्ड लास्वेल

७८) .....यांच्या मते निर्णय म्हणजे राजकीय व्यवस्थेतील 'Outputs' होय.

अ) गॅब्रिएल आल्मंड	ब) ल्युसिअन पाय

क) नित्शे	ड) डेव्हिड इस्टन

७९) निर्णयग्राही दृष्टिकोनावर पुढीलपैकी कोणते आक्षेप घेतले जातात.–

१) हा दृष्टिकोन अनिश्चित तत्त्वांवर आधारलेला आहे.

२) केवळ निर्णय घेण्याचा विचार असून तो योग्य किंवा अयोग्य याचा विचार केलेला नाही.

३) सत्तेच्या राजकारणाचा व आंतरराष्ट्रीय वर्तणुकीच्या इतर पद्धतींचा या दृष्टिकोनात विचार केलेला नाही.

४) या सिद्धान्ताची उपयुक्तता उपलब्ध माहितीवर अवलंबून आहे. अचूक माहिती न मिळाल्यास निर्णय चुकीचे होण्याची शक्यता असते.

अ) १ आणि २ ब) २ व ३ क) ३ व ४ ड) वरील सर्व

८०) निर्णयग्राही दृष्टिकोन पद्धती .....मध्ये अत्यंत लोकप्रिय झाली.

अ) इंग्लंड ब) भारत क) अमेरिका ड) फ्रान्स

८१) ....मध्ये....याने सर्वप्रथम युद्धनीतीच्या दृष्टीने खेळ सिद्धान्ताचे प्रतिपादन केले.

अ) १९२८, जॉन फॉन न्यूमन

ब) १७१०, लीबनीझ (गणितज्ज्ञ व तत्त्ववेत्ता)

क) १९२०, कार्ल इ्वाईश

ड) १६२५, मार्टिन शुबीक

८२) ....मध्ये....याने खेळ सिद्धान्ताचे महत्त्व प्रतिपादन करणारे प्रमेय मांडले.

अ) १९२८, जॉन फॉन न्यूमन

ब) १९४४, न्युमन व ऑस्कर मॉर्गन्सटर्न

क) १७१०, लीबनीझ

ड) १९२०, कार्ल इ्वाईश

८३) ....मध्ये ....यांनी आर्थिक क्षेत्राबाबत खेळ सिद्धान्ताचे प्रतिपादन केले.

अ) १९२८, जॉन फॉन न्युमन ब) १७७०, लिबनीझ

क) १९४४, न्यूमन, ऑस्कर मॉर्गन्सटर्न ड) १९२०, कार्ल इ्वाईश

८४) ....ही विश्लेषणची एक पद्धती असून परिस्थितीनुरूप कोणते पवित्रे घ्यावे याचे उत्तम दिग्दर्शन करणारा हा महत्त्वपूर्ण सिद्धान्त आहे.

अ) निर्णयग्राही ब) वास्तववादी क) समतोल ड) खेळ सिद्धान्त

८५) आंतरराष्ट्रीय राजकारणात खेळ सिद्धान्ताचे मुख्य प्रतिपादन....व.... यांनी केले.

अ) न्यूमन व ऑस्कर मॉर्गन्सटर्न ब) मार्टिन शुबीक व कार्ल इ्वाईश

क) लीबनीझ व एजवर्थ ड) मॉर्टन काप्लान व न्यूमन

८६) .....याने आर्थिक प्रक्रिया व युद्धनीतिच्या दृष्टीने एक नमुना प्रस्तुत केला.

अ) एजवर्थ ब) न्यूमन क) श्वार्त्झेनबर्गर ड) काप्लान

८७) खेळ सिद्धान्तामध्ये प्रामुख्याने –

अ) आंतरराष्ट्रीय राजकारणाचे आकलन होण्यासाठी खेळाला साधन

बनविण्यात आले.

ब) परस्परविरोधी राज्यांना खेळाडूंच्या दोन गटांप्रमाणे समजून एकमेकांच्या हालचालींचा अंदाज घेतला जातो.

क) यासाठी खेळाडूंना म्हणजे राज्यांना इतर राज्यांचे सामर्थ्य, कौशल्य, स्थितीबाबत अगोदर माहिती प्राप्त करणे आवश्यक असते.

ड) कारण त्या आधारावरच एक पक्ष दुसऱ्या पक्षाचे डावपेच विफल करण्याचा प्रयत्न करीत असतो; तसेच भविष्यकालीन हालचाली निश्चित करतो.

अ) फक्त १ व २ ब) २ आणि ३

क) ३ आणि ४ ड) वरील सर्व

८८) खेळ सिद्धान्ताच्या संदर्भात .... व ..... या देशांना दोन खेळाडू मानले; तर आर्थिक स्थिती, तंत्रविज्ञान, सैन्यशक्ती इत्यादीची माहिती काढावी लागते याशिवाय बड्या देशांचे त्यांच्याबरोबर असलेले धोरण पडताळून पहावे लागते.

अ) भारत व नेपाळ ब) भारत व पाकिस्तान

क) भारत व बांगलादेश ड) भारत व श्रीलंका

८९) खेळाडूंमधील संघर्ष म्हणजे –

१) आंतरराष्ट्रीय क्षेत्रात परस्परविरोधी दोन तुल्यबळ प्रभावी पक्ष असतात.

२) त्यांच्या परस्परविरोधी धोरणांमुळे त्यांच्यात संघर्ष अटळ असतो.

अ) फक्त १ ब) फक्त २ क) १ आणि २ ड) कोणतेही नाही

९०) आंतरराष्ट्रीय राजकारणातील खेळांचे नियम म्हणजे –

१) ज्या प्रमाणे खेळाडूंचे दोन पक्ष आपल्या बळाचा विचार करून खेळाचे काही नियम निश्चित करतात, तसेच परस्परविरोधी राष्ट्रेही आपली स्थिती व बळ लक्षात घेऊन काही नियम तयार करतात.

२) परस्परविरोधी राष्ट्रांनी युद्धनीतिचा अवलंब न करणे.

अ) फक्त १ ब) फक्त २

क) १ आणि २ ड) वरीलपैकी कोणतेही नाही

९१) खेळ सिद्धान्तात सूचना प्राप्त करणे म्हणजे –

१) आपल्या प्रतिस्पर्धी राष्ट्रातील अंतर्गत व बाह्य व्यवहाराबाबत माहिती काढण्यासाठी गुप्तहेर व अन्य साधनांचा उपयोग करणे.

२) अंतर्गत स्थितीत प्रतिस्पर्धी राष्ट्रातील आर्थिक, तांत्रिक व सैनिक क्षमतेचा अंदाज घेतला जातो.

३) बाह्य स्थितीत प्रतिस्पर्धी राष्ट्राचे मित्र व शत्रूंचा त्या राष्ट्राविषयीचा दृष्टिकोन जाणून घेण्याचा प्रयत्न केला जातो.

अ) फक्त १ ब) २ व ३

क) १,२,३ ड) १ व ३

१२) खेळ सिद्धान्तात.....परस्परांविरुद्ध युद्धनीति निर्धारित करीत असतात. शत्रुराष्ट्राच्या हालचाली लक्षात घेऊन आपले युद्ध धोरण ठरवीत असतात.

अ) वर्ग ब) गट क) समुदाय ड) राष्ट्रे

१३) मूल्यफेड (Pay off) म्हणजे –

अ) राजकारणातील खेळाचे मूल्यमापन करणे, युद्धकाळात मिळणाऱ्या लाभाचे अनुमान काढणे.

ब) राजकारणातील खेळाचे नियम सांगणे.

क) राजकारणातील नियम तयार करणे.

ड) प्रतिस्पर्धी राष्ट्राचा प्रतिस्पर्धी राष्ट्राबद्दल दृष्टिकोन जाणून घेण्याचा प्रयत्न करणे.

१४) खेळ सिद्धान्तात......हे पाच नियम आढळतात.

१) संघर्ष, खेळाचे नियम, सूचनाप्राप्ती, युद्धनीती व मूल्यमापन

२) सहकार्य, आंतरराष्ट्रीय संबंध, निःशस्त्रीकरण, स्थिती व बळाचा वापर

अ) फक्त १ ब) १ आणि २

क) फक्त ३ ड) वरीलपैकी कोणतेही नाही

१५) खेळ सिद्धान्तात तीन महत्त्वपूर्ण व समान स्वरूपाचे खेळ कोणते आढळतात?

१) हितसंबंधाचे खेळ २) परस्परविरोधी हितसंबंधाचे खेळ

३) संमिश्र हितसंबंधाचे खेळ ४) वर्गीय हितसंबंधाचे खेळ

अ) १ व २ ब) २ व ३ क) १,२,३ ड) २,३,४

१६) समजूतदार खेळाद्वारे व सहकार्याच्या तत्त्वावर खेळल्या जाणाऱ्या खेळास..... असे म्हणतात.

अ) समान हितसंबंधाचे खेळ ब) हितसंबंधाचे खेळ

क) संमिश्र हितसंबंधाचे खेळ ड) मैत्रीपूर्ण खेळ

१७) खेळाडूंचे सहकार्य अशक्य असल्यामुळे परस्परावर दबाव आणण्याचा प्रयत्न ....या खेळात केला जातो.

अ) परस्परविरोधी हितसंबंधाचे खेळ ब) हितसंबंधी खेळ
क) विरोधाभासी खेळ ड) संमिश्र खेळ

९८) .....यात सहकार्य व विरोध या दोन्हींची शक्यता असते.

अ) हितसंबंधी खेळ ब) परस्परविरोधी हितसंबंधाचे खेळ
क) संमिश्र हितसंबंधाचे खेळ ड) विरोधी खेळ

९९) खेळाचे महत्त्वपूर्ण प्रकार कोणते?

१) शून्य योग खेळ
२) सतत किंवा अविरत योग खेळ
३) अशून्य योग खेळ

अ) फक्त १ आणि २ ब) फक्त २ आणि ३
क) फक्त १ आणि ३ ड) वरील सर्व

१००) जेव्हा खेळातील एक पक्ष प्रतिस्पर्ध्याला पूर्णपणे नष्ट करून विजयी होतो; त्यास ...... असे म्हणतात.

अ) सतत/अविरत खेळ ब) शून्य योग खेळ
क) अशून्य खेळ ड) संमिश्र खेळ

१०१) शून्य योग खेळामध्ये पुढील कोणत्या बाबींचा समावेश होतो?

१) असा खेळ सर्वंकष अमर्यादित अवस्थेत निर्माण होऊ शकतो तसेच यात दोन्ही पक्ष जीवन-मरणात्मक संघर्षात गुंतलेले असतात.
२) यात लाभ व नुकसान यांचे समीकरण सारखेच असते.
३) यात फक्त दोनच खेळाडूंचा समावेश असतो त्यामुळे विजय-पराभव परस्परांना रद्द करतात.

अ) फक्त १ ब) फक्त २ क) फक्त ३ ड) वरील सर्व

१०२) 'अविरत योग खेळ' म्हणजे -

१) जेव्हा एक गट किंवा पक्ष दुसऱ्या पक्षाचे किंवा गटाचे कोणतेही नुकसान होऊ न देता स्वतः जास्तीत जास्त लाभ प्राप्त करून घेतो असा खेळ.
२) जेव्हा एक गट किंवा पक्ष दुसऱ्या पक्षाचे किंवा गटाचे नुकसान करून लाभ मिळवतो.

अ) फक्त १ ब) फक्त २
क) १ आणि २ ड) कोणतेही नाही

१०३) अविरत योग खेळात -

१) प्रतिस्पर्ध्याचे नुकसान करणे व त्याच्याशी संघर्ष करणे अभिप्रेत नसून

प्रतिस्पर्ध्याबरोबर सहकार्य करण्याचा प्रयत्न केला जातो.

२) यात स्वतःचा अधिकाधिक फायदा करून घेण्याकडे कल असतो.

अ) फक्त १ ब) फक्त २

क) १ आणि २ ड) वरीलपैकी कोणतेही नाही

१०४) .....म्हणजे जेव्हा परस्परविरोधी राज्ये निरंतर संघर्ष व सहकार्य दोहोत व्यस्त असणारा खेळ होय.

अ) अ शून्य योग खेळ ब) सतत किंवा अविरत खेळ

क) शून्य योग खेळ ड) संमिश्र हितसंबंधाचा खेळ

१०५) अशून्य योग खेळामध्ये –

१) खेळात खेळाडूंची संख्या जास्त होणे. त्यावेळी कोणाचे नुकसान किंवा लाभ झाला हे जाणणे कठीण असते.

२) खेळाडूंमध्ये सहमीलन होते व त्यातून स्वतःचा लाभ करून घेण्याचा प्रयत्न खेळाडू करतात.

अ) फक्त १ ब) फक्त २

क) १ आणि २ ड) कोणतेही नाही

१०६) खेळ सिद्धान्त परराष्ट्र धोरणाबाबत विश्वासार्ह मानला जात नाही कारण –

१) यात प्रत्येक राष्ट्र दुसऱ्याच्या कृती व सद्व्यवहाराबद्दल साशंक असते. यास Prisoner dilemma म्हणतात.

२) राज्ये सदैव प्रतिस्पर्ध्याची खरी इच्छा काय याबाबत साशंक असतात.

अ) फक्त १ ब) फक्त २

क) १ आणि २ ड) कोणतेही नाही

१०७) खेळ सिद्धान्ताच्या तंत्राचा थोडा बहुत उपयोग राष्ट्राचे धोरणा विषयक अंदाज बांधण्याइतपत होऊ शकतो. या सिद्धान्ताद्वारे धोरणविषयक स्पष्ट मार्गदर्शन होण्याऐवजी राज्या–राज्यांमधील कठीण प्रश्नच पुढे येतात.

अ) पेडल फोर्ड व लिंकन ब) क्विन्सी राईट व थॉमस शिलिंग

क) न्यूमन व लिबनीझ ड) मॉर्टन काप्लान

१०८) खेळ सिद्धान्ताचा उपयोग –

१) युद्धाच्या डावपेचात्मक खेळाबाबत सैनिकांना व त्यांच्या अधिकाऱ्यांना प्रशिक्षण देण्यासाठी उपयुक्त ठरू शकतो.

२) राजकारणातील कठीण समस्यांचे ज्ञान होते.

३) परराष्ट्र धोरणासाठी उपयोग होतो.

अ) फक्त १ ब) फक्त २

क) फक्त १ आणि २ ड) फक्त २ आणि ३

१०९) खेळ सिद्धान्त हा मर्यादित युद्ध, शीतयुद्ध, अचानक आक्रमण किंवा अण्वस्त्राबाबत धाकदपटशा याबाबत उपयोगी पडत नाही.''

अ) लिंकन ब) पेडल फोर्ड

क) थॉमस शिलिंग ड) मॉर्टन काप्लान

११०) 'खेळ सिद्धान्तानुसार शीतयुद्धाचे विश्लेषण करून जर परराष्ट्र धोरण ठरवू लागले तर परस्परातील मतभेद समाप्त न होता ते उलट वाढत जातील व आपणास अपयश येईल; एवढेच नव्हे तर आपण संपूर्ण विनाशाच्या टोकाला जाऊन उभे राहू.' असे कोण म्हणाले ?

अ) मॉर्टन ब) क्विन्सी राईट

क) थॉमस शिलिंग ड) कार्ल ड्वाइश

उत्तरे

१) – क
२) – अ
३) – ब
४) – ड
५) – अ
६) – क
७) – क
८) – ब
९) – क
१०) – अ
११) – ब
१२) – ड
१३) – क
१४) – अ
१५) – ब
१६) – क
१७) – क
१८) – ब
१९) – अ
२०) – क
२१) – क
२२) – ब
२३) – अ
२४) – ड
२५) – क
२६) – क
२७) – ड
२८) – अ
२९) – क
३०) – अ
३१) – ड
३२) – ब
३३) – अ
३४) – अ
३५) – ब
३६) – क
३७) – ब
३८) – क
३९) – क
४०) – ब
४१) – अ
४२) – ड
४३) – ड
४४) – अ
४५) – ड
४६) – ब
४७) – अ
४८) – अ
४९) – ब
५०) – ड
५१) – क
५२) – अ
५३) – ब
५४) – क
५५) – ब
५६) – अ
५७) – क
५८) – ड
५९) – ब
६०) – ब
६१) – क
६२) – अ
६३) – ब
६४) – ड
६५) – अ
६६) – क
६७) – ड
६८) – अ
६९) – क
७०) – ब
७१) – ड
७२) – अ
७३) – ब
७४) – क
७५) – ब
७६) – क
७७) – अ
७८) – ड
७९) – ड
८०) – क
८१) – ब
८२) – अ
८३) – क
८४) – ड
८५) – ब
८६) – अ
८७) – ड
८८) – ब
८९) – क
९०) – अ
९१) – क
९२) – ड
९३) – अ
९४) – ब
९५) – क
९६) – ब
९७) – अ
९८) – क
९९) – ड
१००) – ब
१०१) – ड
१०२) – क
१०३) – क
१०४) – अ
१०५) – क
१०६) – क
१०७) – अ
१०८) – अ
१०९) – क
११०) – ब

विभाग अ

प्रकरण १४

राज्य व सार्वभौम व्यवस्था

(State and the Global Order)

- ✡ नव-उदारवाद
- ✡ जागतिकीकरण
- ✡ प्रादेशिक आर्थिक एकीकरण/एकात्मता
- ✡ जागतिकीकरणाचे स्वरूप व परिणाम

प्रमुख मुद्दे

- ✡ जागतिकीकरणामध्ये जागतिकीकरण, खुलाव्यापार (उदारीकरण), खासगीकरण यांचा समावेश होतो.
- ✡ खुल्या व्यापारामध्ये शासनाची नियंत्रणे अधिक प्रमाणात कमी व्हावीत या दृष्टिकोनातून प्रयत्न केला जातो. शासनाने व्यापारवृद्धीसाठी साहाय्य करणे, त्यावर अनावश्यक नियंत्रणे ठेवू नये हे तत्त्व आहे.
- ✡ ॲडम स्मिथ याने 'अर्थपरायण मानव' असा उल्लेख केला. जागतिकीकरण म्हणजे आर्थिक एकात्मीकरणाकडे नेणारी विशाल प्रक्रिया असे वर्णन केले जाते.
- ✡ विकसनशील देशांमध्ये खुल्या आर्थिक धोरणामुळे विकासाचा वेग वाढेल, कार्यक्षमता वाढेल, अकार्यक्षमता कमी होईल व लाचलुचपतही कमी होईल.
- ✡ **गॅट (GATT - General Agreement on Tariffs and Trade)** म्हणजे व्यापार व जकातविषयक सार्वत्रिक करारनामा होय. हा करार १९४८ मध्ये अस्तित्वात आला.
- ✡ जानेवारी १९९५ मध्ये गॅट १९९४ च्या तरतुदीनुसार जागतिक व्यापार संघटना स्थापन झाली.

- ✡ नवीन आंतरराष्ट्रीय अर्थव्यवस्थेने न्यूनतम आयचे धोरण निर्धारित केले; तसेच नवीन अर्थव्यवस्था अंमलात आणण्यासाठी ३ अवस्था योजल्या.
- ✡ १९७७ मध्ये महासभेने ठराव करून आंतरराष्ट्रीय अर्थव्यवस्थेबाबत यूनोच्या चौकटीत राहून उर्जाशक्ती, कच्चामाल, व्यापार विकास, चलन व्यवस्था यांचा समावेश केला गेला.
- ✡ जागतिकीकरणामुळे संपर्काचा वेग वाढला व त्यामुळे जगातील वेगवेगळ्या ग्राहकांच्या मागण्यांमध्ये साम्य वाढ होण्याची शक्यता निर्माण झाली; तसेच उत्पादित मालाचा दर्जा वाढून, उत्पादनाचा खर्च कमी होऊन जागतिक गुंतवणुकीत वाढ होऊ लागली. उत्पादनाच्या प्रक्रियेमध्ये काही बदल होऊ लागतील. विकसनशील देशातील शेती, वनसंपत्ती, पशुधन, माहिती तंत्रज्ञान, वैद्यकशास्त्र यात वाढ होईल.
- ✡ जागतिकीकरणामुळे विकसनशील देशांना नव्या दुष्परिणामांना तोंड द्यावे लागणार आहे; कारण विकसित देशातल्या बहुराष्ट्रीय कंपन्यांशी स्पर्धा करण्यात विकसनशील देशातील उद्योगांना स्पर्धा करणे अवघड होणार आहे. तसेच राजकीय, सामाजिक व आर्थिक स्वातंत्र्याला बाधा येऊ शकते. विकसनशील देश अधिक कर्जाच्या सापळ्यात अडकतील. त्यांची आयात वाढेल व निर्यात कमी होईल. तसेच महसूल करात वाढ होऊन श्रीमंतांना त्याचा फायदा होणार व गरीब हे अधिक गरीब बनतील.

प्रश्न :

१) विधान (क) : वस्त्रप्रावरणाचे ते उत्पादक असून त्यामध्ये विकसित देशांना तुलनात्मकदृष्टच्या अधिक लाभ होतो; कारण (ख) : वस्त्रप्रावरण हे दीर्घ कालापासून श्रमकेंद्रीत उद्योग आहेत.

पर्याय :

अ) : 'क' बरोबर आहे व 'ख' बरोबर आहे व 'ख' हे 'क' चे स्पष्टीकरण आहे.

ब) 'क' बरोबर आहे व 'ख' बरोबर आहे परंतु 'ख' हे 'क'चे स्पष्टीकरण नाही.

क) 'क' बरोबर आहे परंतु 'ख' चूक आहे.

ड) 'ख' चूक आहे परंतु 'क' बरोबर आहे.

२) **विधान (क) : जागतिकीकरण, सांस्कृतिक व विचारधारात्मक एकरूपता प्रवर्तित करण्याच्या दक्षिण राज्यांच्या देशांच्या क्षमतेस हानी पोहोचविते.**

कारण (ख) : सूचना औद्योगिकीकरणाच्या क्षेत्रात क्रांतीच्या परिणाम स्वरूप दक्षिण राज्य / देश आपल्या जनतेपर्यंत पोहोचण्याच्या सूचनेस नियंत्रित करण्यास असमर्थ राहील.

अ) : 'क' बरोबर आहे व 'ख' बरोबर आहे परंतु 'ख' हे 'क' चे स्पष्टीकरण आहे.

ब) 'क' बरोबर आहे व 'ख' बरोबर आहे परंतु 'ख' हे 'क' चे स्पष्टीकरण नाही.

क) 'क' बरोबर आहे परंतु 'ख' चूक आहे.

ड) 'ख' चूक आहे परंतु 'क' बरोबर आहे.

३) **खालीलपैकी कोणी प्रांतीय आर्थिक एकीकरणाच्या प्रक्रियेस प्रारंभ केला?**

अ) अरब लीग

ब) आशिया - प्रशांत आर्थिक सहयोग

क) अमेरिकन राज्यांचा संघ

ड) युरोपियन कोल ॲण्ड स्टील कम्युनिटी

४) **नव-उदारवादाने सर्वाधिक भर कशावर दिला ?**

अ) गैर राज्यकर्त्यांच्या भूमिकेचे महत्त्व

ब) संघर्षाची अपरिहार्यता

क) राज्यांच्यामध्ये संघर्ष कमी करण्यात राजकीय संस्थानांचे महत्त्व

ड) द्वि-ध्रुवीय जगात सत्ता तसेच राष्ट्रीय हिताचे महत्त्व

५) **जोड्या जुळवा.**

सांकेतिकतेमधून योग्य पर्याय निवडा.

गट 'अ'	**गट 'ब'**
WTO (मंत्रीवर्गाचे संमेलन)	**(विशेष निष्कर्ष)**
अ) १९९६, सिंगापूर	१) ई-कॉमर्स वर स्टॅण्डस्टिल करार
ब) १९९८, जिनिव्हा	२) कार्यान्वयन समस्या, शासनकार्यातील पारदर्शकता, व्यापार सुलभीकरण

क) १९९९, सीएटल	३) सूचना औद्योगिकीवर करार, नव्याविषयांची प्रस्तावना
ड) २००१, दोहा	४) शेतकऱ्यांसाठी सुविधा, व्यापारातील सुलभता, ई–कॉमर्स

सांकेतिके :

	अ	ब	क	ड
अ)	३	१	४	२
ब)	४	२	३	१
क)	३	२	४	१
ड)	४	१	३	२

६) **खाली दिलेल्या व्यापार करारांच्या संमेलनाचा योग्य कालानुक्रम कोणता आहे ?**

अ) दोहा संमेलन – ऊरुग्वे संमेलन – टोकियो संमेलन – केनेडी संमेलन

ब) केनेडी संमेलन – टोकियो संमेलन – ऊरुग्वे संमेलन – दोहा संमेलन

क) दोहा संमेलन – टोकियो संमेलन – ऊरुग्वे संमेलन – केनेडी संमेलन

ड) केनेडी संमेलन – दोहा संमेलन – ऊरुग्वे संमेलन – टोकियो संमेलन

७) **खालीलपैकी कोणी सर्वप्रथम संरचनात्मक समायोजनाच्या धोरणाचे विचार प्रस्तुत केले?**

अ) डॉ. मनमोहन सिंग　　ब) तिसऱ्या जगातील देश

क) अमेरिका व इतर विकसित देश　　ड) आय.एम्.एम्. तसेच जागतिक बँक

८) **'सार्क' चे प्रारंभिक उद्देश खालीलपैकी कोणते होते?**

१) आर्थिक विकास, सामाजिक प्रगती तसेच सांस्कृतिक विकासाद्वारे दक्षिण आशियातील लोकांच्या कल्पनांची अभिवृद्धी.

२) इतर विकसनशील देशांमध्ये सहयोग सुदृढ करणे.

३) इतर क्षेत्रीय संघटनांद्वारे सहयोग सुदृढ करणे.

४) क्षेत्रीय शांतता तसेच सुरक्षिततेत अभिवृद्धी / वाढ .

अ) १, २ व ३　　ब) १, २, ३ व ४

क) १ व ४　　ड) फक्त ४

९) खालीलपैकी कोणती एक क्षेत्रीय आर्थिक संघटना नाही.

अ) OAS ब) ASEAN

क) SAARC ड) ECOWAS

१०) खालीलपैकी कोणता देश आपल्या जातीय बहुमताच्या संदर्भात संस्थानात अधिमानी व्यवहाराच्या धोरणाचे अनुसरण करतो?

अ) बांगला देश ब) मलेशिया क) इजिप्त ड) फिलिपिन्स

११) उत्तर अमेरिकेच्या मुक्त व्यापार क्षेत्रात खालीलपैकी कोण समाविष्ट आहेत.

अ) मेक्सिको, यू.एस.ए. कॅनडा

ब) कॅनडा, व्हेनेझुएला, ब्राझील

क) यू.एस.ए., यू.के, कॅनडा

ड) कोलंबिया, यू. एस. ए., अर्जेन्टिना

१२) सामाजिक भांडवलाची संकल्पना कोणांच्याद्वारे प्रस्तुत केली गेली

अ) व्ही.एस. नायपॉल द्वारे ब) रॉबर्ट पुटनम द्वारे

क) सॅम्युअल हटिंग्टन द्वारे ड) एडवर्ड सॅड द्वारे

१३) खालीलपैकी कोणती जोडी योग्य आहे?

१) गॉसप्लान – आर्थिक आयोजन

२) महालनोबीस – मिश्रित अर्थव्यवस्था

३) जे. सी. कुमारप्पा – गांधीवादी अर्थशास्त्र

अ) १ व २ ब) १ व ३ क) १, २, ३ ड) फक्त ३

१४) खालीलपैकी कोणत्या आंतरराष्ट्रीय संघटनेस १९७७ चा 'नोबेल शांतता' पुरस्कार प्रदान केला गेला ?

अ) वर्ल्ड वाइड फण्ड फॉर नेचर

ब) ॲम्नेस्टी इंटरनॅशनल

क) इंटरनॅशनल कमिटी ऑफ दि रेड क्रॉस

ड) ऑर्गनायझेशन फॉर द प्रोहिबिशन ऑफ केमिकल वेपन्स

१५) 'सार्क' संदर्भात खालील विधानांचा विचार करा / परामर्श घ्या.

१) समाकलित कारवाई कार्यक्रमा अंतर्गत केलेल्या सहयोगाच्या सहमत क्षेत्रात सामील असलेल्या विषयात वायूपरिवहन एक आहे.

२) सार्कची स्थापना करणाऱ्या जाहीरनाम्याचा (चार्टर) ढाका येथील पहिल्या शिखरसंमेलनात स्वीकार केला गेला.

३) सात सदस्य देशांचे विदेशमंत्री सर्वप्रथम कोलंबोमध्ये १९८३ मध्ये भेटून त्यांनी सार्कची घोषणा स्वीकारली.

अ) फक्त १ व २ ब) फक्त १ अथवा ३

क) फक्त २ ड) फक्त ३

१६) युरोपिय संघाच्या संदर्भात प्रमुख सहाय्यकतेच्या सिद्धान्ताचा (Principles of Subsidiatory) **चा आशय म्हणजे –**

अ) धनिक राष्ट्रांच्या तुलनेत निर्धन राष्ट्रांना व क्षेत्रांना सहाय्यता प्रदान करणे.

ब) बहुराष्ट्रीय कंपन्यांच्या सहाय्यक विभागांच्या प्रभावास प्रतिबंधित करणे.

क) स्थानिक व प्रादेशिक हित व लोकाचाराचे लाभार्थ विकेंद्रीकरण तसेच जनसहभागित्व.

ड) एका विकसित राष्ट्राद्वारे एका कमी विकसित क्षेत्र किंवा देशाचे अंगीकरण.

१७) खालीलपैकी कोणी द्वंद्व व शांततेच्या अध्ययनाचे प्रतिपादन केले?

अ) आर. लक्झेंबर्ग ब) केनेथ बोल्डिंग

क) एच. बटरफिल्ड ड) पी. लास्लेट

१८) .....या अर्थतज्ञाच्या 'तौलनिक परिणाम-लाभ' सिद्धान्तात जागतिकीकरणाबाबत विचार आढळतात.

अ) रिकार्डो ब) पी.ए.सॅम्युल्सन

क) मायकेल इपोर्टर ड) ॲडम स्मिथ

१९) ....या अर्थतज्ञाने खुल्या व्यापाराचे समर्थन करताना स्पर्धायुक्त लाभाचे समर्थन केले आहे.

अ) पी. ए. सॅम्युल्सन ब) ॲडम स्मिथ

क) मायकेल इपोर्टर ड) एडवर्ड

२०) जागतिकीकरण म्हणजे –

१) आर्थिक एकात्मीकरणाकडे नेणारी विशाल प्रक्रिया.

२) जागतिक प्रमाणकांशी ताळमेळ जुळविणाऱ्या अंगभूत क्षमतांचे संघटन करण्याची व ते टिकविण्याची प्रक्रिया.

३) उत्पन्नाचे वाटप होण्यास मदत होते.

अ) १ व ३ ब) २ व ३ क) १ व २ ड) वरील सर्व

२१) ..... याने जागतिक अर्थव्यवस्थेचे तीन उपव्यवस्थांमध्ये वर्णन केले.

अ) ॲडम स्मिथ ब) स्पेरो

क) रिकार्डो ड) स्नायडर

२२) ..... रोजी नवीन आंतरराष्ट्रीय अर्थव्यवस्था (NIEO) अंमलात आली.

अ) १ जानेवारी १९७४ ब) १ फेब्रुवारी १९७४

क) १ मे १९७४ ड) १ जून १९७४

उत्तरे

१) - ड	१२) - ब
२) - ब	१३) - ब
३) - ड	१४) - अ
४) - ब	१५) - अ
५) - क	१६) - अ
६) - ब	१७) - अ
७) - ड	१८) - अ
८) - अ	१९) - क
९) - अ	२०) - ड
१०) - अ	२१) - ब
११) - ब	२२) - क

■■

विभाग ब

भारतीय शासन आणि राजकारण

Indian Government and Politics

विभाग ब

प्रकरण १

शासनाच्या / सरकारच्या अध्ययनाचे दृष्टिकोन

- ✡ तुलनात्मक ऐतिहासिक
- ✡ वैधानिक संस्थात्मक
- ✡ राजकीय अर्थव्यवस्था
- ✡ राजकीय समाजशास्त्र

महत्त्वाचे मुद्दे

- ✡ रॅडक्लिफ ब्राऊन, पार्सन्स, मर्टन, मेरियन लेव्ही, मालिनॉव्हस्की यांनी रचनात्मक कार्यवादी दृष्टिकोनाचा अवलंब केला.
- ✡ रचनात्मक कार्यवादास व्यवस्था विश्लेषणवाद (Theroy of Systems Analysis) असेही म्हटले जाते.
- ✡ मर्टनने 'रचना कार्यावर परिणाम करते व कार्य रचनेवर परिणाम करते व व्यवस्थेच्या संबंधात रचनेची उपयुक्तता व त्या दृष्टीने कार्य असा रचनात्मक कार्यवादी दृष्टिकोन' असल्याचे मत मांडले.
- ✡ मर्टनने कार्याचे व्यक्त, अव्यक्त, उपयुक्त, विघातक असे प्रकार सांगितले.
- ✡ आल्मंडने व्यवस्थेच्या दृष्टिने रूपांतर कार्ये, क्षमतेची कार्ये, परिवर्तनशीलतेची कार्ये, स्थैर्य टिकविण्याच्या दृष्टिने कार्ये ही अत्यावश्यक कार्ये मानली.
- ✡ डेव्हिड ईस्टनने राजकीय व्यवस्था ही समाजातील एक क्रिया-प्रतिक्रिया या स्वरूपाची व्यवस्था असते व तिच्या आधारे मान्यता व प्रामाण्य प्राप्त निर्णय घेतले जातात.

✡ डेव्हिड ईस्टनने समाजातील लोकांच्या मागण्यांना 'आदान' व त्या मागण्यांचे रूपांतर शासकीय धोरण, निर्णय, कायदे, न्यायालयीन निर्णय या स्वरूपात होण्यास 'प्रदान' असे म्हटले व त्यातून निर्माण होणाऱ्या नवीन प्रकारच्या मागण्यांना 'प्रत्यादान' म्हटले आहे.

✡ निर्णय निर्धारण सिद्धान्ताचा मॅक्सवेबर, वुड्रोविल्सन, वेस्टर्न बर्नाड, हर्बर्ट सायमन यांनी लोक प्रशासनात तर रिचर्ड श्नायडर यांनी आंतरराष्ट्रीय राजकारणात अवलंब केला.

✡ कोणत्याही व्यवस्थेला अस्तित्व टिकविण्यासाठी काही कार्ये करावी लागतात. तसेच मागण्यांचे रूपांतर निर्णयात करणे, मागण्या पूर्ण करणे, निर्णय अमलात आणण्याची क्षमता व्यवस्थेत असणे आवश्यक आहे.

✡ राजकीय व्यवस्थेत घडून येणाऱ्या विभिन्न प्रक्रिया समजावून घेण्यासाठी राजकीय व्यवस्थेची अंतर्गत रचना समजावून घेणे आवश्यक असते.

✡ राजकीय व्यवस्थांचे रचनात्मक कार्यवादामुळे तुलनात्मक अध्ययन सुरू झाले. राज्यशास्त्रज्ञांनी विकसनशील देशांच्या राजकीय व्यवस्थांचे अध्ययन सुरू केले.

प्रश्न :

१) खालीलपैकी कोणत्या राजकीय विचारवंताने तुलनात्मक शासन व राजकारणाच्या अभ्यासात आदान–प्रदान विश्लेषणाची सुरुवात केली ?

अ) कर्टिस — ब) हॅरॉल्ड लास्वेल

क) डेव्हिड ईस्टन — ड) वॉन बर्टालॅन्फी

२) जोड्या जुळवा.

सांकेतिकेमधून योग्य पर्याय निवडा.

गट 'अ' (राजकीय विचारवंत)	**गट 'ब' (प्रमुख दृष्टिकोन)**
अ) जेरेमी बेंथॅम	१) १८ व्या शतकातील फ्रेंच समाजाचे निष्ठुरतेने परीक्षण
ब) एडमंड बर्क	२) तर्कांची सर्वोच्चता, पितृतंत्राचा अस्वीकार, राजनैतिक निरंकुशतावाद

क) जॉन लॉक　　　　３) उपयोगितावाद

ड) जां जाक रूसो　　　　४) फ्रेंच राज्यक्रांतीचे मूल्यमापन

सांकेतिके :

	अ	ब	क	ड
अ)	१	२	४	३
ब)	३	४	२	१
क)	३	२	४	१
ड)	१	४	२	३

३) रचनात्मक कार्यवाद .... या नावानेही ओळखला जातो.

अ) व्यवस्था विश्लेषणवाद　　ब) प्रत्यादान

क) नियम कार्यवाही　　ड) निर्णयग्राही दृष्टिकोन

४) सामान्य व्यवस्था सिद्धान्ताच्या संदर्भात खालील विधानांचा विचार करा.

१) सामान्य व्यवस्था सिद्धान्त अनुभवजन्य शोधाच्या दृष्टीने आकर्षक असतो.

२) राजनैतिक अधिकार तसेच प्रभावाप्रमाणे संकल्पनांची पर्याप्त व्याख्या करण्यामध्ये असमर्थता दर्शविण्यासाठी या सिद्धान्ताचे मूल्यमापन केले आहे.

पर्याय :

अ) फक्त १　　ब) फक्त २

क) १ व २　　ड) कोणतेही नाही.

५) खालीलपैकी कोणी शासनाच्या/सरकारांच्या अध्ययनात आर्थिक दृष्टिकोनाचा प्रयोग केला?

अ) चार्ल्स् शूंपीटर　　ब) डेव्हिड ईस्टन

क) गॉब्रिएल अल्मंड　　ड) चार्ल्स् मेरियम

६) कोणत्या मोठ्या नगरामध्ये याने मांडलेली 'राजनैतिक यंत्रा'ची (Political Machinery) रॉबर्ट मर्टनची संकल्पना संबंधित आहे?

अ) तुलनात्मक विश्लेषणातून

ब) संरचनात्मक वादातून

क) व्यवहारवादातून

ड) प्रकार्यवादातून

७) **जोड्या जुळवा.**

सांकेतिकेतून योग्य पर्याय निवडा (२००३)

गट 'अ' (विकास दृष्टिकोन)	गट 'ब' (वैशिष्ट्य)
अ) ब्ल्यूप्रिंट दृष्टिकोन	१) मानवसंसाधनेऐवजी संपत्ती संसाधनांचा प्रयोग
ब) ज्ञानार्जन दृष्टिकोन	२) आवश्यकतेनुसार परिवर्तन करण्याची सतांत्रिक प्रक्रिया
क) उत्पादन केंद्रित दृष्टिकोन	३) प्रारंभीच विकासासाठी योजना बनविणे
ड) लोककेंद्रित दृष्टिकोन	४) व्यक्ती एक कर्त्याच्या रूपाने उद्देश स्वतः परिभाषित करेल.

सांकेतिके:

	अ	ब	क	ड
अ)	३	४	१	२
ब)	१	२	३	४
क)	३	२	१	४
ड)	१	४	३	२

८) **तुलनात्मक राज्यशास्त्राच्या अभ्यासात पारंपरिक दृष्टिकोनातून उपेक्षा झाली ?**

अ) सरकार शासनांच्या अभ्यासाची.

ब) संस्थांच्या वर्णनाची.

क) संविधानांच्या तुलनांची.

ड) अनुभाषिक अनुसंधानांची.

९) **संरचनात्मक प्रकार्यवाद मूलतः ...... आहे (२००१)**

अ) विकासाची एक विचारप्रणाली   ब) तुलनेचे मापन

क) अन्वेषणाचे साधन   ड) राज्याच्या अस्तित्वाची व्याख्या

१०) **खालीलपैकी कोणती जोडी बरोबर आहे?**

१) अतिविकसित राज्य – गुन्नर मिर्डाल

२) ग्रण्डरीस (वाद–प्रतिवाद) – कार्ल मार्क्स

३) संपत्तीचे संग्रहीकरण – रोजा लक्झेंबर्ग

४) विकासाचे स्तर – डब्ल्यू. डब्ल्यू. रस्टोव

अ) २,३, आणि ४ ब) १ आणि ४

क) १, २ आणि ४ ड) १, २,३ आणि ४

११) खालीलपैकी कोणती जोडी बरोबर आहे.

१) इम्यनुअल वॉलर्सटीन : जागतिक व्यवस्था विश्लेषण

२) आंद्रे गुंदर फ्रँक : अल्पविकसिताचा विकास

३) व्ही. आय. लेनिन : राजकीय अर्थशास्त्राचे मूल्यमापन

४) टी. जी. आर बोवर : मानव विकास

अ) १, २, ३ आणि ४ ब)३ आणि ४

क) १, २ आणि ४ ड) १, २ आणि ३

१२) खालीलपैकी कोणती जोडी बरोबर आहे ?

१) सॅम्युलर हटिंग्टन – राजनैतिक ऱ्हास

२) फ्रेडरिक्स – प्रिजमॅटिक समाज (पृथक समाज)

३) डेव्हिड ईस्टन – नागरिक संस्कृती

४) डेव्हिड ॲप्टर – राजकीय आधुनिकीकरण

अ) १, २, ३ आणि ४ ब) १ आणि ४

क)१, २ आणि ४ ड) १, २ आणि ३

उत्तरे

१) – क	७) – ड
२) – ब	८) – ब
३) – अ	९) – ब
४) – क	१०) – ड
५) – अ	११) – ड
६) – ड	१२) – अ

■■

विभाग ब

प्रकरण २

राजकीय व्यवस्थांचे वर्गीकरण

✡ लोकतांत्रिक व एकसत्तावाद (हुकूमशाही)

✡ तिसऱ्या जगातील राजकीय व्यवस्थांची वैशिष्ट्ये

महत्त्वाचे मुद्दे

✡ रिचर्ड स्नायडर यांनी निर्णय-निर्धारण विश्लेषणावर आधारित विचार मांडले. श्नायडर यांच्या मते राजकीय निर्णय घेण्याच्या प्रक्रियेवर बाह्य परिस्थिती म्हणजेच जागतिक संघटना, बड्या सत्तांचे सामर्थ्य, जागतिक लोकमताचा अंतर्भाव होतो तर अंतर्गत स्थितीचा परिणाम की ज्यात लोकमत, राज्याची आर्थिक, राजकीय, सामाजिक, तांत्रिक स्थिती, राजकीय पक्ष, दबावगट, वृत्तपत्रे यांचा कार्यकारी विधिमंडळावर प्रभाव पडतो.

✡ आल्मंड यांच्या मते सरकारी/शासन व्यवस्था या मूलत: दोन प्रकारे कार्य करतात व ते कार्य आदान-प्रदान प्रकारे चालते.

✡ उदारवादी लोकशाही व्यवस्था ही आंतरराष्ट्रवादाच्या आधाराची निर्मिती करतात.

✡ व्यवस्थासिद्धान्त हा सामाजिक शास्त्रात व्यवहारदर्शी क्रांतीचा परिणाम आहे.

✡ विज्ञान व वैज्ञानिक विश्लेषणाचे एकीकरण हे व्यवस्था सिद्धान्ताचे लक्ष्य आहे.

✡ एकसत्तावाद हा व्यक्तीचे जीवन व तिचे कार्य यातील प्रत्येक क्षेत्रास नियंत्रण करण्याच्या अधिकाराचा दावा करतो.

✡ तिसऱ्या जगातील अधिकधिक राज्य ही नृजातीय सांस्कृतिक स्वरूपात विभाजित झालेली दिसून येतात.

✡ सर्वाधिकारवादाचे वेगळेपण हे संस्थागत नियंत्रण व संतुलनाचा अभाव यातून आढळते.

प्रश्न :

१) **खालील विधानांचा विचार करा.**

१) राजनैतिक विज्ञानात निर्णय-निर्मिती अभ्यास हा असा अभ्यास आहे की, जो समस्येच्या संदर्भात प्रासंगिक सर्व कारकांवर लक्ष केंद्रित करते; केवळ निर्णय निर्मात्यांच्या औपचारिक कायदेशीर संबंधांवरच नाही.

२)रिचर्ड श्नायडरच्या मतानुसार निर्णयाचे विश्लेषण परिवर्तनशील अवस्थेवर विचार करण्यासाठी समर्थ ठरत नाही.

अ) फक्त १ ब) फक्त २ क) १ आणि २ ड) कोणतेही नाही.

२) **जोड्या जुळवा.**

सांकेतिकेतील योग्य पर्याय निवडा.

गट 'अ'	गट 'ब'
अ) सी. राईट मिल्स	१) आर्यन लॉ ऑफ ऑलिगार्की
ब) ब्लादमीर लेनिन	२) दि रुलिंग क्लास
क) गायतनो मोस्का	३) दि वेनगार्ड पार्टी
ड) रॉबर्ट मायकल्स	४) दि पॉवर एलिट

सांकेतिके :

	अ	ब	क	ड
अ)	४	२	३	१
ब)	१	३	२	४
क)	४	३	२	१
ड)	१	२	३	४

३) **हंटिग्टनच्या मतानुसार खालीलपैकी कोणत्या देशास/क्षेत्रास लोकशाहीकरणाच्या तिसऱ्या लाटेत मानले जाते.**

अ) जपान व जर्मनी ब) भारत व इस्राईल

क) ब्रिटन, फ्रान्स, यू.एस.ए. ड) दक्षिण व पूर्व युरोप

४) **सत्तावादाच्या संदर्भात खालील विधानांचा विचार करा :**

१) सत्तावाद हा असा अधिकार आहे की जो स्वातंत्र्याचा स्वीकार करीत नाही.

२) समाजवाद हा अधिकारी व्यक्तित्व व समाजवादी व्यक्तित्व असा भेद करीत नाही.

३) सत्तावाद हा अधिकाराच्या संदर्भात निर्देशात्मक असतो व लोकमताप्रती उपेक्षेचा भाव असतो.

४) सत्तावादात असे मानले जाते की, व्यक्तिहितासाठी आवश्यक असलेल्या बाबी त्यांना माहीत असतात.

अ) १ आणि २ ब) २ आणि ३

क) १, ३ आणि ४ ड) १, २, ३ आणि ४

५) राष्ट्रीय एकात्मतेचे शासन/सरकार ही संकल्पना तिसऱ्या जगात पुढीलपैकी कोणत्या देशात विकसित झाली ?

अ) नायजेरिया ब) टांझानिया

क) अर्जेंटिना ड) दक्षिण आफ्रिका

६) नॅशनल लीग फॉर डेमॉक्रसी हा–

अ) इंडोनेशियातील सत्ताधारी पक्ष आहे.

ब) म्यानमारमधील विरोधी पक्ष आहे.

क) भूतानमधील सत्ताधारी पक्ष आहे.

ड) इंडोनेशियातील विरोधी पक्ष आहे.

७) खालीलपैकी कोणास स्वेच्छातंत्रवादाचे उच्चतम आधुनिक समर्थक म्हणता येईल?

अ) रॉल्स ब) हेबरमेस क) डॉर्किन ड) नोझिक

८) राजकीय विचारवंत आल्मंडच्या मते सर्व प्रकारच्या सरकारी व्यवस्था मूलतः दोन प्रकारचे मूलभूत कार्य करतात. ही कार्ये म्हणजे –

अ) आयात व निर्यात कार्य ब) आदान व प्रदान कार्य

क) सक्रिय व अग्रलक्षी कार्य ड) सूचना व व्यूहात्मक कार्य

९) राजनैतिक व्यवस्थेत खालीलपैकी कोणते आदान प्रकार्य नाही ?

अ) राजकीय संचार ब) राजकीय भरती

क) हित–सुसक्ती ड) नियम अधिनिर्णय

१०) खालील विधानांचा परामर्श घ्या.

१) व्यवस्था सिद्धान्त हा सामाजिकशास्त्रात व्यवहारदर्शी क्रांतीचा परिणाम आहे.

२) व्यवस्थेसाठी एक सर्वव्यापी स्वीकारार्ह अशी परिभाषा आहे.

३) विज्ञान तसेच वैज्ञानिक विश्लेषणाचे एकीकरण हे व्यवस्था सिद्धान्तांचे लक्ष्य आहे.

अ) १ व ३ ब) १ व २ क) २ व ३ ड) फक्त ३

११) एकसत्तावादी राज्य असे आहे की, जे -

१) अशा परिस्थितीची शाश्वती देते की, ज्यात व्यक्ती आपल्या वास्तव व्यक्तित्वास साकारू शकेल.

२) शासकाने निर्विवादपणे आज्ञापालनाचे आदेश दिले पाहिजेत.

३) व्यक्तीच्या जीवन व कार्य यातील प्रत्येक क्षेत्रास नियंत्रित करण्याच्या अधिकाराचा दावा करते.

४) एक नैसर्गिक संघटन आहे ज्यामुळे व्यक्तीला चांगल्या जीवनाचे संवर्धन करण्यासाठी स्वत:ची संकल्पशक्ती प्राप्त असते.

१२) विधान (क) : आपली यथास्थिती राखण्यासाठी कथित समर्थनाच्या कारणांच्या आधारावर व्यवस्था सिद्धान्ताचे मूल्यमापन केले जाते.
कारण (ख) : व्यवस्था सिद्धान्त स्थिरता, संतुलन, स्थिर अवस्था व रचनात्मकतेवर भर देते.

अ) 'क' आणि 'ख' बरोबर आहे व 'ख' हे 'क' चे स्पष्टीकरण आहे.

ब) 'क' आणि 'ख' बरोबर आहे परंतु 'ख' हे 'क' चे स्पष्टीकरण नाही.

क) 'क' बरोबर आहे व 'ख' चूक आहे.

ड) 'क' चूक आहे व 'ख ' बरोबर आहे.

१३) तिसऱ्या जगातील अधिकतम राज्ये ही ...... असतात.

अ) नृजातीय सांस्कृतिक स्वरूपात विभाजित.

ब) भाषिक स्वरूपात समजातीय समूह.

क) प्राकृतिक संसाधनांनी समृद्ध.

ड) आर्थिक स्वरूपात स्वावलंबी.

१४) सर्वाधिकारी राज्य हे एक असे राज्य आहे की, जे -

अ) शासकाच्या सत्तेप्रती बिनविरोध आज्ञाकारितेचा आदेश देते.

ब) या स्थितीची विश्वासार्हता देते की ज्यात व्यक्ती आपल्या यथार्थ व्यक्तित्वास साकार करू शकेल.

क) व्यक्तीच्या जीवन व कार्याच्या प्रत्येक क्षेत्रास नियमित करण्याचा अधिकार ठेवते.

ड) चांगल्या जीवनाच्या संवर्धनासाठी आपल्या स्वत:ची इच्छा ठेवते.

१५) सर्वाधिकारवादास वेगळे बनविणारी ओळख म्हणजे –

अ) राज्याचे निरंकुश सत्तायुक्त असणे.

ब) प्रतिनिधी संस्थांचा अभाव.

क) संस्थागत नियंत्रण व संतुलनाचा अभाव .

ड) राज्याच्या सत्तेची स्वायत्तता.

१६) ....विसाव्या शतकात सर्वाधिकारवाद कायद्याप्रमाणे संरचनेशी सादृश्य ठेवतो.

अ) रेमजूल एरॉनच्या मतानुसार ब) कार्ल पॉपरच्या मतानुसार

क) हॅना आरण्टच्या मतानुसार ड) मायकेल ऑकशॉटच्या मतानुसार

१७) जोड्या जुळवा.

सांकेतिकेतील योग्य पर्याय निवडा.

'अ' गट (ग्रंथ)	**'ब' गट (लेखक)**
अ) 'दि अमेरिकन प्रेसिडेन्सी'	१) वुड्रो विल्सन
ब) 'डेमॉक्रसी इन अमेरिका'	२) हेरॉल्ड लास्की
क) 'दि अमेरिकन कॉमनवेल्थ'	३) जेम्स ब्राईस
ड) 'काँग्रेसनल गव्हन्मेंट'	४) डी. टॉकव्हिले

सांकेतिके :

	अ	ब	क	ड
अ)	४	२	३	१
ब)	४	२	१	३
क)	२	४	३	१
ड)	२	४	१	३

१८) एक संस्थापित राज्यव्यवस्थेसाठी खालीलपैकी कोण हटिंग्टनच्या मान्यतेस स्पष्ट करते?

अ) अनुकूलनशीलता ब) जटिलता

क) स्वायतत्ता ड) संबद्धता

अ) १,२,३ आणि ४ ब) १,२, व ३

क) १,२,४ ड) ३ व ४

१९) खालीलपैकी कशाचे कार्ल पॉपरने समर्थन केले

अ) संपूर्ण सामाजिक-राजनैतिक, विवेकसंपन्न ढंगाने पुनर्गठित करण्याचे,

ब) आंशिक, सामाजिक अभियांत्रिकीकरणाचे.

क) सामाजिक विकासाच्या ऐतिहासिक दृष्टीचे.

ड) लोकतांत्रिक आयोजनाचे.

उत्तरे :

१ - अ	११ - ब
२ - क	१२ - ब
३ - ब	१३ - अ
४ - ड	१४ - क
५ - ड	१५ - क
६ - ब	१६ - ब
७ - ड	१७ - क
८ - ब	१८ - अ
९ - ड	१९ - ब
१० - अ	

■■

विभाग ब

प्रकरण ३

राज्यघटना आणि प्रशासन यांची मूलभूत वैशिष्ट्ये

राज्यघटना व शासन यांची मूलभूत वैशिष्ट्ये –

– यू. के., अमेरिका, फ्रान्स, जर्मनी, चीन, दक्षिण आफ्रिका

महत्त्वाचे मुद्दे

- ✡ इंग्लंडची राज्यघटना ही अलिखित आहे; असे असले तरी ऐतिहासिक प्रलेख, महत्त्वाचे अधिनियम, न्यायालयीन निर्णय यांच्याद्वारे राज्यघटनेचे स्वरूप निश्चित केलेले आहे.
- ✡ इंग्लंडच्या राज्यघटनेत इंग्लंडमध्ये मागील १,००० वर्षांपासूनचे बदल स्पष्टपणे दिसून येतात.
- ✡ इंग्लंडच्या घटनेत परिवर्तनाबरोबर निरंतरता कायम राहिली आहे.
- ✡ इंग्लंडच्या घटनेत सिद्धान्त व व्यवहार यात तफावत आढळते; कारण सैद्धान्तिदृष्ट्या इंग्लंडमध्ये निरंकुश राजतंत्र व व्यवहारात मात्र लोकतंत्र अस्तित्वात आहे.
- ✡ इंग्लंडची राज्यघटना मिश्र स्वरूपाची आहे तसेच ती एकात्म स्वरूपाची आहे; कारण इंग्लंडमध्ये संघराज्याप्रमाणे केंद्र व घटक राज्यात अधिकार विभागणी झालेली नाही तर सर्व सत्ता केंद्र सरकारकडे असते.
- ✡ इंग्लंडची घटना लवचीक आहे कारण इंग्लंडमध्ये सामान्य कायदा व घटनात्मक कायदा यात फारसा बदल आढळत नाही.
- ✡ इंग्लंडच्या घटनेचे वैशिष्ट्य म्हणजे संसदेची सर्वोच्चता होय. तसेच इंग्लंडमध्ये कायद्याचे अधिराज्य आहे.
- ✡ इंग्लंडमध्ये कायद्याच्या श्रेष्ठत्वाबरोबरच सर्वांसाठी समान कायदा व समान

न्यायालय व्यवस्था निर्माण केली गेली. प्रचलित रूढी व परंपरा यामुळे शासनपद्धतीत स्थिरता–सूत्रबद्धता आढळते.

✡ इंग्लंडमध्ये 'राजा' हा नाममात्र शासक असून मंत्रिमंडळाच्या हाती सर्व शासनविषयक सत्ता असून ते सामूहिकरीत्या संसदेला जबाबदार असतात. पंतप्रधानास मंत्रिमंडळाच्या कमानीची आधारशिला मानले जाते तसेच इंग्लंडच्या संसदेला जगातील सर्व विधिमंडळाची जननी मानली जाते. संसदेचे 'हाऊस ऑफ लॉर्ड्स' व 'हाऊस ऑफ कॉमन्स' ही दोन गृहे आहेत. इंग्लंडच्या घटनात्मक व्यवस्थेत राजकीय पद अविभाज्य भाग बनलेला आहे.

✡ अमेरिकेची राज्यघटना ही जगातील सर्वात लहान राज्यघटना आहे. राज्यघटनेत जनतेचे सार्वभौमत्व, सांघिक शासन व्यवस्था, न्यायविभागाची सर्वोच्चता, सत्ताविभाजन तत्व, सत्तेचे नियंत्रण व संतुलन, अध्यक्षीय शासनपद्धती, दुहेरी नागरिकत्व, मूलभूत अधिकार, धर्मनिरपेक्ष राज्य ही वैशिष्ट्ये सांगता येतात.

✡ अमेरिकेच्या राष्ट्रपतीची निवड करण्यासाठी निर्वाचन मंडळ बनविण्यात येते; व त्यातून निवडणूक प्रक्रिया होते. अमेरिकेतील सर्वोच्च न्यायालयामुळे अमेरिकन संघराज्य मजबूत व शक्तिशाली बनले आहे. (Doctrine of Implied Power) किंवा निहित शक्तीचा सिद्धान्त यात आढळतो. अमेरिकेत द्विपक्षपद्धती आहे.

✡ फ्रान्समध्ये पाचव्या गणराज्याची घटना ७ ऑक्टोबर १९५८ पासून कार्यान्वित झाली, या घटनेची लिखित राज्यघटना, जनतेचे सार्वभौमत्व, नवी समाजनिर्मिती, शासनाविषयक समिती, सिनेट, पंचन्यायालय, शासनाचे मिश्र स्वरूप, राजकीय पक्षांना दिलेली मान्यता, द्विगृही विधिमंडळ, घटनात्मक मंडळ, कायद्यास सर्व श्रेष्ठत्व, अपरिवर्तनीय घटना, आर्थिक मंडळ, सामाजिक मंडळ, न्यायविषयक उच्च समिती, प्रारंथिक येग न्यायालय अशी वैशिष्ट्ये सांगता येतात; राष्ट्रपती निवड अप्रत्यक्षरीत्या निर्वाचन मंडळाकडून होते.

✡ चीनच्या राज्यघटनेची लिखित राज्यघटना, राज्यघटनेची सर्वोच्चता, एकात्मक शासनव्यवस्था, परिदृढ राज्यघटना, लोकशाही केंद्रीकरण, भौतिक व आध्यात्मिक समाजवादी लोकशाही, नागरिकांचे मूलभूत अधिकार व कर्तव्ये, एक पक्ष पद्धतीला मान्यता, केंद्रीय सैन्य आयोग, राष्ट्रपतिचे घटनात्मक स्थान, स्वतंत्र 'राष्ट्रपर धोरण' ही वैशिष्ट्ये सांगता येतात.

✡ दक्षिण आफ्रिकेत राष्ट्रपतीय मंत्रिमंडळाची निर्मिती राजकीय पक्षांच्या समानुवर्ती प्रतिनिधित्वाद्वारे होते तसेच तेथे नॅशनल असेंब्ली, नॅशनल कौन्सिल ऑफ प्रोव्हिजन (राष्ट्रीय-प्रांतीय परिषद) आहे.

प्रश्न :

१) .... ची राज्यघटना ही लिखित राज्यघटनेच्या दृष्टीने सर्वात प्राचीन राज्यघटना आहे.

अ) फ्रान्स ब) अमेरिका क) इंग्लंड ड) भारत

२) अमेरिकेची राज्यघटना घटकराज्यांच्या मान्यतेनंतर ...पासून अंमलात आली.

अ) १४ मे १७८७ ब) १७ सप्टेंबर १७८७

क) ३० एप्रिल १९८९ ड) २५ मे १७८९

३) .... ची राज्यघटना ही सर्व संविधानापेक्षा लहान आहे.

अ) अमेरिका ब) जर्मनी क) फ्रान्स ड) इंग्लंड

४) अमेरिकेच्या राज्यघटनेची फक्त ..... पाने आहेत.

अ) १० ब) ११ क) १२ ड) १४

५) अमेरिकेच्या घटनेने जनतेला सार्वभौमत्व दिले. कारण-

१) अमेरिकेच्या घटनेद्वारे प्रत्येक नागरिकाला स्वातंत्र्याचे व स्व. शासनाचे अधिकार मिळतात.

२) प्रशासनासंबंधी अंतिम अधिकार जनतेच्या हाती आहेत.

अ) फक्त १ ब) फक्त २

क) १ आणि २ ड) कोणतेही नाही.

६) अमेरिकेचे संविधान संघात्मक आहे. कारण -

१) संघराज्य व घटकराज्य यांच्यात सार्वभौम सत्ता विभागून दिलेली आहे. काही अधिकार संघराज्याला व बाकीचे सर्व अधिकार घटक राज्यांना दिलेले आहेत.

२) अमेरिकेच्या संविधानाने अनेक राज्यांचे मिळून एक संघराज्य निर्माण केलेले आहे.

३) अमेरिकेतील घटकराज्यांना आपले स्वतंत्र संविधान बनविण्याचा अधिकार आहे

४) संविधानाद्वारे सत्तेचे विभाजन केलेले असून ते लिखित स्वरूपात आहे.

५) न्यायालयाची सर्वोच्चता व स्वातंत्र्य हे घटनेने मान्य केलेच आहे.

अ) १ आणि २ ब) २, ३, ४

क) १, ३, ५ ड) वरील सर्व

७) **अमेरिकेतील प्रातिनिधिक सरकारमुळे पक्षविरोधी व्यक्तींचे अधिकार संपुष्टात येण्याची भीती असते.**

अ) काँग्रेसने केलेला कोणताही कायदा संविधानाविरुद्ध वाटत असल्यास ते बेकायदेशीर असल्याचे सर्वोच्च न्यायालय ठरवू शकते.

ब) बहुमतप्राप्त असलेल्या प्रातिनिधिक सरकारमुळे पक्षविरोधी व्यक्तींचे अधिकार संपुष्टात येण्याची भीती असते.

क) संघराज्यातील घटकराज्य सरकार व संघसरकार यांच्यात वाद निर्माण झाल्यास निर्णय देण्यासाठी सर्वोच्च संस्था आवश्यक असते.

अ) फक्त १ ब) १, २ व ३ क) फक्त २ ड) १ आणि ३

८) **'अमेरिकेचे सर्वोच्च न्यायालय हे राज्यघटनेचे संतुलन केंद्र होय.' असे कोणाचे मत आहे?**

अ) जेम्स बीक ब) मन्रो क) विल्सन ड) लॉर्ड ब्राईस

९) **....... ने प्रतिपादन केलेल्या सत्ताविभाजन सिद्धान्ताचा अमेरिकन घटनाकारांवर बराच प्रभाव दिसून येतो.**

अ) हेरॉल्ड लास्की ब) मॉन्टेस्क्यू क) रूसो ड) रॉबर्ट ओवेन

१०) **अमेरिकन संविधानकर्त्यांना सत्तेचे विभाजन तीन विभागात काटेकोरपणे करणे अशक्य असून असे विभाजन केल्यास शासन व्यवस्था व्यवस्थितपणे कार्य करू शकत नाही म्हणून घटनानिर्मात्यांनी .... या पद्धतीचा स्वीकार केला.**

अ) मर्यादेचे तत्त्व ब) सत्ताविभाजन सिद्धान्त

क) सत्तेचे नियंत्रण व संतुलन तत्त्व ड) सर्वोच्च न्यायालयाची सर्वोच्चता

११) **......संरक्षण करण्यासाठी अमेरिकन घटनाकारांनी व्यक्तीच्या स्वातंत्र्याचे संरक्षण करण्यासाठी तसेच शासनाच्या निरंकुशतेवर नियंत्रण ठेवण्यासाठी संघ व राज्यसरकारांवर काही मर्यादा घातलेल्या आहे.**

अ) व्यक्तीच्या स्वातंत्र्याचे ब) समाजहिताचे

क) राजकीय पक्षाचे व दबाव गटाचे ड) सत्ताधारी पक्षाचे

१२) अमेरिकेचे अध्यक्ष हे वास्तविक शासक आहेत. कारण –

१) अध्यक्षाची जनतेकडून प्रत्यक्ष निवड होते.

२) अमेरिकन घटनेने सांसदीय पद्धतीपेक्षा अध्यक्षीय पद्धतीचा स्वीकार केलेला आहे.

३) काँग्रेस अध्यक्षाविरुद्ध अविश्वासाचा ठराव मांडू शकत नाही अथवा त्याला प्रश्न विचारू शकत नाही.

अ) १ आणि २ ब) २ आणि ३ क) १ आणि ३ ड) वरील सर्व

१३) अमेरिका हे ..... राज्य आहे.

अ) धर्मनिरपेक्ष ब) केंद्राकर्षी क) धर्माधिष्ठित ड) वर्गाधिष्ठित

१४) अमेरिकेच्या संविधानात काही त्रुटी असूनही ते जगातील सर्व संविधानात श्रेष्ठ आहे; कारण जनतेच्या आवश्यकतेला अनुरूप अशी उत्तम रीतीने त्याची योजना करण्यात आली आहे. अमेरिकन संविधान सरळ आणि संक्षिप्त आहे; त्याची भाषा स्पष्ट आहे.

अ) मन्रो ब) विल्सन क) लॉर्ड ब्राईस ड) मॅडिसन

१५) विल्सन यांनी अमेरिकेचे संविधान हे ब्रिटनच्या संविधानाप्रमाणेच जिवंत संविधान आहे असे म्हटले आहे. कारण ...

१) अमेरिकेच्या परिदृढ घटनेत सर्व बदल घटना दुरुस्तीच्या मार्गाने होणे अशक्य आहे.

२) परंपरा, न्यायाधिशांचे निर्णय, काँग्रेसने मंजूर केलेले कायदे व घटनादुरुस्ती इ. अनेक मार्गांनी घटनेचा विकास केलेला आहे.

अ) फक्त १ ब) फक्त २ क) १ आणि २ ड) कोणतेही नाही

१६) अमेरिकेच्या राज्यघटनेचे महत्त्वाचे वैशिष्ट्ये म्हणजे ही घटना परिदृढ स्वरूपाची आहे. कारण –

१) ब्रिटनप्रमाणे साधारण कायद्याच्या प्रक्रियेद्वारे घटनेत परिवर्तन घडवून आणता येत नाही.

२) घटनेत बदल करताना विशिष्ट प्रक्रिया असून ती म्हणजे काँग्रेसच्या दोन्ही सभागृहातील २/३ बहुमत अनुकूल असावे लागते व घटना दुरुस्ती विधेयकास २/३ राज्यांची मान्यता आवश्यक असते.

अ) १ आणि २ ब) फक्त १ क) फक्त २ ड) कोणतेही नाही

१७) आत्तापर्यंत अमेरिकेच्या राज्यघटनेत ... घटनादुरुस्त्या करण्यात आलेल्या आहेत.

अ) २० ब) २५ क) ३० ड) ३५

१८) अमेरिकन राज्यघटना मूलतः .... शब्दांची आहे.

अ) २२५७ ब) ३८४५ क) ४००० ड) ४१३५

१९) 'ज्या राज्यात अधिकाऱ्यांची नियुक्ती करण्यात येते त्या राज्यातील सिनेटच्या सदस्यांची संमती घेण्यात येते. त्यांना नेमणूक मान्य असेल तर सिनेटचे सदस्य नेमणुकीला विरोध करीत नाहीत.' यास ... म्हणतात.

अ) सिनेटोरियल कोर्टसी ब) शासनाधिकार

क) प्रथा व परंपरा ड) संविधानातील तरतुदी

२०) अमेरिकन घटनेच्या विकासात रूढी व परंपरा यांना महत्त्वाचे स्थान आहे; हे नाकारता येत नाही कारण –

१) राष्ट्रपतीच्या निवडणूक प्रथेप्रमाणे कोणतीही व्यक्ती राष्ट्रपती पद दोनपेक्षा अधिकवेळ धारण करू शकत नाही.

२) राष्ट्रपतींना शासन विषयक कार्यात साहाय्य करण्यासाठी निर्माण झालेले मंत्रीमंडळ रूढींवर आधारित आहे; त्यांचा घटनेत कोठेही उल्लेख नाही.

३) प्रतिनिधी सभेच्या अध्यक्षाचे कार्य व अधिकार प्रथेवर आधारित आहेत.

४) प्रतिनिधी सभेच्या सदस्यत्वासाठी निवडणूक लढविणारी व्यक्ती केवळ त्या राज्याची नागरिक असून चालत नाही तर ती जिल्ह्याची रहिवासी असण्याची प्रथा पडलेली आहे.

५) पक्षपद्धतीमुळे राष्ट्रपती निवडणूक प्रत्यक्ष पद्धतीची झालेली आहे.

अ) १, ३, ५ ब) १, २, ४

क) २, ३, ४ ड) वरील सर्व

२१) अमेरिकन संविधानाच्या घटनादुरुस्ती प्रक्रियेत पुढीलपैकी कोणता पर्याय बरोबर ठरत नाही.

१) काँग्रेसच्या कोणत्याही एका गृहाचे एक किंवा अधिक सदस्य घटना दुरुस्तीचा प्रस्ताव त्या मांडतात; व त्यावर साधारण विधिनियमाप्रमाणे चर्चा होते. मतदान घेतले जाते.

२) प्रस्तावाला २/३ बहुमत मिळाल्यावर ते संमत होऊन दुसऱ्या सभागृहाकडे पाठविले जाते. तेथेही २/३ बहुमताने प्रस्ताव संमत होणे आवश्यक आहे.

३) दोन्ही गृहात २/३ बहुमताने संमत झालेला प्रस्ताव त्या घटकराज्यातील गव्हर्नरकडे पाठविला जातो.

४) कमीत कमी ३/४ राज्यातील विधिमंडळांनी घटनादुरुस्ती प्रस्तावास मान्यता दिली पाहिजे.

५) कमीतकमी १/२ राज्यातील विधिमंडळांनी घटनादुरुस्ती प्रस्तावास मान्यता दिली पाहिजे.

अ) १ आणि २ ब) २ फक्त ३ क) फक्त ४ ड) फक्त ५

२२) अमेरिकन संघराज्याच्या घटनेमध्ये पुढीलपैकी कोणते वैशिष्ट्य नाही?

१) घटकराज्याचे स्वतंत्र अस्तित्व.

२) मध्यवर्ती सरकार व घटकराज्ये यांच्यात सत्तेची विभागणी.

३) अलिखित राज्यघटना.

४) सर्वोच्च न्यायालयास श्रेष्ठत्व.

५) परिदृढ राज्यघटना.

पर्याय :

अ) फक्त १ ब) २ व ५ क) फक्त ड) ४ व ५

२३) अमेरिकन राष्ट्राध्यक्ष ..... सोडून इतर कोणत्याही अधिकाऱ्यास पदच्युत करू शकतो.

अ) राज्यपालास ब) न्यायाधीशास क) पक्षनेत्यास ड) सिनेटरला

२४) सिनेटच्या सत्तेला शह देण्यासाठी अमेरिकन राष्ट्रपतीने एक नवीन पद्धती शोधून काढली; ती म्हणजे –

अ) नकाराधिकार ब) प्रशासकीय करार

क) अधिवेशन बोलाविण्याचा ड) पॉकेट व्हेटो

२५) काँग्रेसने पाठविलेले विधेयक अमेरिकेच्या राष्ट्रपतींनी ...... दिवसांच्या आत परत पाठविले नाही तर ते मंजूर झाले असे समजण्यात येते.

अ) १० ब) १२ क) १५ ड) १८

२६) राष्ट्रपतींकडे विधेयक पाठविल्या दिवसापासून दहा दिवसांच्या आतच जर काँग्रेसचे अधिवेशन स्थगित झाले तर मात्र राष्ट्रपती त्यांची इच्छा नसल्यास त्या विधेयकावर काहीही निर्णय न घेता; ते विधेयक रद्द

करू शकतात. याला .... म्हणतात.

अ) पॉकेट व्हेटो ब) अध्यादेश

क) निर्णयाधिकार ड) प्रशासकीय अधिकार

२७) **१८१९ च्या अॅकलॉक विरुद्ध मेरीलॅण्ड खटल्यात कोणत्या सिद्धान्तानुसार संघ सरकारकडे घटनेने सोपविलेली कार्ये पूर्ण करण्याकरिता आवश्यक अशी सर्व सत्ता संघसरकारला प्राप्त असते?**

अ) इम्प्लाईड ऑफ पॉवर ब) सत्ताविभाजनाचे तत्त्व

क) केंद्रशासनाचे एकाधिकार ड) घटकराज्यांचे दुय्यम स्थान

२८) **खालीलपैकी कोणते अमेरिकन संवैधानिक व्यवस्थेचे अंग नाही ?**

अ) जे बी नकाराधिकार (Pocket Veto)

ब) सामूहिक उत्तरदायित्व

क) सिनेट शिष्टाचार

ड) गतिरोधन (Filibustering)

२९) **अमेरिकेच्या राष्ट्रपती निवडणुकीत जर कोणत्याही उमेदवाराला निर्विवाद बहुमत प्राप्त झाले नाही तर त्यावर निर्णय घेण्यासाठी ...... निर्देशित केले जाते.**

अ) निर्वाचन मंडळास (Electorate)

ब) निर्वाचक गणास (Electoral College)

क) प्रतिनिधी सभेस

ड) सिनेटला

३०) **'राष्ट्रपतींना शासनविषयक सत्ता देताना घटना निर्मात्यांनी याचा कधीच विचार केला नव्हता की, राष्ट्रपती या शक्तीमुळे अतिशय सामर्थ्यशाली बनतील व राष्ट्राचे नेतृत्व करतील.' असे कोणी म्हटले आहे?**

अ) मन्रो ब) ऑग आणि रे

क) जॉन्सन ड) रुझवेल्ट

३१) **अमेरिकेच्या राष्ट्रपतींना पदच्च्युत करण्याबाबत किंवा महाभियोगाच्या संदर्भात पुढीलपैकी कोणते विधान बरोबर आहे ?**

अ) केवळ जनमताच्या आधारावर राष्ट्रपतींवर महाभियोग चालविला जाऊ शकतो.

ब) केवळ सिनेटद्वारे राष्ट्रपतींवर महाभियोग चालविला जातो.

क) महाभियोग प्रक्रियेचा प्रस्ताव प्रथम प्रतिनिधीसभेत मंजूर व्हावयास पाहिजे व त्यानंतर सिनेट राष्ट्रपतींवर केलेल्या आरोपांची चौकशी करते.

ड) महाभियोग प्रक्रियेचा प्रस्ताव प्रथम सिनेटमध्ये मंजूर व्हावयास पाहिजे व त्यानंतर प्रतिनिधीसभा राष्ट्रपतींवर केलेल्या आरोपांची चौकशी करते.

३२) अमेरिकेतील दबावगटांद्वारे खालीलपैकी कोणत्या पद्धतींचा अवलंब केला जातो ?

अ) बहिष्कार व धरणे ब) लॉबी–प्रचार

क) विधीय अभियोग ड) शांततापूर्ण प्रदर्शन

३३) अमेरिकेच्या राष्ट्राध्यक्षाला पुढीलपैकी कोणते महत्त्वपूर्ण नकाराधिकाराचे अधिकार प्राप्त झालेले आहे.

अ) जेबी नकाराधिकार (पॉकेट व्हेटो)

ब) विलंबकारी नकाराधिकार (सस्पेन्सिव्ह व्हेटो)

पर्याय :

अ) फक्त १ ब) फक्त २

क) १ आणि २ ड) कोणतेही नाही

३४) खालील संघ व्यवस्थांमधील कोणत्या व्यवस्थेत आधार स्तरवादाच्या अंतर्गत विकेंद्रीकरण कार्यान्वित केलेले आहे ?

अ) कॅनडा ब) ऑस्ट्रेलिया क) भारत ड) यू. एस. ए.

३५) खालीलपैकी कोण कोणत्या घटकांमुळे संयुक्त राज्य अमेरिकेच्या संघ सरकारला राज्यसरकारच्यापेक्षा अधिक शक्तिशाली बनविण्यास मदत होते ?

१) काही अमेरिकेच्या राष्ट्रपतींच्या भूमिकांमुळे तसेच व्यक्तिमत्त्वामुळे

२) अमेरिकेच्या सर्वोच्च न्यायालयाद्वारे दिलेल्या 'विहित अधिकार सिद्धान्ता' नुसार

३) अमेरिकेच्या संघसरकार द्वारे राज्यांना दिलेले सहायता अनुदान.

४) आपत्कालीन स्थिती, उदा. जागतिक महायुद्ध तसेच विश्वव्यापक मंदी.

अ) केवळ १ ब) १ आणि २

क) १, २ आणि ३ ड) १, २, ३ आणि ४

३६) **संयुक्त राज्य अमेरिकेत गतिरोधकारी (फिलिबस्टर) पद्धतीचा उपयोग कशासाठी केला जातो ?**

अ) काँग्रेस द्वारे राष्ट्रपतींवर दबाव टाकण्यासाठी.

ब) राष्ट्रपतींद्वारे काँग्रेसमध्ये विधेयक आणण्यावर नियंत्रण ठेवण्यासाठी.

क) सिनेटद्वारे विधेयक संमती रोखण्यासाठी.

ड) न्यायमंडळाद्वारे काँग्रेसचे विधेयक संमत करण्यापासून रोखण्यासाठी.

३७) **खालीलपैकी कोणते विधान अमेरिकेच्या अध्यक्षीय पद्धतीत 'नियंत्रण व संतुलनाचा सिद्धान्त' योग्य प्रकारे स्पष्ट करते ?**

अ) संघसरकारच्या वाढत्या अधिकारांना नियंत्रित करणे व राज्याच्या अधिकाराविरुद्ध त्यांना संतुलित करणे.

ब) राज्याच्या वाढत्या सत्तेला नियंत्रित करणे व व्यक्तींच्या अधिकार व स्वातंत्र्याप्रती त्यांना संतुलित करणे.

क) कायदेमंडळ, कार्यपालिका, न्यायपालिकांचे कार्य एक दुसऱ्यांना नियंत्रित करू शकेल, ज्यामुळे सरकारचे कार्य संचालन सहज संपन्न करण्यासाठी संवैधानिक संतुलन बनू शकेल.

ड) सर्वोच्च न्यायालयाच्या न्यायिक पुनर्विलोकनाच्या अधिकारास या प्रकारे नियंत्रित करणे की, ज्यामुळे संघिय न्यायालय अधिकार राज्याच्या न्यायिक अधिकारांविरुद्ध संतुलित करता येईल.

३८) **खालीलपैकी कोणत्या खटल्यात अमेरिकेचे मुख्य न्यायाधीश मार्शल यांनी न्यायिक पुनर्विलोकनाच्या अधिकारास मान्यता दिली ?**

अ) मार्बरी विरुद्ध मेडिसन   ब) मॅकस्यूलोच विरुद्ध मेरीलॅण्ड

क) गिब्बन विरुद्ध ओगड्यू   ड) स्कॉट विरुद्ध स्टॅनफोर्ड

३९) **खालीलपैकी कोणते विधान बरोबर नाही?**

अमेरिकेच्या संघ व्यवस्थेत –

अ) राज्यांचे अधिकार अपरिभाषित आहेत परंतु असीमित नाहीत.

ब) सर्व राज्यांचे अधिकार समान आहेत आणि सिनेटमध्ये राज्यांना समान प्रतिनिधित्व आहे.

क) संघ सरकार कोणत्याही संघटन राज्याचे नाव व क्षेत्र परिवर्तित करू शकते.

ड) अवशिष्ट अधिकार राज्यामध्ये विहित आहेत.

४०) खालीलपैकी कोणत्या देशामध्ये प्रत्येक राज्यासाठी वेगवेगळे संविधान आहे?

अ) कॅनडा ब) उत्तर अमेरिका

क) पाकिस्तान ड) ऑस्ट्रेलिया

४१) 'कायद्याची योग्य प्रक्रिया', न्यायिक व्यवस्थेचे एक आवश्यक लक्षण आहे –

अ) इंग्लंडमध्ये ब) फ्रान्समध्ये

क) उत्तर अमेरिकेमध्ये ड) भारतात

४२) गट 'अ' (संविधानाचे प्रकार) चे गट 'ब' (राष्ट्र) च्या जोड्या जुळवा. सांकेतिकेतील योग्य पर्याय निवडा.

गट 'अ' (संविधानाचे प्रकार)	गट 'ब' (राष्ट्र)
अ) संसदीय, संघात्मक, प्रजासत्ताक	१) इंग्लंड
ब) अध्यक्षीय, संघात्मक, प्रजासत्ताक	२) फ्रान्स
क) संसदीय, एकात्मक, राजतंत्र	३) संयुक्त राज्य अमेरिका
ड) संसदीय व अध्यक्षीय, एकात्मक, प्रजासत्ताक	४) भारत
	५) नायजेरिया

सांकेतिके

	अ	ब	क	ड
अ)	४	३	१	२
ब)	४	३	२	१
क)	३	४	१	५
ड)	३	५	४	१

४३) अमेरिकेत धनविधेयक प्रथम ..... प्रस्तुत केले जाते

१) प्रतिनिधीसभेत २) सिनेटमध्ये

पर्याय :

अ) फक्त १ ब) १ आणि २

क) फक्त २ ड) कोणतेही नाही.

४४) ज्या विधेयकांचा संबंध धनाचा आयव्यय इत्यादींशी असतो त्यांना .... मध्ये ठेवण्यात येते.

अ) गृह कॅलेंडर　　　　ब) संघ कॅलेंडर

क) सहमती कॅलेंडर　　　　ड) खासगी कॅलेंडर

४५) अमेरिकेत ... हे कधीही विसर्जित न होणारे असे स्थायी गृह आहे.

अ) सिनेट　　　　ब) प्रतिनिधी सभा

क) न्यायमंडळ　　　　ड) कोणतेही नाही.

४६) अमेरिकेचा .... हा सिनेटचा पदसिद्ध अध्यक्ष असतो.

अ) राष्ट्रपती　　　　ब) सभापती

क) उपराष्ट्रपती　　　　ड) प्रेसिडेन्ट प्रो टेम्पोरे

४७) अमेरिकेत .... पक्षपद्धती अस्तित्वात आहे.

१) एकपक्षपद्धती　　२) द्विपक्षपद्धती　　३) बहुपक्षपद्धती

पर्याय :

अ) फक्त १　　　　ब) फक्त २

क) फक्त ३　　　　ड) कोणताही नाही

४८) इंग्लंडची राज्यघटना समजावून घेण्यासाठी पुढीलपैकी कोणते ग्रंथ उपयुक्त आहेत?

१) एन्सनचे 'लॉ ॲण्ड कस्टम्स ऑफ द कॉन्स्टिट्यूशन्स'

२) मे यांचे 'पार्लमेंटरी प्रॅक्टिस'

३) डायसी यांचे 'लॉ ऑफ द कॉन्स्टिट्यूशन'

पर्याय :

अ) १ व २　　　　ब) २ आणि ३

क) १, ३, ४　　　　ड) वरील सर्व

४९) 'ब्रिटिश घटना निर्माण केलेली नसून ती विकसित झालेली आहे.' हे कोणी सांगितले ?

अ) ऑग　　ब) लॉर्ड ब्राईस　　क) जेनिंग्ज　　ड) मन्रो

५०) इंग्लंडमध्ये एकाचवेळी निरंकुश राजतंत्र, सीमित राजतंत्र व लोकतंत्र अस्तित्वात आहे म्हणजेच इंग्लंडची राज्यघटना ही ....स्वरूपाची आहे.

अ) मिश्र　　ब) राजतंत्र　　क) प्रतिनिधिक　　ड) परंपरागत

५१) इंग्लंडमध्ये कायद्याचे श्रेष्ठत्व असून कायद्यासमोर सर्व नागरिक समान आहेत. याचाच अर्थ–

१) कायद्याचे अधिराज्य

२) नागरिकांना समान अधिकार

३) कायदा सर्वश्रेष्ठ

अ) फक्त १ ब) फक्त २

क) फक्त ३ ड) वरील सर्व

५२) 'परंपरा म्हणजे असे सिद्धान्त किंवा व्यावहारिक नियम आहेत की जे साधारणत: राजा, मंत्री किंवा इतर प्रशासकीय पदाधिकारी यांच्या कार्यावर नियंत्रण ठेवीत असतात; परंतु वास्तवतेत ते कायदे नाहीत.' हे कोणी म्हटले ?

अ) मन्रो ब) प्रो.डायसी

क) जॉन स्टुअर्ट मिल ड) प्रो. ऑग आणि झिंक

५३) ब्रिटनच्या कोणत्या पंतप्रधानांनी हाऊस ऑफ लॉर्ड्स (उमराव सभा) च्या न्यायिक व अधिकाराच्या समाप्तीचा प्रस्ताव ठेवला होता ?

अ) मार्गरेट थॅचर ब) जॉन मेयर

क) टोनी ब्लेअर ड) हेरॉल्ड विल्सन

५४) ब्रिटिश घटनेच्या संदर्भात खालील विधानांचा विचार करा.-

१) ब्रिटनचे एकात्मक संविधान आहे.

२) ब्रिटनमध्ये संसद सार्वभौम आहे.

३) ब्रिटनमध्ये न्यायिक पुनर्विलोकनाची व्यवस्था आहे.

वरील विधानांपैकी कोणते विधान/विधाने बरोबर आहेत ?

अ) १, २, आणि ३ ब) २ आणि ३

क) १ व २ ड) फक्त १

५५) एस.ई.फायनर यांच्या मतानुसार ब्रिटन मधील सांसदीय विरोधी पक्षाची खालीलपैकी कोणती वैशिष्ट्ये आहेत. (१९९८)

१) असंघटित आहे २) स्थायी आहे

३) प्रातिनिधिक आहे ४) सहभागी आहे

अ) १ व ४ ब) १ आणि २

क) १, २, ३ ड) २, ३ आणि ४

५६) खालीलपैकी कोणते वैशिष्ट्य इंग्लंडच्या संविधानास अद्वितीय बनवते? (१९९६)

अ) बहुतांश नियम हे परंपरेवर आधारित आहेत.

ब) संसदेचा कोणताही कायदा त्याच्या साधारण कायद्यापेक्षा अधिक शक्तीशाली नाही.

क) सरकार जनतेप्रती उत्तरदायी / जबाबदार आहे.

ड) संवैधानिक राजतंत्र आहे.

५७) 'राजपदाचे (क्राऊन) मूर्त तसेच दृश्य स्वरूप म्हणजे मंत्रिमंडळ अथवा अधिक योग्य शब्दात मंत्रिमंडळ व स्थायी प्रशासकीय वर्ग होय.' हे कोणाचे मत आहे ?

अ) प्रो. ऑग ब) मन्रो क) ब्लॅकस्टोन ड) लॉवेल

५८) इंग्लंडमध्ये राजपद कायम टिकून राहण्यामागे पुढीलपैकी कोणती कारणे अंतर्भूत आहेत ?

१) इंग्रजांची रूढीप्रियता.

२) सांसदीय शासनपद्धतीत नाममात्र अध्यक्षाची आवश्यकता.

३) शासनात निरंतरता तसेच राष्ट्रीय एकतेचे प्रतीक.

४) सामाजिक जीवनाचे प्रमुख अंग व सुरक्षिततेची भावना.

५) मंत्रिमंडळाचा मार्गदर्शक व लोकशाहीला पोषक तसेच मध्यस्थ म्हणून उपयोगी.

अ) १, ३, ५ ब) २, ३, ४

क) १, २, ३ आणि ४, ५ ड) २, ४, ५

५९) पुढीलपैकी कोणती संस्था इंग्लंडमध्ये आपल्या प्राचीन श्रेष्ठतेमुळे आजही आदरणीय संस्था मानली जाते?

अ) कॉरोनेशन समिती ब) प्रिव्हि कौन्सिल

क) कोर्ट ऑफ क्लेम्स ड) क्यूरिया रेजिस

६०) इंग्लंडमधील मंत्रिमंडळ हे सामूहिकरित्या संसदेला जबाबदार असते याचाच अर्थ –

१) हाऊस ऑफ कॉमन्सने एखाद्या मंत्र्यावर अविश्वास दाखविला तर संपूर्ण मंत्रिमंडळाला पदत्याग करावा लागतो.

२) मंत्रिमंडळ बैठकीत सदस्य सरकारच्या धोरणावर टीका करू शकतात अथवा नवीन सूचना तयार करू शकतात परंतु एकदा निर्णय घेतला म्हणजे तो सर्वांचा निर्णय समजण्यात देतो.

३) एखाद्या मंत्र्याला जर तो निर्णय मान्य नसेल तर त्याला पदत्याग करावा लागतो.

अ) १ आणि २ ब) २ आणि ३

क) १, २, ३ ड) १ आणि ३

६१) 'इंग्लंडचे मंत्रिमंडळ हे शासनविभाग आणि विधिविभाग यांना जोडणारी एक शृंखला आहे.' असे कोण म्हणाले ?

अ) लॉर्ड मेलबोर्न ब) प्रो. लास्की

क) मन्रो ड) विस्काऊन्ट

६२) 'मंत्रिमंडळ ही शासनाची आधारशिला आहे.' हे मत कोणाचे ?

अ) लॉवेल ब) लॉर्ड एमरी क) प्रो. लास्की ड) मेरियट

६३) ...... हे इंग्लंडचे सर्वोच्च न्यायालय आहे.

अ) हाऊस ऑफ लॉर्ड्स ब) हाऊस ऑफ कॉमन्स

क) प्रिव्हि कौन्सिल ड) काउंटी कोर्ट

६४) इंग्लंडच्या संविधानाच्या संदर्भात खालील विधानांवर विचार करा.

१) सर्व वित्त विधेयक (हाऊस ऑफ कॉमन्सच्या सभापति द्वारे या प्रकारे प्रमाणित), जर हाऊस ऑफ लॉर्ड्स द्वारे विनासंशोधन संमत केले गेले नाही तर हाऊस ऑफ लॉर्ड्स मध्ये पुनर्स्थापित करण्याच्या एक महिन्याच्या आत हाऊस ऑफ लॉर्ड्सच्या संमती शिवाय त्याचा कायदा बनू शकतो.

२) इंग्लंडची संसद उत्तर आयर्लंडच्या साठी सर्व कायद्यांना अनुमेदित करते.

वरील विधानातील कोणता/कोणते बरोबर आहे ?

अ) फक्त १ ब) फक्त २ क) १ व २ ड) दोन्हीही नाही

६५) युनायटेड किंगडम मध्ये लॉर्ड चान्सेलर खालीलपैकी कशाशी संबंधित आहे?

१) हाऊस ऑफ कॉमन्सचे सदस्य २) हाऊस ऑफ लॉर्ड्सचे सदस्य

३) न्यायपालिकेचे अध्यक्ष ४) मंत्रिपरिषदेमध्ये मंत्री

पर्याय :

अ) फक्त १, २ व ४ ब) फक्त १, २ व ३

क) फक्त २, ३ व ४ ड) फक्त १, ३ व ४

६६) उत्तर अमेरिकेच्या संविधानात अधिकार पत्र (बिल ऑफ राईट्स) कशा प्रकारे समाविष्ट केले गेले होते ?

अ) संविधानाच्या प्रथम १० संशोधनाद्वारे

ब) २७ व्या संविधान संशोधनाद्वारे

क) संविधानाच्या प्रथम १२ संशोधनाद्वारे

ड) प्रस्तावनेच्या अंत: स्थापने द्वारे (insertion)

६७) इंग्लंडमध्ये न्यायिक पुनर्विलोकनाची व्यवस्था नाही कारण

अ) हाऊस ऑफ लॉर्ड्स ही एक न्यायसंस्था आहे.

ब) संसद कोणतीही चूक करत नाही.

क) कार्यपालिका विधेयकांप्रती उत्तरदायी आहे.

ड) तेथे लिखित संविधान नाही.

६८) जोड्या जुळवा.

सांकेतिकेमधून योग्य पर्याय निवडा.

गट 'अ' (संघराज्य)	**गट 'ब' (घटनादुरुस्ती प्रक्रिया)**
अ) अमेरिका	(१) (Units) सदस्यांना प्रभावित करणाऱ्या संविधानाला वर्तमान संख्येच्या अर्ध्यांने अनुमोदन करावे लागते.
ब) भारत	(२)(Units) सदस्याच्या संविधानावर सरकारांचे कोणतेही नियंत्रण नसते.
क) स्वित्झर्लंड	(३) ५०,००० नागरिक संविधान संशोधनसाठी मागणी करू शकतात.
ड) ऑस्ट्रेलिया	(४) २/३ सदस्यांचे विधान मंडळ संशोधनासाठी प्रार्थनापत्र पाठवू शकतात.
	(५) सदस्यांना संवैधानिक संशोधन करण्याचा कोणताही अधिकार नाही.

सांकेतिके

	अ	ब	क	ड
अ)	१	५	३	४
ब)	२	१	३	४
क)	३	१	२	४
ड)	४	५	३	२

६९) फ्रान्समध्ये राष्ट्रपती व शासन यांच्यामधील संघर्षाचे कारण काय आहे ?

अ) राष्ट्रपतींची प्रत्यक्ष निवडणूक

ब) अधिकारांचे केंद्रीकरण

क) शासनाच्या अध्यक्षात्मक व संसदीय प्रणालीचे मिश्रण

ड) सरकारवर नियंत्रणाचे संसदेला अल्प अधिकार

७०) जोड्या जुळवा.

सांकेतिकेतून योग्य पर्याय निवडा.

गट 'अ'	**गट 'ब'**
(देश)	**(राजकीय व्यवस्थेचे प्रकार)**
अ) चीन	१) संघीय, प्रातिनिधिक, गणतंत्र, प्रजासत्ताक
ब) जर्मनी	२) सार्वभौम, गणतंत्र, प्रजासत्ताक
क) फ्रान्स	३) लोकशाही, समाजवादी, गणतंत्र
ड) दक्षिण आफ्रिका	४) अविभाज्य, धर्मनिरपेक्ष, लोकतांत्रिक, गणतंत्र

सांकेतिके

	अ	ब	क	ड
अ)	४	२	३	१
ब)	३	१	४	२
क)	४	१	३	२
ड)	३	२	४	१

७१) खालीलपैकी कोणते आवश्यकतेनुसार केलेले (टेलर मेड) संविधान संबोधले जाते ?

अ) फ्रान्स – चौथे गणराज्य संविधान.

ब) फ्रान्स – पाचवे गणराज्य संविधान.

क) संयुक्त जर्मनी संविधान.

ड) अमेरिका संविधान.

७२) खालीलपैकी कोणत्या देशामध्ये संसदीय व अध्यक्षीय प्रकारच्या शासनाचे संमिश्रण अस्तित्वात आहे ?

अ) स्वित्झर्लंड ब) फ्रान्स

क) संयुक्त राज्य अमेरिका ड) जर्मनी

७३) खालीलपैकी कोणते विधान बरोबर आहे ?

अ) फ्रान्सच्या राज्यघटनेनुसार, मंत्रीमंडळ हे राष्ट्रपती, पंतप्रधान व इतर मंत्र्यांचे मिळून तयार होते.

ब) फ्रान्सचे राष्ट्रपती राष्ट्राचे धोरण निर्धारित करतात व संसदेच्या प्रती उत्तरदायी असतात.

क) फ्रान्सचे राष्ट्रपती मंत्रिपरिषदेच्या बैठकीचे अध्यक्षस्थान स्वीकारतो परंतु पंतप्रधान राष्ट्राच्या धोरणांबाबत उत्तरदायी आहे.

ड) फ्रान्सच्या पंतप्रधानांकडून मंत्रिमंडळाच्या रचनेचे निर्धारण अपेक्षित आहे तसेच तो त्याच्या बैठकांचे अध्यक्षस्थान भूषवीत नाही.

७४) जनप्रतिनिधित्वासाठी 'प्रतिनिधित्व नाही तर कराररोपण नाही' अशी मागणी .... केली गेली होती.

अ) अमेरिकेच्या स्वाधीनता युद्धाच्या वेळेस.

ब) बोल्शेविक क्रांतीच्या वेळी.

क) फ्रांसच्या राज्य क्रांतीच्या वेळी.

ड) गौरवमय क्रांतीच्या वेळी.

७५) फ्रान्सच्या राज्यघटनेत कलम १ व ७७ ते ८७ यामध्ये स्पष्ट केल्यानुसार गणराज्य तसेच समुद्रापलीकडील प्रदेश (ज्यांनी स्वेच्छेने या नवीन घटनेचा स्वीकार केलेला आहे) त्या सर्वांचा मिळून एक समाज तयार होतो तसेच या समाजाचा आधार समानता व एकता आहे. या समाजातील लोकांचे नागरिकत्व एकाच प्रकारात असून त्यांची कर्तव्येसुद्धा सारखीच आहे. यातून फ्रान्सच्या राज्यघटनेने .... निर्मिती केली व समाजा संबंधीचा नवीन सिद्धान्त मांडला.

अ) जनतेच्या सार्वभौमत्वाची ब) नव्या समाजाची

क) मानवी अधिकारांची ड) शासन विषयक समितीची

७६) फ्रान्सच्या राज्यघटनेनुसार समाजाच्या अंतर्गत असलेल्या प्रदेशांचे परस्परातील वाद ....याद्वारे मिटविण्यात येतील.

अ) नॅशनल असेंब्ली ब) घटनात्मक मंडळ

क) प्राभियोग न्यायालय ड) पंच न्यायालय

७७) फ्रान्सच्या राज्यघटनेने धर्मनिरपेक्ष प्रजासत्ताक गणराज्याची स्थापना, राज्याच्या सार्वभौम सत्तेचे अधिष्ठान जनता असून, जनता आपल्या

प्रतिनिधीमार्फत किंवा जननिर्णयानुसार वापर करेल असे पुढीलपैकी कोणत्या कलमांमधून स्पष्ट केले.

अ) ५ व ६ ब) ९ व १० क) २ व ३ ड) २ व ५

७८) **'संसदेची सर्वोच्च्यता' ही राजनैतिक व्यवस्थेचे एक निश्चित वैशिष्टय आहे. (१९९६)**

अ) इंग्लंड मध्ये ब) भारतात

क) कॅनडामध्ये ड) ऑस्ट्रेलियामध्ये

७९) **खालीलपैकी कोणत्या देशातील दुसऱ्या सभागृहात राज्यांचे समान प्रतिनिधित्व आहे ?**

अ) उत्तर अमेरिका ब) भारत क) ऑस्ट्रेलिया ड) कॅनडा

८०) **गट 'अ' गट 'ब' बरोबर जोड्या जुळवा.**

सांकेतिकेतील योग्य पर्याय लिहा.

गट 'अ'	गट 'ब'
अ)जमीन, ब्रेड, आणि शांतता	१) चिनी क्रांती
ब) स्वातंत्र्य, समानता, बंधुत्व	२) फ्रान्सची क्रांती
क) राष्ट्रवाद, लोकशाही, जीवित्व	३) रशियन क्रांती
ड) 'प्रतिनिधित्व नाही तर कर नाही'	४) अमेरिकेची क्रांती
	५) गौरवशाली क्रांती

सांकेतिके :

	अ	ब	क	ड
अ)	२	३	१	४
ब)	२	१	४	३
क)	३	१	२	५
ड)	३	२	१	४

८१) **फ्रान्सच्या पाचव्या गणराज्याच्या घटनेने सांसदीय तसेच अध्यक्षीय अशा दोन्ही प्रकारच्या शासनपद्धतींचा स्वीकार केलेला आहे.याचाच अर्थ शासनाचे स्वरूप .... आहे.**

अ) मिश्र ब) स्वतंत्र क) प्रातिनिधिक ड) संघटनात्मक

८२) फ्रान्सच्या राज्यघटनेने घटनेच्या संरक्षणाची जबाबदारी पुढीलपैकी कोणाकडे सोपविली आहे ?

अ) सर्वोच्च न्यायालयाकडे ब) राष्ट्रपतींकडे

क) नॅशनल असेंब्लीकडे ड) प्राभियोग न्यायालयाकडे

८३) फ्रान्सच्या राज्यघटनेने राष्ट्रपती प्रधानमंत्री इ. च्या अपराधाची (भ्रष्टाचार, घटनेचे उल्लंघन) चौकशी करण्यासाठी.....निर्मिती केलेली आहे.

अ) घटनात्मक मंडळाची ब) प्राभियोग न्यायालयाची

क) न्यायविषयक उच्च समितीची ड) पंच न्यायालयाची

८४) फ्रान्सच्या राष्ट्रपतीची निवड ही .... होत असते.

अ) अप्रत्यक्षरित्या निर्वाचन मंडळामार्फत ब) जनतेमार्फत

क) नॅशनल असेंब्ली मार्फत ड) सिनेट मार्फत

८५) फ्रान्सच्या राष्ट्रपतीच्या अधिकारात विशेष भर पडण्याचे कारण म्हणजे ....

१) घटनेचा संरक्षक म्हणून तो सर्व प्रशासकीय अधिकाऱ्यांना विशिष्ट कार्य करण्यासंबंधी निर्देश देऊ शकतो.

२) संसदेचे कायदे रद्द करू शकतो किंवा जननिर्णयासाठी पाठवू शकतो.

३) नॅशनल असेंब्लीचे विसर्जन करू शकतो.

४) फ्रान्समध्ये बहुपक्षपद्धती असून कोणत्याही एका पक्षास संसदेत निर्णायक बहुमत प्राप्त झालेले नसल्यास पंतप्रधानांची नेमणूक सुद्धा राष्ट्रपती स्वमतनिर्णयाने करतात.

अ) फक्त १ ब) १,२ क) फक्त २ ड) फक्त ४

८६) फ्रान्सची संसद ही द्विगृही असून नॅशनल असेंब्ली (प्रथमगृह/कनिष्ठ गृह) ही ... चे प्रतिनिधित्व करते व सिनेट (द्वितीय गृह/ वरिष्ठ गृह) हे .... चे प्रतिनिधित्व करते.

१) संपूर्ण फ्रान्सचे, फ्रान्स तसेच फ्रान्स साम्राज्यातील अन्य प्रदेशांचे.

२) प्रातिनिधिक, विशिष्ट घटकराज्यांचे.

पर्याय :

अ) फक्त १ ब) फक्त २ क) १ आणि २ ड) कोणतेही नाही

८७) फ्रान्सच्या मंत्रिमंडळाची स्थिती अमेरिकन मंत्रिमंडळ व ब्रिटिश मंत्रिमंडळ यांच्या मधली आहे कारण –

१) अमेरिकेच्या मंत्रिमंडळाप्रमाणे फ्रान्सच्या मंत्रिमंडळाचे सदस्य विधिमंडळाचे सदस्य नसतात.

२) इंग्लंडच्या मंत्रिमंडळाप्रमाणे फ्रान्सचे मंत्रिमंडळ हे संसदेला जबाबदार ठेवण्यात आले आहे.

पर्याय :

अ) फक्त १ ब) १ आणि २ क) फक्त २ ड) कोणतेही नाही

८८) फ्रान्सची संसद इंग्लंडच्या संसदेप्रमाणे सार्वभौम नाही. कारण –

१) संसदेच्या विधिविषयक कार्यावर पाचव्या गणराज्याच्या घटनेने मर्यादा टाकल्या आहेत.

२) मंत्रिमंडळ संसदेच्या कायदे करण्याबाबतचे अधिकारक्षेत्र सोडून इतर विषयांवर शासकीय आदेशांद्वारे नियम, कायदे बनवू शकते.

३) सरकारचे विधिविषयक क्षेत्र घटनेने निश्चित केलेले नसल्याने सरकार अनेक विषया संबंधी संसदेला विश्वासात न घेता कायदे, नियम करू शकते. तसेच संसदेसमोर आलेल्या विधेयकाचा विषयाचा कायदा सरकार करू शकते.

४) सरकारचे कार्यक्षेत्र निश्चित करण्याचा अधिकार संसदेला नाही.

पर्याय :

अ) १, २, ३ ब) २, ३, ४

क) ३ व ४ ड) वरील सर्व

८९) फ्रान्सच्या न्यायपद्धतीचे सर्वात महत्त्वाचे वैशिष्ट्य म्हणजे ..... होय.

अ) लिखित कायदे ब) अलिखित कायदे

क) कायद्यांचे संहितीकरण ड) प्रथा व परंपरा

९०) फ्रान्सच्या .... चे कार्य म्हणजे खटल्यासंबंधी निर्णय देण्याचे नसून वादी आणि प्रतिवादी यांच्यात सामंजस्य निर्माण करून वाद नष्ट करणे होय; तसेच याची तुलना प्राचीन भारतातील ग्रामसभेशी करता येते.

अ) स्थानिक न्यायालयां ब) कोर्ट ऑफ फर्स्ट इन्स्टन्स

क) कोर्ट ऑफ अपील ड) ए साईज कोर्ट

९१) फ्रान्समध्ये संसदेने केलेल्या कायद्यांची घटनात्मकता ठरविण्याचा पाचव्या गणराज्याच्या राज्यघटनेद्वारे .... ला अधिकार आहे.

अ) सर्वोच्च न्यायालया　　　　　　ब) घटनात्मक समिती

क) प्रशासकीय न्यायालया　　　　　ड) जिल्हा न्यायालया

९२) स्थानिक प्रशासनाच्या दृष्टीने पुढीलपैकी कोणत्या देशात प्रादेशिक किंवा विभागीय संस्था, ॲरोन्डाईजमेंट, कॅन्टन्स, कम्यून्स या चार संस्था आहेत ?

अ) रशिया　　ब) चीन　　क) स्वित्झर्लंड　　ड) फ्रान्स

९३) जर्मन संविधानसंबंधित खालील विधानांचा विचार करा.

१) बुंदेश्टागमध्ये स्थानांची संख्या परिवर्तनीय आहे तसेच बुंदेश्टागचे सदस्य ५ वर्षांच्या कालावधीसाठी निवडले जातात.

२) संघीय राष्ट्रपती बुंदेश्टागद्वारे पाच वर्षांच्या कालावधीसाठी निवडले जातात.

पर्याय :

अ) फक्त १　　　　　　ब) फक्त २

क) १ आणि २　　　　　ड) दोन्हीही नाही

९४) जर्मनीचा चान्सलर निर्वाचित केला जातो. –

अ) जनतेद्वारे प्रत्यक्षपणे

ब) बुन्ड्स राष्ट्र (वरिष्ठ गृह) द्वारे

क) बुंदेश्टाग (प्रतिनिधीगृह) द्वारे

ड) दोन्ही गृहांद्वारे (बुंदेस्त्रात तसेच बुंदेश्टाग)

९५) जर्मनीच्या मूळ कायद्यात रचनात्मक अविश्वास मत याचा अर्थ बुंदेश्टाग चान्सलरला पदावरून काढणे.

अ) केवळ एका विशेष बहुमताद्वारे.

ब) केवळ तेव्हा ज्यावेळेस तो उत्तराधिकाऱ्याच्या संदर्भात प्रथम सहमत झालेला असेल.

क) केवळ राष्ट्रपतीच्या संमतीने.

ड) केवळ संघीय संवैधानिक न्यायालयाच्या संमतीने.

९६) फेडरल रिपब्लिक ऑफ जर्मनीमध्ये कोणत्याही राजकीय पक्षाला असंवैधानिक घोषित करण्याचा अधिकार खालीलपैकी कोणास आहे ?

अ) बुन्डेस्टाग　　　　　ब) बुन्ड्स राष्ट्र

क) संघीय सरकार　　　　ड) संघीय संवैधानिक न्यायालय

९७) **जर्मनीच्या संविधानाच्या वैशिष्ट्यांच्या संबंधी खालील विधानांचा विचार करा.**

अ) निर्दिष्ट मानव अधिकारांना केवळ घटनादुरुस्तीच्या माध्यमातून परिवर्तित करता येते.

ब) संघीय रचना अथवा राज्यांच्या अधिकारांशी संबंधित विभागांमध्ये परिवर्तनाच्या हेतूने कोणताही प्रस्ताव अस्वीकृत करणे.

पर्याय :

अ) फक्त १ ब) फक्त २ क) १ आणि २ ड) कोणतेही नाही.

९८) **चीनच्या घटनेशी संबंधित खालील विधानांचा विचार करा.**

१) नॅशनल पीपल्स काँग्रेस घटनेत दुरुस्ती करू शकते किंवा ती पाच वर्षांच्या कालावधीसाठी निर्वाचित होते.

२) स्टेट कौन्सिल हे सर्वोच्च कार्यपालिकेचे अंग आहे तसेच यात पंतप्रधान, उपपंतप्रधान व राज्याचे कौन्सिलर समाविष्ट असतात.

वरील विधानातील कोणते विधान / विधाने बरोबर आहेत?

पर्याय :

अ) फक्त १ ब) फक्त २

क) १ आणि २ ड) कोणतेही नाही

९९) **खालील घटनांपैकी कोणती घटना फ्रान्सच्या पाचव्या गणराज्याच्या स्थापनेला कारणीभूत ठरली.**

अ) अल्जेरिया प्रश्न ब) सुएझ प्रश्न

क) क्यूबा प्रश्न ड) मकाऊ प्रश्न

१००) **खालीलपैकी कोणत्या देशाचे चीनने सामाजिक साम्राज्यवादी सत्तेच्या रूपात वर्णन केले ?**

अ) यू.एस.ए. ब) यू.एस.एस.आर.

क) भारत ड) जपान

१०१) **चीनच्या संदर्भात खालीलपैकी कोणते विधान बरोबर नाही ?**

अ) चीनच्या कम्युनिस्ट पक्षाचे संघटन लोकतांत्रिक केंद्रवादावर आधारित आहे.

ब) चीनच्या राज्यघटनेत एकात्म न्याय व्यवस्थेची तरतूद आहे.

क) माओची नवलोकशाही संकल्पना व्यवहारात आणली.

ड) चीनच्या राज्यघटनेत द्विगृही कायदेमंडळाची तरतूद आहे.

१०२) १९५८ च्या फ्रान्सच्या राज्यघटनेत पुढीलपैकी कोणते वैशिष्ट्य सांगता येत नाही ?

अ) १७८९ च्या अधिकार-घोषणेचे अधिग्रहण.

ब) सक्षम राष्ट्रपतीत्वाचे समर्थन.

क) संसदेचे मर्यादित अधिकार.

ड) एकगृही विधानमंडळ.

१०३) चीनचे राष्ट्रीय विधिमंडळ किंवा संसद म्हणजे -

अ) राज्यपरिषद ब) राष्ट्रीय जन काँग्रेस

क) जनसभा ड) सर्वोच्च सोविएत

१०४) जोड्या जुळवा.

सांकेतिकेमधून योग्य पर्याय निवडा.

गट 'अ'	गट 'ब'
अ) यू. एस. ए.	१) दोन प्रकारचे न्यायालय - प्रांतीय व संघीय
ब) कॅनडा	२) राज्यांचा संघ
क) नायजेरिया	३) राज्यांसाठी वेगवेगळे संविधान
ड) भारत	४) प्रत्येक राज्यासाठी स्वतंत्र निर्वाचन आयोग

सांकेतिके :

	अ	ब	क	ड
अ)	१	३	२	४
ब)	३	१	२	४
क)	३	१	४	२
ड)	१	३	४	२

१०५) 'लॉ ऑफ दि कॉन्स्टिट्यूशन' चे प्रसिद्ध लेखक कोण आहेत ?

अ) ए. व्ही. डायसी ब) हरमन फायनर

क) आर. जी. गटेल ड) एफ. डब्ल्यू. विलोबी

१०६) दक्षिण अफ्रिकेच्या राज्यघटनेशी संबंधित खालील विधानांचा परामर्श घ्या.

१) दक्षिण आफ्रिका गणराज्याच्या राज्यघटनेत दुरुस्ती करून स्पष्ट केले की, संवैधानिक न्यायालयातील न्यायाधीशांची नियुक्ती ही दहा वर्षांच्या कालावधीसाठी अथवा न्यायाधीशांच्या सत्तर वर्षे वयापर्यंत असेल.

२) जर एखाद्या गृहाद्वारे कोणतेही विधेयक अस्वीकार केले गेले तर त्यास दोन्ही गृहांच्या- नॅशनल असेंब्ली तसेच राष्ट्रीय प्रांतीय परिषद (नॅशनल कौन्सिल ऑफ प्रोव्हिजन) च्या कडे, मीडिशन कमिटी किंवा मध्यस्थ समिती द्वारे विचारानंतर परत पाठविले जाते.

अ) फक्त १ ब) फक्त २

क) १ व २ ड) दोन्हीही नाही.

१०७) फेडरल रिपब्लिक ऑफ जर्मनीत कोणत्याही राजकीय पक्षास असंवैधानिक घोषित करण्याचा अधिकार खालीलपैकी कोणाकडे आहे ?

अ) बुन्डेश्टाग ब) बुन्ड्स राष्ट्र

क) संघसरकार ड) संघ संवैधानिक न्यायालय

१०८) दक्षिण आफ्रिकेत राष्ट्रपती मंत्रिमंडळाची निर्मिती कशी करतात ?

अ) राष्ट्रपतीय विवेकाधिकारा द्वारे.

ब) एकपक्षीय बहुमताद्वारे.

क) बहुपक्षीय सरकारच्या समानुवर्ती प्रतिनिधित्वाद्वारे.

ड) राजकीय पक्षांच्या समानुवर्ती प्रतिनिधित्वाद्वारे.

उत्तरे :

१ – ब
२ – क
३ – अ
४ – क
५ – क
६ – ड
७ – ब
८ – अ
९ – ब
१० – क
११ – अ
१२ – ड
१३ – अ
१४ – क
१५ – क
१६ – अ
१७ – ब
१८ – क
१९ – अ
२० – ड
२१ – ड
२२ – क
२३ – ब
२४ – ब
२५ – ब
२६ – अ
२७ – अ
२८ – ब
२९ – क
३० – अ
३१ – क
३२ – ब
३३ – क
३४ – ड
३५ – ड
३६ – क
३७ – क
३८ – अ
३९ – ब
४० – ब
४१ – क
४२ – अ
४३ – अ
४४ – ब
४५ – अ
४६ – क
४७ – ब
४८ – ड
४९ – क
५० – अ
५१ – अ
५२ – ब
५३ – क
५४ – क
५५ – ड
५६ – अ
५७ – अ
५८ – क
५९ – क
६० – ब
६१ – क
६२ – ब
६३ – अ
६४ – अ
६५ – क
६६ – अ
६७ – अ
६८ – ड
६९ – क
७० – ब
७१ – ब
७२ – ब
७३ – क
७४ – ब
७५ – ड
७६ – क
७७ – अ
७८ – क
७९ – ड
८० – अ
८१ – ब
८२ – क
८३ – ब
८४ – अ
८५ – ड
८६ – अ
८७ – ब
८८ – ड
८९ – क
९० – अ
९१ – ब
९२ – ड
९३ – क
९४ – क
९५ – ब
९६ – ड
९७ – अ
९८ – क
९९ – अ
१०० – ब
१०१ – ड
१०२ – ड
१०३ – ब
१०४ – ड
१०५ – अ
१०६ – ब
१०७ – ड
१०८ – ड

विभाग ब

प्रकरण ४

राज्यघटना निर्मितीचा विकास

✡ ब्रिटिश शासन काळातील - राज्यघटनेची ऐतिहासिक सापेक्षता

महत्त्वाचे मुद्दे

- ✡ इंग्लंडच्या ईस्ट इंडिया कंपनीने हिंदुस्तानात व्यापाराच्या निमित्ताने येऊन बंगाल, बिहार, ओरिसा येथे दिवाणी हक्क मिळविले.
- ✡ वॉरन हेस्टिंग्जने कंपनीच्या कल्याणार्थ महसुली व व्यापारी सुधारणा केल्या. १७८४ मध्ये पिट्स इंडिया ॲक्ट संमत होऊन बोर्ड ऑफ कंट्रोलची कंपनी कारभारावर देखरेखीसाठी निर्मिती झाली. लॉर्ड कॉर्नवॉलिसने न्यायव्यवस्थेत सुधारणा, जमीन महसुल यंत्रणेत सुधारणा केल्या. लॉर्ड वेलस्लीने तैनाती फौजेची योजना राबविली. लॉर्ड हेस्टिंग्जने हिंदुस्तानातील अराजकता कमी करण्याचा प्रयत्न केला.
- ✡ लॉर्ड बेंटिंग हा उदारमतवादी होता. लॉर्ड डलहौसीने इंग्रजीसत्तेत मोठी वाढ केली. दत्तक वारस नामंजूर करून राज्ये खालसा करून ती इंग्रजीराज्यात विलीन केली.
- ✡ इंग्रज काळात हिंदुस्थानात नवविचार, पाश्चात्त्य शिक्षण यामुळे सामाजिक चळवळी निर्माण झाल्या. धर्मसुधारणा केल्या गेल्या, यामध्ये रॉय, देवेंद्रनाथ टागोर यांचे कार्य विचारात घेता येते.
- ✡ १८५७ च्या उठावानंतर हिंदुस्थानात इंग्लंडच्या राणीची राजवट सुरू झाली. हिंदुस्थानात न्यायव्यवस्थेच्या संदर्भात लॉर्ड कॉर्नवॉलिस, लॉर्ड बेंटिंग यांनी सुधारणा केल्या. त्यात फिरती न्यायालये, हायकोर्टाची स्थापना, प्रिव्ही - कौन्सिलची न्यायसमिती, फेडरल कोर्ट ऑफ इंडिया यांचा उल्लेख करता येतो.

* हिंदुस्थानात १८६०, १८६६-६७, १८७६-७७ या काळात मोठेमोठे दुष्काळ पडले अशावेळी ब्रिटिशांनी आयोगाची स्थापना केली यात कॅम्पबेल आयोग, स्ट्रॅची आयोग, मॅकडोनाल्ड आयोग यांचा उल्लेख करता येतो.
* ब्रिटिशांनी हिंदुस्थानात राज्यकारभाराच्या सोयीसाठी इंग्रजी शिक्षणास प्रोत्साहन दिले. त्यानुसार वूडचा खलिता, विद्यापीठे, महाविद्यालयांची स्थापना, प्रत्येक प्रांतात स्वतंत्र शिक्षण खात्याची निर्मिती, हायस्कूल्स स्थापन केली गेली.
* इंग्रजांचे वृत्तपत्रांबाबतचे धोरण बहुतांशी प्रतिगामी होते; त्यात लॉर्ड ॲडम्सचे धोरण, व्हर्नॅक्युलर प्रेस ॲक्ट, १९०८ चा, १९१०चा,१९३१ चा वृत्तपत्रांचा कायदा हा हिंदी वृत्तपत्रांची मुस्कटदाबी करणारा होता.
* बिटिश शासनाने जिल्हा समित्या, तालुका समित्यांची निर्मिती प्रशासनाच्या सोयीसाठी केली. लॉर्ड मेयोने कायद्याद्वारे जिल्हानिहाय समित्या स्थापन केल्या तर लॉर्ड रिपनने जिल्हा लोकल बोर्डाची स्थापना केली, म्युनिसिपल समितीच्या कार्यात सुधारणा केली. भारतमंत्री मोर्ले यांनी स्थानिक स्वराज्य संस्थांचा अभ्यास करण्यासाठी 'विकेंद्रीकरण समिती' नेमली.
* १८५७ च्या उठावानंतर भारतीय समाजात विविध धर्मसुधारणा झाल्या. राजा राममोहन रॉय, स्वामी दयानंद सरस्वती, रामकृष्ण परमहंस, स्वामी विवेकानंद, तसेच महाराष्ट्रात म. जोतिबा फुले, राजर्षी शाहू महाराज, लोकहितवादी रानडे, आगरकर, दक्षिणेत रघुनाथराव, विरेसलिंगम पंतुलु, नटराजन्, पंजाबमध्ये स्वामी श्रद्धानंद, बंगालमध्ये ईश्वरचंद्र विद्यासागर, शशिपाद बॅनर्जी यांनी धर्मसुधारणा, सामाजिक सुधारणा घडवून आणल्या.
* राष्ट्रीय सभेची स्थापना २८ डिसेंबर १८८५ मध्ये झाली व त्यातून हिंदुस्थानला स्वातंत्र्य मिळविण्यासाठी प्रयत्न सुरू झाले. १८८५ ते १९०५ या काळातील अधिवेशनातून हिंदी सदस्यांची कार्यकारी मंडळात नियुक्ती, लष्करात हिंदी अधिकाऱ्यांच्या नेमणुका, तांत्रिक व औद्योगिक शिक्षण सुविधा, ICS परीक्षा हिंदुस्थानात होण्याची मागणी अशा सनदशीर मार्गाचा अवलंब केला गेला. दादाभाई नौरोजी, न्या. रानडे, सर फिरोजशहा मेहता, ना. गोखले हे मवाळ विचारसरणीचे नेते होते.

✡ १९०७ मधील सुरत अधिवेशनात राष्ट्रसभेत मवाळ व जहाल असे दोन गट पडले. जहाल गटात लोकमान्य टिळक अग्रस्थानी होते. याच काळात इंग्रजसरकारने दडपशाहीचे धोरण स्वीकारले. १९०८ चा वृत्तपत्र कायदा, १९१० चा वृत्तपत्र कायदा यातून वृत्तपत्रांच्या मुस्कटदाबीचे धोरण स्वीकारले, फोडा व झोडा नीती, मुस्लिमांना दिलेला स्वतंत्र मतदार संघ, वगैरे घटनांतून हिंदुस्थानात स्वदेशी, बहिष्कार चळवळींना प्रारंभ झाला. राष्ट्रीय शिक्षणावर भर देण्यात आला. होमरूल चळवळ , प्रतियोगी सहकारिता, मॉंटफर्ड सुधारणा केल्या गेल्या. परंतु, जालियनवालाबाग हत्याकांड, रौलट अ‍ॅक्ट यानंतर म. गांधींनी असहकार चळवळ, सत्याग्रहाचे धोरण स्वीकारले. क्रांतिकारकांनी देशात तसेच परदेशात गुप्तपणे संघटना उभारून ब्रिटिश शासनाविरुद्ध कार्य केले. यात वासुदेव बळवंत फडके, दामोदर चापेकर, वि. दा. सावरकर, सुब्रह्मण्यम्, चिदंबरम् पिलाई, वीरेंद्रकुमार घोष, भूपेंद्रनाथ, खुदीराम बोस, रासबिहारी बोस, भगतसिंग, राजगुरू, चंद्रशेखर आझाद या क्रांतिकारकांची नावे घेता येतात.

✡ नेताजी सुभाषचंद्रांनी आझाद हिंद सेनेची स्थापना करून बिटिशांविरुद्ध आक्रमक धोरण स्वीकारले तर ब्रिटिशांच्या अन्यायकारी धोरणातून पुढे सविनय कायदेभंग चळवळ, सायमन कमिशन, गोलमेज परिषद, चले जाव आंदोलन झाले. भारत सरकारने १९३५ चा कायदा करून प्रांतीय स्वायत्तता निर्माण केली.

✡ दुसऱ्या महायुद्धानंतर मात्र ८ ऑगस्ट १९४० मधील घोषणा, क्रिप्स योजना, वेव्हेल योजना, त्रिमंत्री शिष्टमंडळ / कॅबिनेट मिशन, हिंदुस्थानच्या स्वातंत्र्याचा कायदा, १९४७ ला झाला.

प्रश्न :

१) खालील घटनांचा योग्य कालानुक्रम काय आहे ?

१) भारतीय नौसेना विद्रोह / बंड २) पूना अ‍ॅक्ट

३) मिठाचा सत्याग्रह ४) मोर्ले - मिंटो सुधारणा

अ) २-३-४-१ ब) ४-१-२-३

क) २-१-४-३ ड) ४-३-२-१

२) **जोड्या जुळवा.**

सांकेतिकेतून योग्य पर्याय निवडा.

गट 'अ'	**गट 'ब'**
अ) द्विगृही व्यवस्था	१) भारत सरकार अधिनियम, १९३५
ब) वैधानिक अवक्रमण	२) भारतीय परिषद अधिनियम, १८६१
क) स्वतंत्र निर्वाचन मंडळ	३) मॉन्टेग्यू - चेम्सफोर्ड सुधारणा, १९१९
ड) प्रांतीय स्वायत्तता	४) भारतीय परिषद अधिनियम, १८९२
	५) मोर्ले - मिंटो सुधारणा

सांकेतिके :

	अ	ब	क	ड
अ)	५	१	४	२
ब)	३	२	५	१
क)	५	२	४	१
ड)	३	१	५	२

३) **खालीलपैकी कोणत्या अधिनियमाद्वारे प्रांतांमध्ये द्विदल शासन सुरू झाले ?**

अ) १८६१ चा भारतीय परिषद अधिनियम कायदा (Indian Council Act)

ब) १८९२ चा भारतीय अधिनियम कायदा (Indian Council Act)

क) १९०९ चा भारतीय परिषद अधिनियम कायदा (Indian Council Act)

ड) १९१९ चा भारतीय परिषद अधिनियम कायदा (Indian Council Act)

४) **जोड्या जुळवा.**

सांकेतिकेतील योग्य पर्याय निवडा.

गट 'अ' **(वैशिष्ट्ये)**	**गट 'ब'** **(अधिनियम / कायदा)**
अ) शासनाची संघ योजना	१) मोर्लो - मिंटो सुधारणा, १९०९
ब) प्रांतामध्ये द्विदल शासन	२) भारतीय परिषद अधिनियम/कायदा १८६१
क) सांप्रदायिक प्रतिनिधी	३) भारत सरकार अधिनियम/कायदा १९३५
ड) ताठर केंद्रीकरण	४) मॉन्टेग्यू - चेम्सफोर्ड सुधारणा, १९१९

सांकेतिके :

	अ	ब	क	ड
अ)	२	१	४	३
ब)	३	४	१	२
क)	२	४	१	३
ड)	३	१	४	२

५) **भारतीय राष्ट्रीय काँग्रेसने 'क्रिप्स योजना' फेटाळण्याचे कारण कोणते?**

अ) क्रिप्स योजनेने भारतीय संघास संघराज्य दर्जा, स्थिती प्रदान केली होती.

ब) क्रिप्स योजनेने प्रांतांना डोमिनियम स्थिती प्रदान.

क) क्रिप्स योजनेने प्रत्यक्षविभाजनाच्या मागणीचा स्वीकार केला होता.

ड) क्रिप्स योजनेचे ध्येय युद्धानंतरही भारतात ब्रिटिश शासन राहण्यासाठी होते.

६) **मुस्लिम लीगने १६ ऑगस्ट १९४५ ला 'कार्यवाही दिवस' का मानला होता ?**

अ) मुस्लिमांच्या विभिन्न गटांमध्ये एकता स्थापना करण्यासाठी.

ब) अंतरिम सरकारमध्ये मुस्लिमांच्या अपर्याप्त प्रतिनिधित्वास विरोध करण्यासाठी.

क) पाकिस्तानाच्या निर्मितीच्या मागणीस उठाव येण्यासाठी.

ड) इंग्रजांविरुद्ध संघर्षात काँग्रेसबरोबर एकबद्धता अभिव्यक्त करण्यासाठी.

७) **कोणत्या व्हॉईसरॉयच्या काळामध्ये दमनकारी अधिनियम केला गेला ?**

अ) लॉर्ड कर्झन ब)लॉर्ड लिट क) लॉर्ड रिपन ड) लॉर्ड मोर्ले

८) **खालील आंदोलनांचा योग्य कालानुक्रम निवडा.**

अ) असहकार आंदोलन – सविनय कायदेभंग आंदोलन – भारत छोडो आंदोलन.

ब) सविनय कायदेभंग आंदोलन – भारत छोडो आंदोलन–असहकार आंदोलन.

क) असहकार आंदोलन– भारत छोडो आंदोलन– सविनय कायदेभंग आंदोलन.

ड) भारत छोडो आंदोलन –असहकार आंदोलन –सविनय कायदेभंग आंदोलन.

९) **जोड्या जुळवा.**

सांकेतिकेतून योग्य पर्याय निवडा.

गट 'अ' (सिद्धान्तवादी)	गट 'ब' (संकल्पना)
अ) दादा भाई नौरोजी	१) विश्वस्त
ब) महात्मा गांधी	२) संपूर्ण क्रांती
क) रवींद्रनाथ टागोर	३) ड्रेन थिअरी / अपवहन सिद्धान्त
ड) जयप्रकाश नारायण	४) आंतरराष्ट्रवाद

सांकेतिके :

	अ	ब	क	ड
अ)	३	४	१	३
ब)	२	१	४	३
क)	३	१	४	२
ड)	२	४	१	३

१०) महात्मा गांधींच्या दृष्टिकोनातून अस्पृश्यतेचे निर्मूलन करण्यासाठी प्राथमिक उत्तरदायित्व आहे. ते

अ) उच्च जातीतील हिंदूंचे
ब) भारतीय राष्ट्राचे
क) अस्पृश्यांचे स्वतःचे
ड) भारतीय राष्ट्रीय नेतृत्वाचे

११) १९२० च्या उत्तरोत्तर काळात किंवा त्यापूर्वीच्या काळात भारतीय क्रांतिकारी उग्रवादींमध्ये अंतराचे कारण कोणते होते ?

अ) संपूर्ण स्वातंत्र्याचे लक्ष्य / ध्येय
ब) गुप्त संस्थांद्वारे कार्यवाही
क) हिंसा प्रयोगांची सीमा
ड) क्रांतिकारी समाजवादी विचारसरणीचा पुरस्कार

१२) जोड्या जुळवा.

सांकेतिकेमधून योग्य पर्याय निवडा.

गट 'अ' (संवैधानिक विकास)	गट 'ब' (कायदे / सुधारणा)
अ) द्विदल शासन	१) रेग्युलेटिंग ॲक्ट, १७७३
ब) संघवाद	२) भारत सरकार अधिनियम, १९१९
क) सांप्रदायिक निर्वाचक	३) भारतीय परिषद अधिनियम, १८९२ मंडळाची प्रस्तावना

ड) गव्हर्नर -जनरल पदाची रचना ४) मोर्लो-मिन्टो सुधारणा, १९०९

सांकेतिके :

	अ	ब	क	ड
अ)	२	४	५	१
ब)	१	५	३	२
क)	२	५	३	१
ड)	१	४	५	२

१३) गांधीजींच्या दृष्टीने 'स्वराज्या'चा अर्थ -

अ) स्वयंशासन.

ब) कायद्याचे शासन.

क) नैतिकदृष्ट्या चांगल्या व्यक्तींच्याद्वारे शासन.

ड) सर्वांच्या कल्याणार्थ पाठपुरावा.

१४) जोड्या जुळवा.

सांकेतिकतेमधून योग्य पर्याय निवडा.

गट 'अ' (कायदे)	**गट 'ब' (तरतूद)**
१) भारत सरकार अधिनियम, १९३५	अ) ईस्ट इंडिया कंपनीकडून ब्रिटिश सरकारकडे सत्तेचे हस्तांतरण
२) भारत सरकार अधिनियम, १९०९	ब) भारतासाठी वसाहतीचा दर्जा देण्याची संकल्पना
३) भारत सरकार अधिनियम, १९१९	क) प्रांतीय स्वायतत्तेचा प्रारंभ
४) भारत सरकार अधिनियम, १८५८	ड) प्रांतांमध्ये द्विदल शासन पद्धतीची सुरुवात
	इ) मुस्लिम व अन्य लोकांसाठी स्वतंत्र निर्वाचनवर्ग व्यवस्था

सांकेतिके :

	अ	ब	क	ड
अ)	१	४	२	३
ब)	३	५	४	१
क)	१	५	४	३
ड)	३	४	२	१

१५) स्वातंत्र्यपूर्व काळात भारतीय राष्ट्रीय काँग्रेसमध्ये समाजवादी विचारसरणी पुढे आणण्यासाठी खालीलपैकी कोणी प्रमुख भूमिका बजावली ?

अ) पट्टाभी सीतारामय्या ब) पं. जवाहरलाल नेहरू

क) सरदार वल्लभभाई पटेल ड) जमनालाल बजाज

१६) अखिल भारतीय 'किसान काँग्रेस' की जिचे नाव 'अखिल भारतीय किसान सभा' झाले, तिची स्थापना –

अ) १९३६ मध्ये भारतीय राष्ट्रीय काँग्रेसच्या लखनौ अधिवेशनात झाली.

ब) १९०६ मध्ये भारतीय राष्ट्रीय काँग्रेसच्या सुरत अधिवेशनात झाली.

क) १९२९ मध्ये भारतीय राष्ट्रीय काँग्रेसच्या लाहोर अधिवेशनात झाली.

ड) वरीलपैकी नाही.

१७) जोड्या जुळवा.

सांकेतिकतेमधून योग्य जोड्या जुळवा.

गट 'अ' (राज्यशास्त्रज्ञ)	गट 'ब' (विषय)
अ) रजनी कोठारी	१) बहुसंस्कृतीवाद
ब) भिक्यू पारेख	२) भारतातील पक्ष व्यवस्था
क) इकबाल नारायण	३) भारतीय राष्ट्रवाद
ड) पार्थ चटर्जी	४) भारतातील राज्यांचे राजकारण

सांकेतिके :

	अ	ब	क	ड
अ)	३	४	१	२
ब)	२	४	१	३
क)	३	१	४	२
ड)	२	१	४	३

१८) खालीलपैकी कोणी सर्वप्रथम 'स्वराज्य' ह्या संकल्पनेचे प्रतिपादन केले ?

अ) के. सी. भट्टाचार्य ब) जवाहरलाल नेहरू

क) एम. के. गांधी ड) बी. जी. टिळक

१९) खालील दिलेल्या व्यक्तींचा विचार करा.

१) अच्युत पटवर्धन २) गोविंद वल्लभ पंत

३) एम. एन. रॉय ४) युसूफ मेहरअली

यातील कोण समाजवादी पक्षाचे सदस्य होते ?

पर्याय :

अ) १ व २ ब) १ व ४ क) १, २ व ३ ड) २, ३ व ४

२०) खालीलपैकी कोण 'AITUC' चे पहिले अध्यक्ष होते.

अ) जोसेफ बाप्टिस्टा ब) लाला लजपत राय

क) बी. पी. वाडिया ड) पी. सी. जोशी

२१) खालीलपैकी कोणते विधान भारत शासन अधिनियम, १९३५ च्या संदर्भात बरोबर आहे ?

अ) संघ कार्यपालिका गव्हर्नर जनरल व काउन्सलर्स यांची मिळून बनत होती.

ब) संघ विधानमंडळ गव्हर्नर जनरल, राज्य परिषद व संघसभा मिळून बनत होती.

क) १२ गव्हर्नरच्या अधिपत्याखाली प्रांत व ६ चीफ कमिशनांचे प्रांत होते.

ड) प्रान्तीय विधानमंडळ गव्हर्नर व विधान मंडळाचे केवळ निम्मे सदस्य असलेल्या गृहाची मिळनू बनत होते.

२२) भारत सरकार अधिनियम, १९१९ द्वारे लागू केल्या गेलेल्या द्विदल शासनाच्या संदर्भात खालीलपैकी कोणते विधान बरोबर नाही ?

अ) ही केंद्रे तसेच प्रांतीय स्तरावर दुहेरी शासन व्यवस्था होती.

ब) प्रांतीय विषय राखीव तसेच स्थानांतरित विषयांमध्ये विभाजित केले गेले होते.

क) राज्यपाल विधान परिषदेच्या निर्वाचित सदस्यांमधून मंत्र्याची नियुक्ती करत असे.

ड) राज्यपालाकडे बहुमताच्या निर्णयाचा प्रत्यादेश करण्याचा अधिकार होता.

२३) १९३२ च्या पूना कराराने अनुमोदित केले की –

अ) संयुक्त निर्वाचन मंडळ पद्धती असेल.

ब) स्वतंत्र निर्वाचन मंडळ पद्धती असेल.

क) संयुक्त निर्वाचन मंडळ पद्धती की ज्यात अनुसूचित जातींसाठी जागा राखीव असेल.

ड) संयुक्त निर्वाचन मंडळ पद्धती की, ज्यात सवर्ण हिंदुंसाठी जागा राखीव असेल.

२४) खालीलपैकी कोणती जोडी योग्य नाही ?

अ) सुंदरलाल बहुगुणा	१) चिपको आंदोलन
ब) सरदार पटेल	२) वारली लढा (संघर्ष)
क) नारायण स्वामी नायडू	३) तामिलिगा व्यासिगल संगम
ड) राम मनोहर लोहिया	४) कागोडू सत्याग्रह

२५) खिलाफत प्रश्न उठविला गेला कारण भारतीय मुसलमान –

अ) आपल्यासाठी स्वतंत्र गृहभूमिची अपेक्षा करीत होते.

ब) रौलट कायद्याचे परीक्षक होते.

क) सेवरिस कराराच्या (१९२०) अटींमुळे नाराज होते.

ड) १९१९ च्या भारत सरकार अधिनियमामुळे असंतुष्ट होते.

२६) खालील घटनांचा विचार करा–

१) पिट्स इंडिया ॲक्ट.

२) ईस्ट इंडिया कंपनीचा दिवाणी अधिकार.

३) रेग्युलेटिंग ॲक्ट.

४) वॉरन हेस्टिंग्जची बंगालचा गव्हर्नर म्हणून नियुक्ती.

पर्याय : वरील घटनांचा योग्य कालानुक्रम पुढीलपैकी कोणता आहे ?

अ) २, ४, १, ३	ब) ४, २, ३, १
क) २,४,३,१	ड) ४, २, १,३

२७) योग्य जोड्या जुळवा.

सांकेतिकेमधून योग्य पर्याय निवडा.

गट 'अ' (आंदोलने)	**गट 'ब' (वर्ष)**
अ) बार्डोली सत्याग्रह	१) १९४६
ब) मोपला बंड	२) १९१७
क) तेभगा आंदोलन	३) १९२८
ड) चंपारण्य आंदोलन	४) १९२१

सांकेतिके :

	अ	ब	क	ड
अ)	४	३	१	२
ब)	३	४	२	१
क)	४	३	२	१
ड)	३	४	१	२

२८) खालीलपैकी कोणता असा एक मुद्दा सांप्रदायिक अॅवॉर्डचा एक घटक नव्हता की ज्याची ब्रिटिश सरकारने घोषणा केलेली नव्हती ?

अ) दलित वर्गास अल्पमत समुदायाच्या स्वरूपात मान्यता तसेच त्यांना सामान्य निवडणूक क्षेत्रात मताधिकारास स्वीकृती दिली गेली.

ब) ज्या प्रांतात मुस्लिम अल्पमतात होते त्यांना प्रतिनिधित्व प्रदान केले गेले.

क) भारतीय ख्रिश्चन व अँग्लो इंडियन्ससाठी स्वतंत्र निर्वाचन क्षेत्र बनविले गेले.

ड) मुस्लिमांसाठी काही ठिकाणी आरक्षण केले गेले.

२९) खालीलपैकी कोणती जोडी योग्य नाही ?

अ) मोतीलाल नेहरू	नेहरू अहवाल / प्रतिवेदन
ब) गांधी	चंपारण्य सत्याग्रह
क) जिना	खिलाफत आंदोलन
ड) एस. सी. बोस	आझाद हिंद सेना

३०) जोड्या जुळवा.

सांकेतिकेमधून योग्य पर्याय निवडा.

गट 'अ' (पक्ष)	**गट 'ब' (नेता)**
अ) जस्टिस पार्टी	१) ए. के. डांगे
ब) स्वराज्य पार्टी	२) सी. आर. दास
क) फॉरवर्ड ब्लॉक	३) बी. आर. आंबेडकर
ड) लेबर पार्टी ऑफ इंडिया	४) सुभाषचंद्र बोस
	५) डॉ. टी.एम. नायर

सांकेतिके :

	अ	ब	क	ड
अ)	५	२	४	१
ब)	३	२	५	१
क)	१	२	४	३
ड)	५	२	४	३

३१) व्यक्ति व घटनांच्या जोड्यांचा विचार करा.

१) लॉर्ड डलहौसी – राज्यखालसा धोरण (Doctrine of Lapse)

२) लॉर्ड कर्झन – बंगालची फाळणी (Partition of Bangal)

३) लॉर्ड वेव्हेल – सिमला परिषद (Simla Conferance)

यातील कोणकोणत्या जोड्या योग्य आहेत?

अ) १ व ३ ब) २ व ३ क) १,२ व ३ ड) १ व २

३२) एक राजकीय पक्षाच्या रूपाने भारतीय राष्ट्रीय काँग्रेसने कार्य करण्यास प्रारंभ केला.

अ) १९०७ पासून

ब) १८८५ पासून

क) कोलकाता अधिवेशन (सप्टेंबर १९२०) पासून

ड) नागपूर अधिवेशन (डिसेंबर १९२०)

३३) कायमधारा पद्धतीच्या अंतर्गत भारतातील राजास

अ) ब्रिटिशसहाय्यक सैन्यांच्या मदतीने शेजारील राज्याबरोबरील तंटे मिटविण्याचा अधिकार प्राप्त झाला.

ब) इंग्रज वगळता इतर युरोपीय सत्तांबरोबर व्यापार करण्याची सुविधा होती.

क) आपल्या इथे एक इंग्रज रेसिडेंट ठेवला जाणे आवश्यक होते.

ब) आपल्या संरक्षणासाठी आपल्या राज्याच्या सीमेत ब्रिटिश साहाय्यक सैन्यास राहण्याची परवानगी देणे आवश्यक होते .

३४) रॅम्से मॅकडोनाल्डच्या सांप्रदायिक निवाडा/जातीय निवाड्यामध्ये पुढीलपैकी कोणती तरतूद केलेली होती ?

अ) मुस्लिमांसाठी स्वतंत्र न्यायालय

ब) महिलांसाठी विशेष कायदे

क) दलित वर्गासाठी स्वतंत्र निर्वाचन मंडळ

ड) निजाम वसाहतीतील लोकांसाठी विशिष्ट अधिकार

३५) खालीलपैकी कोणत्या राजकीय पक्षांनी किंवा समूहांनी सायमन कमिशनवर बहिष्कार टाकला होता ?

अ) हिंदू महासभा　　ब) जस्टिस पार्टी

क) मुस्लिम लीग　　ड) पंजाब युनियनिस्ट

खालीलपैकी योग्य उत्तर निवडा.

अ) १, २, ३ व ४　ब) १, २ व ४　क) २ व ३　ड) १, ३ व ४

३६) १९१९ च्या कायद्यांतर्गत द्विदल शासना संबंधित खालील विधानांतील कोणते विधान बरोबर आहे ?

अ) प्रांतातील परिषदांचे सदस्य प्रांतीय विधानमंडळाप्रती उत्तरदायी होते.

ब) प्रांतीय शासनाची ही पहिली अवस्था होती.

क) प्रांतीय राज्यपाल नाममात्र अध्यक्ष बनला.

ड) वरीलपैकी कोणतेही नाही.

३७) भारतात राष्ट्रवादाचे ध्येय –

अ) उग्र राष्ट्रवाद होते.

ब) हिंदू राज्याची पुनर्स्थापना करणे.

क) राष्ट्रीय समाजवाद होते.

ड) वसाहतवादी शासनातून मुक्तता मिळविणे.

३८) ब्रिटिश शासन काळात राष्ट्रवादाच्या विकासासाठी खालीलपैकी कोण उत्तरदायी होते ?

१) भारताचे आर्थिक शोषण.

२) पाश्चात्त्य शिक्षणाचा प्रभाव.

३) प्रेसची भूमिका.

अ) १, २ आणि ३　ब) १ आणि २

क) २ आणि ३　ड) १ आणि ३

३९) ज्यावेळेस इंग्रजांना बंगाल, बिहार, ओरिसाची दिवाणी मिळाली तेव्हा त्यांना अधिकार प्राप्त झाला.–

अ) या प्रदेशांमध्ये कायदा व व्यवस्था बनविण्याचा.

ब) या प्रदेशात दिवाणी न्यायप्रशासन व्यवस्था व राजस्ववसुलीचा.

क) या प्रदेशात राजस्ववसुली करण्याचा व राजस्व प्रशासन स्थापन करण्याचा.

ड) या प्रदेशांच्या सैन्य संरक्षणाचा.

४०) खालील राष्ट्रीय नेत्यांमधील कोणत्या नेत्यास संबोधले गेले की ते राजकारणात उग्र जहालमतवादी होते परंतु सामाजिक मुद्यांवर रूढीवादी ?

अ) जी. के.गोखले ब) बी. जी.टिळक

क) लाला लजपत राय ड) मदन मोहन मालवीय

४१) खालील घटकांवर विचार करा.

१) गदर पार्टी २) खिलाफत चळवळ

३) दांडी मार्च ४) चंपारण्य सत्याग्रह

पर्याय : योग्य कालानुक्रम लिहा.

अ) ४, १, २, ३ ब) १, ४, ३, २

क) ४, १, ३, २ ड) १, ४, २, ३

४२) नेहरू कमिटीपुढे सर्वात मोठा पेचप्रसंग होता. –

अ) स्वतंत्र भारतातील मागासवर्गाची स्थिती.

ब) अल्पसंख्याकांची स्थिती.

क) भारतातील डोमिनियन स्टेट्स / संस्थाने

ड) खिलापतीचा प्रश्न

४३) जेव्हा १८५८ मध्ये ब्रिटिश सरकारने भारत सरकारचे प्रत्यक्ष उत्तरदायित्व ग्रहण केले त्यावेळेस सर्व अधिकार कायदे, प्रशासकीय व वित्त यांचे – – – – केंद्रीकरण झाले.

अ) व्हॉईसरॉय व गव्हर्नर जनरल मध्ये.

ब) भारतासाठी सेक्रेटरी ऑफ स्टेट व त्यांच्या कौन्सिलमध्ये.

क) व्हॉईसरॉयच्या कौन्सिलमध्ये.

ड) लेफ्टनंट गव्हर्नर आणि व्हाईसरॉयमध्ये.

४४) ऑल इंडिया स्टेट्स पीपल्स कॉन्फरन्सचे एक ध्येय होते की –

अ) देशी संस्थांनामध्ये उत्तरदायी सरकारची स्थापना व्हावी.

ब) देशी संस्थांनामध्ये काँग्रेसच्या प्रभावास विरोध.

क) देशी संस्थानांमध्ये प्रजामंडळाचे दमन.

ड) देशी संस्थांनामध्ये एका महासंघाची स्थापना.

४५) गव्हर्नमेंट ऑफ इंडिया ॲक्ट, १९३५ ला 'दास्यत्वाचे गुलामगिरीने नवे अधिकार पत्र' असे कोणी संबोधले ?

अ) महात्मा गांधी ब) जवाहरलाल नेहरू

क) सरदार पटेल ड) राजेंद्र प्रसाद

४६) जोड्या जुळवा.

सांकेतिकेतील योग्य पर्याय निवडा.

गट अ	गट ब
अ) ब्राह्मो समाज	१) श्रीमती ॲनी बेझंट
ब) बॉम्बे प्रेसिडेन्सी असोसिएशन	२) गोपाल कृष्ण गोखले
क) भारत सेवक संघ	३) दादाभाई नौरोजी
ड) थिऑसॉफिकल सोसायटी	४) राजा राममोहन रॉय
	५) सर फिरोजशाह मेहता

सांकेतिके :

	अ	ब	क	ड
अ)	४	५	२	१
ब)	४	५	१	२
क)	१	३	२	४
ड)	४	२	५	१

४७) जोड्या जुळवा.

सांकेतिकेतील योग्य पर्याय निवडा.

गट 'अ' (वर्तमानपत्रे / पत्रिका)	गट 'ब' (संस्थापक / संपादक)
अ) द इंडियन रिव्ह्यू	१) बी. जी. हॉर्नीमन
ब) द मॉडर्न रिव्ह्यू	२) जी. ए. नटेसन
क) द हिंदू	३) रामानन्द चटर्जी
ड) द बॉम्बे क्रॉनिकल	४) वीर राघवाचारी व इतर

सांकेतिके :

	अ	ब	क	ड
अ)	२	३	४	१
ब)	३	२	४	१
क)	३	२	१	४
ड)	२	३	१	४

४८) खालीलपैकी कोणी शिवाजी जयंती व गणेशोत्सवास राष्ट्रीय उत्सवात रूपांतरित केले ?

अ) लाला लजपत राय　　ब) बाळ गंगाधर टिळक

क) वीर सावरकर　　ड) गोपाल कृष्ण गोखले

४९) रौलट ॲक्टचा उद्देश –

अ) युद्ध प्रयत्नांना अनिवार्य आर्थिक समर्थन मिळवणे.

ब) खटल्याविना कैदी बनविणे व खटल्यांची सुनावणी संक्षिप्त प्रक्रियेद्वारे पूर्ण करणे.

क) खिलापत आंदोलनाचे दमन करणे.

ड) वृत्तपत्र स्वातंत्र्यावर प्रतिबंध घालणे.

५०) लॉर्ड लिटनच्या शासनकाळात संमत केलेला मातृभाषा मुद्रण अधिनियम, व व्हर्न्यॅक्युलर प्रेस ॲक्टचा उद्देश –

अ) मातृभाषेतील प्रेसला इंग्लिश प्रेस बरोबर समता प्रदान करणे.

ब) मातृभाषा प्रेसला पूर्ण स्वातंत्र्य प्रदान करणे.

क) मातृभाषा प्रेसवर प्रतिबंध घालणे.

ड) भारतीयांद्वारे चालविले जाणाऱ्या इंग्रजी प्रेसवर प्रतिबंध घालणे.

५१) १९३५ च्या ॲक्टद्वारे स्थापित संघास अवशिष्ट अधिकार दिले गेले होते.

अ) संघीय विधान मंडळास　　ब) प्रांतीय विधान मंडळास

क) गव्हर्नर जनरलला　　ड) प्रांतीय राज्यपालांना

५२) १९१९च्या भारत शासन अधिनियमाची कोणती प्रमुख वैशिष्ट्ये आहेत?

१) प्रांताच्या कार्यकारिणीमध्ये द्विदल शासनाची व्यवस्था.

२) मुस्लिमांसाठी स्वतंत्र सांप्रदायिक निर्वाचन मंडळाची व्यवस्था.

३) केंद्राद्वारे प्रांतांच्या वैधानिक अधिकारांचे अवक्रमण.

४) केंद्रीय तसेच प्रांतीय विधानमंडळाचा प्रसार व पुनर्गठन.

अ) १, २ आणि ३　　ब) २, ३ आणि ४

क) १, २ आणि ४　　ड) १, ३ आणि ४

५३) खालीलपैकी कोणत्या कायद्याने भारतीय प्रांतांना त्यांच्या वैधानिक अधिकारापासून वंचित केले गेले ?

अ) १८१३ चा कायदा | ब) १८३३ चा कायदा
क) १८५३ चा कायदा | ड) १८६१ चा कायदा

५४) **खालीलपैकी उदारमतवाद्यांनी केलेली कोणती मागणी मोर्ले-मिन्टो सुधारणांमध्ये स्वीकारली गेली ?**

अ) भारतासाठी 'डेमिनियन स्टेट्स'
ब) उत्तरदायी सरकारचा प्रारंभ.
क) परिषदांच्या आकाराचा विस्तार.
ड) स्वराज्याचा विचार.

५५) **१९१९ च्या कायद्यान्तर्गत दिलेल्या द्विदल-शासन व्यवस्थेत खालीलपैकी कोणी बदल करण्याची सूचना केली होती ?**

अ) मुडीमन समिती | ब) सप्रू समिती
क) सायमन आयोग | ड) बटलर आयोग

५६) **प्रांतीय विषयांना केंद्रीय विषयांपासून स्वतंत्र करण्यासाठी कोणत्या कायद्यामध्ये प्रथमच संवैधानिक नियम बनविले गेले ?**

अ) भारत सरकार अधिनियम, १९३५
ब) भारत सरकार अधिनियम, १९१९
क) भारत परिषद अधिनियम, १९०९
ड) भारत परिषद अधिनियम १८९२

५७) **कॅबिनेट मिशन योजनेद्वारे भारतासाठी जो प्रस्ताव ठेवला तो एक**

अ) संघ होता | ब) परिसंघ होता
क) अर्धसंघ होता | ड) राज्यांचे संघटन होते

५८) **खालीलपैकी कोणत्या कायद्यांतर्गत इंग्रजांनी भारतात प्रथमतः सांप्रदायिक निर्वाचन मंडळ प्रणालीला सुरुवात केली ?**

अ) भारत सरकार अधिनियम १९०९
ब) भारत सरकार अधिनियम १९१९
क) भारत परिषद अधिनियम १८६१
ड) भारत परिषद अधिनिमय १८६२

५९) **खालीलपैकी मवाळ विचारसरणीच्या नेत्यांचा समावेश कोणत्या पर्यायात आढळेल ?**

अ) महादेव गोविंद रानडे, गोपाल कृष्ण गोखले, बिपिनचंद्र पाल

ब) गोपाल कृष्ण गोखले, फिरोजशहा मेहता, दादाभाई नौरोजी

क) लाला लाजपत राय, डब्ल्यू. सी. बॅनर्जी, सुरेंद्रनाथ बॅनर्जी

ड) गोपाल कृष्ण गोखले, श्रीनिवास शास्त्री, बाळ गंगाधर टिळक

६०) .... च्या कायद्यानुसार जिल्हा लोकल बोर्डाची स्थापना करण्यात आली.

अ) १८७० च्या कायद्यानुसार ब) १८७८ च्या कायद्यानुसार

क) १८८२ च्या कायद्यानुसार ड) १९१५ च्या कायद्यानुसार

६१) ..... यांस स्थानिक स्वराज्य संस्थांचा जनक संबोधले जाते.

अ) लॉर्ड डलहौसी ब) लॉर्ड लिटन

क) लॉर्ड रिपन ड) लॉर्ड कर्झन

६२) राष्ट्रसभेचे पहिले अधिवेशन..... रोजी भरले.

अ) २१ नोव्हेंबर १८८५ ब) २४ नोव्हेंबर १८८५

क) २१ डिसेंबर १८८५ ड) २८ डिसेंबर १८८५

६३) जोड्या जुळवा.

सांकेतिकेतील योग्य पर्याय निवडा.

गट 'अ' (नेते)	गट 'ब' (संस्था)
अ) दादाभाई नौरोजी	१) सार्वजनिक सभा
ब) न्या. महादेव गोविंद रानडे	२) सत्यशोधक समाज
क) ना. गोपाळ कृष्ण गोखले	३) बॉम्बे असोसिएशन
ड) महात्मा जोतिबा फुले	४) भारत सेवक समाज

सांकेतिके :

	अ	ब	क	ड
अ)	३	१	४	२
ब)	४	३	२	१
क)	१	२	३	४
ड)	२	४	१	३

६४) देशातील सर्व शिक्षणपद्धतीचा अभ्यास करून त्यात सुधारणा घडवून आणण्यासाठी हंटर कमिशनची नियुक्ती खालीलपैकी कोणी केली ?

अ) लॉर्ड कर्झन ब) लॉर्ड रिपन क) लॉर्ड लिटन ड)लॉर्ड लिनलिथ्गो

६५) पुढीलपैकी कोणकोणत्या कायद्यांद्वारे वृत्तपत्रांची मुस्कटदाबी केली गेली ?

१) १८७८ व्हरनॅक्युलर प्रेस ॲक्ट २) १९०८ चा वृत्तपत्रांचा कायदा

३) १९१० चा वृत्तपत्रांचा कायदा ४) १९३१ चा वृत्तपत्रांचा कायदा

पर्याय :

अ) १, ३,४ ब) २, ३, ४ क) १, २, ३ आणि ४ ड) १, २, ४

६६) राष्ट्रसभेचे .... अधिवेशन हा राष्ट्रीय स्वातंत्र्य चळवळीचा महत्त्वाचा टप्पा मानला जातो.

अ) सुरत ब) कोलकाता क) मुंबई ड) नागपूर

६७) होमरूल लीगची चळवळ म्हणजे .... चळवळ होती.

अ) असहकाराची ब) नि:शस्त्र प्रतिकाराची

ब) सविनय कायदेभंगाची ड) सत्याग्रहाची

६८) हिंदुस्थानच्या स्वातंत्र्यासाठी झटणाऱ्या....... ह्या क्रांतिकारी संघटनेतील एक क्रांतिकारी महिला होत्या.

अ) भगिनी निवेदिता ब) ॲनी बेझंट

क) मादाम कामा ड) वासंती देवी

६९) भारतमंत्री मॉन्टेग्यू याने हिंदी समाजाला स्वातंत्र्य अथवा स्वराज्याचे हक्क एकदम न मिळता ते क्रमाक्रमाने मिळणार असल्याची घोषणा केली या घोषणेचे स्वागत मवाळपक्षाने .... असे केले.

१) मॅग्ना कार्टा ऑफ इंडिया

२) गव्हर्नमेंट ऑफ इंडिया ॲक्ट

३) वसाहती स्वराज्य

पर्याय :

अ) फक्त १ ब) फक्त २ क) फक्त ३ ड) वरील सर्व

७०) द्विदल राजपद्धती अपयशी ठरण्यास पुढील कोणती कारणे कारणीभूत ठरली?

१) हिंदुस्थानातील राजकीय असंतोष

२) ब्रिटिशांची दडपशाही

३) जालियनवाला बाग हत्याकांड

४) १९२० मधील मोठा दुष्काळ

अ) २ व ३ ब) १, ३, ४
क) २ व ४ ड) वरील सर्व

७१) 'सविनय कायदेभंग म्हणजे अहिंसात्मक बंड' असे कोणी म्हटले आहे?
अ) लोकमान्य टिळक ब) म. गांधी क) सावरकर ड) लाला लाजपतराय

७२) 'ब्लॅक बिल' म्हणून कोणत्या बिलाचा सर्वत्र निषेध केला गेला ?
१) अल्बर्ट बिल २) रौलट बिल
पर्याय :
अ) फक्त १ ब) फक्त २ क) १ आणि २ ड) कोणतेही नाही.

७३) स्वातंत्र्य चळवळीच्या दुसऱ्या पर्वाची सुरुवात ....ने झाली.
अ) क्रांतिकारी चळवळींनी ब) असहकाराच्या चळवळीने
क) सत्याग्रहाच्या चळवळीने ड) 'चले जाव' आंदोलनाने

७४) उत्तर प्रदेशातील .... येथील हिंसात्मक बनत चाललेल्या चळवळीने महात्मा गांधींनी असहकार चळवळ तहकूब केली.
अ) लखनौ ब) बार्डोली क) चौरीचौरा ड) आवडी

७५) पंडित जवाहरलाल नेहरूंनी कोणत्या चळवळीने 'हिंदी राष्ट्रवादात नवजीवन चैतन्य निर्माण केले' असे म्हटले ?
अ) सत्याग्रह चळवळ ब) वंगभंग चळवळ
क) चले जाव आंदोलन ड) असहकार चळवळ

७६) .... व .... यांनी स्वराज्य पक्षाची स्थापना केली.
अ) मोतीलाल नेहरू व सी. आर. दास
ब) श्यामजी कृष्ण वर्मा व सावरकर
क) नामदार गोखले व दादाभाई नौरोजी
ड) बाबा गुरुदित सिंग व लाला हरदयाळ

७७) .... हा स्वातंत्र्यदिन म्हणून देशभर साजरा केला होता.
अ) २५ डिसेंबर १९२९ ब) १५ ऑगस्ट १९३०
क) २६ जानेवारी १९३० ड) २७ जानेवारी १९३०

७८) १९३५ च्या कायद्याने .... हिंदुस्थानापासून अलग करण्यात आला.
अ) पाकिस्तान ब) ब्रह्मदेश क) नेपाळ ड) भूतान

७९) १९३५ च्या कायद्याचे........ यांनी 'A New charter of bondage' **असे वर्णन केले.**

अ) सरदार पटेल ब) डॉ. आंबेडकर क) महात्मा गांधी ड) पंडित नेहरू

८०) पाकिस्तान हा शब्द....... याने १९३३ मध्ये 'Now or Never' **या पुस्तिकेत प्रथम वापरला.**

अ) रहमतखान ब) डॉ. महम्मद इक्बाल

क) बॅ. जीना ड) मौलाना महमद अली

८१) १४ जुलै १९४२ मध्ये ..... येथे राष्ट्रसभेच्या वर्किंग कमिटीने इतिहास प्रसिद्ध 'छोडो भारत' ठराव पास केला.

अ) पुणे ब) नागपूर क) वर्धा ड) अलाहाबाद

८२) हिंदुस्थानच्या स्वातंत्र्याचा लढा चालू ठेवण्यासाठी स्थापन केलेल्या कृती समितीचे अध्यक्ष .... हे होते.

अ) रास बिहारी बोस ब) कॅप्टन मोहन सिंग

क) नेताजी सुभाषचंद्र बोस ड) कॅप्टन सूरजमल

८३) कॅबिनेट मिशन ऊर्फ त्रिमंत्री शिष्टमंडळात ...... चा समावेश होता.

१) सर पेथिक लॉरेन्स २) सर स्टॅफर्ड क्रिप्स

३) मि. अलेक्झांडर ४) वेव्हेल ५) लॉर्ड बर्कनहेड

पर्याय :

अ) १, ४,५ ब) १, २, ३

क) २, ३,४ ड) ३, ४, ५

उत्तरे :

१ – ड	१८ – ड	३५ – अ	५२ – ड	६९ – अ
२ – ब	१९ – ब	३६ – क	५३ – ब	७० – ड
३ – क	२० – ब	३७ – ड	५४ – क	७१ – ब
४ – ब	२१ – ब	३८ – अ	५५ – क	७२ – अ
५ – अ	२२ – अ	३९ – ब	५६ – ब	७३ – ब
६ – क	२३ – क	४० – ब	५७ – अ	७४ – क
७ – ब	२४ – ब	४१ – ड	५८ – अ	७५ – ड
८ – अ	२५ – क	४२ – क	५९ – ब	७६ – अ
९ – क	२६ – क	४३ – ब	६० – क	७७ – क
१० – अ	२७ – ड	४४ – अ	६१ – क	७८ – ब
११ – ड	२८ – ड	४५ – ब	६२ – ड	७९ – ड
१२ – अ	२९ – क	४६ – अ	६३ – अ	८० – अ
१३ – ड	३० – अ	४७ – ब	६४ – ब	८१ – क
१४ – ब	३१ – क	४८ – ब	६५ – क	८२ – अ
१५ – ब	३२ – ड	४९ – क	६६ – अ	८३ – ब
१६ – अ	३३ – ड	५० – क	६७ – ब	
१७ – ड	३४ – क	५१ – क	६८ – क	

■■

विभाग ब

प्रकरण ५

घटना समिती

- ✡ तात्त्वीक आणि सामाजिक आर्थिक दृष्टिकोन
- ✡ भारतीय राज्यघटनेची वैशिष्ट्ये

महत्त्वाचे मुद्दे

- ✡ घटना समितीची निर्मिती भारतास स्वातंत्र्य मिळण्यापूर्वीच झाली.
- ✡ घटना समितीची निर्मिती म्हणजे भारतीयांसाठी भारतीयांनी मूलभूत नियम करणे हा अधिकार मान्य करणे होय.
- ✡ १८९५ मध्ये स्वराज्य विधेयकात भारतीयांनी त्यांचे राजकीय भवितव्य निश्चित करण्यासाठी घटना समितीची मागणी केली होती. हे विधेयक लोकमान्य टिळकांनी तयार केले होते.
- ✡ घटना समितीत सर्व विचारांचे प्रतिनिधित्व करणाऱ्या व्यक्तींचा समावेश असेल असा महत्त्वाचा विचार काँग्रेसने स्वीकारला होता.
- ✡ घटना समितीचा अर्थ व महत्त्व १९३६ च्या काँग्रेसच्या लखनौ अधिवेशनात स्पष्ट करण्यात आले.
- ✡ १९३४ व १९३८ च्या काँग्रेस अधिवेशनात घटना समितीच्या निर्मितीचा पुनरुच्चार करण्यात आला.
- ✡ ब्रिटिश सरकार भारतीयांसाठी घटना समिती असल्याबाबत त्यात भारतीय असण्याच्या विचारांशी सहमत नव्हते परंतु दुसऱ्या महायुद्धामुळे निर्माण झालेली परिस्थिती, आंतरराष्ट्रीय शक्तिशाली राष्ट्रांनी ब्रिटिशांना, भारतीयांसाठी भारतीयांची घटना समिती, हा विचार स्वीकारण्यास भाग पाडले.
- ✡ ब्रिटिशांनी १९४२ मध्ये क्रिप्स योजनेच्या माध्यमातून भारतात घटनासमितीची

निर्मिती करण्याचे व युद्ध समाप्तीनंतर भारतीयांसाठी घटना निर्मितीचे काम केले जाईल असे स्पष्ट केले.

- ✡ घटना समितीचे पहिले अधिवेशन ९ डिसेंबर १९४६ रोजी भारतीय संसदेच्या केंद्रीय कक्षामध्ये सुरू झाले.
- ✡ डॉ. राजेंद्रप्रसाद यांची निवड घटना समितीचे कायम स्वरूपाचे अध्यक्ष म्हणून तर बी. एन. राव यांना घटना समितीचे संविधान सल्लागार म्हणून निवडले.
- ✡ पं. जवाहरलाल नेहरू यांनी १३ डिसेंबर १९४६ रोजी घटना समितीत 'उद्दिष्टांचा ठराव' मांडला व तो २३ जानेवारी १९४७ मध्ये घटना समितीने स्वीकृत केला.
- ✡ घटना समितीने प्रजातंत्राचा स्वीकार केला व संसदीय पद्धतीस प्राधान्य दिले.
- ✡ घटना समितीने पूर्ण संघराज्यास प्राधान्य दिले नाही याचा अर्थ केंद्रास अधिक अधिकार व प्रशासकीय सोयीसाठी 'संघराज्य' असा होता.
- ✡ नेहरू रिपोर्टमधील मोठा भाग मूलभूत अधिकारात समाविष्ट केला गेला.
- ✡ घटना समितीने केंद्रासाठी व राज्यांसाठी संसदीय पद्धतीचा स्वीकार केला.
- ✡ घटनासमितीने केंद्रीय कायदेमंडळाच्या बाबत लोकसभा व राज्यसभा अशी रचना स्वीकारली. प्रौढ मताधिकार, प्रादेशिक प्रतिनिधित्व निश्चित करण्यात आले.
- ✡ घटनासमितीत स्वतंत्र न्यायपालिका असण्याबाबत एकवाक्यता होती.
- ✡ घटनासमितीने सामाजिक न्यायासाठी अनुसूचित जाती-जमातींना लोकसभेत व राज्य विधीमंडळात १० वर्षांसाठी राखीव जागा असाव्यात हे मान्य केले.
- ✡ घटनासमितीत अभ्यासू, विद्वान समाजाभिमुख, नैतिक अधिष्ठान असणाऱ्या व्यक्तींचा समावेश होता.

प्रश्न :

१) घटना समितीचे प्रथम अधिवेशन ..... रोजी भारतीय संसदेच्या केंद्रीय कक्षात सुरू झाले.

अ) ७ डिसेंबर १९४६ ब) ९ डिसेंबर १९४६

क) १५ डिसेंबर १९४६ ड) ३१ डिसेंबर १९४६

२) घटना समितीच्या पहिल्या अधिवेशनात ..... यांना अध्यक्षपदी निवडण्यात आले.

अ) बी. एन. राव ब) डॉ. राजेंद्रप्रसाद

क) डॉ. सच्चिदानंद सिन्हा ड) डॉ. आंबेडकर

३) **११ डिसेंबर १९४६ मध्ये घटना समितीच्या बैठकीत .... यांना कायम स्वरूपात अध्यक्ष म्हणून निवडण्यात आले.**

अ) राजगोपालाचारी ब) डॉ. राजेंद्र प्रसाद

क) एन. गोपालस्वामी अय्यंगार ड) अल्लादी कृष्णस्वामी अय्यर

४) **घटना निर्मितीचे कार्य..... वर्षं ..... महिने.....दिवस चाललेले होते.**

अ) दोन वर्षं, अकरा महिने, अठरा दिवस

ब) दोन वर्षं, अकरा महिने, सात दिवस

क) दोन वर्षं, आठ महिने, पंधरा दिवस

ड) दोन वर्षं, अकरा महिने, नऊ दिवस

५) **१९४६ च्या योजनेनुसार राज्यघटनेच्या निर्मितीसाठी घटना समितीची तरतूद करण्यात आली.**

अ) वेव्हेल योजना ब) त्रिमंत्री योजना क) माऊंटबॅटन योजना.

६) **१९३६ च्या ..... काँग्रेस अधिवेशनात राज्यघटनेचा ठराव संमत केला गेला.**

अ) आवडी ब) नागपूर क) फैजपूर ड) कोलकाता

७) **'भारतीय जनतेला घटना निर्मितीचे स्वातंत्र्य असले पाहिजे; कारण भारताच्या हिताचा विचार केवळ भारतीय जनताच करू शकते. त्यानुसार मतदानाद्वारे निवडलेल्या घटना समितीला राज्यघटना निर्मितीचा अधिकार प्राप्त होतो; अशा घटना समितीच्या आधारेच भारतीयांच्या भावनांचे प्रतिबिंब उमटू शकते.' असे कोणी ठासून सांगितले ?**

अ) वल्लभभाई पटेल ब) डॉ. आंबेडकर

क) पं. नेहरू ड) राजगोपालाचारी

८) **त्रिमंत्री योजनेत भारताच्या घटना समितीच्या रूपरेषेत पुढील कोणत्या घटकांचा समावेश केला गेला?**

१) घटना समिती सदस्यांची निवड प्रांतिक कायदेमंडळाद्वारे करणे.

२) घटना समिती सदस्य संख्या ३८९ एवढी असेल.

३) घटना समितीतील एक सदस्य १० लाख लोकांचे प्रतिनिधित्व करेल.

४) भारतीय संस्थानांच्या ९३ प्रतिनिधींचा घटना समितीत समावेश.

५) ३८९ सदस्यांमध्ये प्रांताचे २९२ प्रतिनिधी, चीफ कमिशनरचे ४ प्रतिनिधी, संस्थांनांचे ९३ प्रतिनिधी, यांचा समावेश असेल.

अ) १, २, ३ ब) २, ३, ४ क) ३, ४, ५ ड) वरील सर्व

९) घटना समितीत भारतीय जनतेच्या भावनांचे प्रतिबिंब उमटले होते असे म्हटले जाते. कारण –

१) घटना समितीमध्ये काँग्रेस, मुस्लिम लीग, शीख, पारशी, अँग्लो इंडियन, उद्योग–व्यावसायिक गट, आदिवासी स्त्रिया, कायदेपंडित अशा विभिन्न गटांच्या प्रतिनिधींना प्रतिनिधित्व.

२) भारतीय जनतेने प्रत्यक्षपणे प्रतिनिधी निवडून दिलेले नसले तरी प्रांतांच्या कायदेमंडळातील प्रतिनिधींनी निवडून दिले होते.

अ) फक्त १ ब) फक्त २

क) १ आणि २ ड) कोणतेही नाही

१०) घटना समितीच्या एकूण ...... बैठका झाल्या.

अ) अकरा ब) बारा क) तेरा ड) चौदा

११) घटनेच्या मसुद्यावर...... दिवस चर्चा करण्यात आली.

अ) १०५ ब) १०७ क) १११ ड) ११४

१२) घटना समितीच्या कामावर एकूण .... रु. खर्च झाला.

अ) ६०,२५,२४० ब) ६३, ९६, ७२९

क) ६६,७२,४८० ड) ६७, ४३, २६५

१३) राज्य घटना लिहिण्याच्या कामासाठी..... समित्यांची स्थापना करण्यात आली.

अ) दहा ब) अकरा क) बारा ड) तेरा

१४) ..... मध्ये मसुदा समिती निर्माण करण्यात आली.

अ) २९ ऑगस्ट १९४७ ब) २९ सप्टेंबर १९४७

क) २९ ऑक्टोबर १९४७ ड) २९ नोव्हेंबर १९४७

१५) मसुदा समितीच्या अध्यक्षपदी ...... यांची निवड करण्यात आली

अ) टी. टी. कृष्णम्माचारी ब) पं. हृदयनाथ कुंझरू

क) डॉ. राधाकृष्णन् ड) डॉ. बाबासाहेब आंबेडकर

१६) मसुदा समितीत ..... सदस्य होते.

अ) पाच ब) सहा क) सात ड) आठ

१७) मसुदा समितीत पुढीलपैकी कोणत्या सदस्यांचा समावेश होता ?

१) एन. गोपालस्वामी अय्यंगार, अल्लादी कृष्णस्वामी अय्यर, कन्हैय्यालाल मुन्शी, सय्यद मोहंमद सादुल्ला.

२) श्रीकृष्ण सिंह, पुरुषोत्तमदास टंडन.

३) टी. टी. कृष्णम्माचारी, बी. एन. राव, डी. पी. खैतान.

अ) १, २ ब) १, ३

क) २ व ३ ड) वरीलपैकी कोणतेही नाही.

१८) घटना समितीत पुढीलपैकी कोणत्या महिला सदस्यांचा सहभाग होता.....

१) श्रीमती सरोजिनी नायडू

२) श्रीमती हंसा मेहता

३) श्रीमती दुर्गा देशमुख

अ) १, २ ब) २, ३ क) १ व ३ ड) वरील सर्व

१९) पुढीलपैकी कोणत्या राजकीय नेत्यांनी घटना समितीच्या बाहेर राहण्याचे मान्य केले?

अ) महात्मा गांधी, जयप्रकाश नारायण

ब) प्रा. के. टी. शाह, डॉ. जयकर

क) डॉ. श्यामा प्रसाद मुखर्जी, हृदयनाथ कुंझरू

ड) वल्लभभाई पटेल, राधाकृष्णन्

२०) जोड्या जुळवा.

सांकेतिकांमधून योग्य पर्याय निवडा.

'अ' गट (घटनासमितीच्या प्रमुख समित्या)	**'ब' गट (समित्यांचे अध्यक्ष)**
अ) संचालन समिती	१) पं. जवाहरलाल नेहरू
ब) संघ घटना समिती	२) डॉ. बाबासाहेब आंबेडकर
क) प्रांतीय घटना समिती	३) डॉ. राजेंद्र प्रसाद
ड) मसुदा समिती	४) सरदार वल्लभभाई पटेल

सांकेतिके :

	अ	ब	क	ड
अ)	४	२	३	१
ब)	३	१	४	२
क)	४	२	१	३
ड)	२	१	३	४

२१) जोड्या जुळवा.

सांकेतिकांमधून योग्य पर्याय निवडा.

अ गट (घटनाकाल)	ब गट (घटना)
अ) ९ डिसेंबर १९४६	१) मसुदा समितीची स्थापना
ब) ११ डिसेंबर १९४६	२) घटना समितीची पहिली बैठक
क) २९ ऑगस्ट १९४७	३) घटनेच्या मसुद्यास घटना समितीने अंतिम स्वरूप दिले.
ड) २६ नोव्हेंबर १९४९	४) डॉ. राजेंद्र प्रसाद यांची स्थायी समितीचे अध्यक्ष म्हणून निवड

सांकेतिके :

	अ	ब	क	ड
अ)	२	४	१	३
ब)	१	२	३	४
क)	३	१	२	४
ड)	४	३	१	२

२२) राष्ट्रीय ध्वज समितीचे अध्यक्ष...... यांची नियुक्ती केलेली होती.

अ) सरदार वल्लभभाई पटेल   ब) जे. बी. कृपलानी

क) पं. जवाहरलाल नेहरू   ड) डॉ. राजेंद्र प्रसाद

२३) भारतीय घटनेतील महत्त्वपूर्ण भाग ब्रिटिश राज्यव्यवस्थेतून घेतलेला आहे. कारण –

१) इंग्लंडच्या राजकीय व्यवस्थेचा परिणाम भारतीय राजकीय व्यवस्थेवर झालेला होता.

२) घटना समिती सदस्यांवर ब्रिटिश उदारमतवादाचा, शिक्षणाचा, राजकीय प्रक्रियेचा, विचार करण्याच्या पद्धतीचा परिणाम झालेला होता.

३) ब्रिटिश घटनेतून संसदीय शासन पद्धती, कायद्याचे राज्य, न्यायव्यवस्था, नोकरशाहीचे स्वरूप, एकेरी नागरिकत्व, न्यायव्यवस्थेत अधिकारपद परंपरेचे तत्त्व स्वीकारलेले आहे.

अ) १ आणि २ ब) २ आणि ३
क) १ आणि ३ ड) वरील सर्व

२४) भारतीय राज्यघटनेने ......च्या घटनेने प्रभावित होऊन 'संसदेचे सर्वश्रेष्ठत्व' स्वीकारले.

अ) फ्रान्स ब) जर्मनी क) इंग्लंड ड) अमेरिके

२५) भारतीय घटनेने ..... च्या घटनेतील सत्ता संतुलनाचे तत्त्व स्वीकारल्याने घटनेच्या रक्षणाची जबाबदारी न्यायपालिकेवर सोपवली व न्यायालयीन पुनर्विलोकन हे घटनेचा भाग बनले.

अ) अमेरिके ब) इंग्लंड क) आयर्लंड ड) कॅनडा

२६) अमेरिकन राज्यघटनेचा भारतीय राज्यघटनेच्या..... वर स्पष्ट प्रभाव दिसून येतो.

अ) मूलभूत हक्कांवर ब) उद्देश पत्रिकेवर
क) मार्गदर्शक तत्त्वांवर ड) संघराज्याच्या स्वरूपावर

२७) भारतीय राज्यघटेत घटनेची श्रेष्ठता व राष्ट्रपतींना काढून टाकण्याची महाभियोग पद्धती ही ...... च्या घटनेतून घेतलेली आहे.

अ) कॅनडा ब) जर्मनी क) अमेरिके ड) इंग्लंड

२८) भारतीय राज्यघटनेच्या......भागात असलेल्या मूलभूत अधिकारांच्या तरतुदीवर अमेरिकेच्या राज्यघटनेचा प्रभाव पडलेला दिसून येतो.

अ) पहिल्या ब) दुसऱ्या क) तिसऱ्या ड) चौथ्या

२९) भारतीय राज्यघटनेच्या चौथ्या भागातील मार्गदर्शकतत्त्वे ....च्या राज्यघटनेतून घेतलेली आहे.

अ) कॅनडा ब) आयर्लंड क) अमेरिके ड) इंग्लंड

३०) भारतीय घटनेमध्ये पुढीलपैकी कोणत्या बाबी आयर्लंडच्या घटनेकडून घेतलेल्या आहेत?

१) राष्ट्रपतीच्या निवडणुकीसाठी निर्माण करण्यात आलेले निर्वाचन मंडळ.

२) राज्यसभेत कला, साहित्य, विज्ञान या क्षेत्रातील तज्ज्ञ असलेल्या १२ व्यक्तींच्या नियुक्तीची कल्पना.

३) मूलभूत अधिकार व न्यायालयीन पुनर्विलोकन.

अ) १ आणि २ ब) २ आणि ३

क) १ आणि ३ ड) वरीलपैकी कोणत्याही नाहीत.

३१) भारतीय घटनेत स्पष्ट केलेल्या संघराज्याच्या स्वरूपावर.....च्या घटनेचा परिणाम आहे.

अ) अमेरिके ब) कॅनडा क) इंग्लंड ड) आयर्लंड

३२) .... प्रमाणेच भारतीय राज्यघटनेत केंद्रसूची, राज्यसूची व सामायिक सूची आढळते.

अ) अमेरिके ब) आयर्लंड क) कॅनडा ड) इंग्लंड

३३) भारतीय राज्यघटनेत स्पष्ट केलेल्या केंद्र - राज्य यांत वाद निर्माण झाल्यास ते सोडविण्याच्या पद्धती .... च्या घटनेतून घेतलेल्या आहेत.

अ) जपान ब) ऑस्ट्रेलिया

क) अमेरिके ड) दक्षिण आफ्रिका

३४) भारतीय राज्यघटनेच्या कलम २१ मधील 'कायद्याद्वारे निश्चित केलेली प्रक्रिया' ही शब्दरचना .....कडून घेतलेली आहे.

अ) अमेरिके ब) दक्षिण आफ्रिके

क) जपान ड) इंग्लंड

३५) भारतीय घटनेतील घटना दुरुस्तीची पद्धती ....च्या घटना दुरुस्ती प्रक्रियेशी मिळतीजुळती आहे.

अ) दक्षिण आफ्रिके ब) ऑस्ट्रेलिया

क) जपान ड) इंग्लंड

३६) भारतीय राज्यघटनेत 'नेहरू रिपोर्ट'मधील कोणत्या बाबींचा समावेश केलेला आहे.

१) भारतीय घटनेचे स्वरूप संघीय असेल.

२) यात संस्थानांना कोणतेही स्वतंत्र स्थान असणार नाही.

३) याउलट त्यांना संघराज्यात सामील व्हावे लागेल.

४) सांसदीय शासन पद्धतीचा स्वीकार.

५) नेहरू रिपोर्टमधील १९ मूलभूत अधिकारांमधील १० मूलभूत अधिकार भारतीय राज्यघटनेत समाविष्ट.

अ) १, २, ३ ब) २, ३, ४

क) वरील सर्व ड) वरीलपैकी कोणत्याही नाहीत

३७) भारतीय राज्यघटनेची व्यापक चौकट व परिभाषा ही ....च्या कायद्याची आहे.

अ) १९०९ ब) १९१९ क) १९३५ ड) १९४७

३८) १९३५ च्या कायद्याचा प्रभाव भारतीय राज्यघटनेवर निश्चितपणे जाणवतो. कारण –

१) या कायद्यात केंद्र व घटक सरकारची सत्ता व अधिकाराचे स्वरूप कसे असावे याचे स्पष्टीकरण केलेले होते.

२) अधिकार विभागणीसाठी केंद्रसूची, राज्यसूची व समवर्ती सूची अशा तीन स्वतंत्र याद्या दिल्या गेल्या होत्या.

३) संघराज्य शासनव्यवस्थेची रचना, अधिकार, कायदेमंडळाच्या दोन्ही सभागृहांची रचना, मंत्रिमंडळाची निर्मिती, प्रतिनिधींचे अधिकार, सांघिक न्यायालयाची निर्मिती, कायदेमंडळ, कार्यकारी मंडळ, न्यायमंडळ यांच्या अधिकारांचे विभाजन, नागरिकांच्या अधिकारांचा आधार यांचा भारतीय राज्यघटना निर्माण करण्यासाठी विचार झाला.

अ) १ आणि २ ब) २ आणि ३ क) १ आणि ३ ड) १ , २, ३

३९) 'भारतीय राज्यघटना म्हणजे राष्ट्राचे स्वप्न व महत्त्वाकांक्षा आहे.' असे कोणी सांगितले?

अ) डॉ. आंबेडकर ब) पं. नेहरू

क) वल्लभभाई पटेल ड) राजगोपालाचारी

४०) 'भारतीय राज्यघटना एखाद्या राजकीय पक्षाची, धर्माची पंथ किंवा विचारप्रणालीची, एखाद्या वर्गाची नसून संपूर्ण राष्ट्राच्या लोकांचे हित आणि प्रगती साधण्यासाठी नि:पक्षपातीपणे तयार केलेली असून, ती राष्ट्राला दिलेली शिदोरी आहे.' असे कोणी म्हटले

अ) डॉ. आंबेडकर ब) पं. नेहरू

क) डॉ. श्यामाप्रसाद मुखर्जी ड) मौलाना अब्दुल कलाम आझाद

४१) ....या पाश्चात्त्यांनी लिहिलेल्या राज्यघटनेवरील ग्रंथांचा प्रभाव भारतीय राज्यघटनेवर पडलेला दिसून येतो.

१) प्रा. डायसी, के. सी. व्हिअर, जेनिंग, अमेरिकेचे न्यायाधीश डग्लस.

२) प्रा. लास्की, बेंडिक्स, ॲपलबी, ल्युसियन पाय.

अ) फक्त १ ब) फक्त २

क) १ आणि २ ड) कोणतेही नाही

४२) वर्तमान राज्यघटनेतील राज्यपालपदाची तरतूद .... च्या कायद्यातील गव्हर्नरपदाशी मिळतीजुळती आहे.

अ) १९०९ ब) १९१९ क) १९३५ ड) १९४७

४३) भारतीय राज्यघटनेनुसार राज्याचा कारभार अशक्य म्हणून राष्ट्रपती राजवट ही राज्याच्या बाबतीत असणारी शब्दरचना ही मुळात ......च्या भारत शासन कायद्यातून घेतलेली आहे.

अ) १९०९ ब) १९१९ क) १९३५ ड) १९४७

४४) घटना समितीच्या..... अधिवेशनाच्या वेळी मुस्लिम लीगने बहिष्कार टाकला होता.

अ) पहिल्या ब) दुसऱ्या क) तिसऱ्याड) चौथ्या

४५) घटनासमितीच्या पहिल्या अधिवेशनातील महत्त्वाचे कामकाज म्हणजे ...... यांनी मांडलेला उद्दिष्टांचा ठराव होय.

अ) डॉ. आंबेडकर ब) पं. नेहरू

क) कृष्णम्माचारी ड) राजगोपालाचारी

४६) पं. नेहरूंनी मांडलेल्या उद्दिष्टांच्या ठरावातील महत्त्वाचे निकष म्हणजे –

१) भारत हे स्वतंत्र, सार्वभौम, गणराज्य असून त्यात ब्रिटिश प्रांत व संस्थाने यांचा समावेश होतो.

२) या ठरावाचे विकसित व व्यवस्थित स्वरूप म्हणजेच आजच्या घटनेची उद्देशपत्रिका होय.

अ) फक्त १ ब) फक्त २ क) १ आणि २ ड) कोणताही नाही.

४७) घटना समितीच्या दुसऱ्या अधिवेशनात पुढीलपैकी कोणकोणते कामकाज झाले?

१) पं. नेहरूंनी मांडलेला उद्दिष्टांचा ठराव मंजूर करण्यात आला.

२) कामकाज क्रमसमिती, अल्पसंख्यांकाबाबत सल्लागार समिती, संघसरकार अधिकार समिती या कमिट्या नेमण्यात आल्या.

पर्याय :

अ) फक्त १ ब) फक्त २

क) १ आणि २ ड) वरीलपैकी कोणतेही नाही.

४८) घटना समितीच्या तिसऱ्या अधिवेशनात.... च्या अध्यक्षतेखाली संघशासनविषयक समिती स्थापन केली गेली.

अ) पंडित नेहरू ब) सरदार पटेला

क) राजगोपालाचारीं ड) डॉ. श्यामाप्रसाद मुखर्जी

४९) घटना समितीच्या तिसऱ्या अधिवेशनात ..... च्या अध्यक्षतेखाली प्रांतविषयक समितीची स्थापना करण्यात आली.

अ) पं. नेहरू ब) सरदार पटेल

क) डॉ. सच्चिदानंद सिन्हां ड) कन्हैयालाल मुन्शीं

५०) घटना समितीच्या तिसऱ्या अधिवेशनात पुढीलपैकी कोणत्या बाबी समाविष्ट होत्या?

१) पं. नेहरू यांनी संघसरकार अधिकार समितीचा अहवाल सभागृहापुढे सादर केला.

२) सरदार पटेल यांनी अल्पसंख्याक व हक्कविषयक समितीचा अहवाल सभागृहापुढे सादर केला.

३) मूलभूत हक्कांविषयी चर्चा.

अ) फक्त १ ब) फक्त २ क) फक्त ३ ड) १, २ आणि ३

५१) घटना समितीने राष्ट्रध्वज..... या दिवशी मान्य केला.

अ) १४ जुलै १९४७ ब) १६ जुलै १९४७

क) २२ जुलै १९४७ ड) २६ जुलै १९४७

५२) मसुदा समितीने तयार केलेला घटनेचा मसुदा.....या दिवशी लोकमत अजमावण्यासाठी प्रस्तुत करण्यात आला.

अ) १५ फेब्रुवारी १९४८ ब) २१ फेब्रुवारी १९४८

क) २६ फेब्रुवारी १९४८ ड) २७ फेब्रुवारी १९४८

५३) ... यांनी मुख्य मसुदानवाज (Principal Draftsman) म्हणून काम केले.

अ) श्री. बी. एन. राव ब) श्री. एस. एन. मुखर्जी

क) के. एम्. मुन्शी ड) गोपालस्वामी अय्यंगार

५४) भारतीय राज्य घटनेमध्ये ....कलमे....विभाग व ...परिशिष्टे आहेत.

अ) ३९१, १६, ८ ब) ३९५, २२, १०

क) ३९७, १४, ९ ड) ३९५, २०,७

५५) भारतीय राज्यघटना व्यापक व विस्तृत होण्याची कारणे म्हणजे–

१) भारतासाठी एकच राज्यघटना आहे, प्रांतांना राज्यघटना नाही.

२) भारतात प्रथमच लोकशाहीची सुरुवात झाल्याने प्रत्येक गोष्ट तपशिलात लिहिणे गरजेचे होते.

३) केंद्र–राज्य संबंधाचा भाग तपशिलाने लिहिलेला असल्यामुळे.

४) मूलभूत अधिकार, मार्गदर्शक तत्त्वे, घटक राज्याच्या शासनाची रचना व अधिकार तपशिलाने लिहिलेले असल्यामुळे.

पर्याय :

अ) १, २, ३ ब) २, ३, ४ क) ३, ४, ५ ड) वरील सर्व

५६) भारतीय राज्यघटना लिखित असणे गरजेचे होते; कारण –

१) भारतीय राजकीय व्यवस्थेत असलेल्या काही संकेतांना नंतर शब्दबद्ध करण्यात आले.

२) राष्ट्रपतींनी पंतप्रधान व मंत्रिमंडळाचा सल्ला मानला पाहिजे असा संकेत असल्याने घटना दुरुस्तीने त्यास लिखित स्वरूप दिले.

३) संसदेच्या सर्वश्रेष्ठत्वाच्या बाबतीत असलेल्या संकेतांना वैधानिक स्वरूप दिले गेले.

पर्याय :

अ) फक्त १ ब) फक्त २ क) फक्त ३ ड) १, २ आणि ३

५७) भारत हे पूर्णतः सार्वभौम राज्य आहे याचा अर्थ –

१) भारताला स्वातंत्र्य प्राप्त झालेले असून तो कुणाच्याही अधिपत्याखाली नाही.

२) आंतरराष्ट्रीय राजकारणात भारताची भूमिका केवळ भारतीयच ठरवतील.

३) इतर देशांशी संबंध भारत स्वतःच इच्छेनुसार ठरवेल.

४) १५ ऑगस्ट १९४७ पूर्वीची भारताची परिस्थिती आता नाही, हे दर्शविण्यासाठी सार्वभौम शब्दाचा वापर केलेला आहे.

अ) फक्त १   ब) फक्त २

क) फक्त ३   ड) वरील सर्व

५८) भारत लोकतांत्रिक, प्रजासत्ताक, लोकशाही राज्य आहे; याचा अर्थ –

१) भारतात सर्व सत्ता जनतेच्या हातात आहे.

२) जनतेला प्रतिनिधी निवडण्याचा, निर्वाचित करण्याचा अधिकार आहे.

३) जनतेने निवडून दिलेले प्रतिनिधी जनतेचे विश्वस्त आहेत.

४) जनतेच्या हाती वास्तविक सत्ता असून निश्चित कालावधीनंतर जनतेकडून प्रतिनिधी निर्वाचित केले जातात.

अ) १, २, ३   ब) २, ३, ४

क) वरील सर्व   ड) वरीलपैकी कोणताही नाही.

५९) भारतीय राज्यघटनेत 'गणराज्य' ह्या शब्दाचा आशय –

१) भारतात शासनाचा प्रमुख, नियुक्त नव्हे तर जनतेमार्फत निर्वाचित असेल.

२) भारतीय शासनाचा प्रमुख सम्राट नसून जनतेने निर्वाचनाद्वारे निवडलेला राष्ट्रपती असेल.

३) जनतेचे राज्य किंवा त्यांच्या प्रतिनिधींचे राज्य भारतात असेल.

पर्याय :

अ) फक्त १   ब) फक्त २   क) फक्त ३   ड) वरील सर्व

६०) भारतीय राज्यघटना अंशतः परिदृढ व अंशतः परिवर्तनीय आहे. कारण –

१) भारतात घटनेत बदल करण्यासाठी विशिष्ट पद्धतीचा अवलंब करावा लागतो तसेच संघराज्याच्या स्वरूपास तडा जाऊ नये यासाठी दुरुस्ती पद्धती स्वीकारलेली आहे.

२) भारतीय राज्यघटनेचा काही भाग बदलण्यासाठी लोकसभा, राज्यसभेचे दोन तृतीयांश बहुमत व अर्ध्यापेक्षा अधिक घटकराज्यांच्या विधानसभेची मान्यता आवश्यक असते व असे बहुमत मिळणे आवश्यक असते. या अर्थाने भारतीय राज्यघटना परिदृढ असते.

३) भारतीय राज्यघटनेचा काही भाग अगदी साध्या बहुमतानेही बदलता येतो तसेच भारतापुढील प्रश्न सहज सोडविण्यासाठी लवचीकतेची गरज असते. त्यामुळे भारतीय राज्यघटनेस परिवर्तनीय म्हटले जाते.

अ) फक्त १   ब) फक्त २   क) फक्त ३   ड) वरील सर्व

६१) 'भारत धार्मिक राज्य नाही, तसेच भारतधर्म विरोधी राज्य नाही भारत धार्मिक संकीर्णतेच्या विचारापासून दूर आहे व धर्माच्या बाबतीत तटस्थ आहे.' हे कोणी सांगितले?

अ) श्री. राजगोपालाचारी   ब) श्री. वेंकटरामण

क) टी. कृष्णम्माचारी   ड) डॉ. श्यामाप्रसाद मुखर्जी

६२) .... भारतीय घटनेचा मूलाधार आहे तसेच ते घटनेचे लक्ष्य आहे.

अ) मूलभूत अधिकार   ब) धर्मनिरपेक्षता

क) मार्गदर्शक तत्त्वे   ड) एकात्म संघराज्य

६३) भारत हे एकात्म संघराज्य आहे; कारण –

१) भारताची संघराज्य रचना असली तरी केंद्र प्रभावी करण्यात आले आहे.

२) आणीबाणीसदृश स्थितीत भारतीय शासन व्यवस्थेचे रूपांतर एकात्म शासनपद्धतीत होण्याची दक्षता घटनेमध्ये घेतलेली आहे.

३) एकात्म शासन पद्धतीकडे झुकलेले संघराज्य तसेच एकेरी नागरिकत्व, एकेरी न्यायपालिका, केंद्र शासनास घटनादुरुस्तीचा अधिकार.

पर्याय :

अ) फक्त १   ब) फक्त २   क) फक्त ३   ड) वरील सर्व

६४) भारतीय घटना समितीने संसदीय शासन पद्धतीचा स्वीकार केला; कारण –

१) या पद्धतीत जनतेच्या सार्वभौमत्वाची प्रचिती येते.

२) या पद्धतीत कार्यपालिका जबाबदार असते.

३) या पद्धतीत राजकीय प्रशिक्षण देण्याची क्षमता असते.

अ) फक्त १   ब) फक्त २   क) फक्त ३   ड) वरील सर्व

६५) खालीलपैकी कोणते विधान सांसदीय शासनपद्धतीचे वैशिष्ट्य ठरत नाही?

अ) संसदीय शासनपद्धतीत कार्यकारी मंडळ कायदे मंडळाला जबाबदार नसते.

ब) संसदीय शासनपद्धतीत घटनात्मक प्रमुख नामधारी असतो. भारतात राष्ट्रपती हे नामधारी शासनप्रमुख आहेत.

क) संसदीय शासनपद्धतीत पंतप्रधान व मंत्रिमंडळ लोकसभेला जबाबदार असून त्यांचा कार्यकाल लोकसभेचा त्यांच्यावरील विश्वास निश्चित करतो.

ड) संसदीय शासन पद्धतीत दोन प्रमुख असतात. एक राष्ट्रपती व दुसरा पंतप्रधान व त्याचे मंत्रिमंडळ.

६६) 'राज्य आपल्या नागरिकांना किती हक्क प्रदान करते यावरून त्या राज्याचा दर्जा ओळखला जात असतो. जे राज्य आपल्या नागरिकांसाठी हक्काची योग्य व्यवस्था मान्य करीत नाही त्या राज्याची इमारत वाळूच्या पायावर बांधलेली असते.' असे कोणी म्हटले आहे?

अ) ॲलेन ग्लेडहिल　　ब) एम. व्ही. पायली

क) एच. व्ही. कामथ　　ड) प्रा. श्रीनिवासन

६७) भारतीय राज्यघटनेच्या ..... विभागात मूलभूत हक्काबाबत विवेचन केलेले आहे.

अ) पहिल्या　ब) दुसऱ्या　क) तिसऱ्या　ड) चौथ्या

.६८) भारतीय घटनेमध्ये पुढीलपैकी कोणते मूलभूत अधिकार / हक्क नागरिकास प्रदान केलेले आहेत?

१) समतेचा, स्वातंत्र्याचा, शोषणाविरुद्ध दाद मागण्याचा.

२) धर्म स्वातंत्र्याचा, संस्कृती, शिक्षणविषयक हक्क मागण्याचा.

३) घटनात्मक उपायांचा हक्क.

अ) फक्त १　ब) फक्त २　क) फक्त ३　ड)वरील सर्व

६९) ......व्या घटनादुरुस्तीने संपत्तीचा अधिकार मूलभूत अधिकाराच्या यादीतून वगळण्यात आला.

अ) बेचाळिसाव्या　　ब) त्रेचाळिसाव्या

क) चव्वेचाळिसाव्या　　ड) पंचेचाळिसाव्या

७०) भारतीय घटनेच्या ......विभागात मार्गदर्शक तत्त्वे समाविष्ट केलेली आहेत.

अ) पहिल्या　ब) दुसऱ्या　क) तिसऱ्या　ड) चौथ्या

७१) मार्गदर्शक तत्त्वांची आवश्यकता पुढीलपैकी कोणत्या बाबींसाठी आवश्यक आहे?

१) घटना उद्देशाप्रत पोहोचण्यासाठी सरकारने काय करावे याचे मार्गदर्शन मार्गदर्शक तत्त्वांमध्ये आहे.

२) सामाजिक न्याय प्रस्थापित होण्यासाठी.

३) शासनाने काम करताना काही मूलभूत सिद्धान्ताचे पालन करावे म्हणून.

अ) १ आणि २ ब) २ आणि ३ क) १ आणि ३ ड) वरील सर्व.

७२) मार्गदर्शक तत्त्वांमध्ये ...

१) चौदा वर्षांखालील मुलामुलींना मोफत शिक्षण.

२) संपूर्ण देशात दारूबंदी लागू करणे.

३) संपत्तीची न्याय्य विभागणी, बेकारी, वृद्धावस्था व आजारपणात मदत मिळण्याबाबत.

४) कामगारांचा जीवनस्तर उंचावण्याबाबत, आंतरराष्ट्रीय शांतता निर्माण व्हावी यांचा समावेश.

अ) १ आणि २ ब) २ आणि ३

क) ३ आणि ४ ड) वरील सर्व

७३) स्वतंत्र न्यायपालिका असणे गरजेचे असते; कारण –

अ) संघराज्याचे स्वरूप कायम ठेवण्याची जबाबदारी न्यायपालिकेवर असते.

ब) आंतरराष्ट्रीय शांतता प्रस्थापित करणे आवश्यक असते.

क) कामगारांचा जीवनस्तर उंचावण्यासाठी.

ड) वरीलपैकी कोणतेही नाही.

७४) सार्वत्रिक प्रौढ मताधिकाराद्वारे –

१) जात, धर्म, स्त्री–पुरुष भेद नष्ट.

२) राजकीय लोकशाहीची स्थापना.

३) मताधिकार हा १८ वर्षे वय असलेल्या स्त्री/पुरुषास प्राप्त.

अ) फक्त १ ब) फक्त २

क) फक्त ३ ड) वरील सर्व

७५) भारतीय घटनाकारांनी दुहेरी नागरिकत्वाचा विचार स्वीकारलेला नाही. कारण –

१) अशी व्यवस्था भारताच्या एकात्मतेस बाधक ठरेल.

२) फाळणीमुळे दुहेरी नागरिकत्वाला विरोध केला.

३) संघराज्य शासन पद्धती असल्यामुळे.

अ) फक्त १ ब) १ आणि २ क) फक्त २ ड) २ आणि ३

उत्तरे :

१ – ब	२६ – ब	५१ – क
२ – क	२७ – क	५२ – क
३ – ब	२८ – क	५३ – ब
४ – अ	२९ – ब	✡ ५४ – ब
५ – ब	३० – अ	५५ – ड
६ – क	३१ – ब	५६ – ड
७ – क	३२ – क	५७ – क
८ – ड	३३ – ब	५८ – ड
९ – क	३४ – क	५९ – ड
१० –अ	३५ – अ	६० – ड
११ – ड	३६ – क	६१ – ब
१२ – ब	३७ – क	६२ – ब
१३ – क	३८ – ड	६३ – ड
१४ – अ	३९ – ब	६४ – ड
१५ – ड	४० – अ	६५ –अ
१६ – क	४१ – अ	६६ – ब
१७ – ब	४२ – क	६७ – क
१८ – ड	४३ – क	६८ – ड
१९ – अ	४४ – अ	६९ – क
२० – ब	४५ – ब	७० – ड
२१ – अ	४६ – क	७१ – ड
२२ – ब	४७ – क	७२ – ड
२३ – ड	४८ – अ	७३ –अ
२४ – क	४९ – ब	७४ – ड
२५ – अ	५० – ड	७५ – ब

✡ (३९५ कलमे २२ विभाग व ८ परिशिष्टे होती)

विभाग ब

प्रकरण ६

भारतीय संघराज्याचे स्वरूप

- केंद्र राज्य संबंध
- वैधानिक विधिविषयक
- प्रशासकीय
- आर्थिक
- राजकीय
- प्रादेशिक चळवळीचे राजकारण व राष्ट्रीय एकात्मता

महत्त्वाचे मुद्दे

- केंद्र-राज्य संबंधांचा संविधानात्मक तसेच व्यावहारिक व राजकीय पातळीवर विचार केला गेला.
- संविधानात्मक पातळीवर केंद्र-राज्य वैधानिक संबंध, केंद्र-राज्य प्रशासकीय संबंध, केंद्र-राज्य आर्थिक संबंध यांचा विचार केला गेला.
- केंद्र-राज्य वैधानिक संबंधात केंद्रसूची, राज्यसूची, समवर्तीसूची असून त्यांचा समावेश घटनेच्या ७ व्या परिशिष्टात केलेला आहे.
- तीन सूचींमध्ये समाविष्ट असलेल्या अधिकारांशिवाय उर्वरित अधिकारांना 'शेषाधिकार' असे म्हटले जाते.
- संसदेला पुढील परिस्थितीत राज्य सूचीवर कायदा करण्याचा अधिकार आहे. १) राज्यसूचीतील विषय राष्ट्रीय महत्त्वाचा झाल्यास, २) राज्यविधिमंडळाने इच्छा व्यक्त केल्यास, ३) आणीबाणीत संसद कायदा करू शकते, ४)राज्यातील घटनात्मक यंत्रणा कोलमडल्यास, ५) विधेयक मांडण्यासाठी अंतिम मंजुरीसाठी केंद्राची अनुमती, ६) आंतरराष्ट्रीय कराराच्या अंमल

बजावणीसाठी.

- केंद्र – राज्य प्रशासकीय संबंध भारतीय घटनेच्या ११ व्या भागात चर्चिले गेले आहेत.
- केंद्र–राज्य प्रशासकीय संबंधात राज्याकडे केंद्राची कामे सोपविणे, अखिल भारतीय सेवा, राज्यांना मदत, आणीबाणीची घोषणा केल्यानंतर केंद्राचे राज्यावर नियंत्रण ठेवले जाते.
- केंद्र–राज्य आर्थिक संबंधात करनिर्धारण, अनुदान, केंद्रास विदेशी कर्ज काढण्याचा व राज्यांना अंतर्गत कर्ज काढण्याचा अधिकार आहे. राज्यात केंद्राची जी संपत्ती असते त्यावर राज्य कर लावू शकत नाही व केंद्रही राज्याच्या मालमत्तेवर कर लादू शकत नाही.
- संसद नियंत्रक–महालेखा परीक्षकाच्या माध्यमातून राज्याच्या उत्पन्नावर नियंत्रण ठेवते.
- देशात आर्थिक आणीबाणी घोषित केलेली असल्यास राज्य फक्त राज्यसूची मधील विषयावर कर लादते.
- स्वातंत्र्योत्तर काळात पहिल्या निवडणुकीनंतर केंद्र–राज्य संबंधावर गांभीर्याने विचार न केल्यामुळे राज्या–राज्यातील प्रश्न सोडविण्याचा प्रयत्न केला नाही तसेच केंद्राने काही प्रदेशांकडे लक्ष दिले नाही व त्यातून प्रादेशिक अस्मिता निर्माण झाली.
- राज्यांमध्ये प्रादेशिक पक्षांचा प्रभाव वाढू लागला. यामध्ये आंध्रप्रदेशातील तेलगू देसम् पक्षाचे उदाहरण देता येते. काँग्रेसने सत्तेवर आलेल्या प्रादेशिक पक्षांना 'युनिटी ॲट ऑल कॉस्ट'चा नारा देऊन संपविण्याचा प्रयत्न केला गेला परंतु तो असफल ठरला. काँग्रेसने राज्यपालांना हाताशी धरून प्रादेशिकपक्षांना संपविण्याचा प्रयत्न केला. परंतु, त्यामुळे त्या त्या प्रदेशामध्ये केंद्रविरोधी भावना जास्त तीव्र झाली. राज्यांना कमकुवत ठेवून केंद्र शक्तिशाली बनू शकत नाही असे व्यक्तव्य केले गेले.
- पक्षहितामुळे केंद्र–राज्य संबंधामध्ये समस्या निर्माण झाल्या.

प्रश्न :

१) भारतीय घटनानिर्मात्यांनी विधिविषयक संबंध ..... याद्यात विषयांचे विभाजन करून निश्चित केले.

अ) तीन ब) चार क) पाच ड) सहा

२) ...... मध्ये केवळ एकाच यादीत केंद्र सरकारच्या अधिकाराचे वर्णन केलेले आहे व उरलेले अधिकार राज्य सरकारला दिलेले आहेत.

अ) फ्रान्स ब) अमेरिका क) जर्मनी ड) ब्रिटन

३) ...... मध्ये राज्य व केंद्रासाठी दोन याद्या दिलेल्या असून उरलेले अधिकार केंद्र सरकारला दिलेले आहेत.

अ) स्वित्झर्लंड ब) अमेरिका क) फ्रान्स ड) कॅनडा

४) भारतात संघसूची, राज्यसूची व .... या तीन सूची आहेत.

अ) विधायक ब) समवर्ती क) घटनात्मक ड) विभागात्मक

५) संघसूचीतील विषयावर .... कायदा करण्याचा अधिकार आहे.

अ) राजकीय पक्षाला ब) राष्ट्रपतींना क) पंतप्रधानांना ड) संसदेला

६) राज्यसूचीतील विषयावर ...... कायदा करण्याचा अधिकार आहे.

अ) राज्य विधी मंडळाला ब) राज्य विधानपरिषदेला

क) राज्यपालांना ड) राष्ट्रपतींना

७) ..... तील विषयावर कायदे करण्याचा अधिकार केंद्र व राज्य सरकार या दोन्हींनाही दिलेला आहे.

अ) संघ-केंद्र सूची ब) राज्यसूची क) समवर्ती सूची ड) घटनात्मक सूची

८) एकाच विषयावर केंद्र व राज्य दोघांनीही कायदा तयार केलेला असेल किंवा केंद्र व राज्याचे कायदे परस्परविरुद्ध असतील तर..... चा कायदा वैध मानला जातो.

अ) राज्याचा ब) केंद्राचा क) प्रशासनाचा ड) घटनात्मक

९) संघ केंद्रसूचीत आधी ...... विषय होते व वर्तमानस्थितीत ...... इतके विषय आहेत.

अ) ९५, ९६ ब) ९६, ९७ क) ९७,९९ ड) ९८,९९

१०) संघसूचीतील सर्व विषय ...... महत्त्वाचे असतात.

अ) स्थानिक ब) प्रादेशिक क) राष्ट्रीय ड) वर्गीय

११) संघसूचीत पुढीलपैकी कोणकोणत्या विषयांचा समावेश होतो?

१) परराष्ट्र संबंध, संरक्षण, नाविक, वायु व स्थल सैन्य

२) अणुशक्ती, प्राकृतिक साधन, रेल्वे, जहाज, डाक, तार व टेलिफोन

३) मुद्रा निर्मिती, विदेशांबरोबर व्यापारिक संबंध, रिझर्व्ह बँक

४) विमा, उद्योग नियंत्रण, खाणी, खनिज पदार्थ, तेल संशोधन, संघीय लोकसेवा, निर्वाचन, नागरिकत्व, आयकर, सीमाकर वगैरे.

अ) १ आणि २ ब) २ आणि ३ क) १, ३, ४ ड) वरील सर्व

१२) ...... महत्त्वाचे विषय राज्यसूचीत दिलेले आहेत.

अ) स्थानिक ब) राष्ट्रीय क) आंतरराष्ट्रीय ड) वर्गीय

१३) राज्यसूचीमध्ये पुढीलपैकी कोणकोणत्या विषयांचा समावेश होतो ?

१) पोलीस, न्याय व्यवस्था, तुरुंग, स्थानीय शासन, सार्वजनिक आरोग्य

२) शिक्षण, संचारसाधन, शेती, पशुपालन, सिंचन

३) वन, भूमीकर, कृषि, आयकर, विक्रीकर, मनोरंजन कर

४) दिवाणी कायदे, श्रमिक कल्याण, सामाजिक नियोजन

अ) १ व २ ब) १, २, ३

क) २, ३, ४ ड) वरील सर्व

१४) राज्यसूचीत पूर्वी ...... विषय होते. वर्तमानस्थितीत ...... विषय आहेत.

अ) ६०, ६५ ब) ६६, ६१ क) ६७, ६२ ड) ६७, ६३

१५) ..... सूचीच्या आधारावर संघीय व्यवस्थेत केंद्रीकरणाची प्रवृत्ती निर्माण झालेली आहे.

अ) संघ ब) राज्य क) समवर्ती ड) विषय

१६) समवर्ती सूचीत पूर्वी ...... विषय होते. वर्तमानस्थितीत .... विषय आहेत.

अ) ४६, ५१ ब) ४७, ५२ क) ४८, ५१ ड) ४८,५४

१७) समवर्तीसूचीमध्ये पुढीलपैकी कोणते विषय समाविष्ट होत नाहीत?

१) श्रमिक कल्याण, औद्योगिक आणि श्रमिक विवाद, सामाजिक सुरक्षा, विधि चिकित्सेसंबंधी व्यवसाय.

२) मूल्यनियंत्रण, कारखाने, विद्युत, समाचारपत्र, फौजदारी कायदे, दिवाणी कायदे, विवाह, घटस्फोट.

३) आर्थिक व सामाजिक नियोजन, कुटुंब नियोजन, दूरदर्शन, आकाशवाणीवर प्रसारित होणाऱ्या जाहिराती वरील कर.

४) परराष्ट्रसंबंध, संरक्षण, अणुशक्ती, प्राकृतिक साधनसंपदा.

अ) १ आणि २ ब) २ आणि ३ क) फक्त ४ ड) १,२,३

१८) जे विषय तीनही सूचीत समाविष्ट करण्यात आले नाहीत त्या विषयांवर कायदे करण्याचा अधिकार संघसरकारला देण्यात आलेला आहे. त्यामध्ये .....

१) काही विषय परिस्थितीनुरूप निर्माण होतात व हे सर्व विषय अवशिष्ट अधिकारात येतात.

२) राज्य सूचीतील विषयाला राष्ट्रीय महत्त्वाचे घोषित केले तर त्या विषयावर संसद कायदा तयार करू शकते.

३) दोन किंवा दोनपेक्षा अधिक राज्यांच्या विधीमंडळांनी प्रस्ताव मंजूर करून संसदेला राज्यसूचीतील एखाद्या विषयावर कायदे करण्याची विनंती केली तर संसद त्या विषयावर कायदा करू शकते.

४) एखाद्या संधीच्या अंमलबजावणीसाठी किंवा कराराच्या पालनासाठी संसद देशासाठी किंवा देशाच्या एखाद्या भागासाठी कायदा तयार करू शकते.

अ) १ आणि २ ब) २ आणि ३

क) ३ आणि ४ ड) वरील सर्व

१९) जर एखाद्या घटकराज्यात घटनेप्रमाणे शासन चालविणे अशक्य असेल तर ...... त्या राज्यासाठी संकटकालीन घोषणा करतो. परिणाम स्वरूप त्या राज्याचे शासन केंद्र सरकारकडे जाते.

अ) राष्ट्रपती ब) पंतप्रधान क) मंत्रिमंडळ ड) मुख्यमंत्री

२०) केंद्र व राज्याचे प्रशासकीय संबंध स्पष्ट असणे आवश्यक असते; कारण–

१) देशात शांतता व सुव्यवस्था ठेवण्याची जबाबदारी केंद्र सरकारची असते.

२) संघात्मक व्यवस्थेला मजबूत करण्यासाठी केवळ विधिविषयक संबंधांबरोबर केंद्र व राज्याचे प्रशासकीय संबंध स्पष्ट असणे आवश्यक असते.

अ) फक्त १ ब) १ आणि २

क) फक्त २ ड) वरीलपैकी कोणतेही नाही.

२१) केंद्र सरकार व राज्य सरकारच्या प्रशासकीय संबंधात केंद्र सरकारला राज्य सरकारला निर्देश देण्याचा अधिकार असतो; कारण –

अ) कार्यपालिकेच्या मार्गात अडचणी निर्माण होऊ नयेत.

ब) कार्यपालिकेचे महत्त्व वाढावे.

क) कार्यपालिका ही श्रेष्ठ स्वरूपाची असते.

ड) केंद्र सरकारच्या हाती सत्ता एकवटलेली असते.

२२) राष्ट्रीय आणि सैनिकीदृष्ट्या महत्त्वाच्या संचार साधनांचे सडक इ.च्या देखरेखीचे काम .... हे..... कडे सोपवू शकते.

अ) राज्यसरकार, केंद्रसरकार ब) केंद्रसरकार, राज्यसरकार

क) राष्ट्रपती, राज्यसरकार ड) पंतप्रधान, मंत्रिमंडळ

२३) केंद्र-राज्य प्रशासकीय संबंधात पुढीलपैकी कोणते घटक अंतर्भूत होतात?

१) केंद्र सरकार राष्ट्रीय व लष्करीदृष्ट्या महत्त्वाच्या संचार साधनांचे, सडक इ. देखरेखीचे काम राज्य सरकारकडे सोपवू शकते.

२) संसद, महामार्ग, रस्ते, कालवे, नाव चालवण्यायोग्य नद्या यांना राष्ट्रीय महत्त्वाचे घोषित करू शकते.

३) संचार साधने व रेल्वे मार्ग तयार करण्यासाठी, त्यांची देखरेख करण्यासाठी राज्य सरकारला येणारा अतिरिक्त खर्च केंद्र सरकार देते.

अ) फक्त १ ब) फक्त २ क) फक्त ३ ड) वरील सर्व

२४) नदीच्या पाण्याबाबत राज्यात जर काही वाद असतील तर .... कायदा करून ते सोडविण्याचा प्रयत्न करतात.

अ) राष्ट्रपती ब) मुख्यमंत्री क) संसद ड) पंतप्रधान

२५) ....मध्ये नदीबोर्ड अधिनियमाद्वारे आंतरराष्ट्रीय नद्यांच्या विवादासंबंधी राज्य सरकारला सल्ला देण्यासाठी नदी बोर्डाची स्थापना करण्यात आली.

अ) १९५१ ब) १९५३ क) १९५६ ड) १९५९

२६) राज्यसरकारच्या परवानगीने ..... केंद्रीय कार्यपालिकेच्या अधिकारक्षेत्रातील काही कार्य राज्य सरकार किंवा राज्य कर्मचाऱ्यांना सोपवू शकतात.

अ) राष्ट्रपती ब) पंतप्रधान क) राज्यपाल ड) मुख्यमंत्री

२७) राज्या-राज्यातील तंटे किंवा वाद सोडविण्यासाठी व राज्याराज्यांत सहकार्य व सद्भावना वाढविण्यासाठी ...... आंतरराज्यीय परिषदेची स्थापना करू शकतात.

अ) सरन्यायाधीश ब) राष्ट्रपती क) पंतप्रधान ड) राज्यपाल

२८) आंतरराज्यीय परिषदेची कार्ये पुढीलपैकी कोणती सांगता येतील?

१) राज्यातील विवादाच्या कारणाचा शोध घेऊन ते सोडविण्यासाठी योजना तयार करणे.

२) संघ व राज्याच्या सामान्य हितसंबंधी प्रश्नांचा शोध घेऊन त्यावर विचार करणे.

३) अशा विषयाच्या बाबत प्रस्ताव ठेवणे की जे विषय आंतरराज्यीय संबंधात सहकार्य व समन्वय प्रस्थापित करण्यासाठी साहाय्यक आहेत.

अ) फक्त १ ब) फक्त २ क) फक्त ३ ड) वरील सर्व

२९) संपूर्ण देशात व्यापार व व्यवसाय करण्यासाठी ..... आंतरराष्ट्रीय आयोगाची निर्मिती करू शकते.

अ) कार्यपालिका ब) संसद क) न्यायमंडळ ड) राष्ट्रपती

३०) भारतीय संविधानाने स्थापन केलेल्या ...... मुळे केंद्र व राज्याच्या महत्त्वाच्या विषयातील प्रशासनात एकरूपता निर्माण होते.

अ) राज्य लोकसेवा आयोग ब) निर्वाचन आयोग

क) अखिल भारतीय संघीय सेना ड) आंतरराज्यीय आयोग

३१) मागासलेल्या व अनुसूचित जाती, जनजातींच्या लोकांच्या विकासाची जबाबदारी ...... सोपविण्यात आली आहे.

अ) पंतप्रधानांवर ब) राष्ट्रपतींवर क) मंत्रीमंडळावर ड) मुख्यमंत्र्यावर

३२) राष्ट्रपती मागासलेल्या व अनुसूचित जाती–जनजातींच्या परिस्थितीची चौकशी करण्यासाठी व त्यांच्या उन्नतीकरता प्रस्ताव देण्यासाठी आयोगाची नियुक्ती करून आयोगाने सुचविलेल्या प्रस्तावाची अंमलबजावणी करण्यासाठी .... निर्देश करू शकतात.

अ) राज्यपालास ब) संसदेला क) राज्यसरकारला ड) मुख्यमंत्र्यांस

३३) भारतात केंद्र व राज्याच्या आर्थिक संबंधात तणाव दिसून येतो कारण –

१) आर्थिक संकटकालीन परिस्थितीची घोषणा करण्यात आल्यास केंद्र व राज्यात आर्थिक साधनांची जी विभागणी केलेली असते ती बदलण्यात येते.

२) राज्य सरकारजवळ आर्थिक साधने कमी असल्यामुळे राज्याला आपल्या विकासासाठी केंद्र सरकारवर अवलंबून राहावे लागते.

अ) फक्त १ ब) फक्त २ क) १ आणि २ ड) कोणतेही नाही.

३४) राज्याला ...... अनुदान आणि कर्जाच्या रूपात आर्थिक साहाय्य प्राप्त होते.

अ) राष्ट्रपतींकडून ब) संचित निधीतून क) आयोगाकडून ड) केंद्राकडून

३५) .... कार्य म्हणजे केंद्र व राज्यात वित्तीय साधनांच्या विभाजनाबाबत राष्ट्रपतींना सल्ला देणे हे असते.

अ) अखिल भारतीय सेवेचे ब) वित्तीय आयोगाचे

क) संसदेचे ड) केंद्र सरकारचे

३६) संघसरकारच्या उत्पन्नाची पुढीलपैकी कोणकोणती साधने आहेत?

१) शेतीपासून मिळणारी आमदनी, कस्टम, निर्यात व आयात कर, निगम कर, सीमा शुल्क.

२) विदेशी ऋण, संघ सरकारची संपत्ती, रिझर्व बँक, समुद्रमार्ग किंवा वायुमार्गाने नेण्यात येणाऱ्या वस्तूंवरील कर.

३) विनिमय पत्र, वहन पत्र, वचनपत्रावरील कर.

अ) फक्त १ ब) फक्त २

क) फक्त ३ ड) वरील सर्व

३७) राज्य सरकारच्या उत्पन्नाची पुढीलपैकी कोणती साधने आहेत?

१) शेतीतून मिळणाऱ्या उत्पादनावरील कर, शेतजमिनीवरील कर, संपत्ती कर, भूमी, इमारतीवरील कर.

२) विजेच्या उपभोगावरील व विक्रीवरील कर.

३) दारू, अफू, भांग इतर मादक द्रव्यांवरील कर, पशुविक्रीवरील कर.

अ) फक्त १ ब) फक्त २

क) १, २ आणि ३ ड) फक्त ३

३८) केंद्रसरकार काही विषयांच्या बाबत कर लावते व वसूलही करते परंतु वसूल केलेल्या ज्या कराची रक्कम त्या राज्याला देण्यात येते असे कर म्हणजे –

१) शेतजमिनी व्यतिरिक्त इतर संपत्तीच्या उत्तराधिकारासंबंधीचे शुल्क, रेल्वभाडे, वस्तूंच्या भाड्यांवरील कर, शेअर, सट्टाबाजारातील आदान–प्रदाना वरील मुद्रांक शुल्काव्यतिरिक्त इतर कर.

२) संपत्ती कर, भूमीकर, शेतजमिनीवरील कर.

३) विदेशी ऋण, आयात व निर्यात कर.

अ) फक्त १ ब) फक्त २ क) फक्त ३ ड) वरील सर्व

३९) असे कर की ज्यावर केंद्र सरकारला कर लावण्याचा अधिकार असून राज्यसरकार ते कर वसूल करते, अशा करांमध्ये पुढीलपैकी कोणत्या करांचा समावेश होतो?

१) विनिमय, प्रॉमिसरी नोट, हुंड्या, चेकवरील मुद्रांक शुल्क.

२) औषध आणि मादक पदार्थांवरील कर, चैनीच्या व शृंगाराच्या वस्तूंवरील कर.

३) रेल्वे, समुद्रमार्गाने किंवा वायुमार्गाने नेण्यात येणाऱ्या वस्तूंवरील कर.

४) विनिमय पत्र, वहन पत्र, कस्टम, निगम कर.

अ) फक्त १   ब) १ आणि २   क) फक्त ३   ड) ३ व ४

४०) ...... हा केंद्राकडून लावण्यात व वसूल करण्यात येतो परंतु त्यापासून प्राप्त होणारी रक्कम केंद्र व राज्यात विभाजित केली जाते.

अ) निगम कर   ब) निर्यात व आयात कर

क) आयकर   ड) शेतजमिनींवरील कर

४१) ..... या राज्यात ज्यूट व ज्यूटपासून तयार करण्यात आलेल्या वस्तू सरकार परदेशात निर्यात करते, त्यापासून प्राप्त होणाऱ्या रकमेच्या बदल्यात केंद्र सरकार या राज्यांना अनुदान देते.

अ) आसाम, बिहार, ओरिसा, पश्चिम बंगाल

ब) राजस्थान, मध्यप्रदेश, उत्तरप्रदेश, महाराष्ट्र

क) कर्नाटक, आंध्रप्रदेश, तामिळनाडू, ओरिसा

ड) पं. बंगाल, कर्नाटक, आंध्रप्रदेश, बिहार

४२) राज्याला देण्यात येणाऱ्या अनुदानाची रक्कम ....द्वारे निर्धारित केली जाते.

अ) पंतप्रधानां   ब) राष्ट्रपतीं   क) संसदे   ड) राज्यपालां

४३) संसदेने मंजूर केलेल्या कायद्यानुसार केंद्र सरकार राज्यसरकारला राज्याच्या ...... च्या सिक्युरिटीवर कर्ज देते.

अ) उत्पन्नाच्या   ब) प्रशासनाच्या   क) संचित निधी   ड) मंत्रिमंडळाच्या

४४) आर्थिक संकटकाळात राज्याला केंद्राकडून देण्यात येणाऱ्या अनुदानावर बंधने येऊ शकतात; अशा वेळी –

१) राज्यविधिमंडळांनी मंजूर केलेले अर्थविधेयक राष्ट्रपतींच्या स्वीकृतीसाठी पाठविले जाते.

२) राज्यसरकारला अनुदान दिले जात नाही.

अ) फक्त १ ब) १ आणि २

क) फक्त ३ ड) वरीलपैकी कोणतेही नाही.

४५) केंद्र व राज्य सरकारच्या आय–व्ययाला योग्यरीत्या ठेवण्यासाठी तसेच त्यांनी केलेल्या खर्चाची चौकशी करण्यासाठी...... ची नियुक्ती राष्ट्रपतींद्वारे केली जाते.

अ) मंत्र्यांची ब) नियंत्रक व महालेखापाल

क) वित्त आयोगाची ड) राज्यपालाची

४६) केंद्र व घटकराज्य संबंधांबाबत पुढील कोणते विधान योग्य ठरते?

अ) केंद्र व घटक राज्यात एकाच पक्षाचे सरकार असेल तर त्यांच्या संबंधात कोणत्याही प्रकारच्या अडचणी येत नाहीत. परंतु केंद्र व घटक राज्यात वेगवेगळ्या पक्षाचे सरकार असेल तर अडचणी निर्माण होतात.

ब) केंद्र शासन राज्यशासनावर नियंत्रण ठेवते.

क) केंद्र शासनात व घटकराज्यात वेगवेगळ्या पक्षाचे सरकार असले तरी अडचणी निर्माण होत नाहीत.

ड) करांच्या विभाजनाबाबत केंद्रसरकार संविधानास स्वीकारार्ह मानते.

उत्तरे :

१ - अ	१३ - ब	२५ - क	३७ - क
२ - ब	१४ - ब	२६ - अ	३८ - अ
३ - ड	१५ - क	२७ - ब	३९ - ब
४ - ब	१६ - ब	२८ - ड	४० - क
५ - ड	१७ - क	२९ - ब	४१ - अ
६ - अ	१८ - ड	३० - क	४२ - ब
७ - क	१९ - अ	३१ - ब	४३ - क
८ - ब	२० - ब	३२ - क	४४ - अ
९ - क	२१ - अ	३३ - क	४५ - ब
१० - क	२२ - ब	३४ - ड	४६ -अ
११ - ड	२३ - ड	३५ - ब	
१२ - अ	२४ - क	३६ - ड	

विभाग ब

प्रकरण ७

मूलभूत अधिकार

- ✡ घटनात्मक तरतुदी
- ✡ राजकीय वैविध्य
- ✡ न्यायालयीन संरक्षण
- ✡ सामाजिक-राजकीय वास्तवता
- ✡ मूलभूत कर्तव्ये

महत्त्वाचे मुद्दे

- ✡ लोकशाही प्रधान देशामध्ये व्यक्तिविकासासाठी राजकीय स्थिरता जितकी महत्त्वाची असते तितकेच व्यक्तीला किमान अधिकार आवश्यक असल्याने नागरिकांना मूलभूत अधिकार दिले जातात. हे अधिकार घटनेत समाविष्ट करण्यात आलेले आहे.
- ✡ मूलभूत अधिकारांना घटनात्मक दर्जा असतो. त्यांचे स्थान राज्यनिर्मित कायद्यापेक्षा वरचे असते.
- ✡ मूलभूत अधिकार न्याय योग्य आहेत; न्यायपालिका मूलभूत अधिकारांच्या रक्षणासाठी योग्य पावले टाकू शकते.
- ✡ मूलभूत अधिकारांच्या संदर्भात राज्यघटनेत एकूण २३ कलमे असून कलम १२ ते ३०, ३२, ३५ या कलमांमध्ये मूलभूत अधिकारांचा समावेश केलेला आहे.
- ✡ मूलभूत अधिकारांच्या बाबतीत कोणतीही संदिग्धता न राहण्यासाठी प्रत्येक गोष्ट तपशीलवार लिहिलेली असल्याने मूलभूत अधिकाराचा भाग व्यापक व विस्तृत बनलेला आहे.

✡ मूलभूत अधिकार हे वास्तविकतेवर आधारित आहेत.

✡ मूलभूत अधिकार हे बंधनासहित आहेत. त्यांच्यावर असलेली बंधने विवेकीपणाने व व्यापक समाजहित लक्षात घेऊन ठेवलेली आहेत.

✡ भारतीय घटनेत नैसर्गिक अधिकारास स्थान नाही. ते अधिकार भारतीय घटनेच्या तिसऱ्या भागात मूलभूत अधिकारांतर्गत येतात.

✡ राज्यघटनेने मूलभूत अधिकारांच्या रक्षणाची जबाबदारी न्यायालयावर सोपविलेली आहे.

✡ भारतीय नागरिक त्याच्या अधिकारांच्या रक्षणासाठी सर्वोच्च किंवा उच्च न्यायालयात दाद मागू शकतो.

✡ घटनेच्या तिसऱ्या भागातील काही अधिकार केवळ भारतीय नागरिकांसाठी आहेत. उदा. अभिव्यक्ती स्वातंत्र्य, एकत्र जमण्याचे स्वातंत्र्य.

✡ मूलभूत अधिकारांमध्ये –

कलम १४ ते १८ = समतेचा अधिकार
कलम १९ ते २२ = स्वातंत्र्याचा अधिकार
कलम २३ ते २४ = पिळवणुकी विरुद्ध स्वअधिकार
कलम २५ ते २८ = धार्मिक स्वातंत्र्याचा अधिकार
कलम २९ ते ३० = सांस्कृतिक व शैक्षणिक अधिकार
कलम ३२ = न्यायालयाकडे दाद मागण्याचा अधिकार

✡ भारतीय घटनेने दिलेल्या मूलभूत अधिकारांच्या रक्षणासाठी सर्वोच्च व उच्च न्यायालय ५ प्रकारचे लेखा आदेश देते. यात बंदी प्रत्यक्षीकरण, परमादेश, अधिकार पृच्छा, प्रतिषेध, उत्प्रेक्षण यांचा समावेश होतो.

✡ घटनेच्या कलम १३ मध्ये राज्याचे अधिकार व मूलभूत अधिकार यांची सीमारेषा निश्चित केली आहे; तसेच मूलभूत अधिकाराच्या बाबतीत राज्याचा कायदा करण्याचा अधिकार व त्याच्या मर्यादा मर्यादित निश्चित केल्या आहेत.

✡ कलम ३५९ नुसार आणीबाणीच्या काळामध्ये किंवा आणीबाणीची घोषणा केल्यानंतर राष्ट्रपती घोषणेद्वारे मूलभूत अधिकाराच्या जपणुकीसाठी न्यायालयात जाण्याचा अधिकार निलंबित करू शकतात.

✡ १९५० ते १९७९ पर्यंत संपत्तीचा अधिकार हा मूलभूत अधिकार होता. १९७९ मध्ये ४४ व्या घटना दुरुस्तीने या अधिकारास मूलभूत अधिकारांच्या यादीतून काढून टाकण्यात आले. ज्यावेळेस हा अधिकार मूलभूत अधिकारांच्या यादीत

होता; त्यावेळेसही त्यास सीमित करण्यासाठी सर्वात जास्त घटनादुरुस्त्या झाल्या व अखेरीस ३० एप्रिल १९७९ पासून तो मूलभूत अधिकार असणे बंद झाले.

✡ संपत्तीचा अधिकार आता केवळ विधिविषयक अधिकार राहिलेला आहे. याचा अर्थ कायद्याच्या पूर्ण प्रक्रियेशिवाय व्यक्तीची संपत्ती घेता येणार नाही.

प्रश्न :

१) ....म्हणजे असे अधिकार की जे व्यक्तीच्या जीवनासाठी मूलभूत व अनिवार्य असल्यामुळे घटनेद्वारे नागरिकांना दिले जातात व ज्या अधिकारांचा संकोच राज्यास सर्वसाधारण परिस्थितीत करता येत नाही.

अ) मानवी अधिकार ब) मूलभूत अधिकार

क) व्यक्तिगत अधिकार ड) नागरी अधिकार

२) 'मूलभूत अधिकाराचे वैशिष्ट्य हे की, त्यांचे स्थान राज्यनिर्मित कायद्यापेक्षा वरचे आहे.' असे कोण म्हणाले ?

अ) प्रा. पायली ब) प्रा. बर्जेस

क) न्या. पातंजली शास्त्री ड) बॅ. जयकर

३) मूलभूत अधिकारांचा समावेश घटनेच्या कलम ....यामध्ये केलेला आहे.

अ) १२ ते ३०, ३२ व ३५ ब) ११ ते १५, २५ व २७

क) २५ ते ३०, ३१ व ३४ ड) २६ ते ३१, ३२ व ३४

४) भारतीय राज्यघटनेच्या भाग ..... मध्ये मूलभूत अधिकारांची तरतूद केलेली आहे.

अ) दोन ब) तीन क) चार ड) पाच

५) मूलभूत अधिकार केवळ सिद्धान्तावर आधारित नसून त्यांना वास्तविकतेचा आधार आहे. कारण –

१) ते संपूर्ण समाजासाठी असून सामाजिक उपयुक्तता हा त्यांचा मध्यबिंदू आहे.

२) धार्मिक सहिष्णुता विकसित होण्यासाठी तसेच समानतेचा अधिकार व राखीव जागा, धर्मनिरपेक्षता व धर्मस्वातंत्र्याचा अधिकार ही वास्तविकता जाणून उपाययोजना केलेल्या आहेत.

अ) फक्त १ ब) फक्त २

क) १ आणि २ ड) वरील पैकी कोणतेही नाही.

६) भारतीय राज्यघटनेत नैसर्गिक अधिकारास स्थान नाही. कारण –

१) ज्या अधिकारांचा समावेश घटनेत नाही परंतु ज्यांना नैसर्गिक अधिकार म्हणून ओळखले जाते त्यांच्या अंमलबजावणीसाठी सर्वोच्च न्यायालय आदेश देत नाही.

२) भारतीय घटनेच्या तिसऱ्या भागात जे अधिकार मूलभूत अधिकारांतर्गत येतात त्यांनाच फक्त भारतीय घटना बांधील आहे.

अ) फक्त १   ब) फक्त २

क) १ आणि २   ड) वरीलपैकी कोणतेही नाही.

७) घटनेच्या कलम ......मध्ये मूलभूत अधिकारांच्या रक्षणाची जबाबदारी राज्यघटनेने न्यायालयावर सोपविलेली आहे.

अ) २९   ब) ३०   क) ३१   ड) ३२

८) १९७९ मध्ये .....व्या घटनादुरुस्तीने संपत्तीच्या अधिकारास मूलभूत अधिकारातून वगळून त्यास वैधानिक अधिकाराचा दर्जा दिला.

अ) ४२ व्या   ब) ४४ व्या   क) ५५ व्या   ड) ६१ व्या

९) भारतीय राज्यघटनेच्या तिसऱ्या विभागातील कलम....यामध्ये समतेच्या अधिकाराबाबत तरतुदी केलेल्या आहेत.

अ) १० ते १४   ब) १४ ते १८

क) १९ ते २२   ड) २३ व २४

१०) योग्य जोड्या जुळवा. सांकेतिकांमधून योग्य पर्याय निवडा –

'अ' गट (कलम)	**'ब' गट (मूलभूत अधिकार)**
अ) १४ ते १८	१) स्वातंत्र्याचा अधिकार
ब) १९ ते २२	२) धार्मिक स्वातंत्र्याचा अधिकार
क) २३ व २४	३) समानतेचा अधिकार
ड) २४ ते २५	४) पिळवणुकीविरुद्धचा अधिकार

सांकेतिके

	अ	ब	क	ड
अ)	१	२	३	४
ब)	२	४	१	३
क)	३	१	४	२
ड)	४	२	३	१

११) मूलभूत अधिकाराची उपयुक्तता सार्वत्रिक मतदानावर आधारित नसते. कारण –

१) मूलभूत अधिकाराचा उद्देश केवळ सुरक्षितता व समानता प्रस्थापित करणे एवढाच मर्यादित नसून आचार, न्याय, सद्व्यवहार व नागरिकता निर्धारित करण्याचा तो एक मापदंड आहे.

२) मूलभूत अधिकारावर शासनाचे नियंत्रण असते.

अ) फक्त १ ब) फक्त २

क) १ आणि २ ड) कोणतेही नाही.

१२) मनुष्याच्या जीवनासाठी जे अधिकार अत्यंत मौलिक असतात किंवा अत्यंत आवश्यक ठरतात त्यांना ...... अधिकार म्हणतात.

अ) नागरी ब) मूलभूत क) सामाजिक ड) राजकीय

१३) 'अधिकार म्हणजे समाज जीवनाच्या अशा अटी आहेत की, त्याशिवाय कोणतीही व्यक्ती स्वतःचा सर्वांगीण विकास करू शकत नाही.' हे कोणी सांगितले ?

अ) व्ही. एम. पायली ब) प्रा. रॉबर्ट डाल

क) प्रा. लास्की ड) रॉय मॅक्रिडीस

१४) मूलभूत अधिकार नागरिकांना स्वातंत्र्याची हमी देतात. कारण–

१) जनतेचे कल्याण करणे व लोकहिताचे संवर्धन व संरक्षण करणे ह्यांची हमी मूलभूत हक्क देतात.

२) मूलभूत अधिकारावर झालेल्या आक्रमणाची सर्वोच्च न्यायालयात दाद मागता येते व न्यायालयाचा निर्णय बंधनकारक असतो.

३) मूलभूत अधिकारामुळे न्याय, वर्तणूक व नागरिकता यांची पातळी ठरविली जाते.

४) राज्याचा वाढता हस्तक्षेप व व्यक्तिस्वातंत्र्य यांच्यात समन्वय साधण्याचे कार्य केले जाते.

अ) १ आणि २ ब) २ आणि ३ क) ३ व ४ ड) वरील सर्व

१५) मूलभूत अधिकारामुळे व्यक्तीचे स्वातंत्र्य व राज्याची शक्ती ह्यावर मर्यादा घातल्या जातात. याचा अर्थ –

१) व्यापक समाजहित लक्षात घेऊन मूलभूत अधिकारावर काही बंधने घातली जातात.

२) मूलभूत अधिकार हे निरंकुश असत नाहीत.

अ) फक्त १ ब) फक्त २ क) १ आणि २ ड) कोणतेही नाही.

१६) 'भारतातील सर्व वर्गातील लोकांच्या धार्मिक आणि सांस्कृतिक अधिकाराची सुरक्षितता निर्माण करण्याचे सर्वोत्तम साधन म्हणजे मौलिक अधिकारांचा संविधानात समावेश करणे हेच आहे.'

अ) पंडित नेहरू ब) डॉ. आंबेडकर

क) राजगोपालाचारी ड) डॉ. राधाकृष्णन्

१७) ....मुळे व्यक्तीला कायद्यापुढे समानता व कायद्याचे समान संरक्षण प्राप्त होते.

अ) स्वातंत्र्या ब) समते क) न्याया ड) शासना

१८) कायद्यापुढे समानता व कायद्याचे समान संरक्षण या संज्ञा .... व ...च्या संविधानावरून घेतल्या.

अ) फ्रान्स व जर्मनी ब) ऑस्ट्रेलिया व झेकोस्लोव्हाकिया

क) इंग्लंड व अमेरिका ड) कॅनडा व जपान

१९) .....म्हणजे कायद्यापुढे व्यक्ती व्यक्तीमध्ये भेदभाव न करणे, कायद्यासमोर व्यक्तीला एक आणि एकच मानणे होय.

अ) कायद्यापुढे समानता ब) न्यायालयीन पुनर्विलोकन

क) समतेचा अधिकार ड) व्यक्तीचे समान संरक्षण

२०) कायद्यापुढे समानता म्हणजे –

१) कायद्यासमोर प्रत्येक व्यक्तीला एक आणि एकच मानण्यात येईल.

२) व्यक्तीला कायद्याच्या समान संरक्षणापासून वंचित केले जाणार नाही.

३) व्यक्तीपरत्वे कायदा भिन्न राहणार नाही.

४) कायद्यासमोर धर्म, वंश, जात, स्त्री–पुरुष, श्रीमंत–गरीब, वरिष्ठ–कनिष्ठ, सरकारी अधिकारी–नोकर असा भेदभाव केला जाणार नाही, तर सर्व व्यक्तींना एक आणि एकच कायदा राहील.

अ) १ आणि २ ब) २ आणि ३

क) ३ आणि ४ ड) वरील सर्व

२१) ......व...... ह्या प्रकरणांचा निकाल देताना सर्वोच्च न्यायालयाने घटनेच्या १४ व्या कलमांचा अर्थ स्पष्ट केला.

अ) ए.के. गोपालन विरुद्ध मद्रास राज्य,

ब) इब्राहिम वजीर विरुद्ध मुंबई राज्य,

क) ब्रिजभूषण विरुद्ध दिल्ली राज्य,

ड) चिरंजीवीलाल चौधरी विरुद्ध भारत सरकार व केदारनाथ विरुद्ध पश्चिम बंगाल.

२२) राज्यघटनेच्या....व्या कलमानुसार धर्म, वंश, स्त्री-पुरुष, जन्मस्थान, लिंग, जात ह्यांच्या आधारावर नागरिकांमध्ये कोणत्याच प्रकारचा भेदभाव केला जाणार नाही असे स्पष्ट केलेले आहे.

अ) १२ ब) १५ क) १८ ड) २१

२३) नागरिकांमध्ये कोणत्याच प्रकारचा भेदभाव केला जाणार नाही; याचा अर्थ -

१) नागरिकांमध्ये धर्म, वंश, स्त्री-पुरुष, जन्मस्थान, लिंग, जात यांच्या आधारावर भेदभाव केला जाणार नाही.

२) दुकाने, सार्वजनिक उपहारगृहे, हॉटेल्स, करमणूकगृहे येथे कोणासही प्रवेश नाकारता येणार नाही.

३) सार्वजनिक तलाव, विहिरी, स्नानगृहे, स्मशानघाट, रस्ते, सार्वजनिक स्थान ह्यांच्या उपभोगापासून कोणासही वंचित करता येणार नाही.

अ) फक्त १ ब) फक्त २ क) १,२, आणि ३ ड) फक्त ३

२४) घटनेच्या ......कलमानुसार प्रत्येक नागरिकाला राज्यामध्ये आपल्या पात्रतेनुसार नोकरी करण्याचा, एखादे पद ग्रहण करण्याचा समान अधिकार आहे.

अ) १२ व्या ब) १३ व्या क) १४ व्या ड) १६ व्या

२५) घटनेच्या......कलमात स्पष्ट केले की, अस्पृश्यता घटनेने नष्ट केली असून कोणत्याही स्वरूपात अस्पृश्यता पाळणे हा गुन्हा आहे आणि त्याला कायद्यानुसार शिक्षा मिळेल.

अ) १६ व्या ब) १७ व्या क) १८ व्या ड) १९ व्या

२६) ......मध्ये संसदेने अस्पृश्यता निवारणार्थ कायदा करून अस्पृश्यता पाळणे हा फौजदारी गुन्हा ठरविला.

अ) १९५१ ब) १९५२ क) १९५३ ड) १९५५

२७) संविधानाच्या .....कलमानुसार व्यक्ती-व्यक्तीमध्ये असणारा सामाजिक, आर्थिक, राजकीय भेदभाव नष्ट केला.

अ) १६ व्या ब) १८ व्या क) २० व्या ड) २२ व्या

२८) संविधानाच्या.....कलमानुसार व्यक्तीव्यक्तीमध्ये असणारा सामाजिक, आर्थिक व राजकीय भेदभाव नष्ट केला आहे.

अ) १५ व्या ब) १६ व्या क) १८ व्या ड) १९ व्या

२९) पुढीलपैकी कोणते विधान योग्य आहे ?

१) व्यक्ती-व्यक्तीमध्ये सामाजिक व राजकीय भेदभाव नष्ट करण्यासाठी कलम १८ नुसार पूर्वी देण्यात येणाऱ्या रावबहादूर, रावसाहेब, दिवाण साहेब, दिवाणबहादूर या पदव्या समाजात भेदभाव न राहण्यासाठी रद्द केल्या.

२)व्यक्तीच्या विशेष सामाजिक कामगिरीनिमित्त भारतसरकार, राज्यसरकार पदव्या देऊ शकते. उदा. पद्मभूषण, पद्मविभूषण-उद्यानपंडित वगैरे.

३) सैनिकी व शिक्षणविषयक पदव्या देण्यासाठी बंदी नाही; कारण त्यामुळे व्यक्तीला विशेष अधिकार प्राप्त होत नाही. तसेच कोणतीही व्यक्ती अथवा सरकारी नोकरी करणारी परकीय व्यक्ती परराष्ट्राकडून भारत सरकारच्या परवानगीशिवाय कोणतीही पदवी स्वीकारू शकत नाही.

अ) फक्त १ ब) १, २ क) १,२,३ ड) १ व ३

३०) भारतीय राज्यघटनेच्या ....व्या कलमानुसार नागरिकांना सात प्रकारचे स्वातंत्र्य दिले गेले.

अ) १९ ब) २० क) २१ ड) २२

३१) .....मध्ये केल्या गेलेल्या १९ व्या कलमातील घटना दुरुस्तीद्वारे भाषण व विचार स्वातंत्र्यावर बंधने घातली गेली.

अ) १९४८ ब) १९५१ क) १९५५ ड) १९५९

३२) भारतीय नागरिकास शांततापूर्वक व शस्त्राशिवाय सभा भरविण्याचे स्वातंत्र्य प्राप्त झाले आहे.

परंतु -

१) भारताची एकात्मता, सार्वभौमत्व आणि सार्वजनिक सुव्यवस्था अबाधित राखण्यासाठी योग्य ती बंधने सरकार घालू शकते.

२) सरकारने घातलेली बंधने योग्य आहेत की नाही, हे ठरविण्याचा अधिकार न्यायालयास आहे.

अ) फक्त १ ब) फक्त २

क) १ आणि २ ड) कोणतेही नाही.

३३) संविधानाच्या --- कलमानुसार सार्वजनिक सुव्यवस्था व नीतिमत्ता यांना बाधा उत्पन्न होऊ नये म्हणून संस्था व संघ स्थापन करण्याच्या अधिकारावर बंधने घालण्याचा अधिकार सरकारला आहे.

अ) १९ ब) २० क) २१ ड) २१

३४) भारतीय प्रदेशात सर्वत्र संचार करण्याचा अधिकार अमर्यादित नाही. कारण –

१) या अधिकारावर जनहिताच्या दृष्टीने तसेच मागासलेल्या जातीच्या हिताच्या दृष्टीने योग्य ती बंधने सरकार घालू शकते.

२) कायद्याने स्थानबद्ध केलेल्या व्यक्तीचे संचार स्वातंत्र्य नष्ट होते.

३) सरकारने सुरक्षित म्हणून घोषित केलेल्या जागी सरकारच्या परवानगी शिवाय संचार करता येत नाही.

अ) फक्त १ ब) १, २ क) १,२ आणि ३ ड) २ व ३

३५) व्यक्तीच्या जीवित स्वातंत्र्याचे संरक्षण या कलमाची निर्मिती ..... देशांच्या संविधानाच्या आधारावर केली.

अ) फ्रान्स, जर्मनी ब) जपान, अमेरिका

क) ऑस्ट्रेलिया, कॅनडा ड) ग्रेट ब्रिटन, फ्रान्स

३६) भारतीय राज्यघटनेच्या .....व्या कलमानुसार मानवाच्या क्रय-विक्रयास बंदी घातलेली असून कोणत्याही व्यक्तीला कोणीही दास बनवू शकणार नाही.

अ) २१ ब) २२ क) २३ ड) २४

३७) भारतीय राज्यघटनेच्या .... व्या कलमानुसर १४ वर्षे वयाच्या आतील मुलामुलींनी खाणी किंवा तत्सम धोक्याच्या ठिकाणी काम करण्यास बंदी आहे.

अ) २३ ब) २४ क) २५ ड) २६

३८) भारतीय संविधानाच्या .....व्या कलमात असे स्पष्ट केले की, कोणत्याही व्यक्तीचे जीवन स्वातंत्र्य किंवा वैयक्तिक स्वातंत्र्य कायद्याने ठरवून दिलेल्या पद्धतीशिवाय अन्य तऱ्हेने हिरावून घेतले जाणार नाही.

अ) २० ब) २१ क) २२ ड) २३

३९) भारतीय राज्यघटनेच्या कलम ...... नुसार अटक झालेल्या व्यक्तीला आपणास कोणत्या कारणासाठी अटक झाली हे जाणून घेण्याचा अधिकार आहे. स्वतःच्या पसंतीनुसार कायदेपंडिताचा सल्ला घेऊन त्याच्यामार्फत आपला बचाव करण्याचे स्वातंत्र्य राहील व अटक केलेल्या व्यक्तीस चोवीस तासाच्या आत जवळच्या न्यायालयासमोर हजर करावे लागते व त्या न्यायालयाच्या परवानगीनेच चोवीस तासापेक्षा जास्त काळ सदर व्यक्तीलाअटकेत ठेवता येईल.

अ) २२ ब) २३ क) २४ ड) २५

४०) प्रतिबंधात्मक स्थानबद्धता कायद्याचा उद्देश म्हणजे –

अ) व्यक्तीला एखाद्या गुन्ह्यासाठी शिक्षा देणे.

ब) व्यक्तीला स्थानबद्ध करणे.

क) गुन्ह्यापासून व्यक्तीला प्रतिबंध करणे.

ड) व्यक्तीची स्थानबद्धता कार्यकारी मंडळावर अवलंबून राहील.

४१) तीन महिन्यांपेक्षा अधिक कालावधीसाठी व्यक्तीला स्थानबद्ध करावयाचे असेल तर ते प्रकरण ....समोर ठेवले पाहिजे.

अ) न्यायालया ब) परामर्शदायी मंडळा

क) सर्वोच्च न्यायालया ड) उच्च न्यायालया

४२) भारतीय राज्यघटनेच्या ......ते ......कलमानुसार नागरिकांना धर्म स्वातंत्र्याचा अधिकार देण्यात आला आहे.

अ) २५ ते २८ ब) २५ ते २९

क) २६ ते २९ ड) २६ ते ३०

४३) भारतीय राज्यघटनेच्या ......व्या कलमानुसर कायदा करून राज्यातील धार्मिक संस्थांची चल व अचल संपत्तीची मालकी स्वीकारण्याचा किंवा या संपत्तीची व्यवस्था पाहण्याचा अधिकार सरकारला आहे.

अ) २५ ब) २६ क) २७ ड) २८

४४) भारतीय संविधानाच्या ....व्या कलमाने कोणत्याही धर्माच्या प्रचारासाठी सक्तीने पैसा गोळा करण्यावर बंदी घातली आहे.

अ) २५ ब) २६ क) २७ ड) २८

४५) भारतीय संविधानाच्या कलम ......नुसार शिक्षण संस्थातून धार्मिक शिक्षण देण्यावर बंदी घालण्यात आलेली आहे.

अ) २६ ब) २७ क) २८ ड) २९

४६) **भारतीय राज्यघटनेच्या ....व्या कलमानुसार भारतात राहणाऱ्या नागरिकांना व नागरिकांच्या समूहाला आपली स्वतःची भाषा, लिपी व संस्कृती यांची जोपासना करण्याचा अधिकार आहे.**

अ) २९ ब) ३० क) ३१ ड)३२

४७) **भारतीय घटना कलम .....मध्ये अल्पसंख्याक जातींना स्वतःच्या आवडीनुसार धर्म किंवा भाषा या आधारावर शिक्षणसंस्था चालविण्याचा अधिकार आहे.**

अ) २९ ब) ३० क) ३१ ड)३२

४८) **भारतीय घटनेच्या कलम --- नुसार व्यक्तिगत चल किंवा अचल संपत्ती अथवा औद्योगिक संस्थेत तिची असलेली आर्थिक भागीदारी सार्वजनिक कामासाठी काढून घेण्याचा अधिकार सरकारला राहील. परंतु, असा ताबा कायद्याच्या आधारावरच सरकारला घेता येईल व त्यासाठी योग्य मोबदला सरकारने दिला पाहिजे.**

अ) ३१ ब) ३१ (१) क) ३१ (२) ड) ३१ (३)

४९) **......अनुसार मालमत्तेचा ताबा घेण्याबाबतचा कोणताही कायदा मूलभूत हक्काविरोधी आहे, म्हणून तो रद्द ठरविता येणार नाही. तसेच एखाद्या कोर्टाचा त्याचे विरुद्ध निकाल झाला असेल तर ते मूलभूत हक्काविरोधी आहेत म्हणून रद्द ठरविता येत नाही असे जाहीर केले गेले.**

अ) पहिली घटनादुरुस्ती, १९५१ ब) दुसरी घटनादुरुस्ती, १९५२

क) तिसरी घटनादुरुस्ती, १९५४ ड) चवथी घटना दुरुस्ती, १९५५

५०) **......अनुसार मोबदला हा शब्द काढून टाकण्यात आला व त्याऐवजी 'देयरक्कम' हा शब्द टाकला.**

अ) ४२ वी घटना दुरुस्ती, १९६७ ब) २३ वी घटना दुरुस्ती, १९६९

क) २५ वी घटना दुरुस्ती, १९७१ ड) २८ वी घटना दुरुस्ती, १९७२

५१) **.....व्या घटनादुरुस्तीने मूलभूत अधिकाराच्या यादीतून संपत्तीचा अधिकार काढून टाकला.**

अ) ४२, १९७६ ब) ४४, १९७८

क) ४५, १९८० ड) ४७, १९८२

५२) **कोणत्याही व्यक्तीला बेकायदेशीररीत्या अटक झाली असेल, अन्यायपूर्वक दंड केला असेल अथवा बेकायदेशीररीत्या अडकवून**

ठेवले असेल तर आपल्या अटकेच्या कारणासंबंधी विचारणा करण्याचा अर्ज ती व्यक्ती किंवा तिची मित्रमंडळी अथवा नातेवाईक करू शकतात; अशा अधिकारास .....असे म्हटले जाते.

अ) बंदी प्रत्यक्षीकरण (Habeas Corpus)

ब) परमादेश (Mandamus)

क) अधिकार पृच्छा (Quo-warranto)

ड) प्राकर्षण (Certiorari)

५३) **सरकार, एखादी व्यक्ती किंवा संस्था आपल्या कर्तव्याचे पालन करीत नसेल आणि त्यामुळे एखाद्या व्यक्तीवर अन्याय झाला असेल तर ह्या अन्यायाचे परिमार्जन करण्यासाठी त्या व्यक्तीने असा अर्ज केल्यास तो अन्याय ताबडतोब नाहीसा करावा अशी आज्ञा न्यायालय अन्याय करणाऱ्या व्यक्तीला, संस्थेला अगर सरकारला देते; अशी आज्ञा द्यावी किंवा नाही हे ठरविण्याचा अधिकार न्यायालयाला आहे. त्यास ..... असे म्हटले जाते.**

अ) बंदी प्रत्यक्षीकरण   ब) परमादेश

क) उत्प्रेक्षण   ड) प्रतिषेध

५४) **एखादा खटला कनिष्ठ न्यायालयात चालू असताना काही अनियमित कारणांमुळे निर्णय घेणे इष्ट वाटत नसल्यास अथवा कनिष्ठ न्यायालयाला तो खटला चालविण्याचा कायदेशीर अधिकार नसल्यास, त्या खटल्याची सुनावणी तहकूब करावी; असा विनंती अर्ज व्यक्तीला वरिष्ठ न्यायालयाकडे करता येतो. वरिष्ठ न्यायालय त्या अर्जाचा विचार करून, तो खटला कनिष्ठ न्यायालयाच्या अधिकार क्षेत्राबाहेर असल्याची खात्री पटवून, 'त्याची सुनावणी संबंधित कनिष्ठ न्यायालयाने बंद करावी' असा आदेश कनिष्ठ न्यायालयाला वरिष्ठ न्यायालयाने देणे यास ...... असे म्हटले जाते**

अ) परमादेश   ब) प्रतिषेध   क) उत्प्रेक्षण   ड) अधिकार पृच्छा

५५) **कोणतेही सरकारी अथवा सार्वजनिक पद पात्रता नसतानाही जर कोणी व्यक्ती ते भूषवित असेल तर त्या व्यक्तीच्या पदग्रहण करण्याविषयी पृच्छा करण्याचा जो अधिकार ज्या व्यक्तीला असतो त्यास..... असे म्हणतात.**

अ) परमादेश ब) प्रतिषेध

क) अधिकारपृच्छा ड) उत्प्रेक्षण

५६) कनिष्ठ न्यायालयाकडे चालणारा खटला वरिष्ठ न्यायालयाने चालवावा अशी विनंती करणारा अर्ज यास --- असे म्हणतात.

अ) बंदी प्रत्यक्षीकरण ब) उत्प्रेक्षण

क) परमादेश ड) अधिकारपृच्छा

५७) .....घटनादुरुस्तीने नागरिकांची मूलभूत कर्तव्ये कोणती, ह्याचा स्पष्ट विचार संविधानात करण्यात आला.

अ) ४२ व्या ब) ४४ व्या क) ४५ व्या ड) ४६ व्या

५८) राज्यघटनेच्या ......व .....यामध्ये नागरिकांच्या दहा मूलभूत कर्तव्यांचा समावेश केला आहे.

अ) प्रकारण २ (अ), ४१ (क) ब) प्रकरण ३ (अ), ४७ (ब)

क) प्रकरण ४ (अ), ५१ (अ) ड) प्रकरण ५ (ब), ५६ (क)

५९) पुढीलपैकी कोणती मूलभूत कर्तव्ये आहेत ते योग्य पर्यायाद्वारे स्पष्ट करा. -

१) राज्यघटना, राष्ट्रध्वज व राष्ट्रगीत यांचा आदर, स्वातंत्र्य लढ्यातील प्रेरक अशा उदात्त आदर्शांचे जतन व पालन, भारताचे सार्वभौमत्व, एकता, एकात्मतेचा सन्मान व संरक्षण.

२) देशाचे संरक्षण व राष्ट्रसेवा, वर्गविरहित व भेदाभेदरहित बंधुत्व भावना, स्त्रियांच्या प्रतिष्ठेला बाधक प्रथा मोडणे, देशाच्या एकात्मसंस्कृती व गौरवशाली परंपरेचे संरक्षण, सार्वजनिक संपत्तीचे रक्षण व हिंसाचारापासून दूर राहणे.

३) वैज्ञानिक दृष्टिकोन, मानवतावाद, ज्ञानार्जन व प्रगतीच्या भावनेचा विकास करणे, व्यक्तिगत व सामुदायिक उत्कर्षाकडे वाटचाल करणे की जेणेकरून राष्ट्राची प्रगती उत्तरोत्तर वाढेल, तसा प्रयत्न करणे.

अ) फक्त १ ब) फक्त २ क) फक्त ३ ड) वरील सर्व

६०) मूलभूत अधिकारांवर कोणत्या मर्यादा सांगता येतात?

१) मूलभूत अधिकारांवर काही उद्देशप्राप्तीसाठी बंधने घालू शकता येतात.

२) संकटकालीन परिस्थितीत मूलभूत अधिकार स्थगित केले जातात.

३) देशाचे सार्वभौमत्व व एकात्मता यांना बाधा पोहोचेल अशी स्थिती निर्माण झाल्यास –

अ) फक्त १ ब) १, २

क) १,२, ३ ड) कोणतेही नाही.

६१) योग्य जोड्या जुळवा.

सांकेतिकेमधून योग्य पर्याय निवडा

'अ' गट (वर्ष)	'ब' गट (घटना)
अ) १९५३	१) 'गोरखनाथ विरुद्ध पंजाब राज्य खटला'
ब) १९६४	२) 'मुंबई सरकारने सोलापूर कापडगिरणी ताब्यात घेतली'
क) १९६७	३) 'बँकांचे राष्ट्रीयीकरण'
ड) १९६९	४) 'सर्वोच्च न्यायालयाने केंद्र सरकारचा जमीन सुधारणा कायदा रद्द ठरविला.'

सांकेतिके :

	अ	ब	क	ड
अ)	३	२	४	१
ब)	२	४	१	३
क)	४	१	३	२
ड)	१	३	२	४

६२) जोड्या जुळवा

सांकेतिके मधून योग्य पर्याय निवडा.

'अ' गट (कलमे)	'ब' गट (मूलभूत अधिकार)
अ) १४ ते १८	१) व्यक्तिस्वातंत्र्याचा अधिकार
ब) १९ ते २२	२) धर्म स्वातंत्र्याचा अधिकार
क) २३ ते २४	३) समतेचा अधिकार
ड) २५ ते २८	४) शोषणा विरुद्ध हक्क

सांकेतिके :

	अ	ब	क	ड
अ	३	१	४	२
ब	१	२	३	४
क	३	२	१	४
ड	४	३	२	१

उत्तरे :

१) – ब	२२) – ब	४३) – ब
२) – क	२३) – क	४४) – क
३) – अ	२४) – ड	४५) – क
४) – ब	२५) – ब	४६) – अ
५) –क	२६) – ड	४७) – ब
६) – क	२७) – ब	४८) – क
७) – ड	२८) – क	४९) – अ
८) – ब	२९) – क	५०) – क
९) – ब	३०) – अ	५१) – ब
१०) – क	३१) – ब	५२) – अ
११) – अ	३२) – क	५३) – ब
१२) – ब	३३) – अ	५४) – ब
१३) – क	३४) – क	५५) – क
१४) – ड	३५) – ब	५६) – ब
१५) – क	३६) – क	५७) – अ
१६) –अ	३७) – ब	५८) – क
१७) – ब	३८) – ब	५९) – ड
१८) – क	३९) – अ	६०) – क
१९) – अ	४०) – क	६१) – ब
२०) – ड	४१) – ब	६२) – अ
२१) – ड	४२) – अ	

विभाग ब

प्रकरण ८

केंद्रीय कार्यपालिका

- राष्ट्रपती
- पंतप्रधान व मंत्रिमंडळ आणि चौकट व राजकीय प्रवाह याबद्दलच्या घटनात्मक तरतुदी.

महत्त्वाचे मुद्दे

- भारतीय राज्यघटनेनुसार राष्ट्रपती हा नामधारी प्रमुख असतो.
- राष्ट्रपती बाबत घटनेच्या **कलम ५२** मध्ये भारताचा एक राष्ट्रपती असेल व प्रामुख्याने केंद्रीय कार्यकारी सत्ता राष्ट्रपतीकडे असेल असे नमूद केले आहे.
- राष्ट्रपतीचे कार्यकारी अधिकार घटनेच्या **कलम ५३** नुसार केंद्रातील कार्यकारी अधिकार राष्ट्रपतीस असून, राष्ट्रपती त्या अधिकारांचा उपयोग घटनेनुसार व सक्षम पदाधिकाऱ्याद्वारे करतात.
- घटनेच्या **कलम ७४** नुसार राष्ट्रपती, पंतप्रधान व केंद्रीय मंत्रिमंडळातील इतर मंत्र्यांची नियुक्ती करतात.
- घटनेच्या **कलम ७६** नुसार ॲटर्नी जनरलची नियुक्ती करतात.
- घटनेच्या **कलम १४८** नुसार कंट्रोलर व ऑडिटर जनरलची नियुक्ती करतात.
- घटनेच्या **कलम १२४** नुसार सर्वोच्च न्यायालयातील न्यायाधीशांची नियुक्ती करतात.
- घटनेच्या **कलम २१७** नुसार उच्च **आंतरराज्यीय** परिषदेची निर्मिती करतात.
- घटनेच्या **कलम २६३** नुसार **आंतरराष्ट्रीय** परिषदेची निर्मिती करतात.
- घटनेच्या **कलम ३१६** नुसार लोकसेवा आयोगाच्या अध्यक्षांची नियुक्ती करतात.

- घटनेच्या **कलम २८०** नुसार वित्तीय आयोगाच्या प्रमुखाची नियुक्ती करतात.
- घटनेच्या **कलम ३२** नुसार निर्वाचन आयुक्तांची नियुक्ती करतात.
- घटनेच्या **कलम ३३८** नुसार अनुसूचित जाती व जमातीसाठी विशेष अधिकाऱ्याची नियुक्ती करतात.
- घटनेच्या **कलम ३४४** नुसार भाषा आयोगाच्या प्रमुखाची नियुक्ती करतात.
- घटनेच्या **कलम ५९(२)** नुसार भारताचे राष्ट्रपती तिन्ही दलांचे प्रमुख आहेत.
- घटनेच्या **कलम १२३ (१)** नुसार राष्ट्रपतींना वटहुकूम काढण्याचा अधिकार आहे.
- घटनेच्या **कलम ८५ (२)** नुसार राष्ट्रपतीना संसद विसर्जित करण्याचा अधिकार आहे.
- घटनेच्या **कलम ८७ (१)** नुसार राष्ट्रपती संसदेस संदेश पाठवू शकतात.
- घटनेच्या **कलम ७७** नुसार शासन कारभार व्यवस्थित चालविण्यासाठी राष्ट्रपतींना नियम निर्मितीचा अधिकार आहे.
- घटनेच्या **कलम ११८** नुसार राज्यसभेचे सभापती व लोकसभेचे सभापती यांच्याशी विचार विनिमय करून संयुक्त अधिवेशनाच्या वेळी कामकाजाचे नियम करण्याचा अधिकार राष्ट्रपतींना आहे.
- घटनेच्या **कलम ७२, १४३** नुसार राष्ट्रपतींना सर्वोच्च न्यायालय व उच्च न्यायालयातील न्यायाधीशांची नियुक्ती करण्याचा अधिकार असतो. सर्वोच्च व उच्च न्यायालयाने दिलेली शिक्षा माफ करण्याचा किंवा कमी करण्याचा अधिकार असतो.
- राष्ट्रपतींच्या आदेशाशिवाय अर्थविधेयक लोकसभेत मांडता येत नाही; तसेच प्रत्येक आर्थिक वर्षाच्या सुरुवातीला संसदेच्या संयुक्त अधिवेशनात राष्ट्रपती वर्षासाठी अर्थ संकल्प सादर करतील. भारताच्या आकस्मित निधीवर राष्ट्रपतींचे नियंत्रण असते तसेच ते वित्तीय आयोगाची स्थापना करू शकतात.
- राष्ट्रपतीस राज्यसरकारांच्या बाबतीत अधिकार आहेत. तसेच ते राज्यपालांची नियुक्ती राज्याचे प्रमुख म्हणून करतात.
- घटनेच्या **कलम ३५२** ते **३५६** व **३६५** कलमानुसार राष्ट्रपतीस आणीबाणी विषयक अधिकार आहेत. त्यात राष्ट्रीय घटकराज्याचा राज्यकारभार घटनेप्रमाणे चालत नसल्यास व आर्थिक अशा स्वरूपाच्या आणीबाणींचा

समावेश होतो.

✡ घटनेच्या **कलम ७४** नुसार राष्ट्रपती मंत्रिमंडळाच्या सल्ल्यानुसार काम करतील अशी तरतूद घटनेच्या ४२ व्या घटना दुरुस्तीद्वारे करण्यात आली; तसेच मंत्रिमंडळ व पंतप्रधानांचे वास्तविक प्रमुखाचे स्थान जे परंपरेवर आधारित आहे त्यास घटनेच्या ४२ व्या घटनादुरुस्तीद्वारे वैधानिक स्वरूप दिले गेले.घटनेच्या **कलम ७५** व **७८** नुसार पंतप्रधानांची नियुक्ती व त्याची कार्ये स्पष्ट केलेली आहेत.

✡ पंतप्रधान हे मंत्रिमंडळाचे प्रमुख असतात. तसेच त्यांचे संसदेच्या उपक्रमांवर, पक्षावर नियंत्रण असते त्यांचे नियंत्रण गुप्तहेर संघटना, नोकरशाही, परराष्ट्र धोरण, आणीबाणीच्या काळात असते. त्यांना लोकसभा विसर्जित करण्याचा अधिकार असून ते राष्ट्रपती व मंत्रिमंडळ यातील दुवा असतात.

✡ मंत्रिमंडळाचे सर्वात महत्त्वाचे वैशिष्ट्य म्हणजे संयुक्त जबाबदारीचे तत्त्व होय. मंत्रिमंडळास राष्ट्रीय धोरण निश्चित करणे, केंद्रीय कार्यकारी मंडळावर नियंत्रण ठेवणे, कायदेनिर्मिती व नियंत्रण, समन्वय साधण्याचे कार्य करते, मंत्रिमंडळात कॅबिनेटमंत्री, राज्यमंत्री, उपमंत्री असे प्रकार असतात. कॅबिनेट ही मंत्रिमंडळाची प्रभावी 'सुकाणू समिती' आहे.

प्रश्न :

१) राज्यघटनेच्या कलम ..... नुसार राष्ट्रपतींना राष्ट्रप्रमुख या नात्याने सर्व कार्यकारी सत्ता प्राप्त झाली.

अ) ५१ ब) ५२ क) ५३ ड) ५४

२) राष्ट्रपतीपदाचे वैशिष्ट्य म्हणजे

१) देशाची सर्व कार्यकारी सत्ता राष्ट्रपतींना प्राप्त.

२) भारतीय सैन्याचे सरसेनापती.

३) राष्ट्रपतीपेक्षा कोणतेही पद श्रेष्ठ नाही. राष्ट्रपती हे भारताचे पहिले नागरिक.

४) राष्ट्रपती हे घटनात्मक प्रमुख असून त्यांचे स्थान इंग्लंडच्या राजा किंवा राणीप्रमाणे असेल.

अ) १ आणि २ ब) २ आणि ३

क) ३ आणि ४ ड) वरील सर्व

३) राज्यघटनेच्या कलम ..... मध्ये राष्ट्रपतीपदासाठी निवडणूक लढविणाऱ्या व्यक्तीच्या अंगी असणाऱ्या पात्रतेविषयी अटी स्पष्ट केलेल्या आहे.

अ) ५४ ब) ५६ क) ५८ ड) ६०

४) पुढीलपैकी कोणता पर्याय राष्ट्रपतीपदासाठीच्या पात्रता यादीत समाविष्ट होत नाही ?

अ) उमेदवार भारताचा नागरिक असावा.

ब) उमेदवाराचे वय ३५ वर्षे पूर्ण असावे.

क) लोकसभेत सदस्य होण्याच्या ज्या पात्रता निश्चित केलेल्या आहेत त्या पूर्ण केलेल्या असाव्यात.

ड) जी व्यक्ती केंद्रीय सरकारमध्ये/राज्य सरकारमध्ये अथवा स्थानिक प्रशासनातील सेवेत आहे.

५) राष्ट्रपतीची निवड ..... पद्धतीने होते.

अ) अप्रत्यक्ष ब) प्रत्यक्ष क) निवड ड) परंपरागत

६) राष्ट्रपती निवडणुकीसाठी तयार करण्यात आलेल्या निर्वाचन मंडळात पुढीलपैकी कोणत्या सदस्यांचा समावेश असत नाही.

१) लोकसभेचे २ सदस्य जे राष्ट्रपती नियुक्त करतात त्यांचा समावेश असणार नाही.

२) राष्ट्रपतींनी नियुक्त केलेल्या राज्यसभेच्या १२ सदस्यांचा समावेश त्यात असणार नाही.

३) राज्यातील विधिमंडळात दोनसभागृहे असतील तर विधान परिषदेचे सदस्य मतदार असणार नाही.

अ) फक्त १ ब) फक्त २

क) फक्त ३ ड) १, २ आणि ३

७) संसद सदस्य व विधानसभेच्या सदस्याद्वारे राष्ट्रपतींची निवड एका विशेष निर्वाचन पद्धतीने होते. या पद्धतीला .... असे म्हणतात.

अ) कोटा ब) एकल संक्रमणीय मतपद्धती

क) निर्वाचन पद्धती ड)वरीलपैकी कोणतेही नाही

८) राष्ट्रपतीच्या निवडणुकीसंबंधी काही वाद निर्माण झाल्यास त्याची चौकशी व कायदेशीरपणा ...... केला जाईल व त्याचा निर्णय हा

अंतिम मानला जातो.

अ) संसदेद्वारे	ब) सर्वोच्च न्यायालयाद्वारे

क) उच्च न्यायालयाद्वारे	ड) निवडणूक आयोगाद्वारे

९) **'भारताचे राष्ट्रपती नामधारी असतील, वास्तविक सत्ता त्यांच्या हातात नसेल व ती पंतप्रधान व मंत्रिमंडळाच्या हातात राहील.'**

अ) डॉ. आंबेडकर ब) पं. नेहरू क) श्री. संथानम् ड) पतंजली शास्त्री

१०) **भारतीय संसदेत ४ ऑगस्ट १९९८ ला संमत केलेल्या विधेयकानुसार राष्ट्रपतींचे मासिक उत्पन्न...... रुपये करण्यात आले.**

अ) २५,००० रु.	ब) ३५,००० रु.

क) ४५,००० रु.	ड) ५०,००० रु.

११) **राष्ट्रपतींना वार्षिक निवृत्तीवेतन ...... रुपये असेल.**

अ) २ लक्ष	ब) ३ लक्ष	क) ४ लक्ष	ड) ५ लक्ष

१२) **भारतीय राज्यघटनेनुसार राष्ट्रपतींचा कार्यकाल .... वर्षांचा असेल.**

अ) पाच	ब) सहा	क) सात	ड) आठ

१३) **राष्ट्रपतींना पदच्युत करण्यासाठी ..... प्रक्रिया केली जाते.**

अ) संसदेत विधेयक मांडून पदच्युत केले जाते ब) महाभियोग

क) सरन्यायाधीशाकडून	ड)कार्यकारी मंडळाद्वारे

१४) **राष्ट्रपतींना महाभियोगाने पदच्युत करण्यासाठी**

१) राष्ट्रपतींनी घटनेचे उल्लंघन केलेले असावे

२) संसदेच्या दोन्ही सभागृहांपैकी कोणत्याही एका सभागृहात राष्ट्रपतींवर दोषारोप करणारा ठराव प्रथम मांडतात.

३) या आरोप पत्रावर १/४ सदस्यांची स्वाक्षरी केलेली असावी.

४) दोन्ही सभागृहांनी २/३ मताने महाभियोग प्रस्ताव स्वीकृत केलेला असावा.

अ) १ आणि २	ब) २ आणि ३

क) ३ आणि ४	ड) वरील सर्व

१५) **भारतीय संसदेने संमत केलेल्या ..... एका विधेयकानुसार राष्ट्रपती, उपराष्ट्रपती ही दोन्ही पदे रिक्त झाल्यास सर्वोच्च न्यायालयाचा सरन्यायाधीश अथवा त्याच्या अनुपस्थितीत सर्वोच्च न्यायालयाचा ज्येष्ठ न्यायाधीश राष्ट्रपतींपदाचा कार्यभार सांभाळेल.**

अ) कलम ६८ अंतर्गत ब) कलम ६९ अंतर्गत

क) कलम ७० अंतर्गत ड) कलम ७१ अंतर्गत

१६) राज्यघटनेतील कलम ..... नुसार एका व्यक्तीस दुसऱ्यांदा राष्ट्रपती होता येईल.

अ) कलम ५७ ब) कलम ५८ क) कलम ५९ ड) कलम ६०

१७) राज्यघटनेतील कलम ..... नुसार केंद्रीय शासनाने केलेले सर्व करार राष्ट्रपतींच्या नावाने होतील. केंद्रीय शासनाच्या वतीने मालमत्तेसंबंधी सर्व व्यवहार राष्ट्रपती कार्यान्वित करतील; ते किंवा त्यांच्या नावाने त्यांची अंमलबजावणी होईल.

अ) २९५ (२) ब) २९९ (१) क) ३०१ (२) ड) ३०२ (३)

१८) राज्यघटनेच्या ...... नुसार राष्ट्रपती हे पंतप्रधान व केंद्रीय मंत्रिमंडळातील इतर मंत्र्यांची नियुक्ती करतील.

अ) कलम ७१ ब) कलम ७२ क) कलम ७३ ड) कलम ७४

१९) राज्यघटनेच्या ..... नुसार राष्ट्रपती भारताच्या ॲटर्नी जनरलची नियुक्ती करतील.

अ) कलम ७ ब) कलम ७६ क) कलम ७७ ड) कलम ७८

२०) राज्यघटनेच्या ..... नुसार राष्ट्रपती हे नियंत्रक व महालेखापरीक्षक यांची नियुक्ती करतात.

अ) कलम १४८ ब) कलम १४९ क) कलम १५० ड) कलम १५१

२१) राज्यघटनेच्या ..... नुसार राष्ट्रपती सर्वोच्च न्यायालयाच्या न्यायाधीशांची नियुक्ती करतील.

अ) कलम ७६ ब) कलम १२४ क) कलम १४८ ड) कलम ३१६

२२) राज्यघटनेच्या ..... नुसार राष्ट्रपती उच्च न्यायालयाच्या न्यायाधीशांची नियुक्ती करतील.

अ) कलम ७४ ब) कलम २८० क) कलम २१७ ड) कलम ३३८

२३) राज्यघटनेच्या ..... नुसार राष्ट्रपती आंतरराज्यीय परिषदेची निर्मिती करतील.

अ) कलम २१७ ब) कलम ३१६

क) कलम २६३ ड) कलम ३२

२४) राज्यघटनेच्या ..... नुसार राष्ट्रपती लोकसेवा आयोगाच्या अध्यक्षांची नियुक्ती करतील.

अ) कलम १२४ ब) कलम १४८ क) कलम ३३८ ड) कलम ३१६

२५) राज्यघटनेच्या ..... नुसार राष्ट्रपती वित्तीय आयोगाच्या प्रमुखाची नियुक्ती करतील.

अ) कलम २८० ब) कलम ३२ क) कलम ३३४ ड) कलम १२४

२६) राज्यघटनेच्या ..... नुसार राष्ट्रपती हे निर्वाचन आयुक्तांची नियुक्ती करतील.

अ) कलम ७४ ब) कलम ३२ क) कलम १२४ ड) कलम ३४४

२७) राज्यघटनेच्या ..... नुसार राष्ट्रपती हे अनुसूचित जाती-जमातीसाठी विशेष अधिकाऱ्यांची नियुक्ती करतील.

अ) कलम २८० ब) कलम ३२ क) कलम ३३८ ड) कलम २१७

२८) राज्यघटनेच्या ..... नुसार राष्ट्रपती हे भाषा आयोगाच्या प्रमुखाची नियुक्ती करतील.

अ) कलम ३४४ ब) कलम ३१६ क) कलम २१७ ड) कलम १४८

२९) राष्ट्रपतींचा पंतप्रधान नियुक्तीचा अधिकार औपचारिक न राहता तो स्वयंनिर्णयाचा किंवा वास्तविक होऊ शकतो हे पुढीलपैकी कोणत्या उदाहरणावरून स्पष्ट होते ?

१) चरणसिंग यांना १९७९ मध्ये जनतापक्ष फुटीनंतर पंतप्रधानपदी नियुक्त करताना.

२) चंद्रशेखर यांना १९९० मध्ये पंतप्रधानपदी नियुक्त करताना.

३) १९९८ मध्ये श्री वाजपेयी यांना पंतप्रधानपदाची सूत्रे देण्याचा अधिकार पूर्णतः औपचारिक होता.

अ) फक्त १ ब) फक्त २ क) फक्त ३ ड) वरील सर्व

३०) भारतीय राष्ट्रपतीस ..... च्या अध्यक्षांप्रमाणे व्यापक अधिकार नाहीत.

अ) फ्रान्स ब) अमेरिका क) जर्मनी ड) जपान

३१) भारताचे ..... हे तिन्ही दलांचे प्रमुख आहेत.

अ) पंतप्रधान ब) मंत्रिमंडळ

क) राष्ट्रपती ड) उपराष्ट्रपती

३२) पुढीलपैकी कोणत्या प्रसंगी राष्ट्रपतीला वटहुकूम काढता येत नाही ?

अ) जेव्हा संसदेच्या दोन्ही सभागृहाचे अधिवेशन चालू नसेल

ब) अशी परिस्थिती निर्माण झाली आहे की त्यावर तात्काळ उपाय योजना करणे आवश्यक आहे.

क) संसदेचे अधिवेशन चालू असताना.

ड) वरील पैकी कोणतेही नाही.

३३) राष्ट्रपतींनी काढलेला वटहुकूम पुढीलपैकी केव्हा घटनाबाह्य समजला जातो ?

१) ज्यावर विशिष्ट परिस्थितीमध्ये संसद कायदा करू शकत नाही.

२) जो कायदा संसद करू शकते.

३) मूलभूत अधिकार व घटनेच्या मूलभूत चौकटीस बाधा पोहोचविणारा वटहुकूम.

अ) १, २ ब) २ आणि ३ क) १ आणि ३ ड) वरील सर्व

३४) २००२ पर्यंत राष्ट्रपतींनी संसद मुदतपूर्व ..... वेळेस विसर्जित केलेली आहे.

अ) सात ब) आठ क) नऊ ड) दहा

३५) संसद विसर्जित करण्याच्या अधिकाराचा वापर राष्ट्रपती .... यांच्या सल्ल्यावरून करतो.

अ) पंतप्रधान व मंत्रिमंडळ ब) उपराष्ट्रपती क) सरन्यायाधीश ड) राज्यपाल

३६) पुढीलपैकी कोणत्या प्रसंगी राष्ट्रपतींचे अभिभाषण होते ?

१) संसदेच्या निर्वाचनानंतर संसदेच्या अधिवेशनाची सुरुवात होताना.

२) नवीन वर्षाच्या प्रथम अधिवेशनाची सुरुवात होताना.

३) संसदेच्या संयुक्त अधिवेशनात.

अ) १ व २ ब) २ व ३ क) १, २ आणि ३ ड) १ व ३

३७) राष्ट्रपतींना ...... नकाराधिकार आहे.

अ) अमर्यादित ब) मर्यादित

क) संकटकालीन अधिकार ड) आणीबाणी विषयक

३८) राष्ट्रपती साहित्य, कला, विज्ञान व इतर क्षेत्रातील .... व्यक्तीची नियुक्ती राज्यसभेवर करतात.

अ) दहा ब) अकरा क) बारा ड) तेरा

३९) ..... अनुसार राष्ट्रपतीस शासनाचा कारभार व्यवस्थित चालावा यासाठी नियम निर्मितीचा अधिकार आहे.

अ) कलम ७७ ब) कलम ७८ क) कलम ७९ ड) कलम ८०

४०) राष्ट्रपती कोणतीही शिक्षा, कोणत्याही न्यायालयाने दिलेली असल्यास ती माफ करू शकतात किंवा कमी करू शकतात याचाच अर्थ –

१) लष्करी न्यायालयाने दिलेली शिक्षा.

२) मृत्युदंडाची शिक्षा.

३) मृत्युदंडाची शिक्षा जन्मठेपेत बदलू शकतात.

४) सश्रम कारावासाची शिक्षा साध्या कैदेत करणे किंवा एक वर्ष सश्रम कारावास सहा महिन्यांचा करणे

अ) १ व २ ब) २ व ३ क) ३ व ४ ड) वरील सर्व

४१) राष्ट्रपतींच्या आदेशाशिवाय ...... लोकसभेत मांडता येत नाही.

अ) सामान्य विधेयक ब) अर्थ विधेयक

क) शासकीय विधेयक ड) अनुदान विधेयक

४२) घटक राज्यात ...... हा राष्ट्रपतींचा विश्वासू प्रतिनिधी म्हणून काम करीत असतो.

अ) राज्यपाल ब) मुख्यमंत्री क) न्यायाधीश ड) राज्यमंत्री

४३) आणीबाणी कार्यरत असताना भारतीय राज्यघटनेचे कलम ३२ रद्द होईल; याचा अर्थ –

१) मूलभूत अधिकाराच्या रक्षणासाठी न्यायालयात जाता येणार नाही.

२) आणीबाणीच्या काळात राज्याचे शासन कार्यरत होईल.

अ) फक्त १ ब) फक्त २

क) १ आणि २ ड) कोणतेही नाही.

४४) भारतीय राज्यघटनेच्या कलम ३५६ नुसार राज्यात आणीबाणी घोषित केल्यानंतर व त्यास संसदेने स्वीकृती दिल्यास..... महिने राज्यात आणीबाणी राहू शकते.

अ) पाच ब) सहा क) सात ड) आठ

४५) कलम ३५६ नुसार राष्ट्रपतीनी घोषित केलेल्या आणीबाणीचे परिणाम पुढीलपैकी कोणते आहेत ?

१) राज्य विधानसभेच्या अधिकाराचा वापर संसद करील.

२) राज्याचे कार्यकारी अधिकार केंद्रास राहतील.

३) लोकसभेचे अधिवेशन चालू नसेल तर राष्ट्रपती संचित निधीसाठी आदेश काढतील.

४) जीवन जगण्याचा अधिकाराव्यतिरिक्त सर्व अधिकाराच्या बाबतीत संविधानात्मक उपाय योजनेचा अधिकार समाप्त होऊ शकेल.

अ) १ व २ ब) २ व ३ क) ३ व ४ ड) वरील सर्व

४६) भारतीय राज्यघटनेच्या .... या कलमाचा दुरुपयोग अधिक झाला.

अ) ३५१ ब) ३५२ क) ३५६ ड) ३६०

४७) पंतप्रधान म्हणजे मंत्रिमंडळाच्या कमानीची कोनशिला आहे; असे ...... या विचारवंताने म्हटले.

अ) बी. के. कृष्णमेन्न ब) डॉ. आंबेडकर

क) ग्लॅडस्टोन ड) ऑस्कवे

४८) 'मला माहीत आहे की, पंतप्रधानाचे कर्तव्य काय आहे व घटनेच्या अंतर्गत पंतप्रधान त्या खिळ्याप्रमाणे आहे की, जो सरकाररूपी चक्राच्या धुरीवर लावलेला असून चक्रास पडण्यापासून थांबवितो.'

अ) पंडित नेहरू ब) लाल बहाद्दूर शास्त्री क) इंदिरा गांधी ड) व्ही. पी. सिंग

४९) पंतप्रधान वास्तविक मंत्रिमंडळ भवनाच्या वृत्तखंडाची मुख्य आधारशिला आहे.

अ) डॉ. राजेंद्र प्रसाद ब) डॉ. आंबेडकर

क) डॉ. श्यामा प्रसाद मुखर्जी ड) सी. डी. देशमुख

५०) .... हे सरकारी नीतीचे प्रमुख प्रवक्ते आणि राष्ट्राचे नेते आहेत.

अ) मंत्रिमंडळ ब) राष्ट्रपती

क) पंतप्रधान ड) सभापती

५१) .... यांनी आपल्या पाच वर्षांच्या शासन काळात तीन पंतप्रधान पंडित नेहरू, लालबहाद्दूर शास्त्री व इंदिरा गांधी यांच्या सोबत राष्ट्रपती म्हणून काम केले.

अ) डॉ. राजेंद्र प्रसाद ब) डॉ. झाकिर हुसेन

ब) व्ही. व्ही. गिरी ड) फक्रुद्दीन अली अहमद

५२) भारतीय राज्यघटनेच्या कलम .... नुसार राष्ट्रपतींना कार्यात साहाय्य करण्यासाठी, सल्ला देण्यासाठी पंतप्रधानांच्या नेतृत्वाखाली मंत्रिमंडळ असेल.

अ) ७२ ब) ७४ क) ७६ ड) ७८

५३) भारतीय राज्यघटनेच्या कलम .... नुसार राष्ट्रपती पंतप्रधानाची निवड करतील व पंतप्रधानांच्या सल्ल्यावरून इतर मंत्र्यांची निवड करतील.

अ) ७३ ब) ७४ क) ७५ ड) ७६

५४) राष्ट्रपतींद्वारा मंत्र्यांची नियुक्ती हा केवळ औपचारिक भाग आहे कारण –

अ) प्रत्यक्षात पंतप्रधान मंत्रिमंडळातील मंत्र्याची यादी राष्ट्रपतीस सादर करतात व राष्ट्रपती त्यास मान्यता देतात.

ब) मंत्रिमंडळातील इतर मंत्र्यांच्या नियुक्तीबाबत सरन्यायाधिशांचे मत विचारात घेतले जाते.

क) मंत्र्याची नियुक्ती करताना हितसंबंधी गट व राजकीय पक्षांचे मत अजमावले जाते.

ड) वरीलपैकी कोणतेही नाही.

५५) केंद्रीय मंत्रिमंडळात मंत्र्यांची संख्या ..... एवढी असावी व मंत्रिमंडळात त्यांची संख्या.... एवढी असावी असा संकेत आहे.

अ) ३१ ते ६५ व १२ ते २४ ब) ३५ ते ६० व १२ ते २२

क) ३५ ते ७० व १२ ते २३ ड) ३५ ते ७२ व १२ ते २५

५६) मंत्रिपरिषदेची संख्या सभागृहाच्या संख्येच्या ..... पेक्षा अधिक असू नये.

अ) १/२ ब) १/४ क) १/१० ड) १/१२

५७) मंत्र्यांचे खातेवाटप हा फक्त ..... चा अधिकार आहे.

अ) राष्ट्रपती ब) मंत्रिमंडळा क) सरन्यायाधीशां ड) पंतप्रधानां

५८) मंत्रिपदाची शपथ घेताना जर ती व्यक्ती मंत्रिमंडळाची सभासद नसेल तर तिने ..... महिन्याच्या आत कोणत्यातरी एका सभागृहाचे सभासदत्व प्राप्त केले पाहिजे अन्यथा त्यास मंत्रिपद सोडावे लागेल.

अ) सहा ब) सात क) आठ ड) नऊ

५९) कॅबिनेट मंत्र्याला दर्जा देणे हे सर्वस्वी ...... वर अवलंबून असते.
अ) राष्ट्रपती ब) पंतप्रधानां क) मंत्रिमंडळा ड) संसदे
६०) संयुक्त जबाबदारीचे तत्त्व हे ....चे सर्वात महत्त्वाचे वैशिष्ट्य मानले जाते.
अ) कार्यकारी मंडळाचे ब) संसदेचे क) मंत्रिमंडळाचे ड) न्यायमंडळाचे
६१) भारतीय राज्यघटनेच्या कलम ..... मध्ये मंत्रिमंडळाची संसदेत असणारी जबाबदारी स्पष्ट केलेली आहे.
अ) ७२ ब) ७४ क) ७५ ड) ७६
६२) .... मंत्रिमंडळाच्या विरोधात अविश्वासाचा ठराव स्वीकृत करून किंवा मंत्रिमंडळाने मांडलेले विधेयक अस्वीकृत करून किंवा नाकारून मंत्रिमंडळास पदच्युत करू शकते.
अ) राष्ट्रपती ब) लोकसभा क) राज्यसभा ड) पंतप्रधान
६३) मंत्रिमंडळाची (कॅबिनेट) बैठक सर्वसाधारणपणे .... होते
अ) आठवड्यातून एकदा ब) महिन्यातून एकदा
क) महिन्यातून दोनदा ड) सहा महिन्यातून एकदा
६४) मंत्रिमंडळाने सामूहिक जबाबदारी .... व ...... या दोन तत्त्वांना केंद्रबिंदू कल्पून काम करणे अपेक्षित असते.
अ) गणपूर्ती ब) बहुमत क) गोपनीयता ड) सार्वमत
६५) भारताचे अंतर्गत व बाह्य धोरण ..... द्वारे निश्चित केले जाते.
अ) संसदे ब) मंत्रिमंडळा क) राष्ट्रपती ड)पंतप्रधानां
६६) घटनात्मक व सैद्धान्तिकदृष्ट्या कार्यकारी अधिकार राष्ट्रपतीकडे असले तरी प्रत्यक्ष व्यवहारात मात्र मंडळाची वास्तविक सत्ता ..... च्या हातात आहे.
अ) पंतप्रधानां ब) संसदे क) कॅबिनेट ड) राज्यमंत्र्यां
६७) प्रशासनाच्या विविध खात्यांमध्ये समन्वय साधण्याचे कार्य .... करत असतात.
अ) पंतप्रधान ब) कॅबिनेटची समिती क) संसद ड) सभापती
६८) मंत्रिमंडळाच्यावतीने संसदेत अर्थसंकल्प.... सादर करतात.
अ) अर्थमंत्री ब) पंतप्रधान क) कॅबिनेट ड) राज्यमंत्री
६९) भारताचे परराष्ट्रीय धोरण ..... मार्फत राबविले जाते.
अ) पंतप्रधान ब) मंत्रिमंडळ क) राष्ट्रपती ड) उपराष्ट्रपती

७०) राज्याचे राज्यपाल, पद्मभूषण, पद्मश्री हे सन्मान प्रदान करण्यासाठी व्यक्तींची शिफारस .... राष्ट्रपतींना करतात.

अ) पंतप्रधान ब) सभापती क) संसदसदस्य ड) मंत्रिमंडळ

७१) राष्ट्रपती पंतप्रधानांची नियुक्ती करताना पुढीलपैकी कोणत्या बाबी विचारात घेतात?

१) ते लोकसभेतील बहुमतवाल्या पक्षाचे किंवा बहुमतवाल्या पक्षाचे नेते असावे.

२) ते संसद सदस्य असावेत. परंतु, नसल्यास ते पंतप्रधान झाल्यानंतर सहा महिन्यांच्या आत त्यांन सदस्यत्व प्राप्त केले पाहिजे.

अ) फक्त १ ब) फक्त २

क) १ आणि २ ड) कोणतेही नाही.

७२) भारतीय राज्यघटनेच्या कलम ..... मध्ये पंतप्रधानांची कार्ये स्पष्ट केलेली आहेत.

अ) ७५ ब) ७६ क) ७७ ड) ७८

७३) संसदेच्या उपक्रमांवर..... चे नियंत्रण असते.

अ) पंतप्रधानां ब) मंत्रिमंडळां क) राष्ट्रपतीं ड) उपराष्ट्रपतीं

७४) ..... चे पक्षावर नियंत्रण असते.

अ) संसदे ब) पंतप्रधानां क) मंत्रिमंडळा ड) राष्ट्रपती

७५) राष्ट्रपतींना .... च्या सल्ल्यानुसार लोकसभा विसर्जित करण्याचा अधिकार आहे.

अ) कॅबिनेट ब) संसदे क) पंतप्रधानां ड) सभापती

७६) भारतीय घटनेचे कलम .... हे पंतप्रधानांच्या हातातील मोठे प्रभावी साधन आहे; कारण या माध्यमातून ते मुख्यमंत्र्यांवर नियंत्रण ठेवतात.

अ) ३५२ ब) ३५६ क) ३५८ ड) ३६०

७७) संसद विसर्जित करण्याचा सल्ला ..... ने दिल्यास राष्ट्रपतींना तो मान्य करावा लागतो.

अ) पंतप्रधाना ब) मंत्रिमंडळा क) सभापती ड) उपराष्ट्रपती

७८) मंत्रिमंडळ हे संसदेच्या .... जबाबदार असते.

अ) दोन्ही सभागृहांना ब) राज्यसभेस क) लोकसभेस ड) कोणतेही नाही.

७९) .... चे कार्य मंत्रिमंडळाने ठरविलेल्या धोरणांची अंमलबजावणी करणे हे असते.

अ) उपमंत्र्या ब) संसद सचिवा
क) राज्यमंत्र्या ड) पंतप्रधाना

८०) मंत्रिमंडळाच्या निर्णय प्रक्रियेत मंत्रिमंडळाचे .... मदत करतात.
अ) मंत्री ब) सहकारी क) उपमंत्री ड) सचिव

८१) मंत्रिमंडळ हे ..... च्या निर्मितीमध्ये पुढाकार घेते.
अ) विधिनियमा ब) ध्येयधोरणां क) संघटने ड) हितसंबंधा

८२) ..... या कायमस्वरूपाच्या समित्या असतात.
अ) तात्पुरत्या समित्या ब) विषय समित्या
क) स्थायी समित्या ड) उपसमित्या

८३) जनतेशी संपर्क ठेवून सरकारी धोरण स्पष्ट करण्याचे कार्य .... करतात.
अ) राज्यमंत्री ब) उपमंत्री क) कॅबिनेटमंत्री ड) सहसचिव

८४) जोड्या लावा
सांकेतिकेतून योग्य पर्याय निवडा

'अ' गट (मंत्री)	**'ब' गट (कार्ये)**
अ) कॅबिनेट	१) मंत्र्यांच्या वतीने संसदेत प्रश्नांची उत्तरे देणे.
ब) राज्यमंत्री	२) मंत्र्यांना संसदेतील कामकाजात मदत करणे.
क) उपमंत्री	३) मंत्रिपरिषदेची उपसमिती.
ड) सांसदीय सचिव	४) कॅबिनेटने ठरवून दिलेल्या धोरणाप्रमाणे. आपल्या खात्याचा कारभार पाहणे.

सांकेतिके :

	अ	ब	क	ड
अ)	१	२	३	४
ब)	३	४	१	२
क)	२	१	४	३
ड)	४	३	२	१

उत्तरे :

१ - क	२२ - क	४३ - अ	६४ - क
२ - ड	२३ - क	४४ - ब	६५ - ब
३ - क	२४ - ड	४५ - ड	६६ - क
४ - ड	२५ - अ	४६ - क	६७ - ब
५ - अ	२६ - ब	४७ - ड	६८ - अ
६ - ड	२७ - क	४८ - अ	६९ - ब
७ - ब	२८ - अ	४९ - ब	७० - ड
८ - ब	२९ - ड	५० - क	७१ - क
९ -क	३० - ब	५१ -अ	७२ - ड
१०-ड	३१ - क	५२ - ब	७३ - अ
११-ब	३२ - क	५३ - क	७४ - ब
१२ -अ	३३ - ड	५४ - अ	७५ - क
१३ -ब	३४ - ब	५५ - ब	७६ - ब
१४ -ड	३५ -अ	५६ - क	७७ - अ
१५ - क	३६ - क	५७ - ड	७८ - क
१६ -अ	३७ - ब	५८ - अ	७९ - क
१७ -ब	३८ - क	५९ - ब	८० - ड
१८ -ड	३९ - अ	६० - क	८१ - अ
१९ -ब	४० - ड	६१ - क	८२ - क
२० -अ	४१ - ब	६२ - ब	८३ - ब
२१ -ब	४२ - अ	६३ - अ	८४ - ब

विभाग ब

प्रकरण ९

संसद

- ✡ लोकसभा व राज्यसभेचे अधिकार व कार्ये
- ✡ संसद समित्या
- ✡ भारतातील सांसदीय व्यवस्थेचे कार्य

महत्त्वाचे मुद्दे

- ✡ लोकसभा हे संसदेचे लोकप्रिय गृह मानले जाते; कारण लोकसभेतील सदस्यांची निवड जनता प्रत्यक्ष पद्धतीने करते.
- ✡ साधारण विधेयक हे 'लोकसभा' किंवा 'राज्यसभे'त प्रथम मांडता येते. या विधेयकाच्या बाबतीत लोकसभेचा निर्णय अंतिम मानला जातो.
- ✡ भारतीय घटनेने आर्थिक अधिकार लोकसभेस मोठ्या प्रमाणावर दिलेले आहेत; कलम १०९ नुसार अर्थविधेयक प्रथम लोकसभेत सादर केले जाते.
- ✡ लोकसभेचा विश्वास असेपर्यंत मंत्रिमंडळ सत्तेवर राहू शकते; तसेच लोकसभा मंत्रिमंडळावर नियंत्रण ठेवत असते.
- ✡ घटनादुरुस्तीचे विधेयक 'लोकसभा' किंवा 'राज्यसभा' यापैकी कोणत्याही एका सभागृहात प्रथम मांडता येते.
- ✡ लोकसभा ही निर्वाचन मंडळाच्या स्वरूपातही काम करते. तसेच लोकसभा सदस्य हे जनतेने प्रत्यक्ष निवडणुकीने निर्वाचित केलेले असल्याने लोकसभेत जनतेचे प्रश्न मांडले जातात.
- ✡ लोकसभेचे संसदेत महत्त्वाचे स्थान आहे. अर्थविधेयकाची सुरुवात फक्त लोकसभेतच होऊ शकते.
- ✡ राष्ट्रपती, उपराष्ट्रपती, सर्वोच्च व उच्च न्यायालयाच्या न्यायाधीशांना पदमुक्त करण्यासाठी महाभियोग प्रस्ताव मंजूर करण्याचा लोकसभेस अधिकार असतो.

- राज्यसभा हे संसदेचे द्वितीय सदन असून ते घटक राज्याचे प्रतिनिधित्व करते.
- राज्यसभेत सामान्य विधेयक मांडता येते.
- राज्यसभा मंत्रिमंडळावर नियंत्रण ठेवण्यासाठी 'काम रोको प्रस्ताव' मांडू शकते.
- राज्यसभेला अंदाज पत्रकावर टीका करण्याचा अधिकार आहे.
- राज्यसभेला अर्थविषयक अधिकार फारच कमी आहेत; अर्थविषयक विधेयक राज्यसभेत प्रथम मांडता येत नाही.
- उपराष्ट्रपतींवर महाभियोगाच्या प्रस्तावाची सुरुवात केवळ राज्यसभेतच होऊ शकते.
- राज्यसभेने राष्ट्रीय महत्त्वाचा विषय ठरविल्यानंतर त्यावर कायदा करण्याचा अधिकार संसदेला प्राप्त होतो.
- राज्यसभा हे स्थायी सभागृह असून दर दोन वर्षांनी एक तृतीयांश सदस्य निवृत्त होऊन त्यांच्या जागी नवीन सभासदांची निवड होते.
- राज्यसभेमुळे लोकसभेवर येणाऱ्या कार्याधिक्याचा भार हलका होतो.
- विधिनियमात कायदा निर्मितीसाठी समिती पद्धतीचा उपयोग केला जातो.
- समितीच्या सभासदांची निवड सभागृहाचे सभासद करतात.
- समितीत विधेयकावर सविस्तर चर्चा केली जाते.
- समिती पद्धतीच्या स्वरूपावर विधिमंडळाचे स्वरूप अवलंबून असते.
- संसदेच्या वित्तीय प्रक्रियेत अर्थसमित्या महत्त्वाच्या असतात.यामध्ये अंदाज समिती, सार्वजनिक हिशेब समिती, सार्वजनिक उद्योग समिती यांचा समावेश होतो. अंदाज समितीचे मुख्य काम अंदाजपत्रकाचे परीक्षण करणे हे असते. सार्वजनिक हिशेब समिती प्रत्यक्ष झालेल्या खर्चाची तपासणी करते. या समितीला 'लोकलेखा समिती' असेही म्हणतात. सार्वजनिक उद्योग समिती ही सार्वजनिक उद्योग व व्यवसायांचे हिशेब आणि अहवालांची छाननी करते.
- विधिसमित्या या सभागृहाला कायदा निर्मितीच्या कार्यात मदत करतात, यात विधेयकाकरिता प्रवर समित्या, अर्ज समिती, खासगी सभासदांच्या विधेयकासाठी समिती, उपविधान समिती यांचा समावेश होतो.
- समित्यांमध्ये नियमसमिती, कामकाजाचा सल्ला देणारी समिती, विशेषाधिकार समिती, सभासदांच्या अनुपस्थितीबाबत समिती, शासकीय आश्वासन समिती या समित्यांचाही अंतर्भाव होतो.

✡ सामान्य विधेयकाला कायद्यात रूपांतरित करण्याच्या प्रक्रियेमध्ये प्रथम वाचन, द्वितीय वाचन, समिती स्तर, प्रतिवेदन स्तर, तृतीय वाचन या पद्धती असून, तृतीय वाचनानंतर एका सभागृहाने विधेयक मंजूर केले असे समजण्यात येऊन ते दुसऱ्या सभागृहात पाठविले जाते. पहिल्या सभागृहात विधेयकाला ज्या पाच अवस्थांतून जावे लागते त्याप्रमाणेच दुसऱ्या सभागृहात त्या विधेयकाला पाच अवस्था पार कराव्या लागतात व दुसऱ्या सभागृहाने ते विधेयक मंजूर केल्यानंतर ते विधेयक राष्ट्रपतींच्या मंजुरीसाठी पाठविले जाते व राष्ट्रपतींना ते विधेयक योग्य वाटल्यास त्या विधेयकावर त्यांची सही होऊन त्याचे कायद्यात रूपांतर होते.

प्रश्न :

१) घटनेच्या ...... कलमानुसार लोकसभेची सदस्यसंख्या ही जास्तीत जास्त ५५२ असू शकते.

अ) ७८ ब) ८१ क) ८५ ड) ८९

२) संघसूची व समवर्तीसूचीत असलेल्या कोणत्याही विषयावरील विधेयक प्रथम ...... मध्ये मांडले जाते.

अ) लोकसभेत ब) राज्यसभेत

क) दोन्ही सभागृहात ड) समितीत

३) संसदेच्या अर्थविषयक अधिकारामध्ये –

१) सरकारच्या अंदाजपत्रकावर नियंत्रण ठेवणे.

२) नवीन कर बसविणे, जुने कर कमी करणे.

३) खर्च कोणत्या प्रकारे केला जावा ते ठरविणे.

अ) फक्त १ ब) फक्त २ क) फक्त ३ ड) वरील सर्व

४) मंत्रिमंडळावर पुढीलपैकी कोणकोणत्या मार्गाने लोकसभा नियंत्रण ठेवते?

१) मंत्र्यांना प्रश्नोपप्रश्न विचारून.

२) शासनाचे लक्ष विशिष्ट प्रश्नाकडे वेधणे.

३) अंदाजपत्रक चर्चेला येते त्यावेळेस अपेक्षित खर्चात कपात सूचना मांडणे.

४) एखाद्या मंत्र्याविरुद्ध निंदाव्यंजक ठराव लोकसभेत मांडणे.

५) मंत्रिमंडळावर अविश्वासाचा ठराव आणणे.

अ) १,२, ३ ब) २, ३, ४

क) ३, ४,५ ड) वरील सर्व

५) **घटनादुरुस्ती करण्याबाबत पुढाकार घेण्याचा अधिकार भारतात फक्त ......ला आहे.**

अ) लोकसभे ब) राज्यसभे क) संसदे ड) पंतप्रधाना

६) **उपराष्ट्रपतीची निवडणूक 'लोकसभा' व 'राज्यसभा' यांच्या निर्वाचित सदस्यांच्या मिळून बनलेल्या ...... मार्फत केली जाते.**

अ) मंडळा ब) निर्वाचक मंडळा क) गटा ड) सभे

७) **पुढीलपैकी कोणता ठराव लोकसभेत मांडला जाऊ शकत नाही ?**

अ) राष्ट्रपतींना पदभ्रष्ट करण्याबाबतचे आरोपपत्र ठेवणे.

ब) उपराष्ट्रपतींना पदभ्रष्ट करण्याबाबतचा ठराव.

क) राष्ट्रपतींनी काढलेल्या वटहुकूमांना व जाहीरनाम्यांना संमती देण्याचा ठराव.

ड) राष्ट्रपतींच्या निवडणुकीत मतदानाचा ठराव.

८) **१९८५ च्या ५२ व्या घटनादुरुस्ती कायद्याला ....वे परिशिष्ट नव्याने जोडून पक्षांतराच्या वृत्तीला आळा बसण्यासाठी तरतूद करण्यात आली आहे.**

अ) १० ब) ११ क) १२ ड) १३

९) **...... हे कायमस्वरूपाचे सभागृह असून त्याचे विसर्जन केले जाऊ शकत नाही.**

अ) लोकसभा ब) राज्यसभा

क) विधानसभा ड) कोणतेही नाही

१०) **..... व्यतिरिक्त इतर विधेयकांची सुरुवात राज्यसभेमध्ये केली जाऊ शकते.**

अ) सामान्य विधेयका ब) शासकीय विधेयका

क) धनविधेयका ड) वरील पैकी कोणतेही नाही

११) **राज्यसभेला धनविधेयकामध्ये शिफारसी व दुरुस्त्या करून ते .... दिवसांपर्यंत पाठविणे बंधनकारक असते.**

अ) दहा ब) बारा

क) चौदा ड) सोळा

१२) पुढीलपैकी कोणती विधाने राज्यसभेच्या अधिकाराबाबत योग्य आहे?

१) सरकारवर टीका करणे, काम-तहकुबीबाबतचे ठराव मांडणे.

२) राष्ट्रपतींच्या निवडणुकीत भाग घेण्याचा हक्क असणे.

३) राष्ट्रपतींना पदभ्रष्ट करण्याबाबतच्या प्रक्रियेतील आरोपपत्र ठेवणे.

४) राज्यसूचीतील एखाद्या विषयावर संसदेने कायदा करावा या अर्थाचा ठराव मंजूर करणे.

५) सर्वोच्च किंवा उच्च न्यायालयाच्या न्यायाधीशाला पदभ्रष्ट करण्याबाबतचा ठराव मांडणे व मंजूर करण्याबाबत लोकसभेच्या बरोबरीचे अधिकार.

अ) १, २, ३ ब) २, ३, ४

क) ३, ४, ५ ड) वरील सर्व

१३) .....यांच्या मतानुसार, 'नम्र सल्लागाराचे कार्य करण्याकरिता राज्यसभेची निर्मिती झालेली नाही, तुलनात्मकदृष्ट्या हे सभागृह लहान व सुटसुटीत आहे. कायम स्वरूपामुळे त्याच्या कृती व विचारात एक प्रकारचे सातत्य असते; म्हणूनच सभागृहात ज्येष्ठ पुढारी सभासद म्हणून असतात.

अ) ग्लॅडहिल ब) डॉ. राजेंद्र प्रसाद

क) एम. व्ही. पायली ड) डॉ. राधाकृष्णन्

१४) जोड्या जुळवा. सांकेतिकेतील योग्य पर्याय निवडा.

अ गट (समिती)	**ब गट (कार्य)**
अ) लोकलेखा समिती	१) विधेयकाची तपशीलवार छाननी करणे.
ब) प्रवर समिती	२) अशासकीय विधेयकांची व ठरावांची छाननी करणे.
क) खासगी सदस्यांचे ठराव व विधेयक समिती	३) सभागृहाचे वेळापत्रक ठरविण्यात सल्ला देणे.
ड) कामकाज सल्लागार समिती	४) भारत सरकारच्या खर्चासाठी सभागृहाने मंजूर केलेल्या रकमा व त्याप्रमाणे झालेल्या खर्चाच्या हिशेबाची तपासणी करणे.

सांकेतिके :

	अ	ब	क	ड
अ)	४	१	२	३
ब)	२	३	१	४
क)	१	२	४	३
ड)	३	४	३	१

१५) संसद हे भारताचे केंद्रीय ...... आहे.

अ) कार्यकारी मंडळ ब) कायदेमंडळ

क) न्याय मंडळ ड) समिती

१६) संसदेला पुढीलप्रमाणे कोणकोणते अधिकार प्राप्त झालेले आहेत?

१) केंद्रसूची व सामाजिक सूचीतील विषयांवर कायदा करण्याचा अधिकार.

२) भारतातील सर्व केंद्रशासित प्रदेशांसाठी कायदा करण्याचा अधिकार.

३) आणीबाणीच्या काळात संसदेच्या अधिकारात वृद्धी होते.

४) सर्वसाधारण स्थितीतही संसद राज्यसूचीतील विषयावर कायदा करू शकते.

अ) १ व २ ब) २ व ३ क) ३ व ४ ड) वरील सर्व

१७) घटनादुरुस्तीचा अधिकार केवळ ..... आहे.

अ) मंत्रिमंडळाला ब) संसदेला

क) राज्यसभेला ड) लोकसभेला

१८) संसदेच्या अधिकारावर ..... मध्ये मर्यादा आल्या होत्या.

अ) १९६५ ब) १९६६

क) १९६७ ड) १९६८

१९) भारतीय शासनावर संसद पुढीलपैकी कोणकोणत्या मार्गांनी नियंत्रण ठेवते?

१) संसदेत प्रश्नोत्तरांचा तास, कपात सूचना, शून्य प्रहर.

२) मंत्रिमंडळाने घेतलेल्या निर्णयाद्वारे.

अ) फक्त १ ब) फक्त २ क) १ आणि २ ड) कोणतेही नाही.

२०) राष्ट्रपती, सर्वोच्च न्यायालयाचे न्यायाधीश यांना...... महाभियोगाची प्रक्रिया पूर्ण करून पदच्च्युत करू शकते.

अ) मंत्रिमंडळ ब) लोकसभा

क) संसद ड) राज्यसभा

२१) भारतीय राज्यघटनेच्या कलम ..... ते...... मध्ये कायदा निर्मितीसाठी विविध तरतुदी केलेल्या आहेत.

अ) १०१ ते ११५ ब) १०७ ते १२२

क) १०९ ते १२५ ड) ११० ते १२६

२२) साधारण विधेयक हे .... महिन्यांची पूर्वसूचना देऊन सभासद संबंधित गृहात सादर करतो.

अ) एक ब) दोन क) चार ड) सहा

२३) ..... मध्ये एकूण सदस्यांच्या एक चतुर्थांश सदस्य हे विरोधी पक्षाचे असतात.

अ) विशेषाधिकार समिती ब) अंदाज समिती

क) प्रवर समिती ड) लोकलेखा समिती

२४) घटनादुरुस्तीबाबतचे एखादे खासगी सभासदाचे विधेयक सभागृहात मांडण्याबाबत परवानगी देण्यापूर्वी त्याची ....समितीमध्ये छाननी केली जाते.

अ) अर्ज समिती ब) प्रवर समिती

क) खासगी सभासदांचे ठराव व विधेयक समिती

ड) सार्वजनिक उद्योग समिती

२५) निरनिराळ्या सरकारी विधेयकावर केव्हा व किती व एखाद्या विधेयकाच्या कोणत्या भागावर किती चर्चा करावी याबाबतचे शिफारस वजा वेळापत्रक ...... तयार करते.

अ) लोकलेखा समिती ब) कामकाज सल्लागार समिती

क) प्रवर समिती ड) सार्वजनिक उद्योग समिती

२६) सरकारी प्रमंडळाचे व्यापार आणि उत्पादन योजनांचे, स्वायत्त व समस्वायत्त संस्थांचे हिशेब, नफा-तोटा पत्रके व ताळेबंद यांची छाननी करण्याचे काम .... करते.

अ) लोकलेखा समिती ब) सार्वजनिक उद्योग समिती

क) अंदाज समिती ड) प्रवर समिती

२७) ..... ची कार्यवाही गुप्तपणे होत असते.

अ) अंदाज समिती ब) प्रवर समिती

क) लोकलेखा समिती ड) कामकाज सल्लागार समिती

२८) संसदेत प्रश्नोत्तरांच्या तासानंतर ...... असतो.

अ) विशेषाधिकार ब) स्थगन प्रस्ताव

क) शून्य काळ ड) कपात प्रस्ताव

२९) शून्यकाळ हा ...... मिनिटांचा असतो.

अ) १५ मिनिटे ब) ३० मिनिटे

क) ४५ मिनिटे ड) ६० मिनिटे

३०) शून्यकाळामध्ये –

१) पूर्वनिर्धारित कोणतेच कामकाज नसते.

२) पूर्वसूचना न देता सार्वजनिक हिताच्या प्रश्नांवर विचार केला जावा अशी अपेक्षा असते.

३) तात्काळ चर्चेची गरज असलेल्या सार्वजनिक हिताच्या विषयावर या काळात चर्चा होते.

अ) फक्त १ ब) फक्त २

क) फक्त ३ ड) वरील सर्व

३१) विशेष प्रकारची काही घटना घडलेली असेल तर दररोजची कामे बाजूस ठेवून त्या विशेष घटनेवर चर्चा व्हावी अशी सूचना संसद सभासद मांडतात त्यास .... म्हटले जाते.

अ) स्थगन प्रस्ताव ब) शून्यकाळ

क) विशेषाधिकार प्रस्ताव ड) कपात प्रस्ताव

३२) अर्थसंकल्पातील मागण्यात कपात करण्याच्या हेतूने .....मांडला जातो.

अ) स्थगन प्रस्ताव ब) कपात प्रस्ताव

क) निंदा प्रस्ताव ड) अविश्वासाचा ठराव

३३) 'कपात प्रस्ताव' मांडण्यास परवानगी देण्याचा अधिकार .... आहे.

अ) मंत्रिमंडळास ब) पंतप्रधानास क) सभापतीस ड) राष्ट्रपतीस

३४) निंदा प्रस्ताव हा अविश्वासाच्या प्रस्तावापेक्षा वेगळा असतो, कारण –

१) हा प्रस्ताव एक किंवा काही मंत्र्यांच्या विरोधात मांडला जाऊ शकतो.

२) निंदा प्रस्ताव मांडण्यासाठी शासन किंवा मंत्र्याच्या विरोधात आरोप ठेवावा लागतो किंवा प्रस्ताव ठेवण्यासाठी कारण द्यावे लागते.

अ) फक्त १ ब) फक्त २

क) १ व २ ड) कोणतेही नाही.

३५) भारतात राज्यपातळीवर व केंद्रीय पातळीवर या ठरावाचा सर्रास वापर होताना दिसतो.

अ) कपात प्रस्ताव ब) स्थगन प्रस्ताव

क) अविश्वासाचा ठराव ड) विश्वास प्रस्ताव

उत्तरे :

१ - ब	१० - क	१९ - अ	२८ - क
२ - अ	११ -क	२० - क	२९ - ब
३ - ड	१२ - ड	२१ - ब	३० - ड
४ -ड	१३ -क	२२ - अ	३१ - अ
५ - क	१४ - अ	२३ - क	३२ - ब
६ - ब	१५ - ब	२४ - क	३३ - क
७ -ब	१६ - ड	२५ - ब	३४ - क
८ -अ	१७ - ब	२६ - अ	३५ - ड
९ - ब	१८ - क	२७ - ब	

■■

विभाग ब

प्रकरण १०

न्यायमंडळ

- सर्वोच्च न्यायालय
- न्यायालयीन पुनर्विलोकन
- न्यायालयीन सक्रियतावाद
- जनहितकारी खटले
- न्यायालयीन सुधारणा

महत्त्वाचे मुद्दे

- सर्वोच्च न्यायालय हे २६ जानेवारी १९५० मध्ये झालेल्या राज्यघटनेच्या स्थापनेपासून अमलात आले.
- १९३५ च्या कायद्यात फेरबदल करून सर्वोच्च न्यायालयाची रचना करण्यात आली.
- सर्वोच्च न्यायालय हे भारतातील अंतिम स्वरूपाचे न्यायालय असून या न्यायालयाचा निर्णय इतर न्यायविभागावर व सर्वांवर बंधनकारक असतो.
- सर्वोच्च न्यायालयाच्या निर्णयानंतर कोठेही अपील करता येत नाही.
- भारताचे सर्वोच्च न्यायालय हे अभिलेख न्यायालय आहे.
- सर्वोच्च न्यायालयाचे अधिकार क्षेत्रामध्ये प्रारंभिक अधिकार क्षेत्र, पुनर्निर्णयाचे अधिकार क्षेत्र, परामर्शदायी अधिकार क्षेत्र हे तीन प्रकार आहेत.
- राज्यघटनेच्या कलम १३१ नुसार घटनात्मक तरतुदींना अनुसरून प्रारंभिक चौकशीचे अधिकार सर्वोच्च न्यायालयाला दिलेले आहेत.
- सर्वोच्च न्यायालय हे सर्वश्रेष्ठ व अंतिम निर्णयाचे न्यायालय आहे कारण भारतात एकेरी न्यायव्यवस्था आहे.

- ✡ उच्च न्यायालयाने दिलेल्या निर्णयाचा फेरविचार सर्वोच्च न्यायालय करते; त्यात संवैधानिक दावे, दिवाणी दावे, फौजदारी दावे यांचा समावेश होतो.
- ✡ राष्ट्रपतींनी विचारलेला कायदेविषयक सल्ला देणे हे सर्वोच्च न्यायालयावर बंधनकारक असते.
- ✡ संसदेने निर्मिलेले एखादे कलम किंवा शासनाची कृती राज्यघटनेतील कलमांशी विसंगत जाणारी असेल तर तसा 'कायदा' किंवा 'कृती' घटनाबाह्य ठरविण्याचा सर्वोच्च न्यायालयास जो अधिकार आहे त्यास 'न्यायिक पुनर्विलोकन' असे म्हटले जाते.
- ✡ भारतीय न्यायव्यवस्था ही कायदेविभाग व कार्यकारी विभागापासून स्वतंत्र असून तशी संविधानात्मक तरतूद जाणीवपूर्वक करण्यात आलेली आहे.
- ✡ नि:पक्षपाती न्यायदानाची आवश्यकता, संविधान संशोधनासंबंधीचा संसदेचा अधिकार व आदेश देण्याबाबतच्या कार्यकारी अधिकारावर न्याय व्यवस्थेच्या स्वतंत्र व्यवस्थेने नियंत्रण येते. तसेच मूलभूत अधिकारांचे संरक्षण करण्याची जबाबदारी न्यायालयाची असते.
- ✡ न्यायदानाचे कार्य करताना न्यायाधीशांवर कोणत्याही स्वरूपाचा दबाव नसावा; तरच ते निर्भयतेने व नि:पक्षतेने कार्य करू शकतात.
- ✡ सर्वोच्च न्यायालयाने वेळेचे महत्त्व जाणून न्यायाचे स्वरूप केवळ कायदा नसून सामाजिक व आर्थिकही आहे यावर भर दिला.
- ✡ नागरिकांच्या जीवनाचा स्तर बदलण्यासाठी, त्यांना मूलभूत अधिकार देण्यासाठी सक्रिय भागीदार बनविले पाहिजे या भूमिकेमुळे भारतीय न्याय व्यवस्थेचे स्वरूप विधेयकात्मक व रचनात्मक बनत आहे.
- ✡ सर्वोच्च न्यायालयाने जनहितकारी खटल्यांना मान्यता दिल्याने कोणतीही व्यक्ती अथवा समूह किंवा वर्ग, खटला चालवू शकतो.
- ✡ भारतात अशी सुरुवात भागलपूर (बिहार) च्या तुरुंगातील कैद्यांबाबत झाली.
- ✡ सर्वोच्च न्यायालयाने नागरिकांच्या प्रतिष्ठेच्या सुरक्षिततेकडे अधिक लक्ष पुरविले.
- ✡ मुंबईच्या फूटपाथवासियांचा प्रश्न किंवा सुनिल बात्रा केसच्या संदर्भात सर्वोच्च न्यायालयाने कलम २१ मध्ये मानवाची प्रतिष्ठा, जीवन जगण्याचा अधिकार हे मूलभूत अधिकारात सामील केले.

✡ न्याय याचा अर्थ केवळ 'कायदेशीर न्याय' असा नसून, संविधानाच्या प्रस्तावनेत वर्णन केल्याप्रमाणे सामाजिक, आर्थिक व राजकीय न्याय आहे.

✡ सामान्य नागरिकांना व्यापक न्याय देण्याच्या बाबत न्यायमंडळ हे सहभागी होत आहे.

✡ भ्रष्टाचार, अधिकाऱ्यांची दृष्कृत्ये, घोटाळे यातून जनतेचे शोषण होते. यामुळे न्यायालयाने १९९६-२००० या काळात सक्रियतेचा दृष्टिकोन स्वीकारला. सर्वोच्च न्यायालयाने जनहित याचिका स्वीकारल्या. उदा. जैन हवालाप्रकरण, मस्लम लखुभाई पाठक व सेंट किट्झ –प्रकरण इ. ची उदाहरणे देता येतील.

प्रश्न :

१) भारतात संघीय न्यायालयाची स्थापना ...... अधिनियमांतर्गत झाली.

अ) भारत सरकारच्या १९०९ च्या कायद्यांतर्गत

ब) भारत सरकारच्या १९१९ च्या कायद्यांतर्गत

क) भारत सरकारच्या १९३५ च्या कायद्यांतर्गत

ड) भारत सरकारच्या १९४७ च्या कायद्यांतर्गत

२) भारतीय राज्यघटनेचे वैशिष्टच म्हणजे भारतात ..... न्याय व्यवस्था आहे.

अ) एकेरी ब) दुहेरी क) बहुविध ड) कोणतीही नाही

३) सर्वोच्च न्यायालयाची निर्मिती पुढीलपैकी कोणत्या कारणांमुळे झाली ?

१) भारतीय संविधानाचे संरक्षण करणे.

२) नागरिकांच्या मूलभूत अधिकारांचे संरक्षण करणे.

३) कायदेमंडळाने घटना विसंगत कायदा निर्माण केला असल्यास तो घटनाबाह्य ठरविणे.

४) गुन्हेगाराला शिक्षा सुनावणे व शांतता व सुव्यवस्था प्रस्थापित होण्यासाठी मदत करणे.

अ) १ आणि २ ब) २ आणि ३

क) ३ आणि ४ ड) वरील सर्व

४) सर्वोच्च न्यायालयाची स्थापना ...... रोजी झाली.

अ) २६ जानेवारी १९४९ ब) २६ जानेवारी १९५०

क) २६ जानेवारी १९५१ ड) २६ जानेवारी १९५२

५) प्रिव्हि कौन्सिलचा पुनर्निर्णयाचा अधिकार नष्ट करून सर्वश्रेष्ठ अधिकार ......ला मिळाला.

अ) सर्वोच्च न्यायालया ब) उच्च न्यायालया

क) दिवाणी न्यायालया ड) फौजदारी न्यायालया

६) भारतीय संविधानाच्या ......कलमात न्यायालयाची रचना व अधिकारासंबंधी विवेचन केले आहे.

अ) १२० ते १३८ ब) १२४ ते १४८

क) १२६ ते १५० ड) १३० ते १५२

७) संविधानाच्या १२४ (२) नुसार सर्वोच्च न्यायालयाच्या न्यायाधीशांची नेमणूक करताना सर्वोच्च न्यायाधीशांचा सल्ला घेण्याचे .....वर बंधन आहे.

अ) पंतप्रधानां ब) मंत्रिमंडळा क) राष्ट्रपतीं ड) राज्यपालां

८) .....मध्ये सरन्यायाधीशांच्या नेमणुकीच्यावेळी ज्येष्ठता क्रम डावलण्यात आला होता.

अ) १९६२ ब) १९६६ क) १९६७ ड) १९६८

९) सर्वोच्च न्यायालयातील न्यायाधीशांच्या सेवानिवृत्तीचे वय ... वर्षे ठरविण्यात आले.

अ) ६२ ब) ६५ क) ६८ ड) ७०

१०) न्यायाधीशांवर अकार्यक्षमता किंवा दुर्वर्तनाचा आरोप ठेवून संसदेच्या प्रत्येक सभागृहाने असा ठराव सभागृहाच्या बहुमताने व उपस्थित असून मतदान करणाऱ्या सदस्यांच्या ..... बहुमताने मंजूर करावा लागतो.

अ) एक चतुर्थांश ब) एक तृतीयांश क) दोन तृतीयांश ड) एक बारांश

११) २००३ मध्ये सरन्यायाधीशाला दरमहा .....इतके व इतर न्यायाधीशांना .... रु. वेतन मिळत होते.

अ) ३३,००० व ३०,०००० ब) ३४,००० व ३०,०००

क) ३५,००० व ३०,०००० ड) ३७,००० व ३०,०००

१२) सर्वोच्च न्यायालयाच्या न्यायाधीश पदावर नियुक्तीसाठी घटनेद्वारे व्यक्ती–

१) भारताची नागरिक असणे आवश्यक.

२) किमान ५ वर्षे उच्च न्यायालयात न्यायाधीश पदाचा अनुभव आवश्यक किंवा

३) किमान १० वर्षे त्याने उच्च न्यायालयात वकिलीचा अनुभव घेतलेला असणे आवश्यक.

४) ती व्यक्ती प्रख्यात विधितज्ज्ञ असावी.

अ) १ व २ ब) २ व ३ क) ३ व ४ ड) वरील सर्व

१३) 'न्यायविभागाच्या अभावी एका सभ्य राज्याची कल्पना करणेच अशक्य आहे.' हे कोण म्हणाले ?

अ) प्रा. वेलस्ली ब) प्रा. गार्नर

क) एम. सी. सेटलवाड ड) अल्लादी कृष्णस्वामी अय्यर

१४) 'कोणत्याही राज्याचे श्रेष्ठत्व जाणण्यासाठी तेथील न्यायव्यवस्थेची निपुणता ह्या कसोटीपेक्षा श्रेष्ठ कसोटी कोणतीच नाही.' हे कोणी म्हटले आहे?

अ) एम. सी. सेटलवाड ब) न्या. ए. एस. आनंद

क) लॉर्ड ब्रार्डस ड) न्या. एन. पतंजली शास्त्री

१५) सर्वोच्च न्यायालयाचा निर्णय अंतिम व सर्वांवर बंधनकारक असतो. कारण –

१) सर्वोच्च न्यायालयास परामर्शदायी अधिकार मिळतात.

२) घटनेतील कलमांचा अर्थ लावणे, न्यायिक पुनरावलोकनाचा अधिकार प्राप्त तसेच अभिलेख न्यायालय.

३) एकेरी न्यायव्यवस्था असून संवैधानिक, दिवाणी व फौजदारी दाव्यांचा समावेश.

४) मूलभूत, अधिकारांचे संरक्षण, स्वयं निर्णयाचा पुनर्विचार.

अ) १ व २ ब) २ व ३ क) ३ व ४ ड) वरील सर्व

१६) संविधानाच्या कलम ...... नुसार घटनात्मक तरतुदींना अनुसरून प्रारंभिक चौकशीचे अधिकार सर्वोच्च न्यायालयास दिले आहेत.

अ) १३० ब) १३१ क) १३२ ड) १३३

१७) संविधानाचे संरक्षण करण्याची जबाबदारी ...... आहे.

अ) राष्ट्रपतींची ब) संसदेची

क) घटक राज्य सरकारांची ड) सर्वोच्च न्यायालयाची

१८) सर्वोच्च न्यायालयाच्या प्रारंभिक अधिकार क्षेत्रांत पुढीलपैकी कोणते दावे अंतर्भूत होत नाहीत ?

१) एक किंवा अनेक प्रादेशिक सरकारे विरुद्ध एक किंवा काही प्रादेशिक सरकारे यांच्या अधिकारासंबंधीचा वाद.

२) राजकीय प्रश्नासंबंधीची प्रकरणे व घटना अमलात येण्यापूर्वी झालेले करार, तह.
३) व्यक्ती आणि स्थानिक संस्था यातील दावे प्रारंभिक कक्षेत येऊ शकत नाहीत.
४) भारताचे संघ सरकार विरुद्ध एक किंवा अनेक प्रादेशिक सरकारे यांच्यातील भेद.
अ) १ व ४ ब) २ व ३ क) फक्त ४ ड) वरीलपैकी कोणतेही नाही

१९) प्रारंभिक अधिकार क्षेत्र म्हणजे
१) संवैधानिक कायद्याशी विसंगत असणारे कायदे किंवा शासनाचे धोरण (भारत सरकार किंवा प्रादेशिक सरकारे) असेल तर असे कोणतेही धोरण घटनाबाह्य ठरविण्याचा अधिकार.
२) दिवाणी दाव्यांबाबत उच्च न्यायालयाने दिलेल्या निर्णयावर पुनर्निर्णय देण्याचा अधिकार.
३) राष्ट्राध्यक्षाने विचारलेल्या कायदेशीर सल्ल्याबाबत –
अ) फक्त १ ब) फक्त २ क) फक्त ३ ड) वरील सर्व

२०) न्यायिक पुनर्विलोकन म्हणजे
अ) सर्वोच्च न्यायालयास स्वत:च्या चुकीच्या निर्णयाचा फेरविचार करून निर्णय बदलण्याचा अधिकार.
ब) संसदेने निर्मिलेले एखादे कलम किंवा शासनाची कृती राज्य घटनेतील कलमांविरूद्ध जाणारी असेल तर तसा कायदा किंवा कृती घटनाबाह्य ठरविण्याचा सर्वोच्च न्यायालयाचा अधिकार.
क) मूलभूत अधिकारांचे संरक्षण करणे.
ड) एक किंवा अनेक प्रादेशिक सरकारे विरुद्ध एक किंवा काही प्रादेशिक सरकारे यांच्या अधिकारासंबंधीचा वाद.

२१) ...... व्या घटनादुरुस्तीने न्यायिक पुनर्विलोकनावर अनेक बंधने घातली गेली.
अ) ४० ब) ४१ क) ४२ ड) ४३

२२) न्यायालये स्वतंत्र असणे याचा अर्थ –
अ) कायदे मंडळ व कार्यकारी मंडळाच्या हस्तक्षेपापासून व अवाजवी वर्चस्वापासून मुक्त असणे होय.
ब) सर्वोच्च न्यायालयाचे सार्वभौमत्व.

क) कोणत्याही न्यायालयाने दिलेल्या निर्णयावर पुनर्निर्णय देणे.

ड) वरीलपैकी कोणतेही नाही.

२३) जनतेचा जीवनस्तर सुधारण्यासाठी किंवा त्यांना मूलभूत अधिकार देण्यासाठी सक्रिय भागीदार बनविणे यास ..... म्हणतात.

अ) न्यायिक पुनर्विलोकन ब) न्यायिक सक्रियतावादी दृष्टिकोन

क) प्रारंभिक अधिकारक्षेत्र ड) परामर्शदायी अधिकार

२४) जोड्या लावा.

यादी अ (अधिकार क्षेत्र)	**यादी ब (केसेसचे प्रकार)**
अ) पुनर्निर्णयाचे अधिकारक्षेत्र	१) राष्ट्रपतीने विचारलेला कायदे विषयक सल्ला देणे.
ब) परामर्शदायी अधिकारक्षेत्र	२) जनहिताच्या दृष्टीने घेतलेले निर्णय महत्त्वाचे.
क) इतर अधिकार	३) दिवाणी दावे, फौजदारी दावे संवैधानिक दावे.

	अ	ब	क
अ)	३	२	१
ब)	२	३	१
क)	३	१	२
ड)	२	१	३

२५) सर्वोच्च न्यायालयाने पुढीलपैकी कोणत्या खटल्यामध्ये धनिक वर्गाच्या अधिकारांचे रक्षण करून लोककल्याण राज्याची स्थापना करण्याचा प्रयत्न केला ?

अ) ब्रिजभूषण विरुद्ध दिल्लीचे राज्यसरकार

ब) मुंबई राज्य विरुद्ध मुंबई शिक्षण समाज

क) बिहार राज्य विरुद्ध कामेश्वर सिंह

ड) गोलखनाथ विरुद्ध पंजाब राज्य

२६) अमेरिकेतील सर्वोच्च न्यायालयाचे मुख्य न्यायाधीश जॉन मार्शल यांनी ...... चा दाव्याचा निर्णय देताना न्यायिक पुनर्विलोकनाचा अधिकार प्रस्थापित करून, कायदेमंडळ व शासन यांच्या अवैधानिककृतीला

पायबंद घालून नियंत्रण प्रस्थापित केले हा आदर्श भारतीय घटनाकारांच्या पुढे होता.

१) मार्बरी विरुद्ध मेंडिसन खटला.

२) मॅकलॉक विरुद्ध मेरिलॅण्ड खटला.

अ) फक्त १ ब) फक्त २

क) फक्त ३ ड) वरील सर्व

२७) संसदेच्या अथवा शासनाच्या कोणत्याही कृतीला ती संविधानविरोधी असल्यास ती असंवैधानिक घोषित करण्याचा...... चा अधिकार म्हणजे न्यायालयीन 'पुनर्विलोकनाचा अधिकार' होय.

अ) उच्च न्यायालया ब) सर्वोच्च न्यायालया

क) दिवाणी न्यायलया ड) जिल्हा न्यायालया

२८) सर्वोच्च न्यायालयाने पुढीलपैकी कोणत्या खटल्याच्या वेळी भारतीय संसदेला मूलभूत अधिकार परिवर्तन करण्याचा कोणताही अधिकार नाही म्हणून असा भाग कलम १३ (२) नुसार अवैध ठरविला?

अ) स्वामी केशवानंद भारती (केरळ) आणि दोन संस्थानिक.

ब) गोलखनाथ विरुद्ध पंजाब राज्य.

क) रमेश थापर विरुद्ध मद्रास राज्य.

ड) ब्रिजभूषण विरुद्ध दिल्ली राज्यसरकार.

२९) सर्वोच्च न्यायालयाने ...... चा खटल्यात मत व्यक्त केले की, कलम ३२ त्यांना मूलभूत अधिकारांच्या संरक्षणाची शक्ति प्रदान करीत आहे.

अ) शिब्बनलाल विरुद्ध उत्तर प्रदेश ब) बिहारराज्य विरुद्ध कामेश्वर संघ

क) रशीद अहमद विरुद्ध केंद्र सरकार ड) रमेश थापर विरुद्ध मद्रास राज्य

३०) ..... या खटल्यामध्ये सर्वोच्च न्यायालयाने वृत्तपत्र स्वातंत्र्याच्या बाजूने निर्णय दिला.

अ) गोलखनाथ विरुद्ध पंजाब राज्य

ब) रशीद अहमद विरुद्ध केंद्र सरकार

क) रमेश थापर विरुद्ध मद्रास राज्य

ड) ब्रिजभूषण विरुद्ध दिल्ली राज्यसरकार

३१) ..... या खटल्यामध्ये सर्वोच्च न्यायालयाने श्रमिक वर्गांच्या अधिकारांचे रक्षण करून लोककल्याणकारी राज्याची स्थापना करण्याचा प्रयत्न केला.

अ) रशीद अहमद विरुद्ध केंद्र सरकार

ब) शिब्बनलाल विरुद्ध उत्तर प्रदेश

क) बिहार राज्य विरुद्ध कामेश्वर संघ

ड) ब्रिजभूषण विरुद्ध दिल्ली राज्यसरकार

३२) पुढीलपैकी कोणत्या खटल्यामध्ये सर्वोच्च न्यायालयाने निर्णय दिला की, घटनेद्वारे प्रदान केलेल्या मूलभूत अधिकारांना सीमित किंवा त्यात संशोधन करण्याचा अधिकार नाही.

अ) रशीद अहमद विरुद्ध केंद्र सरकार

ब) शिब्बनलाल विरुद्ध उत्तर प्रदेश

क) गोलखनाथ विरुद्ध पंजाब राज्य

ड) मुंबई राज्य विरुद्ध मुंबई शिक्षण समाज

अ) १ आणि २ ब) १, २, ३

क) २ व ३ ड) वरील सर्व

३३) ..... या खटल्यामुळे अल्पसंख्यांकांच्या सांस्कृतिक व शैक्षणिक अधिकारांचे रक्षण केले.

अ) ब्रिजभूषण विरुद्ध दिल्ली राज्यसरकार

ब) शिब्बनलाल विरुद्ध उत्तर प्रदेश

क) गोलखनाथ विरुद्ध पंजाब राज्य

ड) मुंबई राज्य विरुद्ध मुंबई शिक्षण समाज

३४) पुढीलपैकी कोणते विधान सर्वोच्च न्यायालयाच्या न्यायिक सक्रियता वादाच्या दृष्टिकोनाबाबत बरोबर आहे.

अ) भारतामध्ये शीघ्रगामी न्याय व्यवस्था आहे.

ब) न्याय व्यवस्थेने जनतेच्या जीवनाचा स्तर सुधारण्यासाठी अथवा त्यांना मूलभूत अधिकार देण्यासाठी सक्रिय भागीदार बनविले पाहिजे.

क) भारतीय न्याय व्यवस्थेचे स्वरूप निषेधात्मक स्वरूपाचे आहे.

ड) सर्वोच्च न्यायव्यवस्थेने जनहितकारी खटल्यांना मान्यता दिली नाही.

३५) .... या नुसार कोणतीही व्यक्ती कोणत्याही समूह किंवा वर्गाद्वारे खटला चालवू शकते.

अ) सर्वोच्च न्यायालयाने दिलेली जनहितकारी खटल्यांची मान्यता.

ब) रूढीवादी स्थायी व्यवस्था.

क) क्रियाप्रधान दृष्टिकोन.

ड) मूलभूत अधिकारांचे संरक्षक.

३६) भारतीय सर्वोच्च न्यायालयाच्या न्यायिक सक्रियतावादी दृष्टिकोनामध्ये पुढीलपैकी कोणत्या बाबी अंतर्भूत होतात?

१) जनतेचा जीवनस्तर सुधारण्यासाठी किंवा त्यांना मूलभूत अधिकार देण्यासाठी सक्रिय भागीदार बनविले.

२) कायदा हा रूढीवादी, स्थायी व्यवस्था नसून गरिबांना या न्यायव्यवस्थेत सन्मानजनक भागीदार बनविले पाहिजे.

३) जनहितकारी खटल्यांना मान्यता.

४) विनाकारण कोणासही तुरुंगात बंदी करून ठेवता येणार नाही तसेच अशा व्यक्तीवर खटला चालविण्यासाठी १८ महिन्यांपेक्षा अधिक वेळ लागला तर त्यास जामिनावर सोडावे.

अ) फक्त १ व ३ ब) २ आणि ३

क) ३ आणि ४ ड) वरील सर्व

३७) कलम ...... ने नवीन व्याख्या केलेली आहे की, सर्व व्यक्तींना आपले जीवन व संरक्षणास वास्तविक बनविण्यासाठी प्रयत्न केलेला आहे.

अ) १५ ब) २० क) २१ ड) २२

३८) सरकारची प्रत्येक कार्यवाही विवेकावर आधारित असावी; याचा अर्थ–

१) घटनेच्या अंतर्गत मूलभूत अधिकारांच्या प्रत्येक कलमात विवेकपूर्णता ही अनिवार्य अट असून या निर्णयानुसार असे आवश्यक आहे की, न्यायालयापुढे वादी पक्ष व प्रतिवादी पक्ष दोन्हीही व्यवस्थित प्रस्तुत करणे.

२) निर्धन पक्षकारास कायद्याची मदत देणे अन्यथा न्यायालयीन कार्यवाही विलंबकारी व खर्चीक असल्याने न्यायाच्या ठिकाणी अन्याय प्रदान होतो यासाठी सरकारला उत्तरदायित्व बनविणे.

अ) फक्त १ ब) फक्त २

क) १ आणि २ ड) वरील पैकी कोणतेही नाही.

३९) बिहार तुरुंगातील कैदी की जे न्यायालयीन कार्यवाहीचे विना शिक्षा भोगत होते त्यांना बिनशर्त सोडून दिले. याचा अर्थ –

१) फौजदारी बाबींमध्ये अनावश्यक विलंबास विवेकपूर्ण मानले नाही.

२) शीघ्रगतीने न्याय दिला.

३) न्यायालयाने दिलेल्या निर्णयानुसार.

अ) फक्त १ ब) १ आणि २ क) २ आणि ३ ड) वरील सर्व

४०) सर्वोच्च न्यायालयाने नागरिकांच्या प्रतिष्ठेच्या सुरक्षिततेसाठी अधिक लक्ष दिले आहे. कारण –

१) प्रत्येक व्यक्तीच्या या अधिकाराचा स्वीकार केला की तो निर्धन, असमर्थ किंवा सामाजिक आर्थिकदृष्ट्या मागासलेली व्यक्ती, समूह, वर्ग यासाठी न्यायालयासमोर वाद प्रस्तुत करेल.

२) असा वाद राज्य सरकार, सरकारी अधिकारी किंवा प्राधिकरणाविरुद्ध आणले जाऊ शकतात.

अ) फक्त १ ब) फक्त २ क) १ आणि २ ड) कोणतेही नाही.

४१) सर्वोच्च न्यायालयाने पुढीलपैकी कोणत्या केसमध्ये असे म्हटले की, 'कलम २१ मध्ये जीवनाचा अर्थ केवळ भौतिक अस्तित्वाची सुरक्षितता नसून, त्या सर्व नैसर्गिक अधिकारांचा आहे; ज्यांच्याद्वारे जीवनाचा उपभोग घेता येईल. मनुष्याच्या आत्म्यास बाह्य जगात संचार करता येईल. त्यात मानवाची प्रतिष्ठा, जीवन जगण्याचा अधिकार यांचा मूलभूत अधिकारात उल्लेख नसला तरी मानव अधिकारांच्या सार्वभौम घोषणेच्या संदर्भात किंवा नागरिक व राजकीय अधिकारांच्या आंतरराष्ट्रीय तहाच्या अधीन घोषित अधिकारांना मानव प्रतिष्ठेअंतर्गत सामील केले गेले.'

अ) आग्राहोम दिल्ली नारी निकेतन एअरपोर्ट प्राधिकरण.

ब) मुंबईचे फूटपाथवासी यांचा किंवा सुनील बत्रा खटला.

क)कस्तुरीमल रेड्डी केस.

ड) सेंट किट्झ प्रकरण.

४२) सामान्य नागरिकांना व्यापक न्याय देण्याच्या विषयात न्यायपालिका .... सहभागी बनत आहे.

अ) केंद्राची ब) राज्याची

क) राजकीय पक्षाची ड) सामाजिक संस्थांची

४३) ..... या खटल्यामध्ये सर्वोच्च न्यायालयाने म्हटले की, कलम १४ हे समान कायदा संरक्षणाने सर्वांना स्वेच्छाचाराविरुद्ध गॅरंटी देते.

अ) उत्तर प्रदेशातील चर्मकार विषयाबाबत.

ब) कस्तुरीमल रेड्डी केस.

क) आग्राहोम दिल्ली नारी निकेतन एअरपोर्ट प्राधिकरण.

ड) मस्लम लखूभाई पाठक आणि सेंट किट्झ प्रकरण.

४४) न्यायपालिकेने जनहितासाठी कायदा, न्यायाच्या शासनास सुरक्षित करण्यासाठी आपल्या क्षेत्राधिकाराने अधिक सक्रिय व प्रभावी भूमिका निभावण्याचा विडा उचलला. कारण -

१) वेगवेगळ्या निधींमधील स्वार्थ व निवडून दिलेले प्रतिनिधी, प्रशासक हे नागरिकांच्या हितांचे रक्षण करण्याऐवजी जनहिताचे शत्रू बनतात.

२) घोटाळे, भ्रष्टाचार यामुळे जनतेची सहनशक्ती संपुष्टात येते.

अ) फक्त १ ब) फक्त २

क) १ आणि २ ड) वरीलपैकी कोणतेही नाही

४५) न्यायालयाच्या पुढीलपैकी कोणकोणत्या स्थितीमुळे असे लक्षात येते की, न्यायालय हे निर्दिष्ट केलेल्या विशेष क्षेत्रात अतिक्रमण करते.

१) जेव्हा सरकार किंवा संसद आपल्या कर्तव्यांचे पालन करण्यास असमर्थ बनते, तसेच नागरिकांच्या हितांचे, अधिकारांचे रक्षणार्थ विधि किंवा संविधानाच्या संरक्षणासाठी न्यायालयाकडे याचना करते.

२) जेव्हा सरकार अस्थिर व कमजोर असेल व कोणतीही कठीणता निर्माण झाली तर किंवा विशेषत: वर्ग नाराज असेल तर न्यायालयाकडे विचारणा करते,

३) ज्यात सरकार स्वत: सक्षम असते परंतु न्यायालयाच्या माध्यमाचा उपयोग किंवा दुरुपयोग करते.

४) जेव्हा न्यायालय स्वत: मानवीय किंवा संस्थागत नैसर्गिक दुर्बलतेच्या अधीन आपल्या अधिकार क्षेत्राचा विस्तार करू शकते.

अ) फक्त १,२ ब) फक्त २ आणि ४ क) फक्त ३ ड) वरील सर्व

४६) ..... या कालखंडामध्ये न्यायपालिकेचा सक्रियतेचा दृष्टिकोन अभूतपूर्व होता.

अ) १९७५-१९७९ ब) १९८५ ते १९९१

क) १९९६ ते २००० ड) २०००-२००६

४७) जोड्या जुळवा. सांकेतिकेमधून योग्य पर्याय निवडा.

'अ' गट (सर्वोच्च न्यायालय अधिकारक्षेत्र)	**'ब' गट (अर्थ)**
अ) प्रारंभिक अधिकार क्षेत्र	१) उच्च न्यायालयांनी दिलेल्या निर्णयावर पुनर्निर्णय देण्याचा सर्वोच्च न्यायालयाचा अधिकार
ब) पुनर्निर्णयाचे अधिकारक्षेत्र	२) सर्वोच्च न्यायालय हे अभिलेख न्यायालय असून त्यास न्यायालयाच्या बेअब्रूकरिता शिक्षा करण्याचे सर्व अधिकार असतील.
क) अभिलेख न्यायालय	३) ज्या खटल्याची सुरुवात सर्वोच्च न्यायालयातच होऊ शकते.
	४) राष्ट्रपतींनी सर्वोच्च न्यायालयाचा सल्ला मागविल्यानंतर तो देणे हे सर्वोच्च न्यायालयावर बंधनकारक.

सांकेतिके :

	अ	ब	क	ड
अ)	१	२	३	४
ब)	३	१	४	२
क)	२	३	१	४
ड)	४	२	१	३

उत्तरे

१ - क	१७ - ड	३३ - ड
२ - अ	१८ - ब	३४ - ब
३ - ड	१९ - अ	३५ - अ
४ - ब	२० - ब	३६ - क
५ - अ	२१ - क	३७ - क
६ - ब	२२ - अ	३८ - क
७ - क	२३ - क	३९ - अ
८ - ब	२४ - क	४० - क
९ - ब	२५ - क	४१ - ब
१० - क	२६ - अ	४२ - ब
११ -अ	२७ - ब	४३ - क
१२ - ड	२८ - ब	४४ - क
१३ -ब	२९ - ड	४५ - ड
१४ - क	३० - ड	४६ - क
१५ - ड	३१ - क	४७ - ब
१६ - ब	३२ - ब	

विभाग ब

प्रकरण ११

घटकराज्याचे कार्यकारी मंडळ

- राज्यपाल
- मुख्यमंत्री आणि मंत्रिमंडळ
- घटनात्मक तरतुदी
- राजकीय प्रवाह

महत्त्वाचे मुद्दे

- राज्यपाल हा राज्याचा घटनात्मक प्रमुख असतो तसेच तो कार्यकारी मंडळाचा प्रमुख म्हणून काम पाहताना मुख्यमंत्री व मंत्रिमंडळाचा सल्ला घेईल.
- राज्यपालाची नियुक्ती राष्ट्रपती करतात.
- राज्यपाल हे मुख्यमंत्र्यांची नियुक्ति करतात व मुख्यमंत्र्याच्या सल्ल्याने इतर मंत्र्याची नियुक्ति करतात; तसेच राज्य लोकसेवा आयोगाचा अध्यक्ष व इतर सदस्यांची नियुक्ती राज्यपाल करतात. तसेच राष्ट्रपती उच्च न्यायालयाच्या न्यायाधीशाच्या नियुक्तीच्या वेळी राज्यपालांचा सल्ला घेतात.
- राज्यपालांचे अधिकार राज्यसूचीतील ६६ विषयांच्या संदर्भात आहेत. राष्ट्रपतींच्या संमतीने ते समवर्ती अधिकारांचा वापर करतात.
- राज्यविधानसभेने स्वीकृत केलेल्या विधेयकाला राज्यपालांची संमती आवश्यक असते.
- कलम १२३ नुसार राज्यपाल वटहुकूम काढू शकतात.
- राज्यपाल विधान परिषदेत कला, साहित्य, विज्ञान, सामाजिक क्षेत्रातील व्यक्तीला सदस्य म्हणून नियुक्त करतात.

- ✡ राज्यपालांच्या पूर्व परवानगीशिवाय अर्थसंकल्प राज्यविधानसभेत मांडता येत नाही.
- ✡ विधानसभेत प्रत्येक वर्षी राज्यपाल अर्थसंकल्प मांडतो.
- ✡ राज्यपाल हा राज्याच्या स्थितीबाबतचा अहवाल राष्ट्रपतींना स्वविवेकाधीन राहून पाठवितो.
- ✡ विधानसभेच्या पहिल्या अधिवेशनाच्या पहिल्या दिवशी ते अभिभाषण करतात.
- ✡ कलम २०० नुसार विधानसभेने संमत केलेल्या विधेयकाला राज्यपाल राष्ट्रपतींच्या संमतीसाठी राखून ठेवू शकतात.
- ✡ राज्यपालांना शिक्षा कमी करण्याचा अधिकार आहे. राज्यपाल कलम ६१ नुसार राज्यपालास जे अधिकार आहेत त्या अधिकाराअंतर्गत झालेल्या शिक्षेस तो माफ करू शकतो.
- ✡ राज्यपाल हा केंद्राचा प्रतिनिधी म्हणून कार्ये करतो.
- ✡ राज्यपालाचे अधिकार वास्तविक नसताना राज्यातील शासन व्यवस्थेत त्यांचे स्थान सर्वात जास्त सन्मानित व प्रतिष्ठित आहे.
- ✡ कलम १६४ नुसार राज्यात मंत्रिमंडळाची रचना स्पष्ट केलेली आहे; तसेच राज्यपाल हे १६४ व्या कलमानुसार मुख्यमंत्र्यांची नियुक्ती करतात व मुख्यमंत्र्यांच्या सल्ल्यानुसार राज्यपाल इतर मंत्र्यांची नियुक्ती करतात.
- ✡ राज्यपाल मुख्यमंत्र्यांशी विचार-विनिमय करून मंत्र्यात खातेवाटप करतात.
- ✡ मंत्रिमंडळात कॅबिनेटमंत्री, राज्यमंत्री, उपमंत्री यांचा समावेश होतो. कॅबिनेट मंत्री धोरणात्मक निर्णय घेतात.
- ✡ मंत्रिमंडळ हे विधानसभेस सामूहिकरीत्या जबाबदार असते.
- ✡ मंत्रिमंडळ हे शासनाचे धोरण निश्चित करते, उच्च पदाधिकाऱ्यांची नियुक्ती, कायद्याची निर्मिती, विधानसभेत शासनाचे प्रतिनिधित्व करणे, अर्थसंकल्प मांडणे, धोरणाची अंमलबजावणी करते; ही मंत्रिमंडळाची कार्ये आहेत.
- ✡ मुख्यमंत्री हा मंत्रिमंडळाची निर्मिती, मंत्रिमंडळातील मंत्र्यास खातेवाटप करणे, समन्वयाचे काम करणे, तसेच 'मंत्रिमंडळ' व 'राज्यपाल' यांच्यात दुवा म्हणून काम करतात. मुख्यमंत्री हे विधानसभेचा नेता असतो. तसेच तो शासनाचा प्रवक्ता, बहुमताचा नेता असतात. संपूर्ण शासन व्यवस्थेवर त्याचे नियंत्रण असते.

प्रश्न :

१) राज्यपालांची नियुक्ती राष्ट्रपतींच्या तर्फेच व्हावी अशी घटनात्मक तरतूद आहे. कारण –

१) भारतामध्ये खऱ्या अर्थाने संघराज्य नसून केंद्रात्मक प्रवृत्तीचे राज्य आहे.

२) राज्यपाल हे जनतेचे प्रतिनिधित्व करीत नसून राष्ट्रपतींचे प्रतिनिधी म्हणून कार्य करतात.

पर्याय :

अ) फक्त १ ब) फक्त २ क) १ आणि २ ड) कोणतेही नाही.

२) केंद्रातील सत्तारूढ पक्षाचे नियंत्रण राज्यपालावर असते. कारण–

१) घटनेप्रमाणे राज्यपालांची नियुक्ती राष्ट्रपती करीत असले तरी प्रत्यक्षात राज्यपालांची निवड पंतप्रधान व गृहमंत्री संबंधित राज्यांच्या मुख्यमंत्र्यांशी विचार–विनिमय करून करतात.

२) राज्यपालपदी नियुक्ती करण्याबाबत अंतिम निर्णय पंतप्रधानच घेतात.

पर्याय :

अ) फक्त १ ब) १ आणि २ क) फक्त २ ड) वरीलपैकी कोणतेही नाही

३) घटना कलम .... मध्ये राज्यपाल पदासाठी पात्रता स्पष्ट केलेली आहे.

अ) ३५१ ब) ३५४ क) ३५६ ड) ३५७

४) घटनेच्या .... व्या कलमानुसार राज्यपाल पदी आरूढ होणारी व्यक्ति संसदेच्या किंवा परिशिष्ट १ मध्ये सांगितलेल्या राज्यातील कायदेमंडळाचा सभासद असणार नाही आणि जर अशा सभासदाची राज्यपाल म्हणून नियुक्ती झाली तर ती व्यक्ति ज्या दिवशी अधिकार ग्रहण करेल त्या दिवशी तिचे संबंधित सभासदत्व रद्द झाले असे समजण्यात येते.

अ) १५८ ब) १५९ क) १६० ड) १६१

५) राज्यघटनेनुसार राज्यपालांचा कार्यकाल ..... वर्षे असा आहे.

अ) दोन ब) चार क) पाच ड) सहा

६) राज्यपाल पदासाठी योग्यता असलेल्या उमेदवाराचे वय .... पूर्ण असावे लागते.

अ) १८ ब) २१ क) ३० ड) ३५

७) राज्यपालांच्या निर्वाचनास विरोध करण्यात आला. कारण

१) नामधारी प्रमुखासाठी निर्वाचन म्हणजे अकारण खर्च.

२) मंत्रिमंडळ व राज्यपाल यांच्यात संघर्षाची शक्यता.

३) राज्यप्रमुख पक्ष राजकारणाच्या वर असण्याच्या तत्त्वास तडा.

अ) फक्त १ ब) फक्त २ क) फक्त ३ ड) वरील सर्व

८) राष्ट्रपतींमार्फत राज्यपालांची नियुक्ती ही पद्धत अंतिमतः घटना समितीने स्वीकारली. कारण –

१) निर्वाचन खर्च टाळण्यासाठी तसेच मंत्रिमंडळ व राज्यपाल यांच्यातील संभाव्य खर्च टाळण्यासाठी.

२) राष्ट्रपतींद्वारे राज्यपालांची नियुक्ती झाली तर राज्यपालांद्वारे राष्ट्रपती राज्यावर नियंत्रण ठेवू शकतात.

३) राज्यपालास नामधारी ठेवणे शक्य होते.

४) राज्यपालांचे निर्वाचन झाले असते तर काही राज्यात फुटीरतावादी शक्ती वाढल्या असत्या व राज्यपाल त्यात सामील होऊ शकतात व यावर प्रतिबंध घालण्यासाठी राष्ट्रपतींमार्फत राज्यपालांची नियुक्ती योग्य ठरते.

अ) फक्त १ व २ ब) फक्त ३ व ४

क) १, २ आणि ३ ड) वरील सर्व

९) राज्यपालांचे वेतन दरमहा .... इतके आहे.

अ) ५५०० रुपये ब) ११,००० रुपये

क) ३६,००० रुपये ड) ५०,००० रुपये

१०) राज्यपालांना .... तील विषयाबाबत अधिकार नाही.

अ) राज्यसूची ब) संघसूची

क) समवर्ती सूची ड) विषयसूची

११) राज्याच्या ॲडव्होकेट जनरलची नियुक्ती ..... करतात.

अ) राज्यपाल ब) पंतप्रधान क) मुख्यमंत्री ड) राष्ट्रपती

१२) राज्यलोकसेवा आयोगाचे अध्यक्ष व सभासद यांची नेमणूक ..... करीत असतात.

अ) राष्ट्रपती ब) राज्यपाल क) मुख्यमंत्री ड) पंतप्रधान

१३) राज्याच्या उच्च न्यायालयाच्या न्यायाधीशांची नेमणूक करताना राष्ट्रपती .... चा सल्ला घेतात.

अ) सरन्यायाधीशांचा ब) पंतप्रधान व मंत्रिमंडळाचा

क) राज्यपालांचा ड) मुख्यमंत्री व मंत्रिमंडळाचा

१४) राज्यपाल हे अँग्लो इंडियन यांना पुरेसे प्रतिनिधित्व मिळाले नाही असे वाटल्यास विधानसभेवर त्यांचे साठी ...... प्रतिनिधी ते पाठवू शकतात.

अ) एक ब) दोन क) तीन ड) चार

१५) राज्यपालांचा वटहुकूम काढण्याबाबतचा अधिकार हा अत्यंत महत्त्वपूर्ण अधिकार आहे. कारण–

१) विधिमंडळाची बैठक चालू नसल्यास राज्यपालास आवश्यकता भासली तर ते वटहुकूम काढू शकतात.

२) हा वटहुकूम विधिमंडळाचे अधिवेशन सुरू झाल्यापासून सहा आठवडेपर्यंत अंमलात राहतो.

३) ज्या विषयावर राज्यविधिमंडळ कायदे करू शकत असेल त्या विषयावरच राज्यपाल वटहुकूम काढू शकतात.

अ) फक्त १ ब) फक्त २ क) फक्त ३ ड) वरील सर्व

१६) आर्थिक वर्षाच्या प्रारंभी राज्याचे अंदाजपत्रक ..... च्या संमतीने विधिमंडळासमोर मांडले जाते.

अ) मुख्यमंत्र्यांच्या ब) राज्यपालांच्या

क) अर्थमंत्र्यांच्या ड) सभापतींच्या

१७) कलम ..... मध्ये घटनेनुसार स्वविवेकाधीन राहून करावयाची कार्ये सोडून इतर कार्यात राज्यपालांना मदत करण्यासाठी व सल्ला देण्यासाठी मुख्यमंत्र्यांच्या नेतृत्वाखाली एक मंत्रिपरिषद राहील.

अ) १६१ ब) १६२ क) १६३ ड) १६४

१८) पुढीलपैकी कोणत्या बाबतीत मंत्रिमंडळाचा सल्ला न घेता राज्यपाल स्वविवेकानुसार निर्णय घेईल ?

१) विधानसभेत कोणत्याही पक्षाला निर्विवाद बहुमत नसेल किंवा बहुमत असलेल्या पक्षाचा नेता पक्षांतर्गत दुफळीमध्ये निश्चित ठरलेला नसेल अशावेळी.

२) घटनेप्रमाणे राज्यकारभार चालविणे अशक्य झाले आहे असा अहवाल राज्यपाल राष्ट्रपतींना पाठवतील तेव्हा.

३) विधानसभेचे विसर्जन करण्याचा निर्णय घेताना.

४) आणीबाणीच्या परिस्थितीची घोषणा करण्यात आल्यानंतर राष्ट्रपतीचा प्रतिनिधी म्हणून काम पाहतील तेव्हा.

अ) फक्त १ व २ ब) २ व ३

क) ३ व ४ ड) वरील सर्व

१९) 'प्रतिष्ठित पाहुण्यांचे आगतस्वागत करणे, त्यांना चहापानाकरिता व भोजन इत्यादीं करिता आमंत्रित करणे हीच राज्यपालाची कर्तव्ये आहेत.' असे कोणाचे मत आहे ?

अ) श्री. श्रीप्रकाश ब) डॉ. पट्टाभि सीतारामय्या

क) एम. व्ही. पायली ड) श्री. ह. वि. कामथ

२०) 'विधानसभेला जबाबदार असलेले लोकनियुक्त मंत्रिमंडळ जोपर्यंत राज्यपालांना त्यांच्या कामात मदत करते आहे व सल्ला देत असते तोपर्यंत सल्ला धुडकावून लावण्याचा किंवा त्या विरोधी परिवर्तन करण्याचा प्रसंग राज्यपालावर येण्याचे कारण नाही.' असे मत कोणाचे आहे?

अ) एम. व्ही. पायली ब) प्रा. टी. के. टोपे

क) श्री. श्रीप्रकाश ड) पी. व्ही. मेनन

२१) 'इंग्रजांच्या काळात तत्कालीन गव्हर्नर ज्या प्रासादातून राहात असत तेच प्रासाद आता स्वातंत्र्योत्तर राज्यपालांनी वापरले आहेत. कधी कधी तर शहरातील ऐन गर्दीच्या भागात एक एक चौरस मैलापेक्षा जास्त भाग ते व्यापून टाकतात. या राजवाड्यातून गरिबांकरिता दवाखान्याच्या सोयी पुरविल्या जातील, असे गांधीजी म्हणत असत पण आता निवडणुकीत पराभूत झालेल्या राजकारणी व्यक्तींची विश्रांतिगृहे असे या प्रासादांचे स्वरूप बनले आहे.' असे कोणी म्हटले आहे?

अ) आचार्य कृपलानी ब) विनोबा भावे

क) सरोजिनी नायडू ड) ह. वि. कामथ

२२) कलम ..... नुसार राज्यपाल स्वविवेकाधिकार वगळता इतर कामे करताना व अधिकारांचा वापर करताना मुख्यमंत्री व मंत्रिमंडळाची मदत घेतील.

अ) ३६५ ब) ३६७ क) ३६९ ड) ३७१

२३) मंत्रिमंडळाचे सभासद होण्यासाठी पूर्व अटी म्हणजे -

१) ती राज्यविधानसभा किंवा विधान परिषदेची सदस्य असली पाहिजे.

२) एखाद्या व्यक्तीस मंत्री म्हणून नियुक्त केले व ती विधानसभा किंवा विधानपरिषदेचा सभासद नसेल तर तिने ६ महिन्यांच्या आत राज्य विधिमंडळाच्या एका सभागृहाचे सभासदत्व प्राप्त करावयास पाहिजे.

अ) फक्त १ ब) फक्त २ क) १ आणि २ ड) कोणतेही नाही

२४) मंत्रिमंडळातील ...... हे धोरणात्मक निर्णय घेतात.

अ) कॅबिनेट मंत्रीब) राज्यमंत्री क) उपमंत्री ड) मंत्री

२५) मंत्रिमंडळाचा कार्यकाल ..... वर्षांचा असतो.

अ) तीन ब) चार क) पाच ड) सहा

२६) मंत्रिमंडळ हे विधानसभेस सामूहिक जबाबदार असते. कारण–

१) मंत्रिमंडळातील एखाद्या मंत्र्याच्या विरोधात अविश्वास प्रस्ताव मंजूर झाला तर पूर्ण मंत्रिमंडळास राजीनामा द्यावा लागतो.

२) मंत्रिमंडळाने घेतलेल्या निर्णयास सर्व मंत्र्यांना पाठिंबा द्यावा लागतो. व्यक्तिगत पातळीवर ते निर्णयाशी सहमत नसले तरी त्यांना निर्णयास पाठिंबा द्यावा लागतो.

३) शासनाच्या धोरणाबाबत मंत्रिमंडळाची भूमिका सामूहिक असते.

२७) पुढीलपैकी कोणते विधान चूक आहे?

अ) मंत्रिमंडळाची बैठक आठवड्यातून एकदा होते.

ब) बैठकीची अध्यक्षता मुख्यमंत्री किंवा त्यांच्या अनुपस्थितीत ज्येष्ठ मंत्री करतात.

क) मंत्रिमंडळाच्या बैठकीसाठी गणपूर्तीची अट असते.

ड) मंत्रिमंडळातील मंत्र्यांना गोपनीयतेच्या शपथेनुसार मंत्रिमंडळाच्या निर्णयाबाबत गुप्तता ठेवावी लागते.

२८) मंत्रिमंडळ हे कार्यकारी मंडळ असते. कारण–

१) मंत्रिमंडळाचे सर्वात महत्त्वाचे काम म्हणजे शासनाचे धोरण निश्चित करणे.

२) गृह, शिक्षण, कृषि, आरोग्य याबाबत धोरण ठरविणे.

३) जी धोरणे ठरविलेली आहेत त्यांची अंमलबजावणी करणे.

अ) फक्त १ ब) फक्त २ क) फक्त ३ ड) वरील सर्व

२९) राज्य विधान परिषदेमध्ये एकूण सभासद संख्येच्या .....इतके सभासद स्वमताने नियुक्त करण्याचा अधिकार राज्यपालांना आहे.

अ) एक द्वितीयांश ब) एक षष्ठांश

क) एक बारांश ड) दोन तृतीयांश

३०) विधिमंडळाच्या विश्रांतिकाळामध्ये आवश्यकता भासल्यास वटहुकूम काढण्याचा ...... ला अधिकार आहे.

अ) राज्यपाल ब) राष्ट्रपती क) मुख्यमंत्री ड) मंत्रिमंडळ

३१) ...... हा राज्यपाल आणि मंत्रिमंडळ यांना सांधणारा दुवा आहे.

अ) सभापती ब) उपसभापती क) मुख्यमंत्री ड) राष्ट्रपती

३२) ..... सार्वत्रिक निवडणुकीनंतर अनेक राज्यात संयुक्त मंत्रिमंडळ अस्तित्वात आले.

अ) पहिल्या ब) दुसऱ्या क) तिसऱ्या ड) चौथ्या

३३) कॅबिनेट दर्जाचे मंत्री, राज्यमंत्री व उपमंत्री यांची संख्या .... ठरवितात.

अ) मुख्यमंत्री ब) राज्यपाल क) सभापती ड) उपसभापती

३४) घटकराज्यातील मंत्र्याचे वेतन ठरविण्याचा अधिकार तेथील .... असतो.

अ) विधान परिषदेला ब) विधिमंडळाला

क) संयुक्त सभागृहांना ड) राज्यपालाला

३५) मंत्रिमंडळाची बैठक बोलविण्याचा अधिकार फक्त ...... ना असतो.

अ) राज्यपालां ब) सभापतीं क) मुख्यमंत्र्यां

३६) घटकराज्यात मंत्रिमंडळ हे सामुदायिकरीत्या ...... ला जबाबदार असते.

अ) विधानसभे ब) विधान परिषदे

क) संसदे ड) न्यायालया

३७) मंत्रिमंडळाचे कार्य म्हणजे –

१) विधेयकाचे प्रारूप तयार करणे.

२) विधिमंडळाकडून विधेयक संमत करून घेणे.

३) संमत झालेल्या कायद्याची अंमलबजावणी करणे.

अ) १ आणि २ ब) २ आणि ३

क) १ आणि ३ ड) वरील सर्व

उत्तरे :	१९ – अ
१ – क	२० – अ
२ – ब	२१ – ब
३ – ड	२२ – ब
४ – अ	२३ – क
५ – क	२४ – अ
६ – ड	२५ – क
७ – ड	२६ – क
८ – ड	२७ – क
९ – क	२८ – ड
१० – ब	२९ – ब
११ –अ	३० – अ
१२ – ब	३१ – क
१३ – क	३२ – ड
१४ – अ	३३ – अ
१५ – ड	३४ – ब
१६ – ब	३५ – क
१७ – क	३६ – अ
१८ – ड	३७ – ड

विभाग ब

प्रकरण १२

भारतीय पक्षपद्धती

- ✡ भारतीय पक्षपद्धतीचे मूल्यमापन व सद्य:स्थितीतील प्रवाह
- ✡ केंद्र व राज्यांतील संयुक्त सरकारे
- ✡ भारतीय राजकारणातील दबावगट

महत्त्वाचे मुद्दे

- ✡ भारतातील पक्षपद्धती बहुपक्षीय असून वर्तमान स्थितीत अनेक राजकीय पक्षांच्या आघाड्या आढळतात व त्यामागे बहुविध स्वरूपाचा भारतीय समाज, प्रादेशिक, भाषिक, धार्मिक, जातीय, मागास, विकसित अशी भिन्नता आढळते.
- ✡ समाजात विविध घटकांचे प्रतिनिधित्व करणारे राजकीय पक्ष स्थापन झालेले आहेत. राजकीय पक्षांची विभागणी डावे, उजवे व मध्यममार्गी अशी करता येते.
- ✡ भारताच्या स्वातंत्र्यप्राप्तीनंतर पहिल्या ३०–३५ वर्षांमध्ये काँग्रेस हा मुख्य राजकीय पक्ष होता. परंतु, ९० च्या दशकानतर राजकारणाचे ध्रुवीकरण झाले व भारतीय राजकारणात भाजपचेही स्थान निर्माण झाले.
- ✡ भारतात स्वातंत्र्य प्राप्तीनंतर राष्ट्रीय काँग्रेस व साम्यवादी पक्ष अस्तित्वात होते. इतर अन्य पक्ष उदा. रामराज्यपरिषद (१९४८), द्रमुक (१९४९), भारतीय समाजवादी पक्ष (१९५०), किसान मजदूर प्रजा पार्टी, जनसंघ (१९५१), स्वतंत्र पार्टी (१९५९) यांचा उदय झाला. परंतु, त्यांचा प्रभाव कमी होता.
- ✡ १९६७ नंतरच्या कालखंडात काँग्रेसचे विघटन, भारतीय लोकदल (१९७४), किसान मजदूर पार्टी, संघटन काँग्रेस, स्वतंत्र पक्ष, जनसंघ व समाजवादी पक्ष यांचे मिळून महागठबंधन झाले. १९७५ मध्ये जनता पक्षाची स्थापना संघटन

काँग्रेस, जनसंघ, भारतीय लोकदल, समाजवादी पक्ष यांचे मिळून झाले.

- १९७७ ते १९८० या काळाचे वर्णन 'श्रीमती इंदिरा गांधींचा अस्त व उदय' असा करतात.
- १९८४ मध्ये श्रीमती इंदिरा गांधी हत्येमुळे राजीव गांधी नेतृत्वात काँग्रेसला विजय. यावेळी गैर साम्यवादी राष्ट्रवादी पक्षांचा संपूर्ण पाडाव, तेलगू देसम हा लोकसभेत दुसरा प्रभावी पक्ष बनला.
- १९८७ नंतर जनता दलाचा उदय झाला.
- १९८९ पासून केंद्रात सर्वप्रथम आघाडी सरकार स्थापन झाले. १९८९ च्या लोकसभा निवडणुकीनंतर भाजप व डाव्या पक्षाच्या पाठिंब्यावर विश्वनाथ प्रतापसिंह यांच्या नेतृत्वात 'राष्ट्रीय मोर्चाचे पहिले आघाडी सरकार' स्थापन झाले.
- १९९१ नंतर जनता दलाचे विघटन झाले. १९९६ मध्ये भाजपाने लोकसभेत सर्वाधिक जागा मिळविल्या व सर्वात मोठा पक्ष म्हणून स्थान मिळविले. या निवडणुकीत राष्ट्रीय मोर्चा व डावी आघाडी व इतर प्रादेशिक पक्षांनी मिळून तिसरी आघाडी स्थापन करून त्यास 'संयुक्त आघाडी' नाव दिले.
- १९८५ नंतरच्या राजकीय घडामोडींमुळे राष्ट्रीय पक्षांचे महत्त्व कमी होत जाऊन राष्ट्रीय राजकारणात प्रादेशिक पक्षांच्या भूमिकेला महत्त्व प्राप्त झाले.
- पक्षाची खासदारसंख्या जेवढी लहान तेवढी त्या पक्षाची क्रयशक्ती जास्त अशी परिस्थिती निर्माण झाली आहे.
- भारतात कृतिशील राजकीय पक्ष व व्यक्तीशी संबंधित राजकीय पक्ष आढळतात. साम्यवादी व भाजप हे पक्ष सोडल्यास कोणतेही पक्ष राजकीय विचारधारा किंवा आर्थिक कार्यक्रमाच्या आधारावर निर्माण झालेले नाहीत.
- अनेक वर्षे एक पक्ष वर्चस्व व्यवस्था असून राजकीय पक्षात विभाजन, विघटन, कायम अस्थिरता राहताना दिसते.
- गटबाजीचे प्रमाण सर्वच पक्षांमध्ये आढळत असल्याने पक्ष विघटन मोठ्या प्रमाणावर होत आहे. यात पक्षबदल, पक्षांतर प्रवृत्ती, आत्मकेंद्रितता, गुन्हेगारी सातत्याने आळढते.
- १९८९ नंतर काँग्रेस या पक्षाबरोबरच इतर अनेक पक्षांना राजकीय दर्जा प्राप्त झाला. प्रादेशिकता, जातीयता, धर्म, भाषा या आधारावर अनेक प्रादेशिक पक्षांची निर्मिती कारणीभूत झाली व त्यातूनच राजकीय स्थैर्याला आव्हान

निर्माण झाले; कारण एका विचारसरणीवर व सामूहिक तत्त्वावर राजकीय पक्षाची निर्मिती न होणे हे राजकीय व्यवस्थेचे अपयश आहे व त्यामुळेच भारतात वर्तमान स्थितीत सक्षम राजकीय पक्ष व्यवस्था निर्माण झालेली नाही.

✡ मॉरिस जोन्स यांनी 'The Government and Politics of India' या ग्रंथात भारतीय राज्यव्यवस्थेचे तीन प्रारूप सांगितलेले असून प्रथम व तृतीय प्रारूपाचा संबंध दबावगटाशी येतो असे मत मांडले.

✡ भारतातील दबावगट हे देशाच्या सामाजिक संरचनेचे प्रतिनिधित्व करतात.

✡ भारतात संस्थात्मक, समुदायात्मक, औद्योगिक समूह/व्यापारी दबावगट, शेतमजूर व शेतकरी संघटना, विद्यार्थी संघटना, असमुदायात्मक दबावगट, प्रदर्शनकारी दबावगट हे दबावगट आढळतात.

✡ भारतातील दबावगटांचे महत्त्व स्वातंत्र्योत्तर काळात उत्तरोत्तर वाढत आहे. हे दबावगट सनदशीर, तसेच बेकायदेशीर अशा दोन्ही मार्गांचा अवलंब करतात. संप, मोर्चा हे सनदशीर तसेच धाक, दडपशाही, हिंसाचार हे बेकायदशीर मार्ग आहेत. शासकीय पातळीवर शासनाच्या ध्येय धोरणांवर प्रभाव पाडणे, सरकारला उपयुक्त माहिती पुरविणे तर सांसदीय पातळीवर संसद सदस्यांशी संपर्क साधणे, त्यांच्यावर प्रभाव पाडणे, त्यांच्यामार्फत संसदेत समस्यांना वाचा फोडणे, अनुकूल कायदे संसदेत संमत करून घेणे, तर मतदारसंघाच्या पातळीवर आपल्या पसंतीच्या उमेदवारासाठी प्रचार कार्य करणे की जेणेकरून तो विधिमंडळात दबावगटांच्या हितसबंधाचा पाठपुरावा करील. अधिकारी वर्गाच्या पातळीवर दबावगट सरकारी अधिकाऱ्यांच्या गाठीभेटी घेणे, संबंधित अधिकाऱ्यास प्रश्न समजावून सांगणे, अनुकूल निर्णय घेण्यासाठी सरकारी अधिकाऱ्यांना अनुकूल करून घेणे ही कार्ये करतात.

प्रश्न :

१) **'राजकीय तत्त्वज्ञानाच्या बाबतीत मतैक्य असलेला आणि संघटित-रीतीने राष्ट्रीय हितसंबंधाची जोपासना करणारा लोकसमूह म्हणजे 'राजकीय पक्ष' होय.' असे कोणाचे मत आहे ?**

अ) मॅक्‌आयव्हर ब) गेटेल क) एडमंड बर्क ड) शुंपिटर

२) **'राजकीय पक्ष म्हणजे असा समाज असतो की, जो सत्ता प्राप्त करणे आणि ती टिकविणे यासाठी सतत प्रयत्नशील असतो.' असे कोणी सांगितले ?**

अ) एडमंड बर्क ब) शुंपिटर क) मॅक्स वेबर ड) गेटेल

३) **'विशिष्ट ध्येये, धोरणे, तत्त्व आणि सिद्धान्त, उद्दिष्टे प्राप्त करून जनतेचा पाठिंबा संघटित करून घटनात्मक मार्गाने राज्यसत्ता प्राप्त करण्यासाठी सतत कार्यरत असणारा लोकसमूह म्हणजे 'राजकीय पक्ष' होय.' हे सांगणारे ....**

अ) मॅक्‌आयव्हर ब) मॅक्स वेबर क) एडमंड बर्क ड) गटेल

४) **'कोणत्याही राजकीय पक्षात कमी-अधिक स्वरूपात मतैक्य असून, ते संघटित असतात. हे राजकीय गट मतदानाच्या हक्काद्वारे राजकीय व्यवस्थेवर नियंत्रण आणून आपल्या सर्वसामान्य ध्येय धोरणाची अंमलबजावणी करण्याचे उद्दिष्ट गाठण्याचे प्रयत्न करतात.' हे मत कोणाचे ?**

अ) मॅक्स वेबर ब) गेटेल क) शुंपिटर ड) एडमंड बर्क

५) **'राजकीय पक्ष म्हणजे चळवळ आणि प्रचार यांच्या साहाय्याने राजकीय सत्ता मिळविण्यासाठी उत्स्फूर्तपणे, स्वयंप्रेरणेने एकत्र असलेला जनसमूह होय.' अशी व्याख्या करणारे .....**

अ) शुंपिटर ब) गेटेल क) मॅक्स वेबर ड) मॅक्‌आयव्हर

६) **'विभिन्न मतांच्या गटांशी स्पर्धा करून शासकीय सत्तेवर आपल्या नियंत्रणाचा प्रयत्न करणाऱ्या समाजातील क्रियाशील व्यक्तींची संघटना म्हणजे 'राजकीय पक्ष' होय.' ही व्याख्या कोणी सुचवली ?**

अ) न्यूमन ब) एडमंड बर्क क) गेटेल ड) मॅक्‌आयव्हर

७) **राजकीय पक्षाचे वैशिष्ट्य म्हणजे राजकीय सत्ता प्राप्त करून ती टिकविणे. कारण -**

१) राजकीय सत्तेच्या आधारे पक्षाची ध्येय धोरणे, कार्यक्रम प्रत्यक्ष अमलात आणता येतात.

२) लोककल्याणाच्या व विकासाच्या पक्षाच्या संकल्पना राबविता येतात.

अ) फक्त १ ब) फक्त २ क) १ आणि २ ड) कोणतेही नाही.

८) राजकीय पक्षांद्वारे जनतेच्या हितासाठी लोकमत संघटित केले जाते. कारण –

अ) राजकीय पक्ष समाजात सुसंवाद साधण्याचा, जनतेला संघटित करण्याचा प्रयत्न करतात.

२) जनतेच्या हितासंबंधीच्या बाबी आपल्या पक्षाच्या कार्यक्रमात मांडून जास्तीत जास्त जनतेचा पाठिंबा आपल्या पक्षाला कसा मिळेल याबाबत सातत्याने प्रयत्नशील असतात.

३) सर्वसामान्य जनता ही अज्ञान व इतर कारणांमुळे आपल्या हितसंबंधाबद्दल जागरूक असेलच असे नाही.

अ) फक्त १ ब) फक्त २ क) फक्त ३ ड) वरील सर्व

९) राजकीय पक्ष सरकारवर नियंत्रण ठेवण्याचे कार्य करतात. याचाच अर्थ –

१) जो पक्ष सत्तेवर नसतो तो पक्ष सत्तेवर असणाऱ्या पक्षाच्या व सरकारच्या चुका जनतेच्या निदर्शनास आणतो.

२) सरकारच्या कामकाजावर टीका करून त्यावर नियंत्रण ठेवण्याचे कार्य ते पक्ष करतात.

अ) फक्त १ ब) फक्त २ क) १ आणि २ ड) कोणतेही नाही.

१०) सर्वच राजकीय पक्ष व्यापक दृष्टिकोन स्वीकारतात. कारण –

१) देशापुढील समस्या. उदा. बेरोजगार, प्रांतीयवाद, भाषावाद व इतर विविध प्रश्न सोडविणे महत्त्वाचे असते.

२) संकुचित दृष्टिकोन विघातक ठरतो व समस्यांचे निराकरण करण्यास अडथळे निर्माण होतात.

अ) फक्त १ ब) १ आणि २ क) फक्त २ ड) कोणतेही नाही.

११) राजकीय पक्ष हे सुसंघटित लोकसमूह असतात. कारण –

१) राजकीय पक्ष हे विशिष्ट तत्त्वज्ञानाने भारलेले असतात.

२) पक्षीय सदस्यांना व हितचिंतकांना पक्षाची ध्येय–धोरणे मान्य असतात.

अ) फक्त १ ब) १ आणि २ क) फक्त २ ड) कोणतेही नाही.

१२) राजकीय पक्षात मूलभूत सिद्धान्ताबद्दल एकमत असते. कारण–

१) जर पक्षाच्या मूलभूत सिद्धान्ताबद्दल मतभेद असतील तर अशा राजकीय पक्षाला लोकमताचा तितकासा पाठिंबा मिळत नाही.

२) इतर पक्षांच्या मूलभूत सिद्धान्तांचाही आदर केला जातो.

अ) फक्त १ ब) फक्त २

क) १ आणि २ ड) कोणतेही नाही.

१३) कोणत्याही लोकशाही देशात दोनपेक्षा अधिक पक्ष असल्याचे दिसून येते. कारण –

१) प्रत्येक पक्षाची वेगवेगळी तत्त्वप्रणाली असते.

२) प्रत्येक पक्षाची ध्येय धोरणे, कार्यपद्धती, नेतृत्व हे वेगवेगळे असते.

३) तत्त्वज्ञानाच्या आधारावर काही प्रमुख पक्ष मतभेदाच्या मुद्द्यावरून कार्यरत असतात.

अ) फक्त १ ब) फक्त २ क) फक्त ३ ड) वरील सर्व

१४) राजकीय पक्षांची पुढीलपैकी कोणती कार्ये सांगता येतील ?

१) जनतेच्या अडीअडचणी सोडविण्यासाठी प्रयत्न करणे, पक्षाची ध्येय–धोरणे ठरविणे, ध्येय–धोरणांची अंमलबजावणी करणे.

२) जनता व सरकार यामध्ये मध्यस्थ म्हणून कार्य करणे, राजकीय भरती करणे, जनतेला राजकीय शिक्षण देणे.

३) पक्षाची बांधणी, विविध निवडणुका लढविणे, सरकारवर नियंत्रण ठेवणे.

अ) फक्त १ ब) फक्त २ क) फक्त ३ ड) वरील सर्व

१५) जनता व सरकार यांमधील मध्यस्थ म्हणून कोणत्या प्रकारे राजकीय पक्ष कार्य करतो?

१) सत्तारूढ पक्ष हा आपल्या पक्षाचे सरकार जनकल्याणाचे कार्य किती चांगल्याप्रकारे करीत आहे, शासनाच्या योजना कोण कोणत्या आहेत हे जनतेपर्यंत पोहोचविणे.

२) विरोधी पक्ष हा प्रचलित सत्तधारी पक्ष व त्याचे सरकार कसे अकार्यक्षम आहे किंवा अकार्यक्षम ठरलेले आहे हे सांगून सरकारच्या दोषांना जनतेपुढे मांडतो.

३) राजकीय पक्ष हा जनता व सरकार यामध्ये मध्यस्थ म्हणून कार्य करतो.

अ) फक्त १ ब) फक्त २ क) १,२ आणि ३ ड) फक्त ३

१६) लोकशाही राजकीय व्यवस्थेत राजकीय पक्ष लोकशिक्षणाचे कार्य पुढीलपैकी कोणत्या प्रकारे करतात?

१) जनता अज्ञानी, अशिक्षित, असंघटित, अंधश्रद्धाळू असल्याने जनतेला राजकीय सत्ता स्पर्धेत रस नसतो.

२) जनतेचे राजकारणापासून अलिप्त राहणे अथवा उदासीन राहणे योग्य नसल्याने राजकीय पक्ष जनतेला राजकीय शिक्षण देऊन जागृत करतात.

३) राजकीय पक्ष सभा-संघटनांद्वारे, संप, बंद, मोर्चे, उपोषणे यांद्वारे चळवळी उभारून तसेच वर्तमानपत्रांमधील लेख, जाहिराती, पोस्टर्स, पुस्तिका, जाहीरनामे तसेच इतर प्रसारमाध्यमांद्वारे लोकशिक्षणाचे कार्य केले जाते.

४) आपल्या देशाबद्दल, समाजाबाबत माहिती जनतेला करून देणे.

अ) १ व ३ ब) २ आणि ४

क) ३ आणि ४ ड) वरील सर्व

१७) विरोधी पक्ष सरकारवर पुढीलपैकी कोणत्या मार्गांनी नियंत्रण ठेवते?

१) प्रशासकीय यंत्रणा अकार्यक्षम बनत असल्यास नियंत्रण ठेवते.

२) जनतेच्या प्रश्नांमध्ये व अडचणींमध्ये वाढ होत असल्यास नियंत्रण ठेवते.

३) विधिमंडळ व विधिमंडळाबाहेर सरकारच्या कामकाजावर घणाघाती टीका करणे व जनतेच्या प्रश्नांना वाचा फोडणे.

४) सत्ताधारी पक्ष सत्तेचा गैरवापर करीत असल्यास सरकार विरोधात मोर्चे, बंद, संप, आंदोलने उभी करणे.

अ) १ व २ ब) २ आणि ३ क) १ आणि ४ ड) वरील सर्व

१८) भारतात ......पद्धती अस्तित्वात आहे.

अ) एकपक्ष ब) द्विपक्ष क) बहुपक्ष ड) त्रिपक्ष

१९) बहुपक्ष पद्धतीचे पुढीलपैकी कोणते गुणधर्म आढळतात ?

१) खऱ्या अर्थाने लोकशाही पद्धती असून यात अधिकाधिक स्वातंत्र्य व निर्भयता आढळते.

२) मतदारांना उमेदवार निवडतांना विविध उमेदवारांचे पर्याय असल्याने योग्य उमेदवाराची निवड करता येते.

३) बहुपक्ष पद्धती असलेल्या देशात हुकूमशाही निर्माण होऊ शकत नाही व याचे कारण येथे अनेक विचारांचे 'राजकीय पक्ष' असतात.

४) समाजातील विविध गट व विचारांना प्राधान्य मिळत असल्याने विविध घटकांचे हितसंबंध जोपासले जातात.

अ) १ आणि ३ ब) २ आणि ४ क) १,२,३ ड) वरील सर्व

२०) भारताच्या निवडणूक आयोगाने १ डिसेंबर २००० रोजी जाहीर केल्यानुसार राष्ट्रीय पक्षांची मान्यता मिळविण्यासाठी पुढीलपैकी कोणते निकष आवश्यक आहेत ?

१) लोकसभा/विधानसभा निवडणुकीत किमान ४ राज्यात ६% मतांसहित किमान ४ जागा जिंकणे आवश्यक.

२) लोकसभेच्या निवडणुकीत किमान २% मते मिळवून २% जागा (११ सभासद) किमान ३ राज्यांतून मिळविणे आवश्यक.

३) लोकसभा/विधानसभा निवडणुकीत किमान ६% मतासहित किमान २ जागा जिंकणे आवश्यक.

अ) १ आणि २ ब) २ आणि ३

क) १ आणि ३ ड) वरील सर्व

२१) सद्य:स्थितीत भारतातील महत्त्वाच्या राष्ट्रीय पक्षांची संख्या .... इतकी आहे.

अ) पाच ब) सहा क) आठ ड) नऊ

२२) भारतीय राष्ट्रीय काँग्रेस पक्षाचे चिन्ह .... आहे.

अ) हात ब) घड्याळ क) चक्र ड) कणीस–कोयता

२३) भारतीय जनता पक्षाचे चिन्ह .... आहे.

अ) चक्र ब) कमळ क) घड्याळ ड) शेतकरी

२४) राष्ट्रवादी काँग्रेस पक्षाचे चिन्ह ....आहे.

अ) चक्र ब) शेतकरी क) कमळ ड) घड्याळ

२५) जनता दल (राष्ट्रीय) चे चिन्ह ....आहे.

अ) चक्र ब) कमळ क) शेतकरी ड) घड्याळ

२६) भारतीय कम्युनिस्ट पक्षाचे चिन्ह ....आहे.

अ) कणीस–कोयता ब) घड्याळ क) चक्र ड) हात

२७) जनता पक्षाचे चिन्ह .... आहे.

अ) कमळ ब) घागर घेतलेली स्त्री

क) शेतकरी ड) कणीस व घड्याळ

२८) लोकदलाचे चिन्ह .... आहे.

अ) शेतकरी ब) बैल व शेतकरी क) कमळ ड) चक्र

२९) जनता दल (समाजवादी) चे चिन्ह .... आहे.

अ) शेतकरी ब) चक्र

क) घागर घेतलेली स्त्री ड) घड्याळ

३०) पुढीलपैकी कोणते पक्ष धार्मिक व भाषिक तत्त्वावर आधारित आहेत?

१) मुस्लिम लीग, हिंदू महासभा

२) शिवसेना, अकाली दल

३) तेलगू देसम, द्रविड मुन्नेत्र कळघम

अ) १ आणि २ ब) २ आणि ३

क) १,२ आणि ३ ड) वरील पैकी कोणतेही नाही

३१) धार्मिक तत्त्वावर आधारित पक्षांचा महत्त्वाचा दोष कोणता?

१) धर्म निरपेक्षतेच्या घोषणा करून संकुचित अशा धार्मिक भावनांचा पुरस्कार.

२) धर्माधिष्ठित तत्त्वांना धर्म निरपेक्षतेच्या तत्त्वात परावर्तित करणे.

अ) फक्त १ ब) फक्त २

क) १ आणि २ ड) कोणतेही नाही.

३२) बहुतांशी राजकीय पक्षांमध्ये पक्षनेतृत्वाला अतिशय महत्त्व दिले जाते. कारण –

१) पक्षनेतृत्वाचे मोठे योगदान असते.

२) पक्षनेतृत्वाला श्रेष्ठ समजून त्यांची व्यक्तिपूजा केली जाते.

३) राजकीय पक्ष विचारसरणीला, तत्त्वांना महत्त्व देतात.

अ) फक्त १ ब) १ आणि २

क) फक्त २ ड) १,२ आणि ३

३३) भारतीय राजकारणात 'आयाराम–गयाराम' हा शब्दप्रयोग रूढ झाला. कारण –

१) पक्षाबद्दल, पक्षसिद्धान्ताबद्दल, कार्यक्रमाबद्दल पक्ष कार्यकर्त्यांमध्ये आस्था, तळमळ किंवा त्यागाच्या भावनेचा अभाव.

२) पक्षांतरे सहज व मोठ्या प्रमाणात होतात.

३) सत्ताप्राप्ती, स्वार्थ साध्य करण्यासाठी नैतिक मूल्ये झुगारून गटागटाने पक्षांतर करणे.

४) पक्ष फोडाफोडी करून, कायद्यातील पळवाटांचा लाभ घेऊन पक्षांतरे केली जातात.

अ) १ आणि २ ब) २ आणि ३ क) ३ आणि ४ ड) वरील सर्व

३४) १९९१ च्या लोकसभा निवडणुकीनंतर ....या पक्षाच्या रूपाने प्रभावी विरोधी पक्ष निर्माण झाला.

अ) जनता दल ब) भारतीय जनता पार्टी

क) भारतीय कम्युनिस्ट पक्ष ड) लोकदल

३५) क्षेत्रीय पक्षांची निर्मिती कशातून होते?

१) प्रादेशिक संकुचित भावनेतून.

२) भाषिक व धार्मिक हितसंबंधांना महत्त्व दिल्याने.

३) व्यक्तिगत अहंकार व वैयक्तिक स्वार्थातून, मर्यादित हितसंबंध जोपासण्यासाठी, रक्षणासाठी.

अ) फक्त १ ब) फक्त २ क) १,२ आणि ३ ड) कोणतेही नाही.

३६) अपक्षांच्या वाढत्या संख्येमुळे मूल्यवर्धित राजकारणाऐवजी तत्त्वहीन राजकारण बनले आहे. कारण –

१) अपक्षांची वाढती संख्या व त्यांचे दबावाचे राजकारण यातून सत्ता टिकविण्यासाठी सत्तारूढ पक्षाला व सत्ता मिळविण्यासाठी विरोधी पक्षाला तत्त्वहीन राजकारण करून अपक्षांना मोठ्या प्रमाणात मोठा वाटा द्यावा लागतो.

२) अपक्ष हे मूल्याधिष्ठित असतात.

३) अपक्षांना प्रादेशिक स्तरावर महत्त्व असते.

अ) फक्त १ ब) फक्त २ क) फक्त ३ ड) वरील सर्व

३७) भारतातील अनेक पक्षांची निर्मिती .... पक्षातून झालेली आहे.

अ) हिन्दू महासभा ब) भारतीय जनता पक्ष

क) अखिल भारतीय राष्ट्रीय काँग्रेस ड) जनता दल

३८) अनेक पक्षांची निर्मिती पुढीलपैकी कोणत्या कारणातून होते –

१) पक्षाची तत्त्वे, ध्येय धोरणांच्या कार्यपद्धतीतून.

२) संकुचित निष्ठा व स्वार्थाला महत्त्व देणे.

३) पक्षांतर्गत ऐक्यासाठी.

४) वरीलपैकी कोणतेही नाही.

३९) राजकीय पक्षाचा वैचारिक गोंधळ कसा स्पष्ट होतो ?

१) मतदारांचा पाठिंबा मिळविण्यासाठी जात, धर्म, भाषा अशा वेगवेगळ्या संवदेनाक्षम बाबी, स्वार्थ समोर ठेवून तत्त्वज्ञानाला तिलांजली देण्यातून.

२) इतर पक्ष व नेते यांच्या विशिष्ट प्रश्नावर घेतलेल्या भूमिकांवरून आपणही मागे पडू नये म्हणून गोंधळलेल्या अवस्थेत घेतलेले निर्णय.

३) विरोधकांना विरोध म्हणून तत्त्वज्ञानाविरुद्ध भूमिका घेणे.

अ) फक्त १ ब) फक्त २

क) फक्त ३ ड) वरील सर्व

४०) जोड्या जुळवा. सांकेतिकेमधून योग्य पर्याय निवडा.

'अ' गट (राजकीय पक्ष)	**'ब' गट (राजकीय पक्ष स्थापना)**
अ) भारतीय राष्ट्रीय काँग्रेस	१) १९७७
ब) जनता पक्ष	२) १९८७
क) जनता दल	३) १९५६
ड) रिपब्लिकन पक्ष	४) १८८५

सांकेतिके :

	अ	ब	क	ड
अ)	४	१	२	३
ब)	१	२	३	४
क)	३	४	१	२
ड)	२	३	४	१

४१) जोड्या जुळवा.

सांकेतिकेतून योग्य पर्याय निवडा.

'अ' गट (प्रादेशिक पक्ष)	**'ब' गट (राज्य)**
अ) समता पार्टी	१) महाराष्ट्र
ब) शिवसेना	२) आंध्रप्रदेश
क) तृणमूल काँग्रेस	३) बिहार
ड) तेलगू देसम	४) पश्चिम बंगाल

सांकेतिके :

	अ	ब	क	ड
अ)	१	२	३	४
ब)	३	१	४	२
क)	४	३	२	१
ड)	२	४	१	३

४२) **.... यास भारतीय पक्षव्यवस्थेचा प्रारंभ बिंदू किंवा निर्मिती बिंदू असे म्हटले जाते.**

अ) राष्ट्रीय आंदोलन ब) धर्मनिरपेक्षता क) एकात्मता ड) प्रादेशिकता

४३) **.... यांनी जनसंघाची स्थापना केली.**

अ) आचार्य कृपलानी ब) जयप्रकाश नारायण

क) श्यामाप्रसाद मुखर्जी ड) राजगोपालाचारी

४४) **.... मध्ये श्रीमती इंदिरा गांधींच्या धोरणामुळे काँग्रेसचे विघटन होण्याची क्रांतिकारी घटना घडली.**

अ) १९६५ ब) १९६७

क) १९६९ ड) १९७१

४५) **श्रीमती गांधींचा पराभव करण्याच्या उद्देशाने १९७१ च्या लोकसभा निवडणुकीच्या वेळी .... यांनी महागटबंधन** (Grand alliance) **केले.**

अ) जनसंघ, साम्यवादी पक्ष, जनता दल, लोकदल.

ब) संघटन काँग्रेस, स्वतंत्र पक्ष, जनसंघ, समाजवादी पक्ष.

क) समता पार्टी, भारतीय जनता पार्टी, जनता दल, राष्ट्रवादी काँग्रेस.

ड) जनता दल, भारतीय जनता पार्टी, समता पार्टी, राष्ट्रीय मोर्चा.

४६) **.... च्या काळातील राजकीय घडामोडींनी भारतीय राजकीय व्यवस्थेतील राष्ट्रीय पक्षांचे महत्त्व कमी होऊन प्रादेशिक पक्षांच्या भूमिकेला महत्त्वपूर्ण स्थान मिळू लागले.**

अ) १९७८ ब) १९८१ क) १९८५ ड) १९८९

४७) **.... पर्यंतच्या कालखंडात प्रबल प्रादेशिक पक्षांच्या उदयामुळे केंद्रातील सरकार स्थापनेत प्रादेशिक पक्षांच्या भूमिकेला महत्त्व देण्यात येऊ लागले.**

अ) १९९१ ब) १९९६ क) २००० ड) २००५

४८) राजकीय पक्षांच्या विकास व वाटचालीमध्ये झालेल्या महत्त्वाच्या बाबी पुढीलपैकी कोणत्या सांगता येतील?

१) बहुतांशी प्रादेशिक आणि इतर किरकोळ पक्ष काँग्रेसची अपत्ये आहेत.

२) सांप्रदायिकतेचा शिक्का लागलेल्या भारतीय जनता पक्षाला १९८९ पासून राष्ट्रीय स्तरावरील दुसरा मोठा पक्ष म्हणून स्थान मिळू लागले.

३) प्रबल प्रादेशिक पक्षांच्या उदयामुळे केंद्रातील सरकार स्थापनेमध्ये प्रादेशिक पक्षांची भूमिका महत्त्वाची मानली जाऊ लागली.

अ) १ आणि २ ब) २ आणि ३ क) १ आणि ३ ड) वरील सर्व

४९) लहान पक्षांच्या वाढीचे व त्यांना महत्त्वपूर्ण भूमिका मिळण्याचे मुख्य कारण म्हणजे –

१) काँग्रेसची सत्ता ९० च्या दशकात गेलेली असली तरी भारतीय जनता पक्षामध्ये ही पोकळी भरून काढण्याची पुरेशी क्षमता नाही.

२) काँग्रेस किंवा भारतीय जनता पक्षासारख्या प्रमुख पक्षांचे अपयश किंवा सत्ता संपादनाच्या संदर्भातील असलेला अपुरेपणा.

३) काँग्रेस व भारतीय जनता पक्ष हे दोन्हीही पक्ष आज स्वबळावर सरकार स्थापन करण्याचा किंवा देशातील सर्वच्या सर्व जागा एका पक्षचिन्हावर लढण्याचाही विचार करीत नाहीत.

अ) फक्त १ ब) फक्त २

क) १,२ आणि ३ ड) फक्त ३

५०) 'भारतीय राजकीय व्यवस्थेतील एक पक्षीय वर्चस्व पद्धतीचा काळ संपून अशा काळात प्रवेश केला आहे की, ज्यात अनेक पक्षांमध्ये महत्त्वाचे स्थान प्राप्त करण्याची स्पर्धा सुरू झाली आहे.' हे निरीक्षण कोणाचे ?

अ) रजनी कोठारी ब) रिचर्ड एल्. पार्क

क) हरमन फायनर ड) मॉरिस जोन्स

५१) भारतीय पक्ष व्यवस्थेच्या स्वरूपावरून पुढीलपैकी कोणती वैशिष्ट्ये सांगता येतील ?

१) भारतात व्यापक आधार असलेले तसेच कृतिशील राजकीय पक्ष व व्यक्तीशी संबंधित राजकीय पक्ष अशा राजकीय पक्षाच्या स्वरूपाचे सहअस्तित्व आहे.

२) साम्यवादी व भारतीय जनता पक्ष वगळता इतर कोणतेही पक्ष राजकीय विचार धारा किंवा आर्थिक कार्यक्रमाच्या आधारावर निर्माण झालेले नाहीत.

३) बहुपक्ष पद्धती भारतात अस्तित्वात असली तरी १९६७, १९७७, १९८९, १९९६, १९९८, २००४ या काळापासून आघाडी शासनाच्या कालखंडाला प्रारंभ होऊन एक पक्षीय वर्चस्व व्यवस्था संपुष्टात आली.

४) भारतात सशक्त आणि संघटित अशा विरोधी पक्षाचा प्रारंभापासून अभाव आढळतो. त्यामुळे केवळ विरोध म्हणजे निराशावाद किंवा नकारात्मक दृष्टिकोन होय. तसेच सर्व पक्षांमध्ये गटबाजीच्या राजकारणाला ऊत येऊन पक्ष विघटन मोठ्या प्रमाणावर होत आहे.

अ) १ आणि २ ब) २ आणि ३ क) ३ आणि ४ ड) वरील सर्व

५२) भारतीय राजकारणात मंडलीकरणामुळे (जातीय आरक्षण) सामाजिक–राजकीय बदलांच्या सुरुवातीच्या घडामोडींची मुहूर्तमेढ रोवली गेली असे का म्हटले गेले?

१) मंडल आयोग शिफारसींमुळे उत्तर भारत व तेथील मागासवर्गीय समाजामध्ये बदलांची प्रक्रिया सुरू झाली.

२) या बदलांचे स्वरूप उत्तर भारतापुरते मर्यादित न राहता देशव्यापी बनले.

३) दलित, आदिवासी स्त्रिया, गरीब वर्गाने राजकीय आधार शोधण्यास प्रारंभ केला.

४) खालच्या पातळीपासून उर्ध्व दिशेने सुरू झालेल्या सामाजिक बदलांमुळे राजकीय समीकरणांमध्ये बदल होऊ लागला.

अ) १ आणि २ ब) २ आणि ३ क) ३ आणि ४ ड) वरील सर्व

५३) बहुतेक प्रादेशिक पक्षांचे कार्यक्षेत्र विशिष्ट राज्यांपुरतेच असल्याने .... यांनी "One State Parties" असा शब्दप्रयोग केला.

अ) रजनी कोठारी ब) मॉरिस जोन्स

क) हरमन फायनर ड) रिचर्ड एल. पार्क

५४) प्रादेशिक पक्षांच्या उदयामध्ये तसेच त्यांच्या राष्ट्रीय राजकारणातील भूमिकेच्या वाढत्या महत्त्वाची पुढीलपैकी कोणती कारणे सांगता येतील? –

१) भारताची प्रादेशिक विविधता.

२) प्रादेशिक विकासाकडे दुर्लक्ष.

३) उपजत प्रांतीय निष्ठांना सांप्रदायिक तसेच वांशिक शक्तींच्याद्वारे प्रोत्साहन.

४) प्रादेशिक पक्षांचे जातीय स्वरूप.

५) भाषिक अस्मिता.

अ) १,२ आणि ३ ब) १,३ आणि ४

क) २,३, आणि ५ ड) वरील सर्व

५५) 'भारतीय राजकारणाचे एक प्रमुख निर्धारक तत्त्व म्हणजे प्रादेशिकतावाद होय की, ज्यामुळे भारतीय संघापेक्षा (Union) लोक आपले वास्तव्य असलेल्या प्रदेशाला किंवा राज्याला विशेष महत्त्व व प्रेम देतात.' हे मत कोणाचे ?

अ) रजनी कोठारी ब) डॉ. इक्बाल नारायण

क) डॅनियल लर्नर ड) मॉरिस जोन्स

५६) प्रादेशिकतावादाचे किंवा भारतातील प्रादेशिक राजकारणाचे कोणते प्रकार सांगता येतील ?

१) भारतातून फुटून निघण्याची मागणी, वेगळ्या राज्याची मागणी.

२) केंद्रशासित प्रदेशांची पूर्ण राज्याचा दर्जा देण्याची मागणी.

३) आंतरराज्यीय संघर्ष, प्रादेशिक, आर्थिक असंतुलनामुळे संघर्ष.

४) प्रादेशिक आर्थिक असंतुलनामुळे संघर्ष.

५) केन्द्र शासनाची पक्षपाती भूमिका, राजकीय नेतृत्व.

अ) १,३,५ ब) २,३,४ क) १,३,४ड) वरील सर्व

५७) प्रादेशिकतेच्या आधारावर राजकारण करण्याचा तसेच स्वतंत्र द्रविडीस्थानची मागणी प्रथमतः.... या पक्षाने केली.

अ) जस्टिस पार्टी ब) अण्णा द्रमुक

क) तेलगू देसम् ड) तेलंगण राज्य समिती

५८) फुटीर प्रवृत्तींना पायबंद घालण्यासाठी .... घटनादुरुस्ती करण्यात आली.

अ) ११ वी ब) १३ वी क) १६ वी ड) १९ वी

५९) .... नंतर काँग्रेस पक्षाचा राज्यांमधील एकाधिकार संपल्यामुळे राज्यात संयुक्त विधायक दलाची सरकारे स्थापन झाली.

अ) १९६१ ब) १९६३ क) १९६५ ड) १९६७

६०) लोकशाहीची वाटचाल ही आघाडीच्या राजकारणाच्या नव्या दिशेने होऊ लागली आहे. कारण –

१) काँग्रेसच्या राजकीय वर्चस्वामध्ये सतत होणारी घट.

२) राष्ट्रीय पक्षांचा कमी होणारा जनाधार.

३) प्रादेशिक पक्षांचा वाढता प्रभाव.

अ) फक्त १ ब) १आणि २

क) फक्त २ ड) १,२ आणि ३

६१) आघाडी सरकारचे पुढीलपैकी कोणते दोष सांगता येतील.

१) आघाडीतील घटक पक्षांचा लहरी व मनमानी कारभार.

२) प्रादेशिक संकुचित हितसंबंधाबाबत दुराग्रही भूमिका.

३) आर्थिक मागण्या व सौदेबाजीचे राजकारण.

४) मागण्या पूर्ण करण्यासाठी दबाव, दडपण, धमकीच्या मार्गांचा अवलंब.

अ) १ आणि २ ब) २ आणि ३ क) ३ आणि ४ ड) वरील सर्व

६२) ....या काळात तीन आघाड्यांच्या सरकारांमुळे देशात कायम अस्थिरतेचे वातावरण राहिले आहे.

अ) १९७५ ते १९७८ ब) १९८५ ते १९८९

क) १९९६ ते १९९९ ड) २००० ते २००५

६३) आघाडी सरकारच्या स्वरूपातून कोणते नवे राजकीय घटक समोर येतात?

१) राजकीय अस्थिरता, तत्त्वहीनता, केंद्र–घटक राज्य तणाव

२) इतर पक्षांचा पाठिंबा

३) पक्षांतर

अ) फक्त १ ब) फक्त २ क) १आणि २ ड) वरील सर्व

६४) १९५२ मध्ये .... येथील काँग्रेसचे सरकार पक्षांतरामुळेच पडले व त्या ठिकाणी पहिले आघाडी सरकार ग्यानसिंग गरेवाल यांच्या नेतृत्वाखाली अस्तित्वात आले.

अ) ओरिसा ब) पेप्सू

क) बिहार ड) पश्चिम बंगाल

६५) आघाडी सरकारची पुढीलपैकी कोणती वैशिष्ट्ये सांगता येतील ?

१) सिद्धान्तहीन आघाडी, राज्यपालांशी तणावपूर्ण संबंध.

२) राजकीय अस्थिरता, संयुक्त जबाबदारीच्या तत्त्वात बदल.

३) पक्षांतरामुळे बाहेर पडलेली व्यक्ती साधारणत: आघाडी सरकारची मुख्यमंत्री बनते.

४) मंत्र्यांच्या संख्येत अवाढव्य वाढ, विधिमंडळाचे महत्त्व वाढले.

अ) १ आणि २ ब) २ आणि ३ क) ३ आणि ४ ड) वरील सर्व

६६) 'शासनाच्या धोरणावर प्रभाव पाडण्यासाठी स्थापन करण्यात आलेल्या खासगी संघटना म्हणजे दबावगट होय.' ही व्याख्या कोणाची ?

अ) इबस्टिन ब) व्हि.ओ.के.

क) मॅक्आयव्हर ड) गटेल

६७) 'सार्वजनिक धोरणावर परिणाम घडवून आणणारा आणि आपले हितसंबंध जोपासणारा गट म्हणजे दबाव गट.' असे कोणी सांगितले?

अ) इबस्टिन ब) गेटेल क) शुंपिटर ड) मॅक्स वेबर

६८) 'दबाव गट म्हणजे असा लोकसंग्रह की जो आपल्या सभासदांना शासकीय सत्ता स्थानांवर न आणता शासकीय निर्णयांवर आपला प्रभाव निर्माण करून संघटनेचे हितसंबंध साधतो.' हे प्रतिपादन कोणाचे ?

अ) मॅक्स वेबर ब) गटेल क) झिंगलर ड) इबस्टिन

६९) दबावगटांची वैशिष्ट्ये म्हणजे –

१) दबावगट ही अ–राजकीय संघटना असून त्यांचा राजकीय सत्ता प्राप्त करणे हा उद्देश नसतो.

२) दबावगटांचे कार्यक्षेत्र मर्यादित स्वरूपाचे असून ते विशिष्ट मर्यादेतच काम करतात.

३) उद्दिष्टांच्या पूर्ततेसाठी हिंसक व शांततामय अशा दोन्ही मार्गांचा अवलंब केला जातो.

४) दबावगटात विविधता असते.

अ) १ आणि २ ब) ३ आणि ४ क) १,२,३ ड) वरील सर्व

७०) दबावगटांची पुढीलपैकी कोणती प्रमुख कार्ये सांगता येतील ?

१) संघटनेतील सदस्यांच्या हितसंबंधांचे रक्षण करणे, आपल्या गटाच्या मागण्या शासनापुढे मांडणे.

२) सामान्य जनता व शासन यांच्यामधील मध्यस्थ.

३) शासनाला वेळोवेळी माहिती पुरविणे.

४) नेतृत्व निर्मितीची प्रक्रिया करणे.

अ) १ आणि २ ब) ३ आणि ४

क) वरील सर्व ड) वरीलपैकी कोणतेही नाही

७१) पुढीलपैकी कोणत्या संघटना या औद्योगिक दबावगटात समाविष्ट होतात ?

१) फेडरेशन ऑफ इंडियन चेंबर्स ऑफ कॉमर्स अॅण्ड इंडस्ट्रीज.

२) अखिल भारतीय उत्पादक संघटना.

३) नॅशनल स्टुडंट्स युनियन ऑफ इंडिया.

४) शेतकरी संघटना.

अ) १ आणि २ ब) ३ आणि ४

क) २ आणि ३ ड) १ आणि ४

७२) ......मध्ये भारतीय राष्ट्रीय काँग्रेसने ऑल इंडिया ट्रेड युनियन काँग्रेसची स्थापना केली होती.

अ) १८८६ ब) १९०२ क) १९२० ड) १९३५

७३) 'इतर समानशील गटांवर प्रभाव पाडणारा, समान उद्दिष्ट असणारा हा गट हितसंबंधी गट होय. असा गट जेव्हा शासनाच्या विभागामार्फत किंवा शासनावर आपल्या मागण्यांचे दडपण आणतो तेव्हा तो राजकीय हितसंबंधी गट बनतो. व त्या गटाच्या कार्याचे स्वरूप केवळ गटापुरते मर्यादित न राहता ते राजकीय व शासकीय प्रक्रियेवर परिणाम करते.' हे मत कोणाचे ?

अ) गॅब्रिएल आल्मंड ब) फ्रान्सिस कॅसल्स

क) व्ही.ओ.के. ड) डेव्हिड ट्रूमन

७४) जोड्या लावा. सांकेतिकेमधून योग्य पर्याय निवडा.

'अ' गट (हितसंबंधी गट)	**'ब' गट (उदाहरणे)**
अ) संख्यात्मक हितसंबंधी गट	१) कामगार संघटना, उत्पादक, उद्योजक संघटना, व्यापारी संघटना, वांशिक संघटना, नागरी संघटना.

ब) संघटनात्मक हितसंबंधी गट	२) लोकांचा समुदाय, दंगलीसाठी जमा झालेला समुदाय.
क) असंघटित हितसंबंधी गट	३) राजकीय पक्ष, विधिमंडळे, सेनादले, प्रशासन विभाग, धर्मसंस्था.
ड) अविचार गट	४) प्रादेशिक, भाषिक, वांशिक गट

सांकेतिके :

	अ	ब	क	ड
अ)	४	३	२	१
ब)	३	१	४	२
क)	२	४	१	३
ड)	१	२	३	४

७५) दबावगट आपली कार्ये पार पाडताना पुढीलपैकी कोणत्या पद्धतींचा अवलंब करतात.

१) लोकमत जागृत करून शासनावर अप्रत्यक्षरीत्या प्रभाव पाडणे.

२) आपला कार्यभाग साध्य करण्यासाठी राजकीय पक्षांशी संधान साधणे.

३) शासनाचे लक्ष आपल्या मागण्यांकडे वेधण्यासाठी प्रत्यक्ष कारवाई करणे.

अ) फक्त १ ब) फक्त २

क) फक्त ३ ड) वरील सर्व

७६) दबावगटांना विधिमंडळाबरोबर कार्यकारी प्रशासकांवरही प्रभाव पाडावा लागतो. कारण –

१) कल्याणकारी राज्यात विधिमंडळ हे प्रशासनाकडे निर्णय घेण्याचे अधिकार सोपवितात.

२) विधिमंडळ निर्णय घेत असले तरी त्यात प्रशासकांचा वाटा मोठा असतो.

अ) फक्त १ ब) १ आणि २

क) फक्त २ ड) कोणतेही नाही

७७) दबावगटांच्या राजकारणावर दृष्टिकोनांचा परिणाम होत असतो. कारण–

१) दबावगट हे केवळ धोरण ठरवीत नाहीत.

२) दबावगटांना राजकीय प्रक्रियेत स्थान प्राप्त करून घेण्यासाठी कोणत्या ना कोणत्या स्वरूपाची अधिमान्यता मिळवावी लागते.

३) सदस्यांच्या निष्ठा, दृष्टिकोन, बाहेरील लोक, सत्ताधारी यांच्यामुळे दबावगटाच्या कार्यावर परिणाम होतो.

अ) फक्त १आणि २ ब) फक्त २ आणि ३

क) फक्त १आणि ३ ड) वरील सर्व

७८) जोड्या जुळवा. सांकेतिकेमधून योग्य पर्याय निवडा.

'अ' गट (भारतातील दबावगट)	**'ब' गट (उदाहरणे)**
अ) संस्थात्मक दबावगट	१) सांप्रदायिक/धार्मिक समुदाय, जातिवार समुदाय, भाषागत समुदाय, गांधीवादी संघ, युवातर्क, सिंडीकेट.
ब) समुदायात्मक दबावगट	२) जम्मू ॲण्ड काश्मीर लिबरेशन फ्रंट, बब्बर खालसा, खलिस्तान कमांडो फोर्स, उल्फा खलिस्तान लिबरेशन.
क) असमुदायात्मक दबावगट	३) श्रमिक संघ, व्यावसायिक संघ, शेतकरी समुदाय, विद्यार्थी समुदाय,कर्मचारी संघ, सांप्रदायिक संघ.
ड) प्रदर्शनात्मक दबावगट	४) काँग्रेस कार्य समिती, काँग्रेस सांसदीय बोर्ड, मुख्यमंत्री क्लब, केंद्रीय निवडणूक समिती, नोकरशाही, सेना.

सांकेतिके :

	अ	ब	क	ड
अ)	१	२	३	४
ब)	२	४	२	१
क)	४	३	१	२
ड)	३	१	४	३

उत्तरे

१ - क	२१ - क	४१ - ब	६१ - ड
२ - ब	२२ - अ	४२ - अ	६२ - क
३ - अ	२३ - ब	४३ - क	६३ - अ
४ - ब	२४ - ड	४४ - क	६४ - ब
५ - क	२५ - अ	४५ - ब	६५ - ड
६ - अ	२६ - अ	४६ - क	६६ - ब
७ - क	२७ - क	४७ - ब	६७ - अ
८ - ड	२८ - ब	४८ - ड	६८ - क
९ - क	२९ - क	४९ - क	६९ - ड
१० -ब	३० - क	५० - अ	७० - क
११ -ब	३१ - अ	५१ - ड	७१ - अ
१२ - अ	३२ - ब	५२ - ड	७२ - क
१३ - ड	३३ - ड	५३ - ब	७३ - ड
१४ - ड	३४ - ब	५४ - ड	७४ - ब
१५ - क	३५ - क	५५ - ब	७५ - ड
१६ - ड	३६ - अ	५६ - ड	७६ - ब
१७ - ड	३७ - क	५७ - अ	७७ - ड
१८ - क	३८ - ब	५८ - क	७८ - क
१९ - ड	३९ - ड	५९ - ड	
२० -अ	४० - अ	६० - ड	

■■

विभाग ब

प्रकरण १३

शासन व वैज्ञानिक तसेच औद्योगिक व्यवसायातील अन्योन्यक्रिया

✡ अगोदरच्या व वर्तमान स्थितीतील त्यांचे संबंध, त्यांच्या समाजातील बदलत्या भूमिका, श्रेष्ठीजन, दबावगटाच्या भूमिका व समाजातील स्वयंसेवी संघटना

महत्त्वाचे मुद्दे

✡ दबावगट खासगी संघटनेच्या स्वरूपाचा असून ते आपले हितसंबंध सुरक्षित ठेवणे व ते वाढविणे याबाबत प्रयत्नशील असतात व शासनावर प्रत्यक्ष-अप्रत्यक्षरीत्या दबाव टाकतात.

✡ दबावगट अतिशय संकुचित कार्यासाठी निर्माण झालेले असतात. औद्योगिकीकरणामुळे अनेक लहान-मोठे उद्योग, व्यवसाय निर्माण झाल्याने समाजात त्यांचे वर्ग, उपवर्ग, गट उदयास आले व असे गट आपले हितसंबंध सुरक्षित ठेवण्याचा प्रयत्न करू लागले. हे गट संघटित होऊन शासनाच्या निर्णय व धोरण प्रक्रियेवर प्रभाव टाकण्याचा प्रयत्न करतात.

✡ दबावगट हे शासनाधिकारी व कर्मचारी यांच्याशी संपर्क तसेच संबंध ठेवणे व वाढविणे यासाठी ते प्रयत्नशील असतात. अधिकारी निर्णय घेत असताना ते आपल्याला फायद्याचे ठरावे असा प्रयत्न केला जातो किंवा त्यावर प्रभाव टाकला जातो.

✡ आधुनिक काळात व कल्याणकारी राज्यामुळे शासनाचे अधिकार व कार्यक्षेत्र व्यापक बनले आहे.

✡ श्रेष्ठजनांकडून समाजाचे ध्येय व उद्देश ठरविले जातात तसेच समाजाचे स्वरूप श्रेष्ठजनांच्या रचनेवर अवलंबून असते. मार्क्सचा 'वर्ग कलहाचा सिद्धान्त' हा श्रेष्ठजनांतील बदलासंबंधीचा सिद्धान्त आहे.

✡ पॅरेटोने श्रेष्ठजनातील फेरबदलासंबंधी सिद्धान्त मांडला, त्याने गुणवत्तेला महत्त्व दिले. श्रेष्ठजनातील फेरबदलांचा प्रश्न सामाजिक व राजकीय स्थिरता यांच्याशी निगडित आहे व त्या दृष्टीने गुणवत्तेच्या आधारावर श्रेष्ठजनातील फेरबदल मुक्त असावयास हवेत, असे पॅरेटोच्या सिद्धान्तात स्पष्ट केले.

✡ मोस्काच्या मते समाज गतिशील असून त्याच्या विकासात नवीन वर्ग व नवीन हितसंबंध निर्माण होतात व हे नवीन वर्ग व हितसंबंध प्रस्थापित श्रेष्ठीजनांना आव्हान देत असतात व त्यांचे स्थान प्राप्त करण्याचा प्रयत्न करतात.

✡ पॅरेटो याची श्रेष्ठीजनांची कल्पना व्यक्तिप्रधान आहे तर मोस्काची श्रेष्ठीजनांची कल्पना ही समाजाभिमुख आहे; कारण तो समाजातील वर्ग व हितसंबंध यात होणाऱ्या फेरबदलाला महत्त्व देतो.

✡ श्रेष्ठीजन स्वतःकडे सत्ता टिकविण्यावर अधिक भर देतात व त्या दृष्टीने जनतेवर आपली ध्येय-धोरणे लादण्याचा प्रयत्न करतात व त्यासाठी ते संघटित होतात.

प्रश्न :

१) **खालील पैकी कोणी लोकतंत्र/प्रजातंत्राच्या श्रेष्ठीजन सिद्धान्ताचा पुरस्कार केला नाही.**

अ) मिचेल ब) पॅरेटो क) मोस्का ड) सी. मॅक्फरसन

२) **खाली दिलेल्या श्रेष्ठीजनांच्या दोन स्थूल प्रकारांवर विचार करा**

१) संघटित आणि निर्देशन करणारे श्रेष्ठीजन, जे मूर्त उद्देश व कार्यक्रमाच्या संबंधात व्यवहार करतात.

२) अनौपचारिक संघटित श्रेष्ठीजन जे नैतिक व आध्यात्मिक समस्यांच्या संबंधात व्यवहार करतात.

खालीलपैकी कोणी श्रेष्ठीजनांच्या या दोन स्थूल प्रकाराचे वर्गीकरण केले?

अ) बिलफ्रेडो पॅरेटो ब) कार्ल मॅनहाईन क) गेटेनो मोस्का ड) रॉबर्ट मिचेल्स

३) **हितसमूह व प्रशासकीय अभिकरण, जे नीती-निर्धारण व नीती कार्यान्वयनाचे केंद्र आहेत, यांच्यामध्ये घनिष्ट कार्यसंबंध असलेला**

समूह म्हणजे –

अ) संस्थागत हितसमूह ब) संबद्ध हितसमूह

क) व्यापार हितसमूह ड) ग्राहक हितसमूह

४) **विधान (क) : आज अधिकाराचे मूल्यांकन करण्यात तांत्रिक शिक्षण, व आर्थिक विकास लष्करी अधिकारापेक्षा अधिक महत्त्वपूर्ण झाले आहे.**

कारण (ख) : अधिकाराचे स्रोत कधीही स्थिर असत नाही व ते सतत परिवर्तनशील स्थितीमध्ये राहातात.

अ) विधान 'क' आणि कारण 'ख' बरोबर आहे; कारण 'ख' हे विधान 'क' चे योग्य स्पष्टीकरण आहे.

ब) विधान 'क' आणि कारण 'ख' बरोबर आहे परंतु कारण 'ख' हे 'क' चे योग्य स्पष्टीकरण नाही.

क) 'क' चूक आहे परंतु 'ख' बरोबर आहे.

ड) 'क' बरोबर आहे परंतु 'ख' चूक आहे.

५) **विशिष्ट वर्गसिद्धान्ताच्या संघटनात्मक व्यवस्थेचे खालीलपैकी कोणी प्रतिनिधित्व केले?**

अ) विल्फ्रेडो पॅरेटो ब) गटेनो मोस्का

क) रॉबर्ट मायकेल्स ड) सी. राईट मिल्स

उत्तरे

१) – ड

२) – क

३) –अ

४) –अ

५) –ब

■■

विभाग ब

प्रकरण १४

स्थानिक शासन आणि राजकारण

- ✡ पंचायत राज आणि म्युनिसिपल शासन.
- ✡ रचना, अधिकार आणि कार्ये.
- ✡ राजकीय वास्तविकता.
- ✡ ७३ व्या व ७४ व्या घटनादुरुस्तीचे महत्त्व.
- ✡ पंचायतीमधील महिलांची भूमिका.

महत्त्वाचे मुद्दे

- ✡ स्थानिक शासन हा राष्ट्रीय अथवा प्रांतिक शासनाचा असा भाग की जो प्रामुख्याने विशिष्ट प्रदेश किंवा स्थानातील रहिवाशांच्या संबंधीचे प्रशासकीय विषय हाताळतो; तसेच तो प्रांतिक शासनाचा दुय्यम विभाग म्हणून संसदेने सोपविलेल्या प्रशासकीय विषयांची अंमलबजावणी करतो.
- ✡ स्थानिक शासन हे स्थानिक समाजाशी निगडित असून स्थानिक शासनाच्या संस्थांना स्वायत्तता असते; तसेच प्रांतिक शासनाच्या कायद्यानुसार त्यांची निर्मिती केलेली असल्याने त्यांवर राज्यसंस्थेचे नियंत्रण असते.
- ✡ स्थानिक शासनसंस्था स्वतंत्रपणे आर्थिक निधी उभारू शकतात तसेच त्यांचे स्वरूप हे बहुउद्देशीय असणे आवश्यक आहे.
- ✡ स्थानिक शासनाच्या अनिवार्य कार्यामध्ये गृहनिर्माण, पिण्याचा पाण्याचा पुरवठा, सार्वजनिक स्वच्छता, आरोग्य सेवा, व्यापार, वाणिज्य नियंत्रण, रस्तेबांधणी, शिक्षण सुविधा, कर निश्चिती वसुलीचा समावेश होतो तर ऐच्छिक कार्यात आर्थिक विकास कार्ये, मनोरंजन सुविधा, सांस्कृतिक कार्ये, यांचा समावेश होतो व सोपीव कार्यात केंद्र व राज्य शासनाने सोपविलेली विकास कामे व

योजनांची अंमलबजावणी केली जाते.

✡ स्थानिक शासनामुळे राजकीय शिक्षण, लोकशाहीचा पाया भक्कम होणे, नागरी सेवांची उपलब्धता, प्रशासकीय सुविधा, नोकरशाहीवर नियंत्रण, स्थानिक-आर्थिक साधनांची उभारणी, एकात्मिक विकासासाठी प्रयत्न केला जातो.

✡ भारतात वैदिक काळापासून खेडे – ग्राम हे स्थानिक स्वशासनाचे पायाभूत घटक होते. त्यानंतर ब्रिटिश काळात लॉर्ड मेयो याने नागरी प्रशासन व प्रांतीय प्रशासनात विक्रेंद्रीकरणाचे धोरण स्वीकारले. भारतीयांना प्रशासन कार्यात समाविष्ट करून घ्यावे व आर्थिक सत्तेचे विकेंद्रीकरण व्हावे हा त्यामागे हेतू होता. लॉर्ड रिपनने ग्रामीण स्वशासन संस्थांना पुर्नजिवीत करून विकेंद्रीकरणाचा प्रयोग केला.

✡ स्वातंत्र्यप्राप्तीनंतर १९४७ मध्ये पंचायत राज्यकायदा संमत करून सार्वत्रिक प्रौढ मताधिकारावर आधारित ग्रामपंचायती, न्यायपंचायती स्थापन करण्यात आल्या. म. गांधींच्या आग्रही प्रतिपादनानुसार राज्यघटनेत ग्रामपंचायतींचा समावेश करणारा अनुच्छेद ४० स्वीकारला गेला. अनुच्छेद २४६ नुसार स्थानिक स्वशासन संदर्भात राज्यविधीमंडळाला कायदे करण्याचा अधिकार दिला गेला.

✡ ग्रामीण भारताची सामाजिक, आर्थिक पुनर्रचना करून विकासासाठी केंद्र व राज्य स्तरावर प्रयत्न करण्यात आले. यात मद्रास राज्याने 'फिरका विकास योजना,' उत्तर प्रदेशात 'इटावा मार्गदर्शक योजना,' मुंबई राज्यात 'सर्वोदय योजना,' केंद्र सरकारच्या पुढाकाराने सामूहिक विकास कार्यक्रम, राष्ट्रीय विस्तार सेवा या योजना हाती घेतल्या.

✡ राष्ट्रीय विकास परिषदेने योजना प्रकल्प समितीची नियुक्ती केली. या समितीने १९५७ मध्ये श्री. बळवंतराय मेहता यांच्या अध्यक्षतेखाली अभ्यास समिती नेमली. या समितीने प्रशासकीय विकेंद्रीकरण करण्यावर भर दिला व जिल्हा स्तरावर जिल्हा परिषद, तालुका / गट स्तरावर तालुका पंचायत समिती, खेडेगाव स्तरावर ग्रामपंचायत या यंत्रणा सुचविल्या.

✡ बलवंतराय मेहता समिती नंतर घटकराज्य समित्यांमध्ये वसंतराव नाईक समिती, अशोक मेहता समिती, प्रा. पी. बी. पाटील समिती यांनी प्रशासकीय यंत्रणेत शिफारसी केल्या.

✡ १९९२ पर्यंत घटकराज्यांनी कायदे करून २५ पैकी २२ घटकराज्यांनी व ७ पैकी ६ केंद्रशासित प्रदेशांनी पूर्णत: किंवा विभागश: पंचायत राज्यपद्धती अंगीकारली. १५ घटकराज्यांत त्रिस्तरीय पद्धतीचा स्वीकार केला गेला. यात

महाराष्ट्र, आंध्रप्रदेश, अरुणाचल प्रदेश, बिहार, गुजराथ, हिमाचलप्रदेश, कर्नाटक, मध्यप्रदेश, पंजाब, ओरिसा, राजस्थान, तमिळनाडू, उत्तरप्रदेश, बंगाल ही राज्ये, चंदीगड या केंद्रशासित प्रदेशात तर द्विस्तरीय पद्धतीचा स्वीकार केलेली हरियाणा केरळ, मणिपूर, सिक्किम ही राज्ये, दादरा नगर-हवेली, पँडिचेरी हे केंद्रशासित प्रदेश तर एकस्तरीय पद्धती गोवा, जम्मू -काश्मीर, त्रिपुरा व केंद्रशासित प्रदेशात अंदमान-निकोबार, दिल्ली,दमण-दीव येथे स्वीकारली गेली.

- ✡ मेघालय, मिझोराम, नागालँड, मणिपूरचा काही प्रदेश यात पंचायत राज्य पद्धती ऐवजी **'ट्रायबल कौन्सिल्स'** (वन्य जाती परिषदा) स्थापन केलेल्या आहेत.
- ✡ केंद्रसरकारने १९७७ मध्ये पंचायत राज्य यंत्रणेचे राष्ट्रीय स्तरावर मूल्यमापन करण्यासाठी अशोक मेहता समिती नियुक्त केली.
- ✡ केंद्रशासनाने नियुक्त केलेल्या समित्यांमध्ये बलवंतराय मेहता समिती (१९७७), पंचायतराज आर्थिक अभ्यासगट (१९६३), अशोक मेहता समिती (१९७७), हनुमंत राव समिती (१९८३), जी. व्ही. के. राव समिती (१९८५), सिंघवीसमिती (१९८६ - ८७) यांचा उल्लेख करता येतो.
- ✡ बलवंतराय मेहता समितीच्या लोकशाही विकेंद्रीकरणाच्या तत्त्वानुसार पंचायत राज्य संस्था निर्माण केल्या. पंचायत राज्य संस्थांतील त्रुटी दूर करण्यासाठी ६४ वी, ७३ वी व ७४ वी घटनादुरुस्ती करण्यात आली.
- ✡ ७३ व्या घटनादुरुस्तीने पंचायत राज्य संस्थांना घटनात्मक दर्जा मिळाला. ग्रामसभा - ग्रामपंचायतीची निर्मिती - रचना -अधिकारक्षेत्रे, कार्ये, निधी; तर पंचायत राज्यासाठी निवडणुका, निवडणूक यंत्रणा, अर्थमंडळ, हिशोब तपासणीची तरतूद केली गेली. कलम २४३ नुसार ११ वे परिशिष्ट समाविष्ट करून स्थानिक विकासाशी निगडित २९ विषय समाविष्ट केले.
- ✡ ७४ व्या घटना दुरुस्तीत शहरी शासन व्यवस्थेत राखीव जागांचे प्रमाण, शासन व्यवस्थेचा कार्यकाल, उत्पन्नाची साधने, राज्यवित्त आयोग, राज्य निवडणूक आयोगाबाबत तरतुदी करण्यात आल्या. ७४ व्या घटना दुरुस्तीत नागरी शासन संस्थेच्या रचनांविषयी तरतुदी, विभागीय समित्यांची, स्थानिक शासन व्यवस्थेच्या कार्याची, जिल्हा नियोजन समितीची, महानगर नियोजन समितीची तरतूद करण्यात आली.

प्रश्न :

१) भारतातील राजकीय संस्थांमधील सर्वात जुनी व पायाभूत अशी राजकीय संस्था म्हणून ... मानली जाते.

अ) पंचायत | ब) जिल्हा परिषद

क) नगरपरिषद | ड) महानगरपालिका

२) स्थानिक शासनसंस्था स्थापन करण्याचा उद्देश म्हणजे –

अ) राज्यपातळीवर सार्वजनिक व्यवहारांच्या जबाबदारीत जनतेला सहभागी करून घेणे.

ब) स्थानिक पातळीवरील सार्वजनिक व्यवहारांच्या जबाबदारीत स्थानिक जनतेला सहभागी करून घेणे.

क) तालुका पातळीवर जनतेचा सहभाग वाढविणे.

ड) जिल्हा पातळीवर जनतेला सार्वजनिक व्यवहारात सहभागी करणे.

३) .... प्रेरित केलेल्या कायद्यानुसार ज्या संस्था स्थापन केलेल्या असतात त्यांच्या मार्फत स्थानिक शासन संस्थेचे कार्य चालते.

अ) कार्यकारी मंडळाने | ब) विधिमंडळाने

क) न्यायमंडळाने | ड) राष्ट्रपतीने

४) पुढील विधानांचा विचार करा.

१) राष्ट्रीय किंवा प्रांतिक शासनापेक्षा स्थानिक शासनसंस्था प्राचीन आहे.

२) स्थानिक शासन संस्थेचा उदय स्थानिक लोकांच्या गरजा भागविण्यासाठी झालेला आहे.

३) प्रादेशिक राज्यांच्या निर्मितीनंतरही स्थानिक शासनाचे अस्तित्व महत्त्वाचे ठरते.

वरील विधानांमधील कोणते विधान बरोबर आहे.

अ) १, २, ३ | ब) १ आणि २

क) २ आणि ३ | ड) १ आणि ३

५) 'लहान लहान (स्थानिक) संस्था ह्याच लोकशाहीच्या खऱ्या आधारस्तंभ आहेत. त्यांच्या अस्तित्वामुळेच लोकशाही अधिक प्रभावी व यशस्वी होते.' असे कोणी सांगितले ?

अ) गोल्डिंग | ब) डॉ. आशीर्वादम्

क) प्रो. पेस्टन | ड) के. व्यंकटरंगय्या

६) 'स्थानिक शासन हा राष्ट्रीय अथवा प्रांतिक शासनाचा असा भाग आहे की, जो प्रामुख्याने विशिष्ट प्रदेश किंवा स्थानातील रहिवाशांच्या संबंधीचे प्रशासकीय विषय हाताळत असतो. त्याचबरोबर तो प्रांतिक शासनाचा दुय्यम विभाग म्हणून संसदेने सोपविलेल्या प्रशासकीय विषयांचीही अंमलबजावणी करीत असतो.' हे सांगणारे ....

अ) गोत्झ　　　　ब) डॉ. आशीर्वादम्

क) जे. जे. क्लार्क　　　　ड) विल्यम रॉबसन

७) प्राचीन काळी भारतात ...या सारख्या स्थानिक स्वशासन संस्था असत.

अ) ग्रामपंचायत, ग्रामसंस्था, जनपदसभा

ब) पंचायत समिती, जिल्हा परिषद, नगरपरिषद

क) ग्रामपंचायत, पंचायतसमिती, जिल्हापरिषद

ड) नगरपालिका, पंचायती, ग्रामसभा

८) .... या ग्रंथामध्ये ग्रामसंस्थांचा उल्लेख आढळतो.

अ) भवभूती, काव्यायन, शाकुंतल

ब) रामायण, महाभारत, भागवत

क) मनुस्मृति, भगवद्‌गीता, रामायण

ड) मनुस्मृति, महाभारत, कौटिल्यीय अर्थशास्त्र

९) प्राचीन स्थानिक स्वराज्य संस्थांचे महत्त्व केव्हा कमी होत गेले ?

अ) मोगल साम्राज्य भारतात प्रस्थापित झाल्यानंतर

ब) ब्रिटिश सत्ता भारतात प्रस्थापित झाल्यानंतर

क) गुलाम वंशाचे घराणे भारतात प्रस्थापित झाल्यानंतर

ड) पेशवे काळामध्ये

१०) .... याने सुरुवातीस स्थानिक स्वराज्य चळवळीला उत्तेजन दिले.

अ) लॉर्ड लिटन　　　　ब) लॉर्ड रिपन

क) लॉर्ड मेयो　　　　ड) लॉर्ड डलहौसी

११) ईस्ट इंडिया कंपनीच्या राजवटीत ... मध्ये मद्रासमध्ये आणि ... मध्ये मुंबई, कोलकाता या प्रांतांच्या मुख्य ठिकाणी महानगरपालिका स्थापन करण्यात आल्या.

अ) १६८७, १७२६　　　　ब) १६८५, १७२६

क) १६८७, १७२८　　　　ड) १६३०, १७३४

१२) ... यांना स्थानिक स्वराज्य संस्थांचा जनक म्हटले जाते.

अ) लॉर्ड मेयो ब) लॉर्ड नॉर्थब्रुक

क) लॉर्ड डफरिन ड) लॉर्ड रिपन

१३) स्थानिक स्वराज्य संस्थेवर शासकीय नियंत्रण आणण्यासाठी ... ने १९९९ मध्ये कोलकाता महापालिका विधेयक पास केले.

अ) लॉर्ड एल्जिन दुसरा ब) लॉर्ड कर्झन

क) लॉर्ड मिंटो ड) लॉर्ड लान्सडाऊन

१४) १९०९ च्या रॉयल विकेंद्रीकरण आयोगाने ... हे प्रशासनाचे केंद्र मानून स्थानिक पातळीवरील शासनाचे अधिकार व स्वातंत्र्य वाढविण्याबाबत सुचविले होते.

अ) ग्राम ब) शहर

क) पंचायत ड) नगरपरिषद

१५) १९१९ च्या सुधारणा कायद्याने ... हे खाते सोपीव बनले.

अ) नगरपंचायत ब) स्थानिक स्वराज्य

क) विकेंद्रीकरण ड) समाजकल्याण

१६) 'स्थानिक शासन म्हणजे राज्यापेक्षा मर्यादित असलेल्या प्रदेशांतर्गत निर्णय घेण्याचा व तो अंमलात आणण्याचा अधिकार होय. निर्णय व अंमलबजावणी स्वातंत्र्यावर भर असणे हे स्थानिक शासनाचे महत्त्वाचे व्यवच्छेदक लक्षण आहे.' असे प्रतिपादन कोणी केले ?

अ) गोत्झ ब) डॉ. आशीर्वादम्

क) एनसायक्लोपीडिया ऑफ ब्रिटानिका ड) गोल्डिंग

१७) 'स्थानिक शासन म्हणजे अशा प्रकारचे शासन की, ज्यात एखाद्या स्थळाचे (रहिवासी) लोक त्याच्याशी संबंधित असलेल्या विषयांचे प्रशासन अथवा व्यवस्थापन स्वतःच करीत असतात.' ही व्याख्या कोणी केली ?

अ) गोत्झ ब) गोल्डिंग

क) के. व्यंकटरंगय्या ड) विल्यम रॉब्सन

१८) 'स्वशासन म्हणजे केवळ सामूहिक प्रशासनाचा प्रकार आहे मग ही प्रशासकीय सत्ता व्यक्ती वापरते की यंत्रणा हा भाग गौण आहे.' असे कोणी सुचविले ?

अ) गोल्डिंग ब) डॉ. आशीर्वादम्

क) गोत्झ ड) जे. जे. क्लार्क

१९) 'स्थानिक शासन ही केंद्रसरकारच्या अथवा संघराज्यात राज्य सरकारच्या कायद्याद्वारे निर्मित एक अशा प्रकारची शासकीय संस्था आहे की ज्यात शहर किंवा खेडी यासारख्या एका क्षेत्रातील जनतेद्वारे निवडलेले प्रतिनिधी असतात आणि जे आपल्या अधिकार क्षेत्राच्या मर्यादित प्रदत्त अधिकाराचा वापर लोककल्याणासाठी करीत असतात.' असे सांगणारे ....

अ) डॉ. आशीर्वादम् ब) गोत्झ

क) जे. जे. क्लार्क ड) के. व्यंकटरंगय्या

२०) ... यांनी स्थानिक शासनाचे पहिले व्यवच्छेदक लक्षण त्यांचे विशिष्ट प्रादेशिक कार्यक्षेत्र मानले.

अ) गोल्डिंग ब) विल्यम रॉब्सन

क) जे. जे. क्लार्क ड) प्रो. प्रेस्टन

२१) स्थानिक शासनाच्या संस्था आपापल्या कार्यक्षेत्रात स्वायत्तता उपभोगतात. कारण –

१) स्थानिक शासनसंस्था स्थानिक विषया संदर्भातील निर्णय स्वतंत्रपणे घेतात.

२) राष्ट्रीय अथवा प्रांतीय शासन हस्तक्षेप करीत नाही.

३) राष्ट्रीय किंवा प्रांतिक सरकारकडून प्रशासनाबाबत मार्गदर्शक तत्त्वे नमूद केलेली नसतील तर –

अ) फक्त १ ब) फक्त २ क) फक्त ३ ड) वरील सर्व

२२) प्रांतिक शासनाच्या कायद्यानुसर किंवा अध्यादेशानुसार स्थानिक शासन संस्थांची निर्मिती केलेली असल्याने त्यावर अंतिम निर्णय --- असतो.

अ) सामाजिक संस्थांचा ब) न्यायालयाचा

क) राज्यसंस्थेचा ड) मंत्रिमंडळाचा

२३) 'क' स्थानिक शासन संस्था या सार्वभौम नसतात कारण राज्यसंस्थेचे त्यांच्यावर अंतिम नियंत्रण असते. 'ख' राज्य या संस्थांना अधिकार देते परंतु जर त्यांचा वापर योग्यरीत्या झाला नाही तर ते अधिकार पुन्हा मागे घेतले जातात.

अ) 'क' आणि 'ख' बरोबर आहे आणि 'ख' हे 'क' चे योग्य स्पष्टीकरण आहे.

ब) 'क' आणि 'ख' बरोबर आहे, 'ख' हे 'क' चे योग्य स्पष्टीकरण नाही.

क) 'क' बरोबर आहे आणि 'ख' बरोबर आहे.

ड) 'क' चूक आहे आणि 'ख' बरोबर आहे.

२४) विधान : (क) स्थानिक स्वशासनाचे स्वरूप बहुउद्देशीय आहे.
कारण : (ख) त्याच्या अखत्यारित असलेले प्रशासन विषय विविधता असलेले आहे व त्यांचे स्वरूप शासकीय, लोकशिक्षणाचे, समस्यापूर्तीचे, विकासाचे, सेवा व नियमनाचे आहे.

अ) 'क' आणि 'ख' बरोबर आहे आणि 'ख' हे 'क' चे योग्य स्पष्टीकरण आहे.

ब) 'क' आणि 'ख' बरोबर आहे, 'ख' हे 'क' चे योग्य स्पष्टीकरण नाही.

क) 'क' बरोबर आहे आणि 'ख' बरोबर आहे.

२५) खालीलपैकी कोणत्या समिती किंवा आयोगाने स्थानिक वित्त आयोगाच्या स्थापनेची शिफारस केली ?

अ) बलवंतराय मेहता समिती	ब) अशोक मेहता समिती

क) प्रशासकीय सुधारणा समिती	ड) सरकारिया आयोग

२६) ग्रामसभेस पंचायत राज्य व्यवस्थेचा मूलाधार म्हणून महत्त्वपूर्ण भूमिका निश्चित केलेली असली तरी प्रत्यक्षात मात्र हे चित्र समाधानकारक नाही. कारण

१) ग्रामस्थ लोकशाही विकेंद्रीकरण प्रयोगाबाबत उदासीन दिसून येतात.

२) ग्रामपंचायत पदाधिकारी आपल्या कामकाजावर टीका होईल या भीतीने ग्रामसभेची बैठक बोलावण्याचे टाळतात.

पर्याय :

अ) फक्त १	ब) फक्त २	क) १ आणि २	ड) कोणतेही नाही

२७) पुढीलपैकी कोणत्या समितीने ग्रामसभांच्या एकूण कामकाजांबद्दल असमाधान व्यक्त करून ग्रामसभा व ग्रामपंचायत यामध्ये पंचसभा ही नवी व्यवस्था सुचविली ?

अ) अशोक मेहता समिती	ब) बलवंतराय मेहता समिती

क) पी. बी. पाटील समिती	ड) वसंतराव नाईक समिती

२८) भारतातील पहिली ग्रामपंचायत .... येथे अस्तित्वात आली.

अ) नागोर (राजस्थान)	ब) नांदेड (महाराष्ट्र)

क) रत्नागिरी (महाराष्ट्र)	ड) जयपूर (राजस्थान)

२९) बलवंतराय मेहता समितीच्या शिफारशींमध्ये पुढीलपैकी कोणती शिफारस नाही ?

अ) ग्रामीण विभागातील विकास कार्याचे विकेंद्रीकरण करणे.

ब) गट पातळीवरील पंचायतसमितीला प्रशासकीय व आर्थिक बाबींचे अधिकार देणे.

क) आर्थिक विकास व लोकशाही दृढमूल करण्यासाठी पंचायतराज्याची स्थापना करणे.

ड) प्रत्येक ग्रामपंचायतीमध्ये न्यायपंचायत स्थापन करणे.

३०) वर्तमानस्थितीत ... घटकराज्यांमध्ये त्रि-स्तरीय पंचायतराज स्वीकारलेली आहे.

अ) बारा ब) चौदा क) पंधरा ड) सोळा

३१) द्विस्तरीय पंचायत राजपद्धती पुढीलपैकी कोणकोणत्या राज्यात आणि केंद्रशासित प्रदेशात आहे ?

१) केरळ, हरियाणा, मणिपूर, सिक्किम

२) मध्यप्रदेश, कर्नाटक, ओरिसा, पंजाब

३)नगरहवेली, पाँडेचेरी

४) दीव दमण, दिल्ली

पर्याय :

अ) १ व २ ब) १ व ३ क) २ व ३ ड) २ व ४

३२) ब्रिटिश काळात ... यांच्या अध्यक्षतेखाली 'रॉयल कमिशन ऑन डिसेंट्रलायझेशन' नियुक्त केले गेले ?

अ) लॉर्ड मेयो ब) लॉर्ड रिपन

क) लॉर्ड कर्झन ड) सी. इ. एच. हॉबहाऊस

३३) ..... च्या आग्रही प्रतिपादनानुसार भारतीय राज्यघटनेत ग्रामपंचायतीचा समावेश करणारा अनुच्छेद ४० स्वीकारण्यात आला.

अ) डॉ. आंबेडकर ब) महात्मा गांधी

क) सरदार पटेल ड) के. संथानम्

३४) 'स्वदेशीचा स्वीकार करताना माझे प्रथम लक्ष ग्रामपंचायत या संस्थेकडे वळते. कारण भारत हा खेड्यांचा देश आहे.' असे कोण म्हणाले ?

अ) लोकमान्य टिळक ब) सरोजिनी नायडू

क) महात्मा गांधी ड) पंडित जवाहरलाल नेहरू

३५) 'स्थानिक स्वशासन हा कोणत्याही खऱ्या लोकशाहीचा पाया आहे व तो असलाच पाहिजे. लोकांना केवळ वरच्या स्तरावरील लोकशाहीच्या चर्चेची सवय झालेली आहे. खालच्या स्तरावरील नाही. जोपर्यंत तुम्ही लोकशाहीचा पाया खालच्या स्तरापासून बांधत नाही तोपर्यंत वरच्या स्तरावरील लोकशाही यशस्वी होणार नाही.' हे मत कोणाचे ?

अ) पंडित जवाहरलाल नेहरू　　ब) डॉ. आंबेडकर

क) महात्मा गांधी　　ड) के. संथानम्

३६) पुढीलपैकी कोणते विधान बरोबर आहे?

अ) स्थानिक शासन हे राज्यसरकारकडून अधिकार प्राप्त करते तसेच त्यांच्या आधीन होते.

ब) स्थानिक सरकार हे राज्य सरकार वर अवलंबून नसते.

क) स्थानिक प्रशासनास आपले अधिकार संविधानाद्वारे प्राप्त होतात.

ड) स्थानिक शासन राष्ट्रहिताचे कार्य पूर्ण करते.

३७) खालील विधानांवर विचार करा.

१) विघटनानंतर निर्वाचित पंचायत पूर्ण कालावधीपर्यंत काम करत नाहीत परंतु त्या शेष कालापर्यंतच काम करतात.

२) पंचायतीमध्ये अनुसूचित जाती, अनुसूचित जमाती, महिलांसाठी जागा आरक्षित असून मागास वर्गातील नागरिकांसाठी नाही.

वरील पैकी कोणते विधान/विधाने पंचायत व्यवस्थेबाबत लागू होतात ?

अ) फक्त १　ब) फक्त २　क) १ आणि २　ड) दोन्हीही नाही

३८) भारतीय राज्यघटनेतील ७३ व्या व ७४ व्या घटनादुरुस्ती नुसार स्थानिक संस्थांच्या निवडणुकांचा कार्यकाल पुढीलपैकी कोणता निश्चित केला आहे?

अ) प्रति वर्षी　　ब) दर तीन वर्षानंतर

क) दर पाच वर्षानंतर　　ड) दर दोन वर्षानंतर

३९) खालीलपैकी कोणत्या कलमाअंतर्गत प्रत्येक पंचायतीत अनुसूचित जाती तसेच अनुसूचित जमातींसाठी आरक्षणाची व्यवस्था केलेली आहे.

अ) भारतीय घटना कलम २४३ (क्यू)

ब) भारतीय घटना कलम २४३ (व्ही)

क) भारतीय घटना कलम २४३ (एस)

ड) भारतीय घटना कलम २४३ (डी)

४०) खालील विधांनापैकी कोणते विधान बरोबर आहे ?

अ) स्थानिक शासन हे राज्यसरकारद्वारे अधिकार प्राप्त करते व ते त्यांच्या आधीन असते.

ब) स्थानिक शासन राज्यसरकारवर अवलंबून नसते.

क) स्थानीय प्रशासनास स्व अधिकार घटनेद्वारे प्राप्त होतात.

ड) स्थानिक शासन राष्ट्रहितार्थ कार्य करते.

४१) खालील विधानांचा विचार करा.

१) महानगरपालिकेच्या उत्पन्नाचे पुढीलपैकी कोणते स्रोत आहेत ?

१) स्थानिक कर

२) केंद्र तसेच राज्य सरकारकडून अनुदान

३) स्थानिक लोकांकडून दान व योगदान

४) संघीय घटनेद्वारे वित्तीय अधिकाराचे हस्तान्तरण

५) राज्यसरकार तसेच संबंधित महानगरपालिकेमध्ये करांची विभागणी

अ) १, २ आणि ५ ब) १, २ आणि ३

क) ३, ४ आणि ५ ड) १, २, ३, ५

४२) पंचायत समिती सदस्य हे –

अ) जनतेद्वारे प्रत्यक्षपणे निवडलेले असतात.

ब) ग्रामपंचायत सदस्यांद्वारे अप्रत्यक्षरित्या निवडलेले असतात.

क) गट विकास अधिकाऱ्याद्वारे नियुक्त केलेले असतात.

ड) पक्षअध्यक्षाद्वारे नियुक्त केलेले असतात.

४३) पंचायत राज्य संस्थेच्या तिनही स्तरात महिलांसाठी .... जागा राखीव ठेवण्याची तरतूद केलेली आहे.

अ) २७ % ब) ३३% क) ३५ % ड) ५० %

४४) राष्ट्रीय विकास परिषदेच्या आठव्या बैठकीत कोणत्या गोष्टीवर भर दिला?

अ) योजनांची निर्मिती करणे.

ब) विकास यंत्रणा राबविणे.

क) सामूहिक विकास व राष्ट्रीय विस्तार सेवा या योजनांचा विकास.

ड) जिल्हा नियोजन मंडळे.

४५) पुढीलपैकी कोणत्या समित्या ग्रामीण भागातील सामाजिक व आर्थिक सुधारणा सातत्याने चालविण्यासाठी लागणारी प्रेरणाशक्ती देणारे सामर्थ्यवान व टिकाऊ नेतृत्व देऊ शकल्या नाहीत.

अ) ॲड् हॉक् समिती | ब) योजना प्रकल्प समिती

क) पंचायत समिती | ड) स्थानिक समिती

४६) बलवंतराय मेहता समितीने 'लोकशाही विकेंद्रीकरण' पद्धती स्वीकारण्यामागे कोणती कारणे सांगितली आहेत?

१) सामूहिक विकास योजना व राष्ट्रीय विस्तार सेवा योजना या जनसहभाग व उपक्रमशीलता जनतेत प्रेरित करण्यासाठी पुरेसे यश मिळवू शकल्या नाहीत.

२) समाज विकास कार्यक्रम वास्तव अर्थाने जनमोहीम बनले पाहिजे.

अ) फक्त १ | ब) १ आणि २

क) फक्त २ | ड) कोणतेही नाही.

४७) बलवंतराय मेहता समितीच्या दृष्टीने कोणती यंत्रणा विकास कार्यासाठी परिपूर्ण नाही ?

अ) जिल्हा मंडळे | ब) पंचायत समिती

क) गट सल्लागार समित्या | ड) सामूहिक विकास योजना

४८) बलवंतराय मेहता समितीच्या मते ... म्हणजे विकेंद्रीकरण नव्हे.

१) केवळ सत्ता प्राप्त करणे व त्यांची विभागणी करणे.

२) केवळ कृती करण्यासाठी सत्ता प्रदान करणे.

अ) फक्त १ | ब) फक्त २ | क) १ आणि २ | ड) दोन्हीही नाही

४९) बलवंतराय समितीने विकासगट स्तरावर स्थानिक समितीची नियुक्ति करून तिला ... हे नाव देण्याचे सुचविले

अ) जिल्हापरिषद | ब) ग्रामपंचायत

क) ग्रामसभा | ड) पंचायत समिती

५०) ... समितीने लोकशाही विकेंद्रीकरण वास्तवात आणण्यासाठी ग्राम स्तरावर ग्रामपंचायत, गट स्तरावर पंचायत समिती व जिल्हा स्तरावर जिल्हा परिषद अशी त्रिस्तरीय व्यवस्था सुचविली.

अ) अशोक मेहता समिती ब) पी.बी. पाटील समिती

क) बलवंतराय मेहता समिती ड) वसंतराव नाईक समिती

५१) बलवंतराय मेहता समितीने शिफारस केल्यानुसार पंचायत समितीकडे सोपविण्यात आलेल्या जमीन महसुलाच्या निव्वळ रक्कमेपैकी किती टक्के ग्रामपंचायतीस दिली पाहिजे ?

अ) ४५ % ब) ५५%

क) ६५% ड) ७५%

५२) बलवंतराय मेहता समितीच्या मते ... ने सुचविलेल्या यादीतून जिल्हा मॅजिस्ट्रेट किंवा सब डिव्हिजनल मॅजिस्ट्रेट यापैकी काही लोक निवडून त्यांची न्यायपंचायत बनवावी व तिचे कार्यक्षेत्र हे काही खेड्यांच्या गटापुरतेच मर्यादित असले पाहिजे.

अ) पंचायत समिती ब) ग्रामपंचायती

क) जिल्हापरिषदे ड) राज्यशासना

५३) पंचायतराज ही शब्दयोजना ... यांनी सामूहिक विकास योजना अंतर्गत संस्थांना उद्देशून प्रथम वापरली होती.

अ) महात्मा गांधी ब) पं. जवाहरलाल नेहरू

क) लाल बहादूर शास्त्री ड) श्रीमती इंदिरा गांधी

५४) बलवंतराय मेहता समितीने ... या गतकाळातील प्रभावी परंतु सध्या अस्तंगत झालेल्या ग्रामीण संस्थेकडे दुर्लक्ष केले आहे.

अ) ग्रामसभा ब) न्यायपंचायत

क) विकास योजना ड) गट ग्रामपंचायत

५५) '..... आयोग पंचायत संस्थांच्या आर्थिक परिस्थितीचा आढावा घेऊन या संस्थांचे आधारभूत स्रोत भक्कम करण्यासाठी योग्य त्या शिफारसी करेल' असे ७३ व्या घटनादुरुस्तीनुसार स्पष्ट केले.

अ) योजना ब) अल्पसंख्यांक

क) राज्य अर्थसहाय्य ड) केंद्रस्तरीय

५६) जोड्या जुळवा.

सांकेतिकेतून योग्य पर्याय निवडा.

गट 'अ' (राज्य)	गट 'ब' (समिती / परिषद)
अ) मध्यप्रदेश	१) आंचलिक परिषद
ब) पश्चिम बंगाल	२) जनपद पंचायत
क) उत्तर प्रदेश	३) तालुका पंचायत
ड) गुजरात	४) क्षेत्र समिती

सांकेतिके :

	अ	ब	क	ड
अ)	१	२	३	४
ब)	१	२	४	३
क)	२	१	४	३
ड)	२	१	३	४

५७) ७३ व्या घटना दुरुस्तीनुसार नवा पंचायत राज्य कायदा प्रथम ... राज्याने १० मे १९९३ रोजी अंमलात आणला.

अ) महाराष्ट्र
ब) राजस्थान
क) कर्नाटक
ड) आंध्रप्रदेश

५८) प्राचीन काळी भारतात जनमत आकलनाचे ...... हे एक राजकीय दृष्ट्या महत्त्वाचे साधन होते.

अ) पंचायत समिती
ब) नगर समिती
क) ग्रामसभा
ड) मंडळ

५९) भारतात कंपनी सरकारने ब्रिटनच्या स्थानिक स्व–शासन संस्थांच्या रूपबंधावर आधारित पहिली महानगरपालिका ... या शहरात निर्माण केली.

अ) मुंबई
ब) कोलकाता
क) सुरत
ड) मद्रास

६०) ... या समितीने नागरी स्वशासन, संस्थांचे करांचे क्षेत्र विस्तृत केले.

अ) रूरल अर्बन रिलेशन कमिटी
ब) द नॅशनल कमिशन ऑन अर्बनायझेशन
क) लोकल फायनान्स इन्क्वायरी कमिटी
ड) द फायनान्सेस ऑफ म्युनिसिपालिटीज कमिटी

६१) नागरी स्व-शासनाचा संदर्भ भारतीय राज्यघटनेत .... व .... या ठिकाणी आढळतो.

१) ७ व्या अनुसूचीतील राज्यसूचीच्या ५ व्या नोंदीबाबत व समवर्तीसूचीतील २० व्या नोंदीबाबत.

२) ५ व्या अनुसूचीतील राज्यसूचीच्या ४ थ्या नोंदीबाबत व समवर्तीसूचीतील २५ व्या नोंदीबाबत.

अ) फक्त १ ब) फक्त २

क) १ आणि २ ड) दोन्हीही नाही.

६२) जोड्या जुळवा.

सांकेतिकेमधून योग्य पर्याय निवडा.

गट 'अ' (राज्य)	गट 'ब' (कमिटी)
अ) पंजाब	१) द फायनान्सेस ऑफ म्युनिसिपालिटीज् कमिटी
ब) गुजराथ	२) द म्युनिसिपल ग्रॅन्ट्स एन्क्वायरी कमिटी
क) केरळ	३) लोकल सेल्फ गव्हर्नमेंट (अर्बन) एन्क्वायरी कमिटी
ड) आसाम	४) द ग्रॅट इन कोड कमिटी फॉर म्युनिसिपालिटीज्

सांकेतिके :

	अ	ब	क	ड
अ)	२	३	१	४
ब)	३	४	२	१
क)	१	२	४	३
ड)	४	१	३	२

६३) ... या दशकामध्ये नागरी स्थानिक स्वशासन संस्थांना भारतीय संघीय राज्यघटनेचा पायाभूत व शासनाचा तिसरा घटक म्हणून घटनात्मक स्थान प्राप्त झाले.

अ) १९३७ ते १९४७ ब) १९५० ते १९६०

क) १९८९ ते १९९९ ड) १९२० ते १९३०

६४) १९४७ च्या स्वातंत्र्यप्राप्तीच्या वेळी देशात केवळ ... महानगरपालिका होत्या.

अ) तीन ब) चार क) पाच ड) सहा

६५) ७४ व्या घटनादुरुस्तीद्वारे भारतीय राज्यघटनेत .... हे समाविष्ट करण्यात आले.

अ) विभाग ८ – अ　　　　ब) विभाग ९ – अ

क) विभाग ९ – ब　　　　ड) विभाग ८ – ब

६६) ७४ व्या घटनादुरुस्तीनुसार वॉर्ड समित्यांची तरतूद ही –

अ) ५ लाख किंवा त्यापेक्षा जास्त

ब) ४ लाख किंवा त्यापेक्षा जास्त

क) ३ लाख किंवा त्यापेक्षा जास्त

ड) २ लाख किंवा त्यापेक्षा जास्त

६७) ७४ व्या घटनादुरुस्तीनुसार नगरपालिकांचा कालावधी ..... निश्चित करण्यात आला.

१) पहिल्या बैठकीसाठी नियत केलेल्या दिनांकापासून ६ वर्षे.

२) पहिल्या बैठकीसाठी नियत केलेल्या दिनांकापासून ५ वर्षे.

अ) फक्त १　　　　ब) फक्त २

क) १ व २　　　　ड) दोन्हीही नाही

६८) महानगरपालिकेच्या सदस्यसंख्येत महिलांना .... प्रतिनिधित्व दिले जाते.

अ) २७ %　　ब) २९ %　　क) ३० %　　ड) ३३ %

६९) ..... ही महानगरपालिकेची कार्यकारी समिती आहे.

अ) स्थायी समिती　　　　ब) कायदा व सामान्यकरण समिती

क) लोकसंबंध समिती　　　　ड) विधी, राजस्व व सामान्य उद्देश समिती

७०) महानगरपालिकेचे मुख्य कार्यकारी अधिकारी हे .... असतात.

अ) महापौर　　ब) जिल्हाधिकारी　　क) आयुक्त　　ड) सभापती

७१) महानगरपालिकेच्या ऐच्छिक कार्यात पुढीलपैकी कोणकोणत्या कार्यांचा समावेश होऊ शकेल?

१) रस्ते बांधणी, सुशोभिकरण, कारंजे, पाणपोई.

२) सार्वजनिक इमारती व स्थळांचे रक्षण करणे.

३) सार्वजनिक आरोग्याच्या दृष्टीने पोहण्याचे तलाव, सार्वजनिक स्नानगृहे इ. ची सोय करणे.

४) साथीच्या रोगांवर नियंत्रण ठेवणे.

५) प्राथमिक शिक्षणाव्यतिरिक्त इतर शिक्षणाची सोय करणे.

अ) १ व २ ब) ३ व ४

क) १, ३, ५ ड) १, २, ३, ४

७२) नगरपालिका क्षेत्रासाठी त्या स्थानिक क्षेत्राची लोकसंख्या ... पर्यंत असावी.

अ) २०,००० ब) २५, ००० क) ३०,००० ड) १५,०००

७३) 'अ' गट 'ब' गट

(नगरपालिका वर्ग छावणी मंडळ)	**(लोकसंख्या)**
अ) 'अ' वर्ग नगरपालिका	१) ३०,००० पेक्षा कमी परंतु १५, ००० पेक्षा जास्त लोकसंख्या.
ब) 'ब' वर्ग नगरपालिका	२) ७५,००० लोकसंख्येपेक्षा जास्त
क) 'क' वर्ग नगरपालिका	३) प्रथम श्रेणी लोकसंख्या १०,००० पेक्षा जास्त ७५,००० पेक्षा कमी
ड) छावणी मंडळ	४) ३०,००० पेक्षा जास्त परंतु ७५,००० पेक्षा कमी लोकसंख्या

सांकेतिके :

	अ	ब	क	ड
अ)	२	४	१	३
ब)	३	१	२	४
क)	४	३	१	२
ड)	१	२	३	४

७४) नागरी स्वशासन संस्थांच्या पुनर्रचने संबंधी मार्गदर्शक तत्त्वे कलम ..... मध्ये स्पष्ट केलेली आहेत.

अ) २४३ द (१ व २) ब) २४३ प

क) २४३ ग ड) २४३ भ

७५) ... नुसार नागरी स्वशासन संस्थांच्या निर्वाचित प्रतिनिधींमध्ये व पदाधिकाऱ्यांमध्ये मागास जाती, जमाती, वर्ग व महिला यांना आरक्षण निश्चित केले आहे.

अ) २४३ प ब) २४३ ग

क) २४३ भ ड) २४३ द

७६) राजपत्रित क्षेत्र समित्या (नोटीफाईड एरिया कमिटी) ची स्थापना .... करतात.

अ) मुख्यमंत्री ब) जिल्हाधिकारी क) राज्यपाल ड) आयुक्त

७७) ... या शहरवस्त्या व विशेषत: औद्योगिक शासकीय प्रकल्प असलेल्या ठिकाणी केल्या जातात.

अ) क्षेत्रीय समित्या ब) टाऊन शिप

क) नगरक्षेत्रसमिती ड) लष्करी छावणी मंडळ

७८) नागरीक्षेत्राचे नगरपरिषद सदस्य निवडण्यासाठी मतदारसंघ प्रादेशिक तत्त्वावर निर्माण केले जातात. त्यास ... म्हणतात.

अ) विभाग ब) वॉर्ड क) समिती ड) मंडळ

७९) .... हा जिल्ह्याचा महसूल अधिकारी या नात्याने कारभार पाहतो.

अ) जिल्हाधिकारी ब) आयुक्त क) अध्यक्ष ड) सभापती

८०) तालुक्याचा महसूल अधिकारी म्हणून .... हा कार्ये पार पाडतो.

अ) तलाठी ब) सरपंच

क) तहसीलदार ड) मुख्य कार्यकारी अधिकारी

८१) तहसीलदार व तलाठी यांच्यात समन्वय साधण्यासाठी ... हे पद निर्माण करण्यात आहे.

अ) ग्रामसेवक ब) सरपंच

क) मंडल अधिकारी ड) उपविभागीय अधिकारी

८२) तलाठ्याची नियुक्ती करण्याचे अधिकार .... असतात.

अ) तहसीलदारास ब) जिल्हाधिकाऱ्यास

क) गट विकास अधिकाऱ्यास ड) मंडळ अधिकाऱ्यास

८३) जिल्हा परिषदेत इतर मागासवर्गीयांसाठी ... आरक्षण केलेले आहे.

अ) २७% ब) ३०%

क) ३३% ड) ५०%

८४) जिल्हा परिषदेच्या पदाधिकाऱ्यांचा कार्यकाल .... वर्षांचा असतो.

अ) एक ब) दोन क) अडीच ड) तीन

८५) पुढीलपैकी कोणती नगरपालिकेच्या उत्पन्नाची साधने आहेत?

१) नगरपालिकेने बसविलेले कर

२) जकात

३) नगरपालिका मालमत्ता व उद्योग यापासूनचे उत्पन्न.

४) अनुदाने व राज्यशासन व केंद्र शासनापासून मिळणारी नियमित आर्थिक मदत अथवा वर्गणी .

५) केंद्र अथवा घटक राज्य सरकारच्या करावरील उपकर.

अ) १, २, ३ ब) २, ३, ४

क) १, ३, ५ ड) वरील सर्व

८६) .... घटनादुरुस्तीने पंचायत राज्यसंस्थांना घटनात्मक दर्जा मिळाला.

अ) ७१ ब) ७२

क) ७३ ड) ७४

८७) जोड्या जुळवा.

सांकेतिकेतील योग्य पर्याय निवडा

गट 'अ' (कार्याधिकारी)	**गट 'ब' (संस्था)**
अ) सरपंच	१) महानगरपालिका
ब) अध्यक्ष	२) ग्रामपंचायत
क) महापौर	३) नगरपालिका
ड) कौन्सिलर	४) कॅन्टोन्मेंट बोर्ड
	५) वॉर्ड

सांकेतिके :

	अ	ब	क	ड
अ)	३	४	१	५
ब)	४	३	२	१
क)	२	३	१	५
ड)	२	५	४	३

८८) कलम २४३ (ड) च्या अंतर्गत खालीलपैकी कोणत्या वर्गाला लोकसंख्येच्या प्रमाणात पंचायतीत राखीव जागा आहेत ?

अ) अनुसूचित जाती व जमाती ब) मागासवर्ग

क) महिला ड) अपंग व्यक्ती

८९) **जोड्या जुळवा.**

सांकेतिकेतून योग्य पर्याय निवडा.

'अ' गट (लेखक)	**'ब' गट (ग्रंथ)**
अ) हेन्री मॅट्रिक	१) 'ॲप्रोचेस टू द अंडरस्टँडिंग ऑफ डीसेंट्रलायझेशन'
ब) जेम्स डब्ल्यू फेसलर	२) 'पंचायत राज इन इंडिया'
क) डॉ. एस.आर. निगम	३) 'डेमॉक्रसी, डीसेंट्रलायझेशन ॲण्ड डेव्हलपमेंट'
ड) डॉ. बी. एस. खन्ना	४) 'लोकल गव्हर्नमेंट'

सांकेतिके :

	अ	ब	क	ड
अ)	१	२	३	४
ब)	३	१	४	२
क)	४	३	२	१
ड)	२	४	१	३

उत्तरे

१ – अ	२४ – अ	४७ – अ	७१ – क
२ – ब	२५ – ब	४८ – ब	७२ – ड
३ – ब	२६ – क	४९ – ड	७३ – अ
४ – अ	२७ – क	५० – क	७४ – अ
५ – क	२८ – अ	५१ – ड	७५ – ब
६ – क	२९ – ड	५२ – ब	७६ – क
७ – अ	३० – क	५३ – ब	७७ – ब
८ – ड	३१ – ब	५४ – अ	७८ – ब
९ – ब	३२ – ड	५५ – क	७९ – अ
१० – क	३३ – ब	५६ – ड	८० – क
११ – अ	३४ – क	५७ – क	८१ – ड
१२ – ड	३५ – अ	५८ – ब	८२ – ब
१३ – ब	३६ – क	५९ – ड	८३ – अ
१४ – अ	३७ – क	६० – क	८४ – क
१५ – ब	३८ – क	६१ – अ	८५ – ड
१६ – क	३९ – ड	६२ – ब	८६ – क
१७ – ब	४० – क	६३ – अ	८७ – क
१८ – क	४१ – ड	६५ – ब	८८ – अ
१९ – अ	४२ – अ	६६ – क	८९ – ब
२० – ब	४३ – ब	६७ – ब	
२१ – ड	४४ – क	६८ – क	
२२ – क	४५ – अ	६९ – अ	
२३ – अ	४६ – ब	७० – क	

■■

विभाग ब

प्रकरण १५

नोकरशाही व विकास

✡ (स्वातंत्र्योत्तर काळातील भारतातील नोकरशाहीची बदलती भूमिका, नोकरशाहीप्रणित उत्तरदायित्व)

महत्त्वाचे मुद्दे

✡ विकसित देशात विकास हा राजकारणाचा केंद्रबिंदू ठरलेला आहे.

✡ प्रशासकीय यंत्रणा म्हणजे विकास किंवा प्रगती बल घडवून आणण्याचे महत्त्वाचे व आवश्यक साधन होय.

✡ प्रशासकीय यंत्रणेस 'लोकप्रशासन नोकरशाही' असेही म्हणतात व याच दृष्टीने यास 'विकास प्रशासन' म्हटले गेले.

✡ विकास ही बहुउद्देशीय प्रक्रिया असून त्यात रचना, दृष्टिकोन, संस्था, आर्थिक वाढ, आर्थिक विषमता कमी करणे, दारिद्र्य निर्मूलन करणे यांचा समावेश होतो.

✡ नोकरशाहीस इंग्रजीत 'ब्यूरोक्रसी व फ्रेंच मध्ये 'ब्युअरॉक्रसि' असे म्हटले जाते.

✡ मॅक्सवेबरच्या मते स्वच्छ, बळकट आणि कार्यक्षम नोकरशाही देशाची प्रगती व विकास घडवून आणते.

✡ भारतामध्ये स्वातंत्र्यपूर्व काळात मोजके भारतीय अधिकारी होते व या लहान संघटनेकडून किंवा गटाकडून 'प्रशासनाचे धोरण' तसेच नोकरशाहीची वर्तणूक निश्चित केली जात असे; कारण हे अधिकारी महत्त्वाच्या जागी कार्य करीत असत.

✡ भारतामध्ये नोकरशाहीचे वर्णन 'पोलादी चौकट' असे केले जाते.

✡ भारतातील नोकरशाही हा एक लहान व वैशिष्ट्यपूर्ण गट असून तो सुसंघटित आहे.

✡ नोकरशाहीत वेगवेगळ्या शैक्षणिक पात्रता असलेल्या तसेच अनुभव असलेल्या

व्यक्ती घेतल्या जातात व त्यांच्याकडून कार्य करवून घेतले जाते. यामुळे प्रशासनात ज्या पातळ्या निर्माण होतात त्याला अधिकार, परंपरा असे म्हटले जाते.

- ✡ प्रशासनाच्या उच्च पातळीवर असलेल्या प्रशासकांचा एक गट तयार होतो त्यास 'प्रशासकीय वर्ग' किंवा 'गट' असे म्हटले जाते.यात प्रशासकाची निवड गुणवत्तेवर केलेली असते व त्यांना प्रशासकीय कामाचा प्रदीर्घ अनुभव असतो.
- ✡ प्रशासकीय सुधारणा म्हणजे नवीन विचाराचा योग्य उपयोग होय. अधिकार, सत्ता, प्रभाव यांचा जाणीवपूर्वक उपयोग करून उद्दिष्टे, रचना, कार्यपद्धतीत बदल घडवून आणण्याचा प्रयत्न केला जाण्यास 'वर्तणूक बदल' म्हणतात.
- ✡ नागरी सेवा किंवा नोकरशाही राजकीय व्यवस्थेची उपसमिती मानली जाते. नोकरशाहीची वर्तणूक राजकीय व्यवस्थेवर अवलंबून असते. राजकीय व्यवस्थेचा परिणाम व प्रभाव नोकरशाहीवर होतो.
- ✡ राजकीय विकास किंवा सुधारणा म्हणजे देशातील जनतेची राजकीय परिस्थिती व दर्जा यात योग्य बदल घडवून आणणे तसेच व्यक्तींना राजकीय, नागरी हक्क, समानतेची वागणूक देणे.
- ✡ मायकेल टोडारो यांनी बॉडिट आयोगात विकासासंबंधी विचार मांडले.
- ✡ ब्रूसटेडी यांच्या मते, ''शासनातील प्रमुख व मुख्य गट म्हणजे प्रशासकीय गट असून त्याचे प्राथमिक कार्य हे धोरणांची योग्य व कार्यक्षमतेने अंमलबजावणी करणे.'' यासाठी आवश्यक असलेली कुशलता, सामान्य गुणवत्ता त्यांच्याकडे असते व त्यामुळे ते प्रशासनाच्या उच्च पातळीवर कार्य करीत असतात.
- ✡ वर्तणूक बदल हा विकास प्रशासनाच्या दृष्टीने महत्त्वाचा असतो. यात अधिकार, सत्ता प्रभाव यांचा जाणीवपूर्वक उपयोग करून उद्दिष्टे, रचना व कार्यपद्धती यात बदल घडवून आणण्याचा प्रयत्न केला जातो.
- ✡ नोकरशाहीवर राजकीय व्यवस्थेचा प्रभाव पडतो; अशा वेळेस नोकरशाहीची प्रमुख भूमिका राजकीय व्यवस्था योग्यरीत्या विकसित करणे तसेच व्यक्तीला राजकीय, नागरी हक्क, समान वागणूक आणि संधी प्राप्त करून देणे तसेच राजकीय दृष्ट्या स्थैर्य टिकविणे होय.
- ✡ राजकीय विकास हा नोकरशाहीच्या सक्रिय सहभागावर अवलंबून असतो.
- ✡ विकासाचा हेतू दारिद्र्य-बेकारी निर्मूलन, बेरेजगारांच्या समस्या निर्मूलन, उत्पन्नातील विषमता कमी करणे, व्यक्तीच्या जीवनमानाचा दर्जा उंचावणे व त्यासाठी नोकरशाही अत्यंत महत्त्वाची भूमिका बजावते.

प्रश्न :

१) विकसनशील समाजात नोकरशाहीपुढील आव्हाने किंवा समस्या पुढीलपैकी कोणत्या आहेत ?

१) विकास कार्यक्रम अंमलात आणण्यासाठी प्रशासनाची अकार्यक्षमता

२) राजकीय पदाधिकारी व ज्येष्ठ प्रशासक यातील संबंध

३) विकसित तंत्रज्ञान व तज्ज्ञांचा नोकरशाहीत अभाव

४) देशातील शासन व नागरिकांच्या बदलत्या भूमिका व दृष्टिकोन समजावून घेण्यात प्रशासन यंत्रणा कमी

अ) १ व २ ब) १,२,३ क) १,२,३,४ ड) २,३,४

२) 'विकास ही बहुउद्देशीय प्रक्रिया असून त्यात रचना, दृष्टिकोन, संस्था तसेच आर्थिक वाढ, आर्थिक विषमता कमी करणे, दारिद्र्य निर्मूलन करणे इ. चा समावेश होतो.' असे विचार ---- यांनी मांडले.

अ) मायकेल टोडारो ब) ब्रूस टेडी

क) के. आर. होप ड) के. संथानम्

३) नोकरशाहीला परिवर्तनाचे वाहक व साधन म्हटले जाते. कारण –

१) सामाजिक विकास घडवून आणण्याच्या दृष्टीने योग्य ते परिवर्तन घडवून आणते.

२) नियोजन व त्याची अंमलबजावणी करण्यासाठी नवी भूमिका, विकास कार्ये, कार्यक्रम, प्रकल्प इ. गोष्टी पूर्ण करताना व्यापक दृष्टिकोन ठेवले.

३) सर्व योजना व कार्यक्रम जनताभिमुख स्वरूपाचे करण्यासाठी जनतेशी योग्य संबंध प्रस्थापित करते.

वरील पैकी कोणते पर्याय बरोबर आहेत ?

अ) १ व २ ब) २ व ३ क) १ व ३ ड) १,२ आणि ३

४) 'विकसनशील देशातील प्रशासन व्यवस्थेने राजकीय सर्वभौमत्व बळकट केले असून अशा संस्थांनी प्रशासन कार्य व व्यवस्थेत बळकटी आणणे महत्त्वाचे ठरते.' असे कोणी सुचविले ?

अ) प्रा. विलोबी ब) के. आर. होप

क) मायकेल टोडारो ड) ब्रूस टेडी

५) 'शासनातील प्रमुख व मुख्य गट म्हणजे प्रशासकीय गट असून त्याचे प्राथमिक कार्य धोरणांची योग्य व कार्यक्षमतेने अंमलबजावणी करणे

हे असते.' हे कोणी स्पष्टपणे सांगितले ?

अ) प्रो. हान्स सिंगर ब) प्रो. ए. वीडनर

क) ब्रूस टेडी ड) जॉन डी. मॉन्टेगोमेरी

६) **दुसऱ्या जागतिक महायुद्धोत्तर काळामध्ये --- राज्यात नोकरशाहीचे महत्त्व व तिची भूमिका यात वाढ झाली.**

अ) समाजवादी व विकसनशील

ब) विकसनशील व उदारमतवादी

क) उदारमतवादी, कल्याणकारी व समाजवादी

ड) समाजवादी, विकसनशील, उदारमतवादी, कल्याणकारी

७) **विधान (क) : सनदी नोकराचे कार्य रूढीनुसार त्याच्या मंत्र्याचे कार्य समजले जाते.**

कारण (ख) : सांसदीय व्यवस्थेचा असा मान्यताप्राप्त नियम आहे की, प्रशासकीय कार्याचे मूल्यमापन मंत्र्याच्या मूल्यमापनाच्या रूपात असेल, सनदी नोकराच्या नाही.

अ) विधान 'क' आणि कारण 'ख' बरोबर आहे, ख हे 'क' चे योग्य स्पष्टीकरण आहे.

ब) विधान 'क' आणि कारण 'ख' बरोबर आहे परंतु 'ख' हे 'क' चे योग्य स्पष्टीकरण आहे.

क) 'क' बरोबर आहे परंतु 'ख' चूक आहे.

ड) 'क' चूक आहे परंतु 'ख' बरोबर आहे.

८) **'नोकरशाही म्हणजे असा अधिकारी वर्ग की जो शासनाच्या हितापेक्षा आपल्या हितस्वार्थानुसार शासन करतात.' हे मत कोणाचे ?**

अ) मॅक्सवेबर ब) कार्ल मार्क्स

क) सेंट सायमन ड) व्ही. आय. लेनीन

९) **'अनिश्चितता आणि बदलामुळे निर्माण होणाऱ्या प्रश्नांचे निराकरण नोकरशाहीत करता आले नाही तर तिच्या कार्यक्षमतेवर मर्यादा पडतात.' हे निरीक्षण कोणाचे ?**

अ) पीटर ब्लाऊ ब) मर्टन

क) फायनर ड) प्रीफनर

१०) ..... यांनी सनदी सेवकांवर, त्यांच्या हस्तिदंती मनोऱ्यात शोभेल अशा जीवनशैलीवर आणि सामान्य माणसापासून अलिप्त राहण्याच्या प्रवृत्तीवर अनेकवेळा टीका केली.

अ) जगजीवनराम　　　　ब) पं. नेहरू

क) श्रीमती इंदिरा गांधी　　　　ड) लाल बहादूर शास्त्री

११) राजकीय अस्थिरता, अनिश्चितता, कायदेमंडळातील दीर्घकालीन सुस्त आणि निष्क्रिय अस्तित्व अशी परिस्थिती निर्माण झाल्यामुळे नोकरशाहीत पुढीलपैकी कोणते परिणाम घडून येतील?

१) नोकरशाही अधिकाधिक प्रबळ बनेल.

२) नोकरशाहीची सत्ता व सामर्थ्य यात वाढ होईल.

अ) फक्त १　　　　ब) फक्त २

क) १ आणि २　　　　ड) दोन्हीही नाही

१२) विधान : स्थिर राजकारणाचा लाभ होणे हे सर्वस्वी स्थिर नागरी सेवा अस्तित्वात असण्यावर अवलंबून असते.

कारण : नागरी सेवक नि:पक्षपातीपणाच्या भावनेतून, अपक्ष दृष्टिकोन ठेऊन एकनिष्ठ राहणारे असतील तर ते प्रशासन स्थिर राहाते.

अ) विधान 'क' आणि कारण 'ख' दोन्हीही बरोबर आहे; कारण 'ख' हे विधान 'क' चे योग्य स्पष्टीकरण आहे.

ब) विधान 'क' आणि कारण 'ख' दोन्हीही बरोबर आहे. परंतु 'ख' हे 'क' चे योग्य स्पष्टीकरण नाही.

क) 'क' बरोबर आहे परंतु 'ख' चूक आहे.

ड) 'क' चूक आहे परंतु 'ख' बरोबर आहे.

उत्तरे

१) – क	७) – अ
२) – अ	८) – क
३) – ड	९) – अ
४) – ब	१०) – ब
५) – क	११) – क
६) – ड	१२) – अ

विभाग ब

प्रकरण १६

भारतीय लोकशाहीपुढील आव्हाने

✡ (भाषावाद, सांप्रदायिकवाद, प्रादेशिकवाद, हिंसा, गुन्हेगारी, भ्रष्टाचार प्रादेशिक असमतोलत्व, पर्यावरण असमतोल, निरक्षरता, दारिद्रय, लोकसंख्यावाढ, जातीयता, मागासवर्गातील सामाजिक व आर्थिक असमतोलत्व.)

महत्त्वाचे मुद्दे

✡ प्रादेशिकता, सांप्रदायिकता, भाषावाद, सीमावाद, जमातवाद, जातीयवाद, स्वतंत्र राज्यांची मागणी, घटक राज्याला दर्जा देण्याबाबतच्या मागण्या किंवा घटकराज्याला अधिक अधिकार देण्याबाबतच्या मागण्या, फुटीरतावादी चळवळींमधून लोकशाहीपुढे आव्हाने उभी राहतात.

✡ भाषा हे 'विचार' व 'भावना' व्यक्त करण्याचे साधन असते. समभाषिकांमध्ये ऐक्यभावना विकसित होण्यास मदत होते. भाषा ही संस्कृती व इतिहासाशी निगडित असून राष्ट्रनिर्मितीच्या कार्यात भाषेला महत्त्वाचे स्थान आहे.

✡ भारतात वेगवेगळ्या घटकराज्यांमध्ये जे भाषिक अल्पसंख्यांक आहेत त्यांना भाषा व लिपी यांचे रक्षण करण्याचा मूलभूत हक्क दिला गेला असला तरी भाषेची समस्या भारतीय लोकशाहीत एक आव्हान ठरलेली आहे. उदा. ब्रिटिशकाळातील आंध्रच्या लोकांनी तमिळ व तेलुगू अशा प्रांतामध्ये मद्रास प्रांत विभाजित करण्याबाबत केलेली मागणी, आंध्रचे नेते पोट्टी श्रीरामलु यांचे आमरण उपोषण व मृत्यू. त्यानंतर केली गेलेली भाषावार प्रांत पुनर्रचना, हिंदी भाषा राष्ट्रभाषा बनल्याने हिंदी भाषेविरुद्ध आंदोलने. एखादी धार्मिक किंवा वांशिक संघटना तिच्या गटाच्या हितसंबंधाचे संरक्षण करण्यासाठी राजकीयकृती

करू लागली तर तिला जमातवादी मानले जाते व अशी जमातवादी संघटना आपले राजकीय उद्दिष्ट व कृती यांचा आधार धर्म मानत व त्यातूनच पुढे एखाद्या राज्यात जमातवादी राजकारणास प्रारंभ होतो व राष्ट्र विघातक व फुटीरतावादी चळवळी उदयास येतात.

✡ धर्मनिरपेक्षतेच्या तत्त्वाचा भारतीय राज्यघटनेने स्वीकार केलेला असला तरी भारतात विविध धार्मिक गटांमध्ये जमातवादी प्रवृत्ती क्रियाशील आहेत तसेच काही वर्षांपासून त्या प्रबळ बनत असून, पंजाब, जम्मू कश्मीर राज्यांमध्ये जमातवादी राजकारणाने दहशतवादाचे स्वरूप घेतलेले आहे.

✡ धर्माच्या आधारावर फुटीरतावादी गट धार्मिक परंपरांचे पुनरुज्जीवन करण्याचा प्रयत्न करतात व त्यातूनच सांप्रदायिक हिंसाचार घडून येतात.

✡ प्रादेशिकतेच्या वाढत्या भावनेने राष्ट्रीय एकात्मतेला धोका निर्माण होतो. यात स्व-शासनाची मागणी, आक्रमक प्रादेशिकता यांचा समावेश होतो. अनेकदा राज्या-राज्यांमधील सीमेवरून वाद निर्माण होतात. उदा. महाराष्ट्र-कर्नाटक सीमावाद, उत्तर प्रदेश व बिहारमध्ये निर्माण झालेले सीमावादाचे प्रश्न, बिहार, ओरिसा, बंगाल, मध्यप्रदेश यात विभाजित असलेल्या आदिवासी प्रदेशाचे एकत्रीकरण करून निर्माण झालेले आंदोलन (झारखंड राज्य निर्मितीसाठी), पंजाबमधील खालिस्तानवादी गट, जम्मू काश्मिर मधील काश्मिर मुक्ती संघटना.

✡ राजकीय पक्षांनी जातीय संघटनांचा उपयोग निवडणुकीसाठी करून घेतलेला आढळतो. यातून पक्षपाताची भावना, श्रेष्ठत्वाची भावना, परंपरागत लाभलेल्या उच्च स्थानामुळे समाजात व राजकारणात प्रबळ बनलेल्या जाती आढळतात.

✡ प्रशासनातील भ्रष्टाचार, वशिलेबाजी, राजकारण, साठेबाज यासारख्या समाजकंटक प्रवृत्तींमुळे अस्थिरता निर्माण होते व लोकशाहीपुढे अनेक आव्हाने उभी राहातात.

प्रश्न :

१) भारतात सांप्रदायिक जाणिवेच्या समस्यांचा उगम खालीलपैकी कोणत्या माध्यमामध्ये आढळतो.

अ) प्राचीन धार्मिक परंपरांमध्ये.

ब) मोगल शासन कालखंडामध्ये.

क) २० व्या शतकाच्या प्रारंभी जनसंचेतना तसेच निवडणुकीच्या राजकारणात.

ड) देशाच्या फाळणीच्या वेळी.

२) जोड्या जुळवा. सांकेतिकेमधून योग्य पर्याय निवडा.

गट 'अ' (% दारिद्र्यरेषेखालील)	**गट 'ब' (राज्य)**
१) २२	१) उत्तर प्रदेश
२) ५५	२) कर्नाटक
३) ३३	३) आंध्रप्रदेश
४) ४१	४) बिहार

सांकेतिके :

	अ	ब	क	ड
अ)	२	४	३	१
ब)	३	१	२	४
क)	२	१	३	४
ड)	३	४	२	१

३) धर्मनिरपेक्षतेच्या संबंधातील खालील विधानांवर विचार करा.

१) यातून धार्मिकतेचे संवर्धन होते.

२) हे धर्मास राजकारणापासून स्वतंत्र करते.

३) हे धार्मिक संघटनांना राज्याच्या समर्थनार्थ निषेध करते.

४) हे धार्मिक विचार व विचारप्रणालीला विरोध करते.

अ) फक्त २   ब) १ व ३

क) २ व ३   ड) १,२,३ व ४

४) अनुसूचित जाती या संकल्पनेचा उगम कोठे झाला ?

अ) भारतीय राज्यघटनेच्या अंतर्गत अनुसूचित जाती आदेश, १९५०.

ब) भारतीय राज्यघटनेच्या अंतर्गत अनुसूचित जाती आदेश, १९५१.

क) भारत सरकार अधिनियम, १९३५ च्या अंतर्गत, अनुसूचित जाती आदेश १९३६.

ड) भारत सरकार अधिनियम, १९३५ च्या अंतर्गत, अनुसूचित जाती आदेश, १९३७.

५) **दुसरा मागासवर्ग आयोग ज्यास 'मंडल आयोग' या नावाने ओळखले जाते, या आयोगाने भारतात सामाजिक व शैक्षणिक स्वरूपात मागासवर्गाच्या निर्धारणासाठी खालीलपैकी कोणत्या निकषांचा प्रयोग केला?**

अ) सामाजिक, आर्थिक, राजकीय आणि शैक्षणिक

ब) सामाजिक, आर्थिक आणि शैक्षणिक

क) सामाजिक व आर्थिक

ड) सामाजिक, आर्थिक व सांस्कृतिक

६) **१) अनुच्छेद ३३८च्या अंतर्गत विशेष अधिकारी पदावर राष्ट्रीय अनुसूचित जाती व अनुसूचित जमाती आयोगाची प्रतिस्थापना केली गेली.**

२) भारतीय जमाती सहकारी विपणन विकास परिसंघ लाकूड व अन्य वन उत्पादनां (एन. टी. एफ. पी.) चे विपणन कार्य करते.

३)पहिल्या मागासवर्ग आयोगाने सामाजिक, शैक्षणिक व आर्थिक मागासलेपणाच्या आधारावर ११ पर्यायांचे सूत्रीकरण केले.

वरील पैकी कोणते विधान बरोबर आहे ?

अ) १ व २ ब) २ व ३

क) १, २ आणि ३ ड) फक्त २

७) **(१) वन्यजीवन (संरक्षण) अधिनियम, १९७२ जम्मू काश्मिर सोडून शेष सर्व राज्यांद्वारे लागू केले गेले.**

(२) वातावरणातील बदलाबाबत संयुक्त राष्ट्र फ्रेमवर्क कन्व्हेन्शन (UNFCCC) ज्याचा भारत एक सदस्य आहे, याचा उद्देश ओझोन स्तराचे संरक्षण करणे हा आहे.

वरील पैकी कोणते विधान बरोबर आहे ?

अ) फक्त १ ब) फक्त २

क) १ आणि २ ड) कोणतेही नाही.

८) सरकारद्वारे प्रस्तुत केलेल्या Joint Consultative Machinery (JCM) चे उद्देश कोणते ?

१) सरकार व त्याच्या कर्मचाऱ्यांमध्ये सद्भावनापूर्ण संबंध वाढविणे.

२) सरकार व कर्मचाऱ्यांमध्ये आपल्या अखत्यारीत असलेल्या विषयांमध्ये अधिकाधिक सहयोग, सहकार्य वाढविणे.

३) लोकसेवांच्या दक्षतेत वाढ करणे.

४) नागरी सेवांमध्ये शिस्त राखणे.

अ) फक्त १, २, ३ ब) १,३, ४ क) २, ३, ४ ड) १ व ४

९) मागासवर्ग आंदोलनाच पुढीलपैकी कोण अग्रदूत आहेत ?

अ) डॉ. बाबासाहेब आंबेडकर ब) जोतिबा फुले

क) ई. रामस्वामी नायकर ड) राममनोहर लोहिया

१०) एखाद्या धार्मिक अथवा वांशिक गटामध्ये असुरक्षिततेची भावना निर्माण होऊन ते धार्मिक किंवा वांशिक गट आपले संरक्षण करण्यासाठी व धार्मिक हितसंबंध हेच सर्वोच्च हितसंबंध मानून ते जपण्यासाठी सामूहिकरीत्या कृती करतो त्यास .... असे म्हणतात.

अ) वंशवाद ब) जमातवाद क) भाषावाद ड) प्रादेशिकवाद

११) स्वातंत्र्यपूर्वकाळात भारतात...... फुटीरतावादास प्रोत्साहन दिले.

अ) फ्रेंचांनी ब) डचांनी क) पोर्तुगिजांनी ड) इंग्रजांनी

१२) जमातवादी प्रवृत्ती क्रियाशील झाल्यानंतर....

१) समाजात दहशतवादी कारवायांना प्रारंभ झाला.

२) फॅसिस्ट व हुकूमशाही प्रवृत्ती राजकारणात उदयास येण्याची शक्यता असते.

३) धार्मिक परंपरांचे पुनरुज्जीवन करण्याचा प्रयत्न केला जातो.

४) धार्मिक गटांमध्ये परंपरा व निष्ठा निर्माण होतात व धार्मिक, सामाजिक सुधारणेच्या प्रक्रियेला अडसर बनतात.

अ) फक्त १ ब) फक्त २, ३

क) फक्त ३ व ४ ड) वरील सर्व

१३) प्रादेशिकवादाला खतपाणी घालण्यात पुढीलपैकी कोणते घटक कारणीभूत ठरतात? –

१) प्रादेशिक हिताला अत्याधिक महत्त्व देणे.

२) प्रादेशिक दुराभिमान बाळगणे.

३) संस्कृती व मूल्यांची जपणूक करणे.

अ) फक्त १ ब) फक्त २ क) १ आणि २ ड) फक्त ३

१४) ..... येथे स्वतंत्र राज्य होण्यासाठी आंदोलन केले गेले तेथे स्वतंत्र मंडळ स्थापन करून प्रश्न सोडविला.

अ) पंजाब ब) गुरखालँड

क) झारखंड ड) हिमाचल प्रदेश

१५) तामिळनाडूमध्ये ...... या पक्षाच्या नेतृत्वाखाली स्वतंत्र द्रविडीस्थानसाठी मागणी केली गेली.

अ) द्रविड मुन्नेत्र कळघम् ब) अण्णा द्रविड मुन्नेत्र कळघम्.

क) अण्णा डी. एम. के. ड) पट्टाली मक्कल करवी

१६) ..... मध्ये राज्य पुनर्रचना आयोग स्थापन करण्यात आला.

अ) १९५१ ब) १९५२ क) १९५३ ड) १९५४

१७) स्वातंत्र्यानंतर भारतात वेगवेगळ्या धार्मिक गटांमध्ये ..... प्रवृत्ती क्रियाशील बनलेल्या आढळतात.

अ) फुटीरतावादी ब) परंपरावादी क) धर्मवादी ड) जमातवादी

१८) जमातवादी प्रवृत्तीतून .... व ..... प्रवृत्ती उदयास येऊन सामाजिक व धार्मिक सुधारणांना अडथळा बनतात.

अ) राष्ट्रवाद व लोकशाही

ब) फॅसिस्ट व हुकूमशाही

क) वैश्विक सहकार्य व आंतरराष्ट्रीय वाद

ड) वरीलपैकी कोणतेही नाही.

१९) ज्यावेळेस केंद्रसरकारने हिंदी भाषेस इंग्रजी ऐवजी राष्ट्रभाषा म्हणून स्वीकारण्याचे धोरण स्वीकारले त्यावेळेस ..... या राज्यामध्ये प्रखर आंदोलन झाले होते.

अ) महाराष्ट्र ब) केरळ

क) आंध्र प्रदेश ड) तमिळनाडू

२०) राज्यघटनेच्या ...... परिशिष्टामध्ये भाषेबाबत तरतुदी आहेत.

अ) ६ व्या ब) ७ व्या

क) ८ व्या ड) ९ व्या

२१) भाषा हा समाजामध्ये ऐक्य भावना घडवून आणण्यासाठी उपयुक्त घटक आहे. कारण –

१) भाषा ही संस्कृती व इतिहासाशी निगडित असते.

२) भाषा हे विचार व भावना व्यक्त करण्याचे एक माध्यम आहे.

३) समभाषिकांमध्ये ऐक्यभावना निर्माण होते.

४) राष्ट्रनिर्मितीत भाषेला महत्त्वाचे स्थान असते.

अ) फक्त १, २ ब) २, ३

क) २ व ४ ड) वरील सर्व

२२) आधुनिक काळात जाती व्यवस्था सामाजिक ऱ्हासास तसेच अन्यायास कारणीभूत ठरली आहे कारण

१) समाजात जाती जातींमधील उच्च नीचता या भेदावरून जाति विद्वेष निर्माण होऊन एकसंध समाज बनण्यात अडथळे येतात.

२) काही जातींचे समाजजीवनावर वर्चस्व निर्माण झालेले आढळते.

३) परंपरागत लाभलेले उच्च स्थान व संख्या बळाच्या स्थानामुळे काही जाती राजकीयदृष्ट्या प्रबळ ठरलेल्या आहेत.

४) समाजातील इतर मागास जातींमध्ये तेढ निर्माण होते; तसेच जातीयवाद हा सामाजिक विषमता वाढविणारा घटक आहे.

अ) १ आणि २ ब) २ आणि ३ क) ३ आणि ४ ड) वरील सर्व

२३) 'संघराज्याच्या यशासाठी प्रादेशिक विचार आवश्यक असतो. त्यासाठी राज्यांना स्वायतत्ता असणे आवश्यक असते. अनेकदा आर्थिक, राजकीय, भावनिक कारणानेही स्वायतत्ता मागितली जाते.' हे निरीक्षण कोणी नोंदवले ?

अ) डॉ. बाबासाहेब आंबेडकर ब) पी. बी. पाटील

क) के. एम. पणीक्कर ड) व्ही. सी. शुक्ला

२४) 'राज्यांना स्वायतत्ता दिल्याने देशाचे तुकडे होतील ही भीती चुकीची असून यामुळे राष्ट्रीय एकात्मता चांगल्या प्रकारे साधता येईल.' हे प्रतिपादन कोणी केले ?

अ) के. एम. पणीक्कर ब) व्ही. सी. शुक्ला

क) कृष्णम्माचारी ड) शेख अब्दुला

२५) .... मध्ये हिमाचल प्रदेशात स्वतंत्र राज्याचा दर्जा देण्यात आला.

अ) १९६५ ब) १९७० क) १९७५ ड) १९८०

२६) राज्यांना नियोजन, आर्थिक स्वातंत्र्य, कर आकारणी, न्यायदान इत्यादी क्षेत्रांत अधिकाधिक स्वातंत्र्य मिळाले पाहिजे अशी मागणी ..... समितीने केली.

अ) मुदलियार ब) कोठारी क) राजमन्नार ड) पी. बी. पाटील

२७) ..... हे लोकशाही शासनाचे आधारतत्त्व आहे.

अ) व्यक्ती – व्यक्तितील समानता ब) मूलभूत अधिकार

क) शासन संस्थेचे अधिकार ड) कार्यपालिकेचे स्वातंत्र्य

२८) ...... हे लोकशाहीसमोरचे मोठे आव्हान आहे.

अ) कायदे व रीती, परंपरा ब) निरक्षरता व अज्ञान

क) सांप्रदायिक विचार व मूल्ये ड) एकात्मता व न्याय

२९) राजकीय जागृती शिवाय केवळ ज्ञान ही कल्पना फोल ठरते. कारण

१) समाजातील काहीजण अज्ञानी असल्यामुळे त्यांना समस्यांचे आकलन होत नाही.

२) काहीजणांना ज्ञान असले तरी ते सार्वजनिक समस्यांच्या संदर्भात अत्यंत उदासीन असतात.

अ) फक्त १ ब) फक्त २

क) १ आणि २ ड) कोणतेही नाही.

३०) काही समाजातील काही व्यक्ती सार्वजनिक समस्यांबाबत उदासीन असल्याची कारणे म्हणजे –

१) त्यांच्या दृष्टीने समाजातील समस्या सुटणारच नाहीत त्यामुळे त्यात लक्ष घालण्यात अर्थ नाही; असा निराशावादी दृष्टिकोन असतो.

२) सार्वजनिक समस्या सोडविण्याची जबाबदारी लोकप्रतिनिधींची असते त्यामुळे त्यात लक्ष घालण्याचे कारण नाही.

३) केवळ आळसामुळे सामाजिक समस्यांमध्ये लक्ष न घालणे.

४) सार्वजनिक समस्या समजून घेण्यात रस नसतो. उलट कुटुंब व्यवसायातच लक्ष घालतात.

५) काही समस्या तांत्रिक स्वरूपाच्या असतात व त्यांचे स्वरूप अनाकलनीय असते.

अ) १, २, ३ ब) २, ३, ५
क) १, ४, ५ ड) वरील सर्व

३१) स्वतंत्र व शिस्तबद्ध निवडणूक यंत्रणा व मुक्त वातावरण हे लोकशाही पुढील मोठे आव्हान असते. कारण–

१) निवडणुका न्याय्य पद्धतीने होण्यासाठी मुक्त वातावरणाची गरज असते.

२) निर्वाचन अधिकारी स्वतंत्र व अधिकार संपन्न राहून ते कोणत्याही राजकीय दबावाला बळी पडता कामा नयेत.

अ) फक्त १ ब) फक्त क) १ आणि २ ड) कोणतेही नाही.

३२) अनेक पक्ष प्रतिनिधींनी एकत्र येऊन निर्माण केलेल्या संमिश्र सरकारला अंतर्गत असंतोषाला तोंड द्यावे लागते. कारण –

अ) निवडणूक जाहीरनाम्यातून लोकांना दिलेली अभिवचने व संमिश्र सरकार निर्माण होताना तयार केलेला किमान कार्यक्रम यात फरक असतो तसेच पक्षीय व वैयक्तिक हितसंबंध असतात.

ब) सरकारचे नियंत्रण असते.

क) जनतेद्वारे संमिश्र सरकारला विरोध केला जातो.

ड) वरील पैकी कोणतेही नाही.

३३) दहशत व प्रलोभन हे लोकशाहीसमोरील आव्हान आहे. कारण –

१) निवडणुकीच्या वेळी दहशत व प्रलोभनाचे वातावरण निर्माण केले जाते.

२) स्वार्थापोटी काहीजण गैरफायदा घेऊन दहशतीचे वातावरण तयार करतात, मतदारांना प्रलोभने दाखवितात..

अ) फक्त १ ब) १ आणि २ क) फक्त २ ड) कोणतेही नाही

३४) आर्थिक विषमता ही लोकशाहीपुढील मोठे आव्हान आहे कारण –

अ) लोकप्रतिनिधींची शासनसंस्था श्रीमंत वर्गाच्या हातात असल्याने गरीब वर्गास न्याय मिळू शकत नाही.

ब) आर्थिकदृष्ट्या दुर्बल घटकाद्वारे श्रीमंत वर्गाला प्रतिकार केला जातो.

क) समाजात ‘दुर्बलघटक’ व ‘श्रीमंत वर्ग’ हे समान दर्जाचे असतात.

ड) वरीलपैकी कोणतेही नाही.

३५) धार्मिक असहिष्णुता हे लोकशाहीचे एक आव्हान असते. कारण –

१) भिन्न भिन्न धर्मीय आपल्या धर्माबाबत निष्ठा ठेवताना अन्य धार्मियांबाबत सहिष्णुता बाळगत नाहीत.

२) अन्य धर्म अर्थहीन असून अत्यंत कडवे व कठोर धोरण स्वीकारले जाते.

अ) फक्त १ ब) १ आणि २

क) फक्त २ ड) वरीलपैकी कोणतेही नाही

३६) पक्षपाती प्रसार माध्यमे हे लोकशाहीसमोरील आव्हान असते. कारण –

१) प्रसार माध्यमे विचार, उच्चार व लेखन स्वातंत्र्यामुळे जनप्रबोधन जनमत घडवितात.

२) प्रसारमाध्यमांना शैक्षणिक मूल्य असून त्यातून लोकांना अनेक घटना, घडामोडी इ. ची माहिती मिळते व शासनावर अंकुश ठेवू शकतात.

अ) फक्त १ ब) फक्त २

क) १ आणि २ ड) कोणतेही नाही

३७) न्यायपालिकेची बांधिलकी हे लोकशाही समोरील आव्हान आहे कारण–

१) न्यायपालिकेची निष्पक्षता खऱ्या अर्थाने न्याय प्रतिष्ठित असते.

२) न्यायपालिकेच्या निष्पक्षतेमुळे 'स्वातंत्र्य' व 'समता' ही लोकशाहीला आधारभूत तत्त्वे प्रतिष्ठित होतात.

अ) फक्त १ ब) फक्त २ क) १ आणि २ ड) कोणतेही नाही.

३८) पुढीलपैकी कोणत्या घटकांमुळे लोकशाहीपुढे शासनपद्धतीच्या अस्तित्वाचे आव्हान उभे राहते. –

१) समाजाचे नेतृत्व करणारी व्यक्ती गुणसंपन्न नसेल तर.

२) नेत्याची समाजावर निष्ठा नसेल तर समाजहित साधले जाऊ शकत नाही.

३) नेत्याचा लोकशाहीवर विश्वास नसेल तर.

४) नेत्याजवळ विविध विषयांचे ज्ञान, विकासाची दृष्टी व जनसंग्रहाचे कौशल्य असावे लागते.

अ) फक्त १ ब) २ व ४

क) ३ व ४ ड) वरील सर्व

उत्तरे

१ - क	११ - ड	२१ - क	३१ - ड
२ - अ	१२ - ड	२२ - ड	३२ - क
३ - ड	१३ - क	२३ - ड	३३ - अ
४ - क	१४ - ब	२४ - क	३४ - ब
५ - ब	१५ - अ	२५ - ड	३५ - अ
६ - अ	१६ - क	२६ - ब	३६ - क
७ - अ	१७ - ड	२७ - क	३७ - क
८ - अ	१८ - ब	२८ - अ	३८ - ड
९ - ब	१९ - ड	२९ - ब	
१० - ब	२० - क	३० - क	

■■

मराठी संदर्भ ग्रंथ

इमानदार डॉ. व वकील डॉ.	:	आधुनिक राजकीय विश्लेषण
घारे श्री. पां.	:	राजकीय विचारांचा इतिहास
जावडेकर शं. द.	:	सुलभ राज्यशास्त्र
जोशी डॉ. बी. आर.	:	राज्यशास्त्र संज्ञा कोश
दिवाण डॉ. चंद्रशेखर	:	भारताची विदेश नीती
देवगिरीकर व्यं. र.	:	भारतीय राज्यघटना
पाटील बी. बी.	:	भारतीय शासन व राजकारण
पुराणिक डॉ. इमानदार	:	राजकीय समाजशास्त्र
भोगले डॉ. शांताराम	:	भारताचे परराष्ट्र धोरण
भोळे भा ल.	:	भारतीय राजकीय विचारवंत
भोळे भा. ल.	:	पाश्चिमात्त्य राजकीय विचारवंत
रायपूरकर डॉ. वसंत	:	आंतरराष्ट्रीय संबंध

संदर्भ ग्रंथ

जोशी डॉ. प. ल.	:	भारतीय संविधान-शासन-राजकारण
भोळे भा. ल.	:	भारतीय राज्यव्यवस्था
भोळे भा. ल.	:	पाश्चिमात्य राजकीय विचारवंत
माहेश्वरी श्रीराम	:	भारतीय प्रशासन
मुठाळ प्रा. राम	:	भारतीय शासन आणि राजकारण
शृंगारपुरे डॉ. अरविंद	:	पाश्चिमात्य राजकीय विचारक
शृंगारपुरे डॉ. अरविंद	:	समग्र भारतीय व पाश्चात्त्य राजकीय विचारवंत
Das Basu Durga	:	Introduction to the Constitution of India
Garner J. W.	:	Political Science & Government
Gupta D. C.	:	Indian Government and Politics
Johri J. C.	:	International Relations of Politics (Theorotical Perspecitive)
Johri J. C.	:	Indian Political System
Kothari Rajni	:	Politics in India
Morgenthau Hans J.	:	Politics Among Nations
Paylee M. V.	:	Constitutional Government in India
Powell Almond	:	Comparative Politics
Santhanm K.	:	Union - State Relations in India
Sharma K. N.	:	Indian Political System

२३	प्राचीन भारतातील राजकीय विचार आणि संस्था	रामशरण शर्मा	२९५/-
२४	मोगलकालीन महसूलपद्धती	एन.ए. सिद्दिकी	२२५/-
२५	प्राचीन भारतीय संस्कृती व सभ्यता	डी.डी.कोसंबी	२००/-
२६	अकबरकालीन हिंदुस्थान	डब्ल्यू. एच. मूरलँड	२५०/-
२७	आधुनिक चीन- जपानचा इतिहास	प्रा. तानाजीराव निकम	२००/-
२८	महाराष्ट्रातील परिवर्तनाचा इतिहास	प्रा. गणेश राऊत	२७५/-
२९	आपत्ती व्यवस्थापन संकल्पना आणि कृती	कर्नल प्र. प्र. मराठे	२२५/-
३०	दूर संवेदन	डॉ. श्रीकांत कार्लेकर	१५०/-
३१	प्रात्यक्षिक भूगोल	डॉ. श्रीकांत कार्लेकर	९०/-
३२	पर्यावरण समस्या निराकरण व क्षेत्र अभ्यास	डॉ. श्रीकांत कार्लेकर	८०/-
३३	मानवी भूगोल	डॉ. प्रवीण सप्तर्षी	११०/-
३४	भौगोलिक माहिती प्रणाली	डॉ. श्रीकांत कार्लेकर	१४५/-
३५	आधुनिक सामान्य मानसशास्त्र	प्रा. मुकुंद इनामदार	२००/-
३६	औद्योगिक समाजशास्त्र	प्रा. सु. दा. गोरे, प्रा. शिल्पा कुलकर्णी	१२५/-
३७	मराठी व्याकरण लेखन	डॉ. मीरा सुंदरराज	९०/-
३८	अंकगणित - विविध स्पर्धा परीक्षा	सचिन मकवान	१५०/-
३९	महाराष्ट्रातील पोलीस दल (जिल्हा/शहर/ग्रामीण)	प्रा. स्मिता जोशी, सुलभा तेरणीकर	१५०/-
४०	आदिवासी सहाय्यक प्रकल्प अधिकारी परीक्षा मार्गदर्शक	प्रा. स्मिता जोशी, प्रा. संगिता लाडे	१७५/-

४१	डायमंड स्पर्धा परीक्षांसाठी निबंध	सोनल गुलालकरी	८०/-
४२	डायमंड क्विझ् सीरिज : महाराष्ट्र	प्रा. जॉन्सन बोर्जेस	१००/-
४३	डायमंड क्विझ् सीरिज : भारत	प्रा. जॉन्सन बोर्जेस	१००/-
४४	डायमंड क्विझ् सीरिज :भूगोल	प्रा. जॉन्सन बोर्जेस	१००/-
४५	डायमंड क्विझ् सीरिज : इतिहास	प्रा. जॉन्सन बोर्जेस	१००/-
४६	डायमंड क्विझ् सीरिज : पर्यावरण	प्रा. जॉन्सन बोर्जेस	१००/-
४७	डायमंड क्विझ् सीरिज : सामान्यज्ञान	प्रा. जॉन्सन बोर्जेस	१००/-
४८	डायमंड क्विझ् सीरिज : प्रसिद्ध व्यक्ती	प्रा. जॉन्सन बोर्जेस	१००/-
४९	डायमंड क्विझ् सीरिज : अर्थशास्त्र	प्रा. जॉन्सन बोर्जेस	१००/-
५०	डायमंड क्विझ् सीरिज : विश्व	प्रा. जॉन्सन बोर्जेस	१००/-
५१	डायमंड क्विझ् सीरिज : क्रीडाविश्व	प्रा. जॉन्सन बोर्जेस	१००/-
५२	राज्यशास्त्र : ऐच्छिक - पेपर २ (तुलनात्मक राजकारण आणि आंतरराष्ट्रीय संबंध)	प्रा. डॉ. बी. डी. तोडकर	४५०/-
५३	राजकीय विचार आणि विचारवंत	प्रा. डॉ. व. गो. नांदेडकर	४५०/-
५४	Diamond Perfect Essays	Prof. Johnson Borges	१६०/-
५५	Diamond Advanced Essays	Prof. Johnson Borges	१५०/-
५६	Diamond Current Essays	Prof. Johnson Borges	१३५/-
५७	English Grammar	Dilip Vaidya	१६०/-
५८	Essay & Composition	Dilip Vaidya	७५/-
५९	Handbook of Letter Writing	Prof. Johnson Borges	१२५/-
६०	Concepts & Practices in Disaster Management	Col. P. P. Marathe	२२५/-
६१	Practical Disaster Management	Col. P. P. Marathe	११०/-
६२	Enviornmental studies	M.S. Prashanth	३२५/-
६३	Statistical Analysis of Geographical Data	Dr. Shrikant Karlekar	१५०/-

www.ingramcontent.com/pod-product-compliance
Ingram Content Group UK Ltd.
Pitfield, Milton Keynes, MK11 3LW, UK
UKHW042058021026
15589UKWH00001B/58

9 788189 959227